நாகேஸ்வரி அண்ணாமலை தமிழ்நாட்டின் ஒரு கோடியிலுள்ள இராமநாதபுரத்தில் பிறந்தவர். இந்த ஊரில் தாம் வாழ்ந்ததை *சொந்த ஊரை நோக்கி* என்னும் நூல் மூலமாக நம் கண்முன் கொண்டு வருகிறார். சமூகவியலில் முனைவர் பட்டம் பெற்றுள்ள இவர் சமூக, பொருளாதார, கலாச்சார, அரசியல் நிலைமைகளை ஊன்றிக் கவனிப்பதிலும் வேறுபட்ட பண்பாடுகளை ஒப்பிட்டு ஆராய்வதிலும் ஆர்வமுள்ளவர். ஜப்பான், ஆஸ்திரேலியா, நெதர்லாந்து, ஜெர்மனி போன்ற நாடுகளில் சில காலம் வாழ்ந்த அனுபவம் பெற்றவர். அமெரிக்காவின் இயல்பை அறிமுகப்படுத்தும் *அமெரிக்காவில் முதல் வேலை – ஒரு புதிய அனுபவம்;* அமெரிக்காவின் சமூக, அரசியல், பொருளாதார வரலாற்றை எளிய நடையில் விளக்கும் *அமெரிக்காவின் மறுபக்கம்;* அமெரிக்க வாழ்க்கையை உள்ளபடி விவரிக்கும் *அமெரிக்க அனுபவங்கள்;* பாலஸ்தீனம், இஸ்ரேல் ஆகிய நாடுகளுக்குச் சென்று அங்குள்ள பிரச்சினைகளை கள ஆய்வு செய்து விவரிக்கும் *பாஸ்தீன-இஸ்ரேல் போர்: ஒரு வரலாற்றுப் பார்வை* ஆகிய நூல்களை எழுதியிருக்கிறார். பாலஸ்தீனப் பிரச்சினை குறித்து கள அனுபவத்தின் கிடைத்த தகவல்ளைக் கொண்டு எழுதப்பட்ட முதல் தமிழ் நூல் இவருடையது மட்டுமே. நேரடி அனுபவத்தின் மூலம் கிடைக்கும் தரவைக்கொண்டு விறுவிறுப்பூட்டும் நடையில் எழுதுவதால் இவருடைய நூல்கள் வாசகர்களிடையே மிகுந்த வரவேற்பைப் பெற்றுள்ளன.

இந்த நூல் வித்தியாசமானது. இதிலும் சமூகவியல் பார்வையும் வரலாற்றுப் பார்வையும் நேரில் கேட்ட, பார்த்த அனுபவம் காட்டியவையும் கலந்திருக்கின்றன. ஆனால், பொருள் நாடு அல்ல, பெண்கள். ஆசிரியரின் பூர்வீக ஊரைச் சேர்ந்த பெண்கள். ஐந்து தலைமுறைகளைச் சேர்ந்தவர்கள். அவர்களுடைய திருமண வாழ்க்கைதான் இந்த நூலின் பொருள். இதன் நடை கதையின் நடையும் கட்டுரையின் நடையும் கலந்த புதிய நடை.

மைசூரை இருப்பிடமாகக்கொண்ட நாகேஸ்வரி தற்போது சிகாகோவில் கணவருடன்வசிக்கிறார்

ஐந்து தலைமுறை

நாடார் பெண்களின் கதை

நாகேஸ்வரி அண்ணாமலை

அடையாளம்

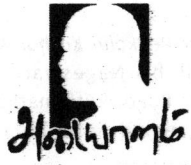

முதல் பதிப்பு 2016

© நாகேஸ்வரி அண்ணாமலை

வெளியீடு: அடையாளம், 1205/1 கருப்பூர் சாலை, புத்தாநத்தம் 621310, திருச்சி மாவட்டம், இந்தியா, தொலைபேசி: 04332 273444

நூல் வடிவம்: த பாபிரஸ், அச்சாக்கம்: அடையாளம் பிரஸ், இந்தியா

ISBN 978 81 7720 250 2

விலை: **₹ 270**

Ainthu Thalaimurai: Naataar Penkalin Kathai is a collection of descriptions of women's life in Tamil by Nageswari Annamalai, Published by Adaiyaalam, 1205/1 Karupur Road, Puthanatham 621310, Thiruchirappalli District, Tamilnadu, India, email: info@adaiyaalam.net

இந்த நூலில் இடம்பெறும் தம்பதிகளின் வாழ்க்கை வரலாறுகள் நிஜமும் அல்ல, கற்பனையுமல்ல.

பொருளடக்கம்

	முன்னுரை	ix
1	ஜானகியம்மாள்	1
2	ராஜம்மாள்	28
3	செல்லம்மாள்	46
4	பொன்னம்மாள்	57
5	சீதையம்மாள்	77
6	வள்ளியம்மாள்	87
7	அமிர்தம்	102
8	பாலம்மாள்	109
9	கமலம்	119
10	பச்சைக்கிளி	141
11	கமலா	149
12	பொன்மணி	161
13	பானுமதி	171
14	அனுசுயா	185
15	சுந்தரி	195
16	புஷ்பம்	207
17	விமலா	219
18	தெய்வானை	229
19	சிவகாமி	259
20	கிரேஸ்	273
21	தேமொழி	290
22	உஷா	295

23	மலர்விழி	307
24	வனஜா	315
25	லட்சுமி	321
	பின்னுரை	327

முன்னுரை

பத்தொன்பதாம் நூற்றாண்டின் தொண்ணூறாம் ஆண்டுகளி லிருந்து இருபதாம் நூற்றாண்டின் எண்பதாம் ஆண்டுகள்வரை பிறந்து வளர்ந்த பெண்கள் சிலரின் கதைகளை இங்கே எழுதி யிருக்கிறேன்.

இந்தப் புத்தகத்தில் நான் குறிப்பிட்டிருக்கும் தம்பதிகள் சிவகாசியைச் சேர்ந்தவர்கள். சிலர் சிவகாசியைவிட்டு இடம் பெயர்ந்திருந்தாலும் கணவனாவது மனைவியாவது இந்த ஊரோடு தொடர்பு உடையவர்.

திருமணம் ஆன கையோடு அமெரிக்காவுக்குச் சென்று ஐந்து வருடங்கள் அங்கு வாழ்ந்துவிட்டுத் திரும்பிய எனக்கு மைசூர் பல்கலைக்கழகத்தில் சமூகவியலில் முனைவர் பட்டம் பெறுவதற்கு ஆராய்ச்சி செய்யும் வாய்ப்புக் கிடைத்தது. நாடார் சமூகத்தில் ஒரு நூற்றாண்டில் என்னென்ன மாற்றங்கள், குறிப்பாக அச்சமூகத்தைச் சேர்ந்த பெண்களின் வாழ்க்கையில், ஏற்பட்டிருக்கின்றன என்று ஆராய்ந்தேன். அந்த ஆராய்ச்சிக்கு என் பெற்றோரின் பூர்வீக ஊரான சிவகாசியை என் ஆய்வுத் தளமாகத் தேர்ந்தெடுத்தேன். அங்கே ஆராய்ச்சி செய்தபோது பல நாடார் குடும்பங்களோடு நேரில் பழகும் வாய்ப்புக் கிடைத்தது. அந்தக் குடும்பங்கள் சிலவற்றைப் பற்றித்தான் இப்புத்தகத்தில் எழுதியிருக்கிறேன்.

பல தலைமுறைகளைச் சேர்ந்த பெண்களைப் பற்றிய கதை இதுவாதலால், பெண்களின் பெயர்களில் சிறு வித்தியாசம் இருக்கும். இவர்களின் சிறுவயதிலிருந்து கதைகள் துவங்குவதால் இவர்களைக் குறிப்பிடும்போது 'அவள்' என்று ஆரம்பிப்பது திருமணமான பிறகு 'அவர்' என்று மாறுகிறது. இது ஆண்களுக்கும் பொருந்தும்.

*1881*இல் சிவகாசியின் ஜனத்தொகை சுமார் *11* ஆயிரம்தான். அப்போது அது ஒரு சிறிய சமூகமாக இருந்தது; எல்லோரும்

ஒருவருக் கொருவர் உறவினர்களாக இருந்தார்கள். இதனால்தான் 'சாணார் வீட்டுச் சொந்தம் சட்டிக்குள்ளேயும் பெட்டிக்குள்ளேயும்' என்னும் பழமொழி பிறந்தது போலும். (நாடார்கள் ஒரு காலத்தில் சாணார்கள் என்ற பெயரிலும் அழைக்கப்பட்டார்கள்.) இப்போது இந்த ஊரின் ஜனத்தொகை ஒரு லட்சமாக உயர்ந்திருக்கிறது. ஜனத்தொகை பல மடங்கு உயர்ந்திருந்தாலும் பலர் ஒருவருக்கொருவர் – திருமணத்தின் மூலமாவது – உறவினர்களாக இருப்பார்கள்.

சிவகாசி நாடார்களுக்கென்று சில பழக்க வழக்கங்கள் உண்டு. மற்ற ஊர் நாடார்களிடம் இல்லாதவை அவை. திருமணம் தொடர்பான அத்தகைய பழக்க வழக்கங்களைப் பற்றியும் ஆங்காங்கே இந்தப் புத்தகத்தில் கூறியிருக்கிறேன். பெண்ணின் வாழ்க்கைப் பயணத்தில் திருமணம் ஒரு திருப்புமுனை. இந்த நூலில் சொல்லும் பெண்களின் கதைகளில் இதை முன்னிலைப் படுத்தியிருக்கிறேன்.

'தம்பதி' என்ற சம்ஸ்கிருத வார்த்தையின் அர்த்தமே, ஒரு வீட்டின் பொறுப்புகளைச் சரிபாதியாகப் பிரித்துச் சுமக்கும் இரண்டு குடும்பத் தலைவர்கள் என்பதுதான். இரண்டு தலைவர்கள் என்றால் குடும்பத்தின் பொறுப்பைச் சமமாகச் சுமப்பவர்கள் என்றுதானே அர்த்தம்? பொறுப்புகளை மட்டுமல்ல, அன்பை, ஆசையை, காதலை, காமத்தை, ரசனையை, கஷ்டத்தைப் பகிர்வதிலும் தம்பதியராக ஒரு கணவனும் மனைவியும் இருந்துவிட்டால் ஏது பிரச்சினை, பிரிவு, துயரம், சோகம்?

இந்த வரையறையின்படி எந்தக் குடும்பமாவது இருக்கிறதா என்று தேடிப் பார்த்தால் மிகச் சில குடும்பங்களே தேறும். நான் சிறுவயது முதலே எங்கள் குடும்பத்திலும் உறவினர்கள் குடும்பங்களிலும் நிலவிவரும் கணவன்-மனைவி உறவுகளை உற்றுநோக்கி வந்திருக்கிறேன். கணவன்மார்களில் பெரும்பான்மையோர் தங்கள் மனைவிமார்களுக்கு எந்தவிதச் சுதந்திரமும் கொடுக்கவில்லை என்பதை உணர்ந்திருக்கிறேன். நெருங்கிய உறவினர்களின் மனைவி மாரை அவர்களுடைய கணவன்மார் படுத்தியபாட்டைப் பார்த்து மனம் குமுறியிருக்கிறேன். ஆனால் அப்போது அதைத் தடுக்க என்னால் எதுவும் செய்ய முடியவில்லை. இப்போது என் மனக் குமுறல்களை எழுத்தில் வடிக்கும் சந்தர்ப்பம் கிடைத்திருக்கிறது. இதன் மூலம் என் உணர்வுகளுக்கு ஒரு வடிகால் தேடிக் கொள்கிறேன்.

சில குடும்பங்களில் மனைவிமார்களின் கை ஓங்கியிருப்பதையும் பார்க்கலாம். குடும்பங்கள் பலவிதம். என்றாலும், திருமணத்தில் பெண்கள் தங்கள் சுதந்திரத்தை இழப்பதுதான் அதிகம்.

கணவன் – மனைவி உறவில் எனக்கு அதிக மனஉளைச்சலைக் கொடுத்தது பல மனைவிமார்களே தங்கள் கணவன்மார் தங்களை நடத்திய விதத்தில் குறை காணாதது மட்டுமல்ல, அதை மனதார ஏற்றுக்கொள்ளவும் செய்தது. சிலர் கணவன்மார் தம்மை நடத்திய விதத்தைப் புரிந்துகொண்டாலும் அந்தத் தளையிலிருந்து மீளத் தெரியாமல் தவித்தனர். சமூகமும் ஆணுக்கு ஒரு நீதி, பெண்ணிற்கு ஒரு நீதி என்ற முறையில்தான் கணவன்-மனைவி உறவுகளைக் கணித்தது. நான் பதின்ம வயதினளாக இருந்தபோது ஒருமுறை என் தாயிடம் ஒரு பெண் இன்னொரு பெண்ணைப் பற்றி விசாரித்தார். என் தாய் அவருக்குப் பதில் அளிக்கையில், 'அவளுடைய கணவனுடைய போக்கு சரியில்லை. வேறு பெண்களிடம் சகவாசம் இருப்பதுபோல் தெரிகிறது. அதனால் மிகவும் கவலைப் படுகிறாள்' என்றார். இதைக் கேட்டு அந்தப் பெண், 'இதற்கெல்லாமா ஒரு மனைவி கவலைப்படுவது?' என்று சொன்னார். அதைக் கேட்டு நான் அதிர்ச்சியில் உறைந்து போனேன். அந்தக் கணவன் செய்தது என்ன அவ்வளவு சாதாரணத் தவறா? ஒரு பெண் வேறு ஓர் ஆணிடம் சகவாசம் வைத்துக்கொள்வாளா, வைத்துக்கொள்ள முடியுமா என்ற கேள்வி ஒருபுறம் இருக்கட்டும். அவள் யாரோடாவது கொஞ்சம் நெருக்கமாகப் பேசிவிட்டாலே அவளைப் பழிக்கும் சமூகமல்லவா இது! தாலி பெண்ணிற்கு வேலி என்கிறார்கள். ஆணிற்கு எது வேலி? அல்லது ஆணிற்கு வேலியே தேவை இல்லையா?

ஒரு பெண் தன்னுடைய கணவன் செய்யும் தவறுகளைக் கண்டித்தாலோ அவருக்கு யோசனைகள் வழங்கினாலோ அவள் கணவனை ஆட்டிப் படைக்கிறாள் என்று மற்றவர்கள் விமர்சித்து விடுவார்கள். அத்துடன் கணவன் தன் மனைவியைத் தன் கட்டுப் பாட்டிற்குள் வைக்கத் தவறிவிட்டான் என்ற குற்றச்சாட்டு வேறு. மனைவி தனக்கு நிகராகச் சம்பளம் பெறுபவளாக இருந்தாலும், தாய்வீட்டிலிருந்து நிறைய சீதனம் கொண்டு வந்திருந்தாலும் மனைவி தன் சொல்படிதான் நடக்க வேண்டும் என்று நினைக்கும் கணவன்மார்களைத்தான் நாம் சாதாரணமாகப் பார்க்கிறோம்.

அமெரிக்கப் பெண்ணியவாதிகள் பெண்களின் உரிமைகள் பற்றி என்னென்னவோ பேசுகிறார்கள். அவை எல்லாவற்றிலும் எனக்கு உடன்பாடில்லை. பெண் ஆணுக்குச் சமம் என்று கோஷமிட்டுப் போரில்கூட பெண்களும் முன்னணியில் இருக்க வேண்டும் என்றனர். இப்போது அரசு அந்தக் கோரிக்கையை நிறைவேற்றியும் இருக்கிறது. பெண்ணின் உடற்கூறும் ஆணின் உடற்கூறும் வேறு வேறானவை, ஆண்கள் செய்யும் எல்லாக் காரியங்களையும்

பெண்ணால் செய்ய முடியாது என்பதை ஏனோ இவர்கள் உணருவதில்லை; ஏற்றுக்கொள்வதில்லை. இது சமத்துவம் பற்றிய ஒரு தீவிரப் பார்வை (extreme view) என்பது என் கருத்து. என்னைப் பொறுத்தவரை, ஆண்களும் பெண்களும் வித்தியாசமானவர்கள். ஆனால் சமமானவர்கள் (different but equal). வாழ்க்கையில் இருவருக்கும் சமத்துவம் வேண்டும்.

இந்தியாவிலோ இன்னொரு விதமான தீவிர நிலைப்பாடு இருந்து வருகிறது. கல்லானாலும் கணவன், புல்லானாலும் புருஷன் என்ற வழக்குகள்/எண்ணம் இப்போது இல்லையென்றாலும், பல குடும்பங்களில் மனைவிமாரைக் கணவன்மார் நடத்துவதில் பெரிய முன்னேற்றம் எதுவும் வந்திருப்பதாகத் தெரியவில்லை. ஆண், ஆண்தான் என்று எல்லோரும் – பெண்கள் உட்பட – பெருமையாகக் கூறுவார்கள். புத்திசாலித்தனத்திலும் திறமையிலும் பெண்களுக்கு நிகரில்லாத ஆண்களை அவர்களுக்குக் கணவன்மாராக நிச்சயிப்பதும் இன்னும் தொடர்கிறது. அம்மாதிரியான வாழ்க்கையிலும் கணவன்தான் குடும்பத்தில் முடிவுகளை எடுக்கிறான்; அந்த முடிவுகளை மனைவியும் வேறு வழியில்லாமல் ஏற்றுக்கொள்கிறாள். அவற்றைக் கேள்விக்குட்படுத்த அவளுக்கு எந்த உரிமையும் இல்லை.

நான் யூட்யுபில் என்னென்ன பழைய தமிழ் சினிமாப் படங்கள் இருக்கின்றன என்று பார்த்துக்கொண்டு வந்தபோது பழைய 'சத்தியவான் சாவித்திரி' கண்ணில் பட்டது. படம் முழுவதும் சாவித்திரியின் பதிவிரதாப் பத்தினித்தனத்திற்குத்தான் மீண்டும் மீண்டும் முக்கியத்துவம் கொடுக்கிறார்கள். அந்தப் பண்பினால் சாவித்திரி எப்படிக் கணவனை எமனின் பிடியிலிருந்து மீட்டாள் என்பதை விவரிக்கிறார்கள். இப்படிக் கணவனுக்காக எதையும் தியாகம் செய்தால் கணவனின் உயிரைக்கூடக் காப்பாற்ற முடியும் என்று கூறிப் பெண்களை அன்றிலிருந்து இன்றுவரை மூளைச் சலவை செய்திருக்கிறார்கள்.

இதற்கு இன்னொரு உதாரணம்: திருவள்ளுவரின் மனைவி வாசுகி கணவனுக்குப் பழைய சோற்றை உணவாகப் படைத்துவிட்டுக் கை கழுவத் தண்ணீர் இறைத்துவைக்கக் கிணற்றடிக்குப் போனாராம். திருவள்ளுவர் 'சோறு சுடுகிறது, விசிறி கொண்டுவா' என்று மனைவியை அழைத்தாராம். காரணம் அபத்தமாக இருந்தாலும் கணவர் கூப்பிட்டவுடனேயே வாசுகி தண்ணீர் இறைத்துக்கொண்டிருந்த வாளியை அப்படியே விட்டுவிட்டு கணவரின்

கட்டளையை நிறைவேற்ற ஓடிவந்தாராம். தண்ணீர் வாளி அப்படியே அந்தரத்தில் நின்றதாம். 'கணவன் சொல்லைத் தட்டாதே; அவன் சொல்லுக்கு உடனே அடிபணி; அதுவே கற்பு. அந்தக் கற்புக்கு மகிமை உண்டு' என்று சொல்லாமல் சொல்கிறது இந்தக் கதை.

கணவனும் மனைவியும் ஒரு குடும்பத்தின் இரு கண்கள். அவர்கள் இருவரும் சேர்ந்து செயல்படும்போதுதான் குடும்பம் சிறக்கிறது. வாழ்க்கை அர்த்தமுள்ளதாகிறது. இதுவே இந்தப் புத்தகத்தின் செய்தி.

நாகேஸ்வரி அண்ணாமலை

ஐந்து தலைமுறை
நாடார் பெண்களின் கதை

1

ஜானகியம்மாள்

பத்தொன்பதாம் நூற்றாண்டின் கடைசி தசாப்தம். சரியாகச் சொன்னால் 1890ஆம் ஆண்டு. இந்த ஆண்டின் மார்ச் மாதத்தில் ஒரு நாள் ஜானகியம்மாள் பிறந்தாள். என்ன தேதி என்று தெரியவில்லை. ஏனென்றால் அந்தக் காலத்தில் பெண்கள் பிறந்த தேதியைக் குறித்து வைக்கும் பழக்கம் இல்லை. (அன்றைய இந்தியாவில் குடிமக்களின் பிறப்பையும் இறப்பையும் குறித்து வைக்கும் பழக்கமே பொதுவாக இல்லை.) குழந்தை பிறந்தவுடன் ஜாதகம் எழுதுவது இந்தச் சமூகத்தில் இல்லை. ஆண் குழந்தைகளுக்கு பிறந்த தேதியைக் குறித்துவைக்கும் பழக்கம் உண்டு. பெண்களுக்கு அதுவும் இல்லை. குத்துமதிப்பாக தமிழ் மாதத் தேதியை மனதில் வைத்துக்கொள் வார்கள். அவ்வளவே. ஆனாலும் வயதை மறப்ப தில்லை. குடும்ப உறவினர்களில் யார் எப்போது பிறந்தார்கள், யார் யாருக்கு எவ்வளவு வயது வித்தியாசம் என்பதெல்லாம் எல்லோருக்கும் அத்துப்படி. பெண்களுக்கு வயதைக் குறைத்து மதிப்பிடும் தேவையும் அன்று இல்லை. அப்போது பெண்கள் பள்ளிக்குச் செல்வது அவ்வளவு அதிகமில்லையாதலால் பிறப்புச் சான்றிதழ் பற்றி யெல்லாம் பெற்றோர்கள் அவ்வளவு அக்கறை காட்டுவதில்லை. பள்ளியிலும் அதுபற்றி யாரும் கேட்பதில்லை. பெரிய மனுஷி ஆன பிறகு பல வருடங்கள் திருமணம் தள்ளிக்கொண்டே போய் பையன்வீட்டாரிடம் பெண்ணின் வயதைக் குறைத்துக் கூற வேண்டிய தேவையும் அப்போது இல்லை. ஏனெனில் எல்லோருக்கும் பெரிய மனுஷி ஆகி ஒன்றிரண்டு ஆண்டுகளுக்குள் திருமணம் முடிந்துவிடும். திருமணத்தின் போதும் பையன்வீட்டார் பெண் வீட்டாரிடமும் பெண்வீட்டார் பையன்வீட்டாரிடமும் ஜாதகம் கேட்பதில்லை. பையனுக்கும் பெண்ணுக்கும் ஜாதகப் பொருத்தம் பார்ப்பதும் ஜானகியம்மாள் காலத்தில் வழக்கத்தில் இல்லை. பெயர்ப் பொருத்தம் மட்டும் சிலர் பார்ப்பதுண்டு. ஜாதகப் பொருத்தம் பார்ப்பது இல்லையென்றாலும் திருமணங்கள்

பிராமணப் புரோகிதர்களால்தான் நடத்திவைக்கப்பட்டன. திருமணங்களில் ஏன் பிராமணர்களை முன்னிலைப்படுத்த வேண்டும் என்று யாரும் நினைத்ததாகத் தெரியவில்லை. எல்லோரும் செய்கிறார்கள், அதனால் நாமும் செய்வோம் என்ற கதியில்தான் காரியங்களை நடத்திவந்தார்கள். ஜானகியம்மாள் பிறந்த ஊர் பெரிய நகரமல்ல, சிறிய கிராமும் அல்ல. ஒரு குறிப்பிட்ட ஜாதியினர் பெரும்பான்மையாக வாழ்ந்த ஊர். எல்லாவிதமான சமூக ஊடாட்டங்களும் ஒரே ஜாதியைச் சேர்ந்தவர்களுக்குள்ளேயே நடந்துவந்த காலம்.

இந்த ஜாதியைச் சேர்ந்தவர்கள் தமிழ்நாட்டின் தெற்குப் பகுதியில் அதாவது தென்கோடியில் வாழ்ந்துவந்ததாகவும் சுமார் இருநூறு வருஷங்களுக்கு முன்பு - அதாவது ஜானகியம்மாள் பிறப்பதற்கு நூறு வருஷங்களுக்கு முன்பு - அந்த ஜாதியைச் சேர்ந்த சிலர் வடக்கு நோக்கிக் குடிபெயர்ந்து வந்து அவர்களுடைய பழைய இடத்தி லிருந்து வடக்கே சுமார் அறுபது மைல் தூரத்தில் இருந்த இந்த ஊரிலும் அதன் பக்கத்து ஊர்களிலும் வாழ ஆரம்பித்ததாகவும் சில சரித்திர ஆராய்ச்சியாளர்கள் கூறுகிறார்கள். ஆனால் அதற்குச் சரியான ஆதாரங்கள் இல்லை. இந்த ஊரில் சுமார் எண்பது சதவிகிதத்தினர் இந்த ஜாதியைச் சேர்ந்தவர்கள்.

இவர்களுக்கென்று இரண்டு கோவில்கள் உண்டு. இந்த ஜாதி இந்திய ஜாதிகளின் படிநிலையில் மிகவும் கீழே வருவதால் உயர் ஜாதியினரால் கட்டப்பட்டு, அவர்களால் நிர்வகிக்கப்பட்ட வைதீக மரபைச் சேர்ந்த (Great Tradition) கோவில்களுக்குள் செல்ல இவர்களுக்கு அப்போது அனுமதி இல்லை. அதனால் இவர்களுக் கென்று சிறுதெய்வ மரபைச் (Little Tradition) சேர்ந்த இரண்டு பெண் தெய்வங்கள் - பத்திரகாளியம்மன், மாரியம்மன் - பெயரில் கோவில்கள் கட்டிக்கொண்டிருக்க வேண்டும். இங்கு பண்டாரம் ஜாதியைச் சேர்ந்தவர்கள் பூசாரிகளாக கடவுளுக்குத் தொண்டு செய்துகொண்டிருப்பார்கள். பெருமரபைச் சேர்ந்த கோவில் களுக்குள் இவர்களுக்கு அனுமதியில்லை என்பதெல்லாம் இப்போது மாறிவிட்டது. ஊரின் நடுவில் இருக்கும் சிவன் கோவிலின் பல விழாக்களிலும் இந்த ஜாதியைச் சேர்ந்தவர்கள் தீவிரமாக ஈடுபடு கிறார்கள். பொருளாதார நிலையில் இந்த ஜாதி மிகவும் முன்னேறி யிருப்பதும் இதற்கு ஒரு முக்கிய காரணம் எனலாம்.

இந்த இரண்டு கோவில்களிலும் வருடத்திற்கு ஒரு முறை பெரிய திருவிழாக்கள் நடைபெறும். முதலில் மாரியம்மன் கோவில்

திருவிழா பங்குனி மாதத்திலும் பத்திரகாளியம்மன் திருவிழா அதை அடுத்து சித்திரை மாதத்திலும் நடக்கும். இந்த இரண்டு திருவிழாக் களுக்கும் முதலில் அவை ஆரம்பிக்கும்முன் தனித் தனியே கொடியேற்றுவார்கள். திருவிழா முடிந்ததும் கொடியை இறக்கு வார்கள். கொடியை ஏற்றியதிலிருந்து இறக்கும்வரை அந்த ஊரில் திருமணங்கள் நடத்துவதில்லை. திருமணம் நடத்தக்கூடாத இந்தக் காலத்தைக் 'கொடித் தடை' என்பார்கள். ஜானகியம்மாள் பிறந்த சமயத்தில் ஊர் மிகவும் சிறியதாக இருந்ததால் அப்போது இந்த இரண்டு கோவில்களும் ஊரின் கோடியில் இருந்தன. இப்போது ஊர் மிகவும் விரிந்துவிட்டதால் இந்த இரண்டு கோவில் களும் ஊரின் நடுப் பகுதியில் அமைந்திருக்கின்றன. மாரியம்மன் கோவில் திருவிழாவைவிட பத்திரகாளியம்மன் கோவில் திருவிழா சிறப்பாக நடக்கும். ஏனோ பத்திரகாளியம்மன் மேல் ஊர்மக்களுக்கு அவ்வளவு பிரியம். இந்தத் திருவிழாவை முன்னிட்டு ஊரில் உள்ள செல்வந்தர்களும் பெரிய வியாபாரிகளும் ஊரின் பிரதான வீதிகளில் மேடைகள் (மண்டகப்படி) அமைத்துத் தெய்வச் சிலைகளை நன்கு அலங்கரித்து அதில் வீற்றிருக்கச் செய்வார்கள். திருவிழாவின் ஐந்தாம் நாளன்றும் ஆறாம் நாளன்றும் அவை மிகவும் சிறப்பாக அலங்கரிக்கப்பட்டிருக்கும். மத்தாப்புத் தொழிற்சாலைகள் தொடங்கப்பட்ட பிறகு திருவிழாவின் கடைசி நாளன்று வாண வேடிக்கை நடக்கும். இதற்காகும் செலவை மத்தாப்புத் தொழிற் சாலைகள் சேர்ந்து ஏற்றுக்கொள்ளும். பத்திர காளியம்மன் கோவில் திடலில் நடைபெறும் இந்த வாண வேடிக்கை விழாவிற்கு ஊரார் - முக்கியமாகப் பெண்களும் குழந்தைகளும் - ஒரு மணிநேரம் முன்பே வரத் தொடங்கிவிடுவார்கள். பெரிய கட்டடங்கள் அந்தக் காலத்தில் இல்லையாதலால் வீட்டில் மாடி இருந்தால் அங்கே நின்று இதைப் பார்த்து மகிழ்வோரும் உண்டு. ஜானகியம்மாள் சிறுவயதினராக இருக்கும்போது வாணவேடிக்கை நிகழ்ச்சிகள் இல்லை.

ஜானகியம்மாளின் தாய் பழனியம்மாளுக்கு ஒரு வயதாக இருக்கும்போதே அவள் தந்தை இறந்துவிட்டார். பழனியம் மாளின் தாய் சங்கரம்மாளுக்கு அப்போது பதினேழு வயதுதான். என்றாலும் இன்னொரு திருமணம் என்பது எல்லாம் யாரும் நினைத்துக்கூடப் பார்க்காத காலம் அது. சங்கரம்மாள் கணவனுக்குச் சொந்தமான ஒரு வீட்டில் வசித்துக்கொண்டு தன்னுடைய ஒரே மகளான பழனியம்மாளை வளர்த்து ஆளாக்கினார். அப்போது பெண்களுக்கு என்று தனிப் பள்ளிகள் இல்லை. இருந்திருந்தாலும் மகளைப் பள்ளிக்கு அனுப்பியிருப்பாரா என்பது சந்தேகமே.

மகளுக்குத் திருமணம் செய்து வைக்கும் தாயின் கடமையைத் தான் இவர் குறியாகக் கொண்டிருந்தார். அதிலிருந்து இவர் தவறவில்லை. இவருடைய மகள் பழனியம்மாள் - அதாவது ஜானகியம்மாளின் தாய் - நிறையக் குழந்தைகளைப் பெற்றெடுத்தார். அவர்களை யெல்லாம் வளர்த்து ஆளாக்குவதில் மகளுக்குத் துணையாக இருந்ததுமல்லாமல் மகள் இறந்த பிறகும் இவர் உயிர்வாழ்ந்தார். பேரக் குழந்தைகள், கொள்ளுப் பேரக் குழந்தைகள், கொள்ளு கொள்ளு பேரக் குழந்தைகள் என்று பலரையும் தன் வாழ்நாளில் பார்த்துவிட்ட இவர், இறக்கும்போது இவருக்கு வயது தொண்ணூறு. ஜானகியம்மாளின் தாய் ஜானகியம்மாளின் பாட்டி இறப்பதற்குப் பல வருடங்களுக்கு முன்பே இறந்துவிட்டார். அந்தக் காலத்தில் தொண்ணூறு வயதுவரை வாழ்ந்தவர் ஜானகியம்மாளின் பாட்டி ஒருவராகத்தான் இருக்க வேண்டும்.

ஜானகியம்மாளின் ஜாதியில் பல உட்பிரிவுகள் உண்டு. இவற்றைக் கூட்டம் என்பார்கள். அவற்றில் படிநிலைகள் உண்டு. முதல் இடத்தில் இருப்பது செண்பகக்குட்டி. அது இப்போது வழக்கில் செமிட்டி கூட்டம் என்று அழைக்கப்படுகிறது. இரண்டாவது இடைமாறி. இதற்குப் பிறகு கஞ்சாமுட்டி, மொட்டை வீடு, அரிசிக்கொளுவான் (இவர்கள் வயலில் உழும் வேலையைச் செய்து அரிசியைக் கூலியாகப் பெற்றிருக்க வேண்டும். அரிசிக்கு உழுவான் என்பது அரிசிக்கொளுவான் என்று மருவியிருக்கலாம்.), புளிக்கார வீடு என்று பல பிரிவுகள் உண்டு. ஒவ்வொரு பிரிவிற்கும் தனித் தனி குலதெய்வங்கள் உண்டு. முதலிடத்தில் இருக்கும் செண்பகக் குட்டி கூட்டத்திற்கு மட்டும் வைதீக மரபைச் சேர்ந்த செண்பக விநாயகர் குலதெய்வம். மற்றப் பிரிவுகளுக்கு சிறுமரபைச் சேர்ந்த தெய்வங்கள் தான் குலதெய்வங்கள். அந்தக் கூட்டத்தைச் சேர்ந்தவர்கள் ஒவ்வொரு வருடமும் மாசி மாதத்தில் வரும் வெள்ளிக்கிழமைகளில் இந்தக் குலதெய்வங்கள் கொலுவீற்றிருக்கும் கோவில்களுக்குச் சென்று பூஜை புனஸ்காரங்கள் செய்வார்கள். ஊரில் இருக்கும் குலதெய்வக் கோவில்களில் பெரிய கோவில் செண்பகக் குட்டி கூட்டத்திற்குத் தான். மற்றப் பிரிவுகளுக்கு சிறிய கோவில்கள்தான். சில கூட்டங் களுக்கு பக்கத்து ஊர்களில்கூட குலதெய்வக் கோவில் உண்டு. ஒரே கூட்டத்தைச் சேர்ந்த இருவர் திருமணம் செய்து கொள்வதில்லை. ஜானகியம்மாளின் தாய் கஞ்சாமுட்டி கூட்டத்தைச் சேர்ந்தவர்; தந்தை இடைமாறி கூட்டத்தைச் சேர்ந்தவர். தந்தை இடைமாறி என்பதால் ஜானகியம்மாளும் இடைமாறி கூட்டத்தைச் சேர்ந்தவர். பிள்ளைகள் தந்தையின் கூட்டத்தைச் சேர்ந்தவர்கள்.

ஜானகியம்மாளின் தந்தை சங்கரலிங்கம் ஊரில் செல்வாக்கு மிக்கவர். ஓரளவிற்கு சுயமாக முன்னுக்கு வந்தவர். இவரும் இவர் மனைவியும் தமிழ்நாட்டில் புதுநிறம் என்று சொல்வார்களே அந்த சரும நிறம் உடையவர்கள். சரும நிறம் பற்றி இங்கு சொல்ல வேண்டும். இந்த ஜாதியில் சரும நிறத்திற்கு ஒரு தனி மதிப்பு உண்டு. இவர்கள் ஜாதி வரிசையில் கீழ்நிலையில் இருப்பவர்கள். ஆதலால் பெரும்பான்மையோர் கருப்பானவர்கள். அதனாலேயே இந்த ஜாதியில் கொஞ்சம் நிறமானவர்களுக்குக்கூட திருமணச் சந்தையில் நல்ல மவுசு உண்டு. அதிலும் நல்ல நிறமாக இருப்பவர்களுக்கு மிக அதிக மவுசு உண்டு. மூக்கு, முழி எப்படியிருந்தாலும் பரவாயில்லை. ஜானகியம்மாளின் தாயும் தந்தையும் புதுநிறத்தவர்கள் என்றாலும் ஜானகியம்மாள் நல்ல நிறம். இவருடன் பிறந்த மூன்று ஆண்கள், மூன்று பெண்களில் சிலர் நல்ல நிறம், சிலர் பாதி நிறம், சிலர் கருப்பு.

ஜானகியம்மாளின் பெற்றோர் முதன் முதலாக ஒரு பையனைப் பெற்றெடுத்தனர். அதன் பிறகு பிறந்த மூன்று குழந்தைகளும் இறந்து போயின. மூன்று குழந்தைகளைப் பறிகொடுத்த பெற்றோர் இனி அப்படி நேர்ந்துவிடக் கூடாது என்று எண்ணி மதுரைக்கு அருகிலுள்ள பழனி மலையின் மேல் அமைந்திருக்கும் முருகன் கோவிலுக்குச் சென்று முருகனை வேண்டிக்கொண்டால் தங்களுக்கு இனிமேல் பிறக்கப் போகும் குழந்தைகள் உயிரோடு இருப்பார்கள் என்று நம்பினர். பழனி மலையில் உள்ள முருகனுடைய ஆறு படைவீடுகளில் ஒன்று. இவர்களுடைய ஊரிலிருந்து சுமார் தொண்ணூறு மைல் தொலைவிலுள்ள பழனிக்கு மாட்டு வண்டியி லேயே பயணம் செய்து அந்த ஊரை அடைந்தனர். பின் 670 படிகளில் ஏறி மலைக்கோவிலை அடைந்தனர். அங்கு பிச்சை எடுத்துச் சாப்பிட வேண்டும் என்று ஒரு நேர்த்திக்கடனைப் போட்டுக்கொண்டு பிச்சை எடுத்தனர். இவர்களைப் பார்த்தாலே வசதியானவர்கள், பிச்சை எடுப்பவர்கள் இல்லை என்று யாருக்கும் தெரியுமாதலால் இப்படி ஒரு வேண்டுகோளை நிறைவேற்றத்தான் பிச்சை எடுக்கிறார்கள் என்பதைப் புரிந்துகொண்ட கோவிலுக்கு வந்த வசதியானவர்கள் தாங்கள் கொண்டுவந்திருந்த உணவை இவர் களுக்கும் கொடுத்தனர். அந்தக் காலத்தில் உணவகங்கள் மலையடி வாரத்தில்கூட இல்லை. ஆதலால் கோவிலுக்கு வருபவர்கள் தங்களுக்குத் தேவையான உணவையும் தங்களோடு கொண்டு செல்வது வழக்கம். பிச்சை எடுத்துச் சாப்பிட வேண்டும் என்று நேர்த்திக்கடன் போட்டுக் கொண்டு வருபவர்களுக்கு இறைவன் சன்னதியில் உணவு வழங்குவது புண்ணியம் தேடித்தரும் என்று ஒரு நம்பிக்கை உண்டு.

சுவாமியைத் தரிசித்துவிட்டு, பிச்சையெடுத்துக் கிடைத்த உணவை உண்டு முடித்து ஊர் திரும்பினர் ஜானகியம்மாளின் பெற்றோர். அதன் பிறகு பிறந்த குழந்தைதான் ஜானகியம்மாள். இவரைப் பெற்றோர் மிகவும் சீரும் சிறப்புமாக வளர்த்தனர். இந்தச் சீர், சிறப்பு எல்லாம் அடுத்த குழந்தை பிறக்கும்வரைதான். அதுவும் அது ஆண் குழந்தை என்பதால் கவனம் பூராவும் அந்தக் குழந்தைமீது திரும்பியது. அடுத்தடுத்து ஜானகியம்மாளுக்குத் தம்பிகளும் தங்கைகளும் பிறந்தனர். இறைவனிடம் சென்று வேண்டிக் கொண்டதனாலோ என்னவோ ஜானகியம்மாளின் பெற்றோர்கள் பிள்ளைச் செல்வத்தில் குறைவில்லாமல் இருந்தார்கள். பிள்ளைச் செல்வம்தான் பெருஞ் செல்வம் என்று கருதப்பட்ட காலம் அது. பெற்றுக்கொள்ளும் குழந்தைகளின் எண்ணிக்கையைக் கட்டுப்படுத்துவது இல்லை. அதற்குரிய கருத்தடைச் சாதனங்களும் இல்லை. மேலும் வைத்திய வசதிகள் அதிகம் இல்லாததால் பிறந்த குழந்தைகள் எல்லாம் உயிர்பிழைத்துப் பெரியவர்கள் ஆவார்கள் என்ற உத்தரவாதமும் இல்லை. அதனால் எத்தனை குழந்தைகள் பெற்றுக் கொள்ள முடியுமோ அத்தனை குழந்தைகள் பெற்றுக் கொள்வார்கள்.

அந்தக் காலத்துப் பெண்குழந்தைகளைப் போல் ஜானகியம்மாளின் படிப்பும் இரண்டாவது வகுப்பிற்குப் பிறகு நிறுத்தப்பட்டது. நல்லவேளையாக அப்போது (1894ஆம் ஆண்டு) பெண்களுக்குத் தனிப் பள்ளி ஆரம்பிக்கப்பட்டிருந்தது. இல்லை யென்றால் எழுதப் படிக்கக்கூடத் தெரியாமலே ஜானகியம்மாள் வளர்ந்திருப்பாள். இவள் நல்ல புத்திசாலி. பின்னால் தானாகப் புத்தகங்கள் படிக்கும் பழக்கத்தை வளர்த்துக்கொண்டாள். திருமணம் ஆன பிறகு இவளுடைய மகள் வயிற்றுப் பேத்தி இந்த ஊரிலேயே வாழ்ந்து வந்தார். பேத்தியின் கணவர் பல பத்திரிகைகளுக்கும் வாரஇதழ் களுக்கும் ஏஜென்சி எடுத்திருந்தார். கணவனுடைய கடையிலிருந்து பேத்தி இவருக்குப் பத்திரிகைகள், வார இதழ்களைக் கொண்டுவந்து கொடுப்பார். இவர் விரும்பிப் படித்த வாரஇதழ் கல்கண்டு. 1963 நவம்பரில் அப்போது அமெரிக்க ஜனாதிபதியாக இருந்த ஜான் கென்னடி கொலை செய்யப்பட்ட போது அவர் மனைவி ஜேக்குலின் மூன்று நாட்கள் கணவரின் இரத்தக்கறை படிந்த உடைகளை மாற்றாமல் இருந்ததைத் தமிழ்ப் பத்திரிகைகள் (எல்லா இந்தியப் பத்திரிகைகளும்) பெரிதாகப் போட்டிருந்தன. அதை இவரும் பெரிதாகக் கூறுவார்.

இவள் வயதையொத்த பல பெண்களுக்கு எழுதப் படிக்கத் தெரியாது. எல்லாப் பெண் குழந்தைகளையும் பெற்றோர் பள்ளிக்கு

அனுப்பவில்லை. இவளுடைய தந்தை கொஞ்சம் முற்போக்கு எண்ணம் உடையவராக இருந்ததாலோ வசதிபடைத்தவராக இருந்ததாலோ மகளை இரண்டாவது வகுப்பு வரையாவது படிக்கவைத்தார்.

இவளுடைய படிப்பு இரண்டாவது வகுப்பிலேயே முடிவுற்றதற்கு முக்கிய காரணம் இவளுக்குப் பின்னால் பிறந்த தம்பி தங்கைகளைப் பார்த்துக்கொள்வதிலும் வீட்டுவேலைகளிலும் தாய்க்கு இவள் உதவ வேண்டும் என்பதுதான். வீட்டுவேலைக்கு ஆள் வைத்துக்கொள்ளும் பழக்கம் அப்போது அந்த ஊரில் இல்லை. விரும்பினாலும் யாரும் கிடைத்திருக்க மாட்டார்கள்.

ஜானகியம்மாளின் அண்ணன் மாணிக்கத்திற்கு - இவருக்கு ஒரே அண்ணன்தான், மற்றவர்கள் எல்லாம் தம்பி தங்கைகள் - சீக்கிரமே திருமணம் செய்துவிட வேண்டும் என்று தீர்மானித்து அவருடைய பதினேழாவது வயதிலேயே பெற்றோர் திருமணம் செய்துவைத்தனர். அவருக்கு வாய்த்த பெண்ணும் அந்த ஊரைச் சேர்ந்தவள்தான். அந்தக் காலத்தில் அதே ஊரில் அந்த ஜாதியைச் சேர்ந்தவர்களில் பலர் வாழ்ந்து வந்ததால் பலருக்குத் துணை அந்த ஊரிலேயே அமைந்தது. பெற்றோர்கள் திருமணம் செய்துவைத்த அதே வேகத்தில் ஒரு பெண் குழந்தையைப் பெற்றெடுத்த மாணிக்கம் குழந்தை பிறந்த சில மாதங்களிலேயே இறந்துவிட்டார். அப்போது ஜானகியம்மாளுக்கு வயது ஒன்பது.

உள்ளூரிலேயே உறவினர்கள் பலர் இருந்ததால் துக்கத்தைப் பகிர்ந்துகொள்ள நிறையப் பேர் இவர்கள் வீட்டிற்கு வந்தனர். துக்க வீட்டிற்கு வந்தவர்கள் சாப்பிடாமல் போகக்கூடாது என்று ஒரு மரபு. அத்தனை பேருக்கும் உணவு படைப்பது துக்கம் நேர்ந்த வீட்டாரின் கடமை. ஓட்டல்களிலிருந்து உணவு தருவிக்கும் பழக்கம் அப்போது இல்லை. வீட்டார்களும் மற்ற உறவினர்களும் சேர்ந்து சமைப்பார்கள். ஜானகியம்மாளுக்கு ஒன்பதே வயதுதான் என்றாலும் அவளும் சமையலில் பெரும் பங்குகொண்டாள். அந்த வயதிலேயே பெண்களைச் சமையல் கலையில் பழக்கிவிட்டு விடுவார்கள்.

சமையலில் மட்டுமல்ல, மற்ற வீட்டு வேலைகளிலும் ஜானகியம்மாளுக்குப் பயிற்சி கிடைத்தது. பதின்மூன்று வயதில் பெரிய மனுஷி ஆனதும் திருமணம் செய்துகொண்டு கணவனோடு குடும்பம் நடத்துவதற்கு வேண்டிய பயிற்சிகளும் கொடுக்க ஆரம்பித்தனர். பதினான்கு வயது முடிந்ததும் ஜானகியம்மாளுக்கு மாப்பிள்ளை தேடுவதில் தீவிரமாக ஈடுபட்டார் அவளுடைய தந்தை.

அப்போது எல்லாத் திருமணங்களும் பெற்றோர் பார்த்து முடித்து வைக்கும் திருமணங்கள்தான். எல்லாப் பெண்களும் பன்னிரெண்டி லிருந்து பதினான்கு வயதிற்குள் பெரிய மனுஷி ஆகிவிடுவார்கள். பெண்களுக்குப் பத்து வயது முடிந்ததும் எங்கும் வெளியே தனியே அனுப்பமாட்டார்கள். அதன் பிறகு ஓரிரண்டு வருஷங்களுக்குப் பெற்றோர்களுடன் அல்லது மற்றவர்களுடன் வெளியிடங் களுக்குச் செல்வதும் கொஞ்சம் கொஞ்சமாகக் குறைக்கப்படும். முடிந்த அளவு ஆண்களின் கண்களில் பட்டுவிடக் கூடாது என்பதற்காகத் தான் இந்த ஏற்பாடு. பெண்களின் அழகு அவர்கள் மணக்கப் போகும் ஆண்களுக்கு - அதாவது அவர்களுடைய வருங்காலக் கணவன்மார்களுக்கு - மட்டுமே பயன்படவேண்டும், மற்ற ஆண்களின் கண்களுக்கு விருந்தாக அமைந்துவிடக்கூடாது என்பதின் விளைவாகத்தான் பெண்களுக்கு இத்தனை பாதுகாப்பு அளித்தார்கள். மேலும் கெட்ட எண்ணமுள்ள ஆண்களின் இச்சைக்கு உட்பட்டுவிடக் கூடாது என்பதும் பெண்களை வீட்டிற்கு உள்ளேயே வைத்திருந்ததற்கு இன்னொரு முக்கிய காரணம். பெண்கள் அடிக்கடி வெளியில் சென்றால் அவர்களின் சரும நிறம் கொஞ்சம் கறுத்துவிடலாம் என்பதும் ஒரு சிறிய காரணம் என்று சொல்லலாம். பெண்களுக்கு அவர்களின் சரும நிறம் ஒரு பெரிய முதல். இதற்கு மோசம் வந்துவிடக்கூடாது என்பதற்காக எதுவும் செய்யலாம் என்பது அப்போதைய நியதி. இந்த ஊரில் உள்ள வீடுகளின் அமைப்பின்படி அதிக சூரிய வெளிச்சம் உள்ளே வர முடியாது. சில வீடுகளில் கொல்லைப்புறம் பின்னால் இருக்கும். ஆதலால் அங்கு போவதற்கு வெயிலில் நடக்கவேண்டும். திருமணம் முடியும் வரையாவது இப்படி வெயிலில் நடப்பதைக் கூடியவரை தவிர்க்குமாறு பெண்களுக்கு யோசனை கூறப்படும்.

பெண் பெரிய மனுஷி ஆகியதும் முதல் முதலாக மூத்த தாய்மாமனுக்குத்தான் செய்தி சொல்லி அனுப்புவார்கள். மூத்த மாமன் இறந்துவிட்டிருந்தால் அடுத்த மாமனுக்குச் செய்தி போகும். மாமனும் அவருடைய மனைவியும் புதுப் புடவை, இனிப்புப் பலகாரம், பூ, மஞ்சள், குங்குமம் ஆகிய பொருள்களோடு பெண்ணின் வீட்டிற்கு வருவார்கள். பெண்ணின் மாமனின் மனைவி பெண்ணைக் குளிப்பாட்டிப் புதுப்புடவை அணிவித்துப் பூவையும் முடிந்து விடுவார். அதன் பிறகு பதினைந்து நாட்களுக்கு மற்ற உறவினர்கள் தினம் ஒருவராக இனிப்புப் பலகாரம் கொண்டு வந்து பெண்ணை ஆசிர்வதித்துவிட்டுப் போவார்கள். ஜானகியம்மாளின் தாய் தன்னுடைய தாய்க்கு ஒரே குழந்தையாதலால் ஜானகியம்மாளின்

ஒன்றுவிட்ட மாமனும் அவருடைய மனைவியும் இந்தச் சடங்கு களை செய்தார்கள். ஒன்றுவிட்ட மாமன் என்றால் தாய்க்கு அண்ணன் அல்லது தம்பிமுறை ஆக வேண்டும். உதாரணமாக தாய்க்குப் பெரியம்மா மகன்கள், சித்தி மகன்கள் அல்லது பெரியப்பா மகன்கள், சித்தப்பா மகன்கள்.

ஜானகியம்மாளுக்கு கல்யாணம் ஒரு பிரச்சினையாக இருக்க வில்லை. நல்ல நிறம். ஆனால் கொஞ்சம் தாட்டியான உடம்பு. நிறமாக இருப்பவர்களுக்கு இது ஒரு பெரிய குறையில்லை என்றாலும் அவர்களுடைய அழகிற்குக் கொடுக்கப்படும் மதிப்பெண்களில் ஒன்றிரண்டு குறையலாம். ஜானகியம்மாள் ஊரில் ஓரளவு பிரபல மானவரின் பெண்; ஓரளவு வசதியான குடும்பத்தைச் சேர்ந்தவள்; 1904இல் தங்கத்தின் விலை ஒரு கிராமிற்கு ஒன்றேகால் ரூபாய்தான்; எட்டு கிராமிற்கு - அதாவது ஒரு பவுனுக்கு - விலை பத்து ரூபாய்தான். திருமண பேரங்களில் எத்தனை பவுனுக்கு பெண் வீட்டார் பெண்ணிற்குக் கொடுக்கிறார்கள், அதில் எத்தனை பவுன் நகை, எவ்வளவு ரொக்கம், பையன்வீட்டார் எத்தனை பவுன் மணப்பெண்ணுக்குப் போடுகிறார்கள் என்று பேரம் பேசுவார்கள். பெண்ணுக்கு அவளுடைய தந்தை கொடுக்கும் மொத்த சீதனத்தை ரூபாயில் குறிப்பிடுவார்கள். (தங்கத்தின் விலை கூடிக்கொண்டே போகப் போக அவ்வளவு வசதி இல்லாதவர்கள் பெண்ணுக்குக் கொடுக்கப் போகும் வரதட்சணையை பவுனிலேயே கூற ஆரம்பித்தார்கள்.) ஜானகியம்மாளின் தந்தை தன் மகளுக்கு எண்ணூறு ரூபாய் சீதனம் கொடுப்பதாக முடிவு செய்தார். இதில் நானூறு ரூபாய்க்கு நாற்பது பவுன் நகைகளாகவும் மீதி நானூறு ரூபாயை ரொக்கமாகவும் கொடுப்பதாக முடிவு செய்தார். இப்படி ரொக்கமாகக் கொடுக்கும் பணத்தைப் பெண்ணின் தந்தை திருமணம் முடிந்த பிறகும் தன்னிடமே மகள் பெயரில் வைத்திருந்து ஒரு குழந்தை பிறந்த பிறகு மருமகனிடமோ மருமகனின் தந்தை யிடமோ கொடுப்பார். இவர்கள் இருவரும் வியாபாரம் செய்பவர் களாக இருந்தால் தங்கள் தொழிலில் அதை உபயோகித்துக் கொண்டு மருமகளுக்கு அதற்கு வட்டி போட்டுக்கொண்டு வர வேண்டும். மருமகனின் தந்தைக்கென்று தொழில் எதுவும் இல்லா விட்டால் அந்தத் தொகையை வங்கியில் பெண் பெயரில் போட்டு வைப்பார்கள். குழந்தை பிறக்கவில்லையென்றாலோ தாமதமாகப் பிறந்தாலோ ஏழெட்டு வருஷங்கள் கழித்து இந்தப் பணம் பையன் வீட்டாரிடம் ஒப்படைக்கப்படும். அப்போதும் அந்தப் பணம் அவள் பெயரில்தான் மாமனாரோ கணவனோ செய்யும் வியாபாரத்தில்

உபயோகப்படுத்திக்கொள்ளப்படும். அல்லது வங்கியில் அவளுடைய பெயரில் டெபாசிட் செய்யப்படும். கடைசிவரை அது அவளுடையதே. ஒரு வேளை பெண் ஏழெட்டு வருஷத்திற்குள் குழந்தைகள் இல்லாமல் இறந்துவிட்டால் அவளது தந்தை ரொக்கப் பணத்தைப் பையன்வீட்டாருக்குக் கொடுக்கத் தேவையில்லை. சீதனத்தின் ஒரு பகுதியான நகைகளையும் பையனின் வீட்டார் பெண்வீட்டாரிடம் திருப்பிக் கொடுத்துவிடுவார்கள்.

பையனோ பையனின் தந்தையோ அந்தப் பணத்தைப் பெற்றுக் கொண்டாலும் அதை தங்கள் தேவைக்கு உபயோகிக்க முடியாது. அவர்களும் தொழில் செய்பவர்களாக இருந்தால் தொழிலில் உபயோகித்துக்கொண்டு அதற்குரிய வட்டியைத் தவறாமல் பெண்ணிற்குக் கொடுக்க வேண்டும். சில குடும்பங்களில் இந்தப் பணம் கடைசிவரை அவள் பெயரிலேயே இருக்கும். மாமனாரும் அவருக்குப் பிறகு கணவனும் அதைத் தங்கள் தொழிலில் பயன் படுத்திக்கொள்வார்கள். தேவையான அளவு சம்பாதிக்காத கணவன் மனைவியிடம் அந்தப் பணத்தைப் பெற்றுக்கொள்வது உண்டு. அப்படிப் பெற்றுக்கொண்ட பணத்தை வைத்து வியாபாரம் செய்தால் மனைவிக்கு அந்தப் பணத்திற்கு வட்டி கொடுக்க வேண்டும். குழந்தைகள் பெரியவர்களான பிறகு அவர்கள் படிப்பிற்கோ திருமணங்களுக்கோ தேவைப்பட்டால் அல்லது வேறு ஏதாவது குடும்பச் செலவுகளுக்கோ அதை உபயோகிப்பதுண்டு. ஒரு பெண் தந்தையிடமிருந்து பெற்ற சீதனத்தின் ஒரு பகுதியான இந்தப் பணம் கடைசிவரை அவளுடையதே என்பது அப்போதைய நடைமுறைக் கோட்பாடாக இருந்தது. இதை எல்லோரும் பின்பற்றவில்லை யென்றாலும் நிறையப் பேர் பின்பற்றினார்கள்.

சருமநிறம், தந்தை கொடுக்கும் சீதனம் இவற்றோடு பெண்ணின் ஜாதியின் உட்பிரிவும் திருமணச் சந்தையில் ஓரளவு முக்கியத்துவம் வாய்ந்தது. பெண் உயர் கூட்டத்தைச் சேர்ந்தவள் என்றால் அதற்கும் மதிப்பெண் உண்டு. செண்பகக்குட்டி கூட்டத்தைச் சேர்ந்த பெண்கள் மருமகள்களாக வந்தால் புகுந்த இடத்திற்கு நல்ல செல்வத்தைக் கொண்டு வருவார்கள் என்ற நம்பிக்கை எல்லோரிடமும் இருப்பதால் அந்தப் பிரிவைச் சேர்ந்த பெண்களுக்குக் கொஞ்சம் மவுசு அதிகம். பையனைப் பொறுத்தவரை அவனுடைய தகுதிக்குத்தான் முதல் இடம். அவனுடைய தந்தையின் பொருளாதார நிலை, அவனுடைய தந்தை பெண்ணிற்குக் கொடுக்கும் நகைகளின் அளவு, அவனுடைய கூட்டத்தின் இடம், அவனுடைய உடன்பிறந்தோரின் எண்ணிக்கை ஆகியவை எல்லாம் சேர்ந்து அவனுடைய தகுதியை நிர்ணயிக்கும்.

பையனுக்குச் சகோதரர்கள் நிறையப் பேர் இருந்தால் தந்தையின் சொத்தைப் பிரிக்கும்போது பையனின் பங்கு சிறியதாகிவிடும் என்பதாலும் சகோதரிகள் நிறையப் பேர் இருந்தால் அவர்களுடைய திருமணங்களுக்கு ஆகும் செலவுகள் அதிகமாகிப் பையனுக்கு தந்தையின் சொத்திலிருந்து வரும் பங்கு குறைந்துவிடும் என்பதாலும்தான் உடன்பிறந்தவர்களின் எண்ணிக்கையும் பையனின் தகுதியில் சேர்க்கப்படும். ஜானகியம்மாள் திருமணத்திற்குத் தயாராக இருந்த காலத்தில் பையனின் பெற்றோரும் பெண்ணிற்கு நகைகள் கொடுக்க வேண்டும் என்னும் மரபு இருந்தது. அதை அநேகமாக எல்லோரும் பின்பற்றினர். பெண்ணின் தந்தை பெண்ணிற்குச் சீதனமாகக் கொடுப்பதில் ஒரு குறிப்பிட்ட சதவிகிதம் பையனின் தந்தை பெண்ணிற்கு - அதாவது வரப்போகும் தன் மருமகளுக்கு - நகைகளாகக் கொடுக்க வேண்டும். அந்த நகைகள் தாலி என்ற திருமாங்கல்யமாகவும் வளையல்களாகவும் கொடுக்கப்படும். வசதி அதிகம் இல்லாத குடும்பங்களில் பெண்வீட்டார் பெண்ணிற்குக் கொடுப்பதும் குறைவாக இருக்கும்; பையன்வீட்டாரும் அவ்வளவு வசதி படைத்தவர்களாக இருக்கமாட்டார்களாதலால் அவர்கள் கொடுப்பதும் குறைவாக இருக்கும். அதனால் பையனின் பெற்றோர்கள் பெண்ணிற்குத் தாலி மட்டும் செய்வார்கள். அவர்கள் தகுதிக்குத் தக்கவாறு தாலியின் எடை அமையும். ஜானகியம்மாள் காலத்தில் தாலியின் எடை ஐந்து பவுனிலிருந்து இருபது பவுன்வரை அமையும்.

ஜானகியம்மாளின் தந்தைக்கு நிறையக் குழந்தைகள் இருந்ததால் வரமிருந்து தவமிருந்து பெற்ற பெண் என்றாலும் ஜானகியம்மாளுக்கு எண்ணூறு ரூபாய்க்கு மேல் சீதனமாகக் கொடுக்க விரும்பவில்லை. அவளுக்குப் பின் மூன்று தங்கைகள், மூன்று தம்பிகள். தம்பிகளின் தொழில் வளர்ச்சிக்கும் அவர்கள் எல்லோருடைய திருமணங் களுக்கும் நிறையச் செலவுகள் ஆகுமென்பதால் இவ்வளவு சீதனம் கொடுத்தால் போதும் என்று முடிவு செய்தார். அப்போது எண்ணூறு ரூபாயைப் பெரிய தொகை என்று சொல்ல முடியாது. அதிலும் ஜானகியம்மாளின் தந்தையின் செல்வ நிலைக்கு அது குறைந்த சீதனமே. ஜானகியம்மாளோடு உடன்பிறந்தவர்கள் குறைவாக இருந்திருந்தால் இன்னும் அதிக சீதனம் அவருக்குத் தந்தையிட மிருந்து கிடைத்திருக்கும்.

தூரத்து உறவுகளிலும் கிட்டத்து உறவுகளிலும் இருந்த பையன் களில் ஜானகியம்மாளுக்குத் தகுந்த வரன் என்று பள்ளியில் ஆசிரியராக வேலைபார்த்த ஒருவனைத் தேர்ந்தெடுத்தார்

அவளுடைய தந்தை. பையனும் நல்ல நிறம். செண்பகக்குட்டி பிரிவை சேர்ந்தவன். இவனுக்கு உடன்பிறந்தோர் ஏழு பேர். மூன்று சகோதரர்கள், நான்கு சகோதரிகள். பையனின் தந்தைக்குச் சொந்தமாக இருந்தது. ஒரு பெரிய வீடு மட்டும் அதை விடுத்துப் பெரிதாக சொத்து எதுவும் இல்லை. பையன் செண்பகக்குட்டி பிரிவைச் சேர்ந்தவன் என்பதால் அவனுடைய தகுதி இன்னும் கொஞ்சம் உயரும். ஜானகியம்மாளின் பெற்றோரின் பொருளாதாரநிலை அவளுக்குக் கணவனாக வரப்போகும் ஆசிரியரின் பெற்றோரின் பொருளாதார நிலையைவிடச் சிறந்தது. இவனுடைய பெயர் செந்தில்நாதன். எல்லாத் திருமணங்களிலும் பெண்ணின் தகுதி கொஞ்சம் அதிகமாகவே இருக்கும். பெண்ணின் தகுதியான சரும நிறம், அவள் பெறப் போகும் சீதனம், அவளுடைய ஜாதி உட்பிரிவின் தரம் எல்லாவற்றிற்கும் கிடைக்கும் மதிப்பெண்கள் பையனுடைய தகுதியான அவனுடைய வாழ்க்கையில் முன்னேறும் திறமை, அவன் தந்தையின் பொருளாதாரநிலை, உடன்பிறந்தோர் எண்ணிக்கை ஆகிய எல்லாவற்றிற்கும் கிடைக்கும் மதிப்பெண் களைவிட அதிகமாக இருக்கும். ஜானகியம்மாளின் திருமணமும் இதற்கு விதிவிலக்கல்ல.

ஜானகியம்மாளுக்குப் பார்த்திருக்கும் பையனை அவளுக்குப் பிடித்ததா என்றெல்லாம் அவளுடைய பெற்றோர் யோசிக்க வில்லை. தங்களைப் பொறுத்தவரை பெண்ணுக்குச் சரியான வரன்பார்த்து விட்டோம் என்றே நினைத்தனர். சந்தையில் இருப்பதில் சிறந்த வற்றைத்தானே தேர்ந்தெடுக்க முடியும்? ஜானகி யம்மாளுக்கும் திருமணம் முடிந்த பிறகு வாழ்க்கை எப்படி இருக்கும் என்பதைப் பற்றி யோசிக்கும் அளவிற்கு முதிர்ச்சி இல்லை. ஏதோ பெற்றோர் பார்த்துத் திருமணம் முடித்து வைக் கிறார்கள், அதை ஏற்றுக் கொண்டு திருமணம் செய்துகொண்டு வாழ்க்கையைத் தொடர வேண்டும் என்று மட்டும்தான் நினைக்க முடிந்தது.

அந்தக் காலத்தில் திருமணம் நாலைந்து நாட்களாவது நடக்கும். நெருங்கிய உறவினர்கள் திருமணத்திற்கு மூன்று நாட்களுக்கு முன்பே வந்துவிடுவார்கள். திருமணம் முடிந்த பிறகு இரண்டு மூன்று நாட்கள் இருப்பார்கள். திருமண ஏற்பாடுகளில் எல்லா வித உதவிகளும் செய்வார்கள். திருமணத்தில் சமைப்பதற்கென்றே பிரத்தியேகமாகச் சமையற்காரர்கள் இருப்பார்கள். பணக்காரர்கள் வீடுகளில் நாலைந்து நாட்கள் இவர்கள் சமைப்பார்கள். அவ்வளவு வசதியில்லாத குடும்பங்களில் திருமணத்திற்கு முந்திய நாள் இரவும்

திருமணத்தன்றும் இவர்கள் சமைப்பார்கள். மற்ற நாட்களில் உறவினர்களே சமைத்துக்கொள்வார்கள்.

திருமணம் பெண்வீட்டில்தான் நடக்கும். அந்தக் காலத்தில் திருமண மண்டபங்கள் கிடையாது. எவ்வளவு சிறியது என்றாலும் பெண் வீட்டில்தான் திருமணம் நடக்கும். தெருவை அடைத்துப் பந்தல் போட்டுக்கொள்வார்கள். மாப்பிள்ளையின் தமக்கை அல்லது மூத்த தங்கை பெண்ணிற்கு அவர்கள் வீட்டார் வாங்கியிருக்கும் திருமணப் புடவை, தாலிச் செயின், வளையல்கள் ஆகியவற்றைக் கொண்டுவருவார். மாப்பிள்ளைவீட்டார் வீட்டின் ஒரு அறையில் பெண்ணைச் சுற்றி நின்றுகொண்டு அவள் கட்டியிருந்த புடவையை மாற்றிவிட்டுத் தாங்கள் கொண்டுவந்த புடவையையும் சட்டையையும் உடுத்திக்கொள்ளச் செய்வார்கள். பின் அவர்கள் கொண்டுவந்த வளையல்களை அணிவிப்பார்கள். திருமணம் நிச்சயம் ஆனவுடன் பெண்ணிற்கு வளையல்கள் செய்வதற்கு பெண்ணின் கைஅளவு களைக் குறித்துக்கொண்டு போயிருப்பார்கள். அதை வைத்து வளையல்களைச் செய்து கொண்டு வந்திருப்பார்கள். அவர்கள் கொண்டுவந்த பூவையும் பெண்ணுக்குச் சூட்டுவார்கள். பெண் இனி அவர்கள் வீட்டிற்கு உரியவள் என்பதற்கு இதெல்லாம் அடையாளங்கள். தாங்கள் கொண்டுவந்த உடைகளையும் அணிகலன் களையும் பூவையும் பெண்ணிற்கு அணிவித்து அவளைத் திருமண மேடைக்குப் பையனின் சகோதரி அழைத்துவந்து சகோதரனின் அருகில் உட்கார வைப்பார்.

பெண் தலை நிமிர்ந்து பார்ப்பதேயில்லை. அதுவரை பையனும் பெண்ணைப் பார்த்திருக்க மாட்டான். இப்போது அவன் வேண்டு மானால் ஆர்வத்தை அடக்க முடியாமல் இலேசாகப் பெண்ணைப் பார்த்துக்கொள்ளலாம். ஆனால் பெண் தலைநிமிரக்கூடக் கூடாது. ஜானகியம்மாளின் காலத்திலும் அவர் மகளின் காலத்திலும் பிராமணப் புரோகிதர் வீட்டிற்கு வந்து திருமணத்தை நடத்தி வைக்கும் பழக்கம் இருந்தது. புரோகிதர் யாருக்கும் புரியாத மந்திரங்களைச் சொல்ல, மங்கல வாத்தியங்கள் முழங்க பெண்ணின் கழுத்தில் தன் வீட்டார் கொண்டுவந்திருந்த தாலியைப் பையன் கட்டுவான். உறவினர்கள் மணமக்களுக்குப் பரிசுகள் கொடுப்பார்கள். முதன் முதலாகத் தாய்மாமன் - பெண்ணின் தாயின் சகோதரர் - பரிசுகள் கொடுப்பார். நிறைய மாமன்கள் இருந்தால் அவர்களின் வயது வரிசையில் பரிசுகளைக் கொடுப்பார்கள். இவர்களுடைய பரிசுகள் மற்றவர்களுடையதைவிடச் சிறப்பாக இருக்கும்.

வசதியான வீட்டுக் கல்யாணம் என்பதால் ஜானகியம்மாள்-செந்தில்நாதன் திருமணம் ஐந்து நாட்கள் நடந்தது. திருமணம் பெண் வீட்டில்தான் நடக்கும். பையன் தன் வீட்டிலிருந்து தன் உறவினர்களோடு பெண் வீட்டிற்குப் பல்லக்கில் வருவான். திருமணம் முடிந்த பிறகு பெண்ணையும் மாப்பிள்ளையையும் பல்லக்கில் வைத்து ஊரின் முக்கிய வீதிகள் வழியாக ஊர்வலமாக அழைத்துச் செல்வார்கள். இந்த வழக்கம் கொஞ்சம் கொஞ்சமாக மாறி ஜானகியம்மாளின் பிள்ளைகள் காலத்தில் அதாவது பதினைந்து இருபது வருடங்களுக்குப் பிறகு இரட்டைக் குதிரைகள் இழுக்கும் சாரட்டு வண்டியில் மணமக்களை ஊரின் முக்கிய தெருக்களில் ஊர்வலமாக அழைத்துச் செல்லும் வழக்கமாக மாறியது.

திருமணம் நடக்கும் அத்தனை நாட்களும் பையன் வீட்டு உறவினர்கள் பையன்வீட்டிலும் பெண்வீட்டு உறவினர்கள் பெண் வீட்டிலும்தான் தங்குவார்கள். நிறையப் பேர் உள்ளூர்வாசிகளாதலால் இரவில் தங்கள் வீடுகளுக்குச் சென்றுவிடுவார்கள். இரு வீட்டு உறவினர்களும் திருமணத்தன்றுதான் ஒன்றுகூடுவார்கள். அன்றும் விருந்தெல்லாம் அவரவர்களின் உறவுகளின் வீடுகளில் தான். திருமணத்தன்று மதியச் சாப்பாடு மிகவும் சிறப்பாக இருக்கும். பையன், பெண் வீட்டு மதியச் சாப்பாட்டிலும் பெண், பையன் வீட்டு மதியச் சாப்பாட்டிலும் கலந்துகொள்வார்கள். திருமணம் முடிந்த பிறகு பையன்வீட்டார் பெண்ணைத் தங்கள் வீட்டிற்கு அழைத்துச் சென்றுவிட்டு மறுபடி பெண்ணை அவளுடைய வீட்டில் கொண்டுவந்து விட்டுவிடுவார்கள். திருமணத்திற்குப் பிறகு ஒரு நல்ல நாள் பார்த்து இருவரும் தனித்து உறவாட ஏற்பாடு செய்வார்கள். அதன் பிறகு பையனும் பெண்ணும் பெண் வீட்டிலேயே தங்குவார்கள். சில நாட்கள் கழித்து பையன் வீட்டிற்குப் பெண்ணையும் பையனையும் அனுப்பிவைப்பார்கள். ஆனால் சீக்கிரமே இருவரையும் மறுபடி பெண் வீட்டிற்கு அழைத்து வந்துவிடுவார்கள். இருவருக்குள்ளும் அதிகப் பழக்கம் இல்லை யாதலால் பெண்ணின் வீட்டிற்கு அழைத்து வந்து கூடிய வரை தனிமையை ஏற்படுத்திக் கொடுத்து ஒருவரை ஒருவர் பழகிக் கொள்ள வாய்ப்பு அளிப்பார்கள். பையனுக்கு தினமும் நல்ல விருந்து வைப்பார்கள். இது 'மாப்பிள்ளைச் சோறு' எனப்படும். அநேகமாக பையன் உள்ளூரைச் சேர்ந்தவனாக இருப்பானாதலால் தினசரி திருமணத்திற்குப் பிறகு மனைவியின் வீட்டிலிருந்து வேலைக்குப் போய்க்கொண்டிருப்பான். வசதியான குடும்பங்களில் தம்பதிகள் பெண்ணின் பெற்றோர் வீட்டில் தங்குவது இரண்டு

மூன்று மாதங்களுக்கு நீடிக்கும். அதன் பிறகு கணவனின் வீட்டிற்கு இருவரும் வந்துசேர்வார்கள்.

திருமணம் முடிந்து ஒரு வருஷம்வரை எல்லாப் பண்டிகைகளுக்கும் பெண்வீட்டுக்கு தம்பதிகள் இருவரும் விருந்திற்கு வருவார்கள். இப்படி வந்து தங்குவது பல நாட்களுக்கு நீடிக்கலாம். அடுத்த வருடம் இன்னும் கொஞ்சம் குறைவாக அழைப்பு இருக்கும். எப்படியும் மூன்று ஆண்டுகளுக்குப் பண்டிகைகளுக்கு பெண் வீட்டுக்கு அழைப்பது தொடரும். மூன்று வருடத் தீபாவளிப் பண்டிகைக்குப் பெண்ணைப் பெற்றோர் இருவருக்கும் புதுத் துணி வாங்குவார்கள். பையனின் பெற்றோர் கண்டிப்பாக பெண்ணிற்கு - அதாவது மருமகளுக்கு - வாங்க வேண்டும். தங்கள் பையனுக்கு வாங்குவது அவர்கள் விருப்பம். மூன்று வருடங்களுக்குப் பிறகு வரும் பண்டிகைகளுக்கு மகளையும் மருமகனையும் வீட்டுக்கு அழைப்பது ஒவ்வொரு குடும்பத்தையும் பொறுத்தது.

முதல் இரண்டு குழந்தை பெற்றுக்கொள்வதற்குப் போதும் பெண் தன் பிறந்தகத்திற்கு வந்துவிடுவாள். பிரசவச் செலவு எல்லாம் அவளுடைய பெற்றோருடையதே. இரண்டு குழந்தைகளுக்குப் பிறகும் தங்கள் மகளை பிரசவத்திற்கு அழைப்பது அவர்கள் விருப்பம், கட்டாய மில்லை. ஜானகியம்மாளின் தாய் தம் மகளுக்கு மூன்று பிரசவங்கள் பார்த்தார். அதற்கு மேல் அவரால் முடியவில்லை. ஏனென்றால் ஜானகியம்மாளுக்குப் பிறகு அவருக்கு நிறையப் பெண் குழந்தைகள் இருந்தார்கள். அவர்களுக்கு வேண்டியதைச் செய்ய வேண்டிய பொறுப்பு அவருக்கு இருந்தது. பிரசவத்திற்கு மருத்துவ மனைக்குச் செல்லும் பழக்கம் அப்போது இல்லை. நாவிதரின் மனைவிதான் பிரசவம் பார்ப்பார். தேவையான போது கூப்பிட்டுவிட்டால் அந்தப் பெண் வந்துவிடுவார். கடைசிவரை பெண்கள் வேலை பார்த்துக்கொண்டே இருந்ததால் பிரசவமும் இலகுவாக இருக்கும்; பிரசவித்த பிறகும் சில நாட்களிலேயே வீட்டு வேலைகளைச் செய்ய ஆரம்பித்துவிடுவார்கள்.

ஜானகியம்மாளின் கணவருக்கு இரண்டு அண்ணன்கள், ஒரு தம்பி என்று முன்பே பார்த்தோம். ஒரு தங்கையைத் தவிர எல்லா சகோதரிகளுக்கும் திருமணம் ஆகிவிட்டது. திருமண வயதில் பெண்பிள்ளைகள் இருந்தால் - அதாவது பெண்பிள்ளைகள் பெரிய மனுஷி ஆகி ஒரு வருடம் அல்லது அதற்குமேல் ஆகியிருந்தால் - அவர்களுக்குத் திருமணம் முடித்துவிட்டுத்தான் திருமண வயதில் இருக்கும் ஆண்பிள்ளைகளுக்குத் திருமணம் செய்வார்கள்.

சகோதரனும் அவனுடைய மனைவியும் அன்னியோன்யமாகப் பழகுவதைப் பார்த்து அவனுடைய சகோதரி ஏங்கக் கூடாது என்பதற்காகவும் அண்ணனின் மனைவிக்கும் நாத்தனாருக்கும் இடையே சச்சரவுகள் வருவதைத் தடுப்பதற்காகவும்தான் இந்த ஏற்பாடு.

ஜானகியம்மாள் திருமணம் செய்துகொண்டு போனபோது அவருடைய கணவரின், திருமண வயதை எட்டாத ஒரு சகோதரிதான் மாமனார் வீட்டில் இருந்தாள். கணவரின் அந்தத் தங்கைக்கும் இன்னொரு சகோதரனுக்கும் சில ஆண்டுகளில் திருமணம் ஆகி விட்டது. செந்தில்நாதனின் பெற்றோர்களுக்கிருந்த ஒரே வீட்டில் நான்கு சகோதரர்களும் குடும்பம் நடத்தத் தொடங்கினர். வீட்டின் சமையலறையில் நான்கு ஜோடி அடுப்புகள். ஒவ்வொருவரும் அவரவர்களுக்கு வேண்டியதைச் சமைத்துக்கொண்டு அவரவர் அறைக்கு எடுத்துச் சென்றுவிடுவார்கள்.

இந்த மாதிரி ஒரே சமையலறையைப் பலரோடு பகிர்ந்து கொள்வது ஜானகியம்மாளுக்கு ஒரு வித சங்கடத்தைக் கொடுத்தது. பெற்றோர் வீட்டில் இந்த அனுபவம் அவருக்கு வாய்த்ததில்லை. ஆனால் என்ன செய்ய முடியும்? சொந்த வீடு என்ற ஒன்று இருக்கும்போது அதில் பல சகோதரர்கள் சேர்ந்து தங்குவார்களே யொழிய வாடகை வீட்டில் தங்குவது கிடையாது. கூட்டுக் குடும்பமாக இருப்பதும் இந்த ஊரில் வழக்கத்தில் இல்லை. சில ஆண்டுகள் கழித்து கணவருடைய சேமிப்பிலிருந்து ஒரு வீட்டை விலைக்கு வாங்கிக்கொண்டு அதில் தனிக்குடித்தனம் நடத்தத் தொடங்கினர். செந்தில்நாதன் சிக்கனப் பேர்வழி என்றாலும் தங்களுக்காக ஒரு வீடு வாங்கிக்கொண்டதில் அவருக்கும் மகிழ்ச்சியே.

பள்ளி ஆசிரியர் வேலை என்பது ஓரளவிற்கு மதிப்புள்ளதுதான். இந்த ஜாதியினர் தாழ்த்தப்பட்டவர்களாதலால் பெரும்பாலான ஆண்கள் - பெண்கள் ஒரு சில வகுப்புகளே படித்திருந்தனர் - கல்லூரிகளில் படித்துப் பட்டம் வாங்கியிருக்கவில்லை. அதனால் ஆண்களிலும் மருத்துவர்கள், பொறியாளர்கள் என்று யாரும் இந்தச் சமூகத்தில் அப்போது இல்லை. ஆனால் பெரும்பாலான ஆண்கள் பள்ளிப் படிப்பை முடித்திருந்தனர். படித்து முன்னேறும் வாய்ப்பு பற்றி இவர்களுக்குச் சரியாகத் தெரியாததால் இந்த ஜாதியினர் வியாபாரத்தில் அதிகக் கவனம் செலுத்தினர். மேலும் உத்தியோகம் பார்த்துச் சம்பாதிப்பதைவிட வியாபாரத்தில் நிறையப்

பணம் சம்பாதிக்கலாம். இப்போதுபோல் உத்தியோகம் பார்ப்பவர் களுக்கு அதிகச் சம்பளம் இல்லை. இருப்பினும் படித்து அதன் மூலம் வேலை பெற்றிருப்பவர்களுக்கு இச்சமூகத்தில் நல்ல மதிப்பு இருந்தது. அந்த வகையில் ஜானகியம்மாளின் கணவரின் பள்ளி ஆசிரியர் பதவி அவர் குடும்பத்திற்கு ஓரளவு மதிப்பைப் பெற்றுக் கொடுத்தது.

புத்திசாலிக்கேற்ற புத்திசாலிக் கணவர் என்றாலும் செந்தில் நாதனின் சிக்கனம் ஜானகியம்மாளுக்கு அவ்வப்போது எரிச்சலைத் தந்தது. காலையிலேயே எழுந்து குளித்து முடித்து சந்தைக்குச் சென்று காய்கறிகளை மொத்தமாக வாங்கிவந்து உறவினர்கள் - எல்லோரும் ஆங்காங்கே பக்கத்தில்தான் வாழ்ந்து வந்தனர் எல்லோருக்கும் - விற்ற பிறகு மீந்துவிடுவது இலவசமாக இவருடைய வீட்டிற்குக் கிடைத்துவிடுமாம். வசதியான குடும்பத்தில் பிறந்த ஜானகி யம்மாளுக்கு கணவர் இப்படிச் செய்வது கொஞ்சம்கூடப் பிடிக்க வில்லை. ஆனால் கணவரிடம் எதுவும் சொல்ல முடியாதே! 95 சதவிகிதக் குடும்பங்களில் கணவரின் செய்கைகளில் தனக்குச் சம்மதம் இல்லை என்பதைத் தெரிவிக்கக்கூட பெண்களுக்கு உரிமையில்லாத காலம் அது.

ஜானகியம்மாளின் பிறந்த வீட்டில் எல்லா மளிகைச் சாமான் களையும் மொத்தமாக வாங்குவார்கள். அதற்குப் பழகிப் போன ஜானகியம்மாளுக்குக் கணவர் அவ்வப்போது கொஞ்சம் கொஞ்ச மாக வாங்குவது அவ்வளவாகப் பிடிக்கவில்லை. மளிகைச் சாமான்கள் வாங்குவதில் மட்டுமல்ல, என்ன சாமான் வாங்கினாலும் கணவர் கடைப்பிடிக்கும் சிக்கனம் இவருக்கு மிகுந்த எரிச்சலைக் கொடுத்தாலும் ஒன்றும் செய்ய முடியவில்லை.

கணவனுக்கும் மனைவிக்கும் இடையே ஆழ்ந்த பிடிப்போ மிகுந்த பற்றோ ஏற்படவில்லையாயினும் குழந்தை பெற்றுக் கொள்வது மட்டும் தவறாமல் நடக்கும். ஜானகியம்மாள்- செந்தில் நாதன் தம்பதிகளும் இதற்கு விலக்கல்ல. திருமணம் முடிந்து மூன்று வருடங்களுக்குள் ஜானகியம்மாள் இரண்டு பையன்களுக்குத் தாயாகிவிட்டார். சிற்றின்பத்தில் செந்தில்நாதனுக்கு இருந்த அதீத ஆசை ஜானகியம்மாளுக்கு இருந்ததாகத் தெரியவில்லை. ‘தினம் தினம் ஆவிக்கட்டிக் கொள்வதில் என்ன கிடைக்கிறது?’ என்று கூறுவார்.

ஜானகியம்மாளுடைய தந்தை ஜானகியம்மாளின் அடுத்த தங்கைக்குத் திருமணம் நிச்சயம் செய்தார். அவள் சுமார் நிறம்தான். படிப்பும் ஒன்றோ இரண்டோ வரைதான் படித்திருந்தாள். இவளுக்குப்

பக்கத்து ஊரில் மாப்பிள்ளை பார்த்திருந்தார்கள். ஆயிரத்து இருநூறு ரூபாய்க்குச் சீதனம் கொடுப்பதாக இவள் தந்தை முடிவு செய்திருந்தார். இங்கு சீதனம் என்று குறிப்பிடுவது நகைகளையும் ரொக்கப் பணத்தையும் சேர்த்துத்தான். ஜானகியம்மாளின் திருமணத்தின் போது இருந்ததைவிட தந்தையின் பொருளாதார நிலை கொஞ்சம் உயர்ந்திருந்தது இதற்குக் காரணமாக இருக்கலாம். செந்தில்நாதனுக்கு தன் மனைவிக்கு எண்ணூறு ரூபாய்க்குச் சீதனமும் தன் கொழுந்தியாளுக்கு அதைவிட அதிகமாகவும் மாமனார் கொடுத்தது நியாயமாகப்படவில்லை. தனக்குக் கொஞ்சமாவது அதிகம் கொடுத்து இரண்டு சகோதரிகளுக்கும் இடையே உள்ள சீதன வித்தியாசத்தைச் சரிக்கட்ட வேண்டும் என்று நினைத்தார். தந்தையிடம் சென்று அதைப் பெற்று வருமாறு மனைவியை நச்சரித்துக்கொண்டிருந்தார். ஜானகி யம்மாளுக்கோ அது அவ்வளவாகப் பிடிக்கவில்லை. தன் திருமணம் முடிந்த கையோடு சீதனப் பிரச்சினை முடிந்துவிட்டது, இப்போது தங்கைக்கு அதிகமாகக் கொடுத்தால் அதைக் கேட்பது அவ்வளவு சரியில்லை என்று நினைத்தார். அது மட்டுமல்ல, இந்தத் தங்கைக்குப் பின்னால் இன்னும் இரண்டு தங்கைகள் இருக்கிறார்கள், அவர்களுக்கு இதைவிட அதிகச் சீதனம் கொடுத்தால் அப்போதும் தன் கணவர் அதையும் தன் பெற்றோரிடம் வாங்கி வருமாறு தன்னை வற்புறுத்தலாம் என்று பயந்தார். தங்கைக்கு அதிகச் சீதனம் கொடுப்பதை ஈடுகட்டத் தன் கணவருக்கு ஏதாவது கொடுக்கத் தன் தாய்க்கு அவ்வளவு விருப்பம் இல்லையென்பதையும் ஜானகி யம்மாள் எப்படியோ உணர்ந்துகொண்டார். இப்படி ஒரு இக்கட்டான சூழ்நிலையில் என்ன செய்வதென்று யோசித்தார்.

அப்போது அந்த ஊரில் உப்புத் திரிக்கும் தொழிலைப் பெண்கள் செய்து வந்தனர். இதை வீட்டிலிருந்தே செய்யலாம். சாதாரணமாக ஓரளவு வசதியான குடும்பத்துப் பெண்கள் இதைச் செய்வதில்லை. இருப்பினும் ஜானகியம்மாள் இதைச் செய்து கொஞ்சம் பணம் சேர்த்து ஒரு நல்ல பொருளாக வாங்கித் தன் கணவரிடம் அதைக் காட்டி தன் தாய் கொடுத்ததாகக் கூறிவிடலாம் என்று முடிவு செய்தார். அந்த முடிவின்படியே தேவையான அளவு பணம் சேர்ந்ததும் ஒரு பெரிய வெள்ளிக் குத்துவிளக்கு வாங்கி அதைக் கணவரிடம் காட்டினார். செந்தில்நாதனும் மனமகிழ்ந்து போனார். தன்னுடைய மனைவிக்குக் கொழுந்தியாளுக்கு நிகராகச் சீதனம் கொடுக்கவில்லை என்றால் தன்னை தன் மாமியார், மாமனார் மதிக்கவில்லை என்று பாவித்துக்கொண்ட அவருக்கு இப்போது

அவர்கள் தன்னையும் மதிக்கிறார்கள் என்ற எண்ணம் ஏற்பட்டு மன நிம்மதி அடைந்தார். சாதாரணமாக எல்லா ஆண்களுக்கும் இருந்த தன்முனைப்பு (ஈகோ) செந்தில்நாதனுக்கும் இருந்தது.

ஆண்டுகள் நகர்ந்தன. இன்னும் ஐந்து குழந்தைகள் பெற்றெடுத்தார் ஜானகியம்மாள். முதல் மூன்றும் ஆண்கள். நான்காவதும் ஐந்தாவதும் பெண்கள், ஆறாவது ஆண். ஏழாவது பெண். ஏழு குழந்தைகள் பெற்றதில் ஆறாவது ஆண் இறந்துவிட்டதால் ஆறு குழந்தைகள் ஜானகியம்மாளுக்கு மிஞ்சினர். எதற்கெடுத்தாலும் சிக்கனத்தைக் கடைப்பிடிக்கும் கணவரோடு வாழ்வது அச்சலாத்தியாக இருந்தது ஜானகியம்மாளுக்கு. அவ்வப்போது கணவர் சொல்லிப் பெற்றோரிடமிருந்து எதையாவது கேட்டுப் பெறுவதும் அவருக்கு அவ்வளவாகப் பிடிக்கவில்லை.

ஏழாவது குழந்தையைப் பெற்றெடுக்கும்போது ஜானகியம்மாளுக்கு வயது முப்பத்து இரண்டுதான் ஆகியிருந்தது. கடைசிக் குழந்தைக்கு ஒன்றரை வயதாக இருக்கும்போது செந்தில்நாதன் நோய்வாய்ப்பட்டார். அவருக்கு ஏற்பட்டிருந்த காசநோய்க்கு அப்போது பெரிதாக மருந்து எதுவும் இல்லை. மூன்றே மாதங்களில் வியாதி அவரைப் பலிகொண்டுவிட்டது. கணவர் இறந்ததும் ஒரு நல்ல துணையை இழந்துவிட்டோமே என்ற எண்ணம் ஜானகியம்மாளுக்கு ஏற்படவில்லை. இனி என்ன செய்யப் போகிறோம் என்ற பயம்கூட வரவில்லை. செய்தி அறிந்து அவர் தந்தை வந்து 'உனக்கு இப்படி ஆகிவிட்டதே' என்று கதறி அழுதபோதுதான் தன் எதிர்காலம் பற்றிய பயம் அவர் மனதில் தோன்றியது. அவரும் அழ ஆரம்பித்தார்.

சிக்கனத்தைக் கடைப்பிடித்துச் சிறுகச் சிறுகச் சேமித்து செந்தில்நாதன் ஏழாயிரம் ரூபாய் வங்கியில் வைத்திருந்தார். இது நடந்தது 1922ஆம் ஆண்டு. அப்போது ரொக்கமாக ஏழாயிரம் ரூபாய் சேமிப்பில் இருப்பது மிகப் பெரிய காரியம். தான் இப்படி மணி மணியாகச் சேமித்ததை விட்டுவிட்டு இறந்து போகப் போகிறோம் என்று முன்பே தெரிந்திருந்தால் செந்தில்நாதன் அவ்வளவு சிக்கனமாக இருந்திருக்க மாட்டாரோ என்னவோ? அப்படியும் சொல்ல முடியாது. சேமிப்பவர்கள் எல்லாம் தங்கள் கடைசிக்கால வாழ்க்கைக்காக மட்டும் இல்லை, தங்கள் குழந்தைகளின் எதிர்காலத்திற்காகவும்தான் அப்படிச் சேமிக்கிறார்கள்.

ஒரு பெண் குழந்தையோடு பதினேழு வயதில் விதவையான ஜானகியம்மாளின் பாட்டிக்கே இன்னொரு திருமணம் செய்து

வைப்பதைப் பற்றி அவருடைய பெற்றோர் நினைத்துக்கூடப் பார்க்கவில்லை. ஜானகியம்மாளின் பாட்டியும் அப்படி ஒரு சாத்தியம் இருப்பதாக நினைத்துக்கூடப் பார்த்திருக்க மாட்டார். பாட்டி விதவையாகி ஐம்பது வருஷங்களுக்கு மேல் ஆனபிறகும் ஒரு விதவைக்கு மறுமணம் செய்வது பற்றிப் பெரிதாக ஒன்றும் மாறியிருக்கவில்லை. மேலும் ஜானகியம்மாளுக்கு வயது முப்பதுக்கு மேல் ஆகியிருந்தது. ஆறு குழந்தைகள் வேறு. கணவன் என்ற ஆண் துணை இல்லையென்றாலும் தந்தை இருக்கும் வரை தந்தை, பிறகு சகோதரர்கள், கணவனின் உடன்பிறந்தோர் என்று பலர் அவருக்கு உதவி செய்துவந்தார்கள்.

உதவி என்றால் காசு, பணம் கொடுப்பது என்று அர்த்தமில்லை. விதவைகள் குறைந்தது இரண்டு வருடங்களுக்காவது வெளியே எங்கும் செல்லக் கூடாதாகையால் வீட்டிற்கு வேண்டிய மளிகைச் சாமான்களையும் துணிமணிகளையும் வாங்கிக் கொடுப்பது என்று அர்த்தம். நல்ல வேளையாக இந்த ஜாதியில் விதவையின் தலையை யாரும் மொட்டையடிக்கவில்லை. ஆனால் கூந்தலை சடையாகப் பின்னிக்கொள்வதோ அல்லது வேறு விதமாக அலங்கரித்துக் கொள்வதோ கூடாது. எண்ணெய் தேய்த்துச் சிக்கெடுத்து முடிந்து கொள்ள வேண்டும். ஜானகியம்மாளுக்கு நல்ல அடர்த்தியான கூந்தல். அந்தக் கூந்தலை அலங்கரித்துக்கொள்ளும் உரிமை அவருக்கு இல்லை. எல்லா ஆபரணங்களையும் கழற்றிவிட வேண்டும். வண்ணப் புடவைகளை உடுத்தக்கூடாது. வெறும் வெள்ளைச் சேலையை மட்டும் அணிய வேண்டும். அப்போது சுமங்கலிகளே உள்ளாடைகள் அணிவதில்லை. ஏழு கஜம் நீளமுள்ள புடவையும் மேலே போட்டுக்கொள்ளும் பிளவுஸும்தான் (இதைச் சட்டை என்று கூறுவார்கள்) அவர்களுடைய உடைகள். அதனால் இவர் களுக்கு அந்த உரிமை இருந்ததா என்ற பேச்சுக்கே இடமில்லை. எந்த சுபநிகழ்ச்சிகளுக்கும் கைம்பெண்கள் போகக் கூடாது. தங்கள் வீட்டிலேயே நடக்கும் காரியங்கள் என்றாலும் (திருமண வயதை எட்டிவிட்ட பெண்களுக்கும் ஆண்களுக்கும் வீட்டில் துக்கம் நடந்த ஒரு வருடத்திற்குப் பிறகு திருமணம் செய்யலாம்) முன்னணியில் இருக்கக் கூடாது; கூடியவரை ஆண்கள் கண்களில் படாத இடத்தில் இருக்க வேண்டும். ஆண் குழந்தைகளைக் கைகளில் தூக்கு வதற்குக் கூட அவர்கள் அனுமதிக்கப்படுவதில்லை. இது குழந்தைகளுக்கு துரதிருஷ்டம் எதுவும் ஏற்பட்டுவிடக் கூடாது என்பதற்காக. நெருங்கிய உறவினர்கள் யாராவது இறந்துவிட்டால் மட்டும் கூடியவரை ஆண்கள் கண்களில் படாமல் அங்குப் போய்வரலாம்

அப்போது வீடுகளில் கழிப்பிட வசதிகள் கிடையாது. ஊரின் கோடியில் உள்ள திறந்த வெளிகளில்தான் காலைக்கடன்களை முடிக்க வேண்டும். மற்றப் பெண்கள் எப்போது வேண்டுமானாலும் இங்கு செல்லலாம். கைம்பெண்கள் இரண்டு வருஷங்களுக்காவது யார் கண்ணிலும், குறிப்பாக ஆண்கள் கண்களில் படக்கூடாது என்பதால் விடிவதற்கு முன்போ அல்லது இருட்டிய பிறகோ அங்கு சென்று கடனை முடித்துக்கொள்ள வேண்டும். மற்றப்படி வீட்டிற் குள்ளேயேதான் முழு நாளையும் கழிக்க வேண்டும். சமைப்பது, குழந்தைகளைப் பராமரிப்பது என்று ஏதாவது வேலைகள் இருந்து கொண்டே இருக்கும். இந்த வேலைகள் அவர்களுடைய பொழுது போக்குகள்கூட.

கணவர் இறந்தபோது ஜானகியம்மாளின் மூத்த மகனுக்குப் பதினைந்து வயது. தந்தையின் இறப்பு இவரை முழுமையாகப் பாதிக்கவில்லை. பாதிக்காமலும் இல்லை. இரண்டும் கெட்டான் வயது. வழிகாட்டியாக இருக்க வேண்டிய தந்தை இறந்துவிட்டார். தாய்வழிப் பாட்டனாருக்கு ஏகப்பட்ட பொறுப்புகள். அவரால் இவருக்கு வழிகாட்டியாக இருக்க முடியவில்லை. பெரியப்பா மார்களும் சித்தப்பாவும் இருந்தாலும் அவர்களால் தந்தை இடத்தை நிரப்ப முடியுமா என்ன? இவர் சிறந்த அறிவாளி. ஆண்பிள்ளை என்பதால் பள்ளிப் படிப்பை முடித்திருந்தார். இவர் விரும்பினால் கல்லூரிக்குச் சென்று பட்டப் படிப்பைத் தொடர்ந்திருக்கலாம். ஆனால் இவருக்கு அதில் நாட்டம் இல்லை. சுயமாகச் சம்பாதிக்க வேண்டும் என்ற ஆசை ஏற்பட்டது. தந்தை சேமித்து வைத்திருந்த பணத்தைக் கொண்டு தொழில் ஆரம்பிக்கலாம் என்று எண்ணினார். இவரது திறமையில் நம்பிக்கை வைத்திருந்த ஜானகியம்மாளும் வங்கியில் இருந்த பணத்தில் ஒரு பகுதியை மகனிடம் கொடுத்து வியாபாரம் செய்வதற்கு ஊக்குவித்தார். செந்தில்நாதன் இறந்த பிறகு அவர் வங்கியில் வைத்திருந்த ஏழாயிரம் ரூபாயும் ஜானகியம்மாளின் பெயருக்கு மாற்றப்பட்டது. இப்போது அதற்கு முழு அதிகாரி அவர்தான்.

அப்போது இந்தியாவும் இலங்கையும் பிரிட்டனின் அதிகாரத்தின் கீழ் இருந்தன. (பாகிஸ்தான், பங்களாதேஷ் ஆகிய நாடுகள் உருவாகி இருக்கவில்லை.) அதனால் இந்த நாடுகளுக்கிடையே பயணம் செய்வதற்குத் தடையில்லை. இந்தியாவுக்கும் இலங்கைக்கும் இடையே ஏற்றுமதி, இறக்குமதி வியாபாரம் நடத்துவது என்று முடிவு செய்தார். சரியாக விபரம் தெரியாததாலோ அல்லது அதிர்ஷ்டம் கைகொடுக்காததாலோ இவருடைய வியாபாரம்

செழிக்கவில்லை. தாய் கொடுத்த பணத்தில் பெரும் பகுதியை இழந்துவிட்டு ஊர் திரும்பினார்.

மகனுக்குக் கணவரின் சேமிப்பிலிருந்து எதுவும் கொடுக்க வேண்டாம் என்றும் அந்தப் பணம் முழுவதையும் மூன்று பெண் குழந்தைகளின் திருமணத்திற்குச் செலவிட்டு நல்ல மாப்பிள்ளை களாகத் தேர்ந்தெடுக்கும்படியும் சில உறவினர்கள் கொடுத்த அறிவுரையை ஜானகியம்மாள் செவிமடுக்கவில்லை. மகனை நம்பி தாய் கொடுத்த பணத்தைத் தொலைத்துவிட்டு மகன் ஊர் திரும்பி யிருந்தார். மகனின் நடத்தை பற்றிச் சாடைமாடையாக காதில் விழுந்த விஷயங்களைக் கேள்விப்பட்ட ஜானகியம்மாள் மகனுக்குத் திருமணம் செய்துவைக்க முடிவுசெய்தார்.

பெண்பார்க்கும் படலத்தை அவர் ஆரம்பித்தபோது மகன் எதிர்ப்பு எதுவும் தெரிவிக்கவில்லை. ஆனால் ஒரு பெண்ணைத் தேர்ந்தெடுத்து நிச்சயதார்த்த நாளை முடிவு செய்ததும் மகன் தனக்குத் திருமணமே வேண்டாம் என்று தாயிடம் கூறிவிட்டார். குடும்பச் சுமை கடலுக்குச் சமம் என்று நினைத்துத் திருமணம் செய்துகொள்ள மறுத்த இவர் திருமணத்தில் கிடைக்கக்கூடிய சிற்றின்பத்தை வேறு பெண்களிடம் நாடினார். ஜானகியம்மாளால் மகனைத் திருத்த முடியவில்லை. அந்தக் காலத்தில் ஆண்கள் இப்படி நடந்துகொள்வதை யாரும் பெரிய தவறாக எடுத்துக்கொள் வதில்லை. ஏகபத்தினி விரதனாக இருப்பவர்களை யாரும் பெரிதாகக் கொண்டாடுவதும் இல்லை. ஜானகியம்மாளின் மூத்த மகன் கடைசி வரைத் திருமணம் செய்துகொள்ளாததால் ஜானகியம்மாள் தான் அவருக்குச் சமைத்துப் போட்டார். அவர் ஐம்பது வயதை எட்டியபோது அவருக்குக் கண்பார்வையில் கோளாறு ஏற்பட்டுப் பார்வையையே இழக்கும் நிலை ஏற்பட்டது. ஒருமுறை தாய் உணவு பரிமாறிய போது அதைத் தவறுதலாகத் தட்டிவிட்டுவிட மிகவும் மனம் நொந்து போய் 'முழுவதுமாக எனக்குக் கண் தெரிய வில்லையென்றால் எனக்கு யார் உணவு அளிப்பார்கள்?' என்று தாயிடம் கேட்க 'நான் உயிரோடு இருக்கும்வரை உனக்குச் சமைத்துப் போடுகிறேன்' என்றார் தாய். ஆயினும் தான் சிறுவயதில் செய்த தவறுகளுக்கு வருந்தியதாலும் தாயின் காலத்திற்குப் பிறகு தனக்கு யார் ஆதரவு தருவார்கள் என்ற பயத்தினாலும் அவர் தூக்குப் போட்டுத் தற்கொலை செய்துகொண்டார். முதல் தடவை அவர் தற்கொலை செய்துகொள்ள முயன்றபோது தாய் எப்படியோ அதைத் தடுத்துவிட்டார். ஆனால் இரண்டாவதுமுறை முடியவில்லை. அப்போது அவர் வீட்டில் அவித்த நெல்லை அரிசியாக்குவதற்காக

ரைஸ் மில்லுக்குப் போயிருந்தார். குத்துரலில் அவித்த நெல்லைப் போட்டுக் குத்தி அரிசியாக்குவதற்குப் பதிலாக நெல்லிலிருந்து அரிசியைப் பிரித்தெடுக்க இயந்திரங்கள் வந்து விட்டிருந்தன. ரைஸ் மில்லி லிருந்து திரும்பிய ஜானகியம்மாளுக்கு மகனின் தற்கொலை பேரிடியாக இருந்தது. ஜானகியம்மாளின் நெருங்கிய உறவினர் ஒருவர் ஊரில் செல்வாக்கு மிக்கவராக இருந்ததால் அவருடைய மகனின் உடலை போலீஸாரின் பிரேத பரிசோதனைக்கு அனுப்பாமல் பார்த்துக்கொண்டனர். ஜானகியம்மாளின் கணவர் இறந்தபோது அவருடைய மூத்த மகனுக்கே பதினைந்து வயதுதான். மூத்த மகன் இறந்தபோது அவருடைய மற்றப் பிள்ளைகள் பெரியவர்களாகி விட்டிருந்தனர். ஜானகியம்மாள் அவர்களுடைய வீடுகளில் சில நாட்கள் தங்கி தன் துயரத்தைக் கொஞ்சம் கொஞ்சமாக மறந்தார். அவரே சிலருக்கு ஆறுதல் கூறும்போது 'ஆளாத்தாத புண்ணை நாளாத்தும்' என்று சொல்வதுபோல் காலம்தான் அவருடைய துயரத்தைக் குறைத்தது.

உரிய காலத்தில் ஜானகியம்மாள் மற்றக் குழந்தைகளுக்கு அந்தந்த வயதில் திருமணம் செய்துவைத்தார். இந்தத் திருமணங் களைப் பொறுத்தவரை துணைகளைத் தேர்ந்தெடுத்தது இவர்தான். திருமணங்கள் பெரியோர்களால் நிச்சயிக்கப்பட்ட காலத்திலும் அவற்றை நிச்சயித்தது பெற்றோர்கள் மட்டுமே. தந்தை உயிரோடு இருந்தால் அவர்தான் முடிவு செய்வார். தாய்க்கு எந்த அதிகாரமும் இல்லை. தந்தை இறந்துவிட்டால் தாய்தான் முழுப் பொறுப்பும் ஏற்பார். திருமணங்களை முடிவு செய்வதில் மற்ற உறவினர்கள் யாரும் தலையிடுவதில்லை. இதுதான் அப்போதைய மரபு. உறவினர்கள் பெண்களைப் பற்றியோ பையன்களைப் பற்றியோ பெற்றோரின் கவனத்திற்குக் கொண்டுவருவார்கள், பரிந்துரைப் பார்கள். அவ்வளவே. கடைசியாக முடிவெடுப்பது பெற்றோர் தான். திருமணம் என்பது அவ்வளவு பெரிய விஷயமாகக் கருதப் பட்டது. அது ஆயிரங்காலத்துப் பயிர், அதில் ஏற்படும் லாபத்திற்கும் நஷ்டத்திற்கும் பெற்றோர்களே பொறுப் பேற்க வேண்டும் என்று நம்பினர். ஜானகியம்மாளுக்கு அவருடைய பிள்ளைகளின் திருமண ஏற்பாடுகளில் உறவினர்கள் உதவினாலும் அவர்களுக்குத் துணையை நிச்சயித்தது அவர் மட்டுமே. அவருடைய கணவர் உயிரோடு இருந்திருந்தால் ஜானகியம்மாளுக்கு எந்தவித உரிமையும் இருந்திருக்காது.

இரண்டாவது, மூன்றாவது மகன்களுக்கும் திருமணம் செய்து வைத்த பிறகு அவர்களால் இவருக்குப் பெரிய பொறுப்புகள் எதுவும்

இல்லை. ஆனால் ஒரு மகளைப் பொறுத்தவரை இவர் மிகவும் சிரமப்பட்டுப் போய்விட்டார். இவருடைய முதல் மகள் பெரிய மனுஷி ஆகி மூன்று மாதங்களிலேயே அவளைப் பெண்கேட்டு வந்தனர். மாப்பிள்ளைப் பையனுக்குச் சொந்தமாக ஒரு பெரிய வீடு இருந்தது. இதைத் தவிர பெரிதாக ஒன்றும் இல்லை. பையன் படிப்பும் சுமார், பொருளாதாரநிலையும் சுமார். சைக்கிள் ரிப்பேர் செய்யும் கடை வைத்திருந்தார். பையனுடைய தந்தைவழிப் பாட்டனாரின் தம்பிக்குக் குழந்தை இல்லை. அவருக்கு அண்ணனின் இந்தப் பேரனை ரொம்பப் பிடிக்கும். பையனோடு உடன்பிறந்த சகோதரன் இன்னொருவன் இருந்தாலும் இவனை அவருக்கு அதிகம் பிடித்ததால் இவனுக்கே தன்னுடைய வீட்டை எழுதிவைத்தார். இப்படியாக ஒரு பெரிய வீடு இந்தப் பையனுக்கு வந்து சேர்ந்தது. பையன் பெரிய திறமைசாலி இல்லை என்றாலும் பெரிய வீட்டிற்குச் சொந்தக்காரன் என்பது ஜானகியம்மாளுக்கு மிகவும் பிடித்திருந்தது. திருமணமான புதிதில் தனக்கும் தன் கணவருக்கும் தனியாக ஒரு வீடு இல்லாதது இவருடைய மனதில் ஒரு பெரிய ஏக்கத்தை ஏற்படுத்தியிருந்தது. மற்ற எந்தத் தகுதியையும்விட மருமகனாக வரப் போகிறவனுக்கு சொந்தமாக ஒரு பெரிய வீடு இருக்கிறது என்பது ஒரு பெரிய தகுதியாகப்பட்டது ஜானகி யம்மாளுக்கு.

மூன்று பெண் குழந்தைகளில் இவள்தான் கொஞ்சம் நிறம் கம்மி. மூத்த மகன் தொலைத்தது போக மீதியிருந்த பணத்தில் ஆயிரம் ரூபாயை மூத்த மகளுக்குச் சீதனமாகக் கொடுக்க முடிவு செய்தார். திருமணம் முடிந்த பிறகும் வேறு செலவுகள் இருக்கும். திருமணம் முடிந்த பிறகு வரும் முதல் தீபாவளிக்கு மகளுக்கு நல்ல புடவை ஒன்று வாங்கவேண்டும். மருமகனுக்கும் நல்ல வேஷ்டி, சட்டை வாங்க வேண்டும். வசதி இருந்தால் மோதிரம் போன்ற நகைகளும் கொடுக்கலாம். திருமணத்தன்று மாப்பிள்ளை பெண் வீட்டிற்குப் பெண்ணை மணந்துகொள்ள வரும்போது மாமனாரோ பெண்ணின் உடன்பிறந்த சகோதரனோ மோதிரத்தை மாப்பிள்ளையின் கையில் அணிவித்து வரவேற்க வேண்டும். வசதிபடைத்தவர்கள் தங்கச் சங்கிலியே அணிவிப்பார்கள்.

முதல் மகளின் திருமணத்திற்கு செலவழித்தது போக மற்ற இரண்டு பெண்களுக்கும் அதே அளவு செலவழிக்கப் போதுமான பணம் இருக்கும் என்று ஜானகியம்மாள் போட்ட கணக்கு தப்பாயிற்று. மற்ற இரண்டு பெண்களுக்கும் ஜானகியம்மாளால் ஐநூறு ரூபாய் தான் சீதனமாகக் கொடுக்க முடிந்தது. ஆனால் செந்தில்நாதன் - ஜானகியம்மாளின் கணவர் - தன் மனைவியின் தங்கைக்கு தமது

மாமனார் அதிகச் சீதனம் கொடுத்தபோது தனக்கும் அந்த அளவு கொடுக்க வேண்டும் என்று கேட்டதுபோல, முதல் மகளுக்கு அதிக சீதனம் கொடுத்துப் பின்னால் வரும் தங்கைகளுக்குக் குறைவாகக் கொடுத்தால் அதில் சிக்கல் ஏற்படுவது இல்லை. முதல் பெண்ணிற்கு எவ்வளவு சீதனம் கொடுத்தார்கள் என்று பின்னால் வரும் மாப்பிள்ளைப் பையன்கள் கேட்பதில்லை.

ஜானகியம்மாளின் மூத்த மகள் திருமணமாகிப் பத்து ஆண்டு களில் மூன்று குழந்தைகளைப் பெற்றுவிட்டு மூன்றாவது குழந்தை பிறந்த சில நிமிடங்களிலேயே இறந்துவிட்டார். மனைவி இறந்த பிறகு ஜானகியம்மாளின் மூத்த மருமகனை இரண்டாவது திருமணம் செய்துகொள்ளும்படி உறவினர்கள் வற்புறுத்தினாலும் அவர் அதற்குச் சம்மதிக்கவில்லை. அப்போது அவருக்கு முப்பது வயதுதான் ஆகியிருந்தது. இருந்தாலும் மனைவி மீது இருந்த அளவற்ற அன்பினால் தன்னால் துணை இல்லாமல் வாழ முடியும் என்பதை 'கோழிக்கறியும் சோறும் வீட்டில் இருந்தால்தானே சாப்பிடச் சொல்லும்' என்று கூறி இரண்டாவது திருமணம் செய்து கொள்ள மறுத்துவிட்டார். ஆனால் குழந்தைகளை அவரால் வளர்க்க முடியவில்லை. அதனால் மூன்று குழந்தைகளையும் வளர்க்கும் பொறுப்பு ஜானகியம்மாளின் தலையில் விழுந்தது. ஜானகியம்மாள் குழந்தைகளை வளர்க்கும் பொறுப்பை ஏற்றுக் கொண்டது அவருடைய மருமகன் இரண்டாவது திருமணம் வேண்டாம் என்று முடிவுசெய்ததற்கு இன்னொரு காரணமாக அமைந்தது என்றும் சொல்லலாம். இந்தப் பிள்ளைகள் திருமணத் திற்குத் தயாராகும்போது ஜானகியம்மாளின் மருமகனும் இறந்துவிட அவர்களின் திருமணப் பொறுப்புகளையும் இவர் ஏற்றுக்கொள்ள வேண்டியதாயிற்று.

ஜானகியம்மாளை அவருடைய பெற்றோர் வரமிருந்து தவமிருந்து பெற்றெடுத்தனர். ஆனால், குறிப்பாகத் திருமணத்திற்குப் பிறகு இவர் வாழ்க்கையில் பல சோகங்கள். வாழ்விலும் தாழ்விலும் கைகொடுத்துக் காத்து நிற்பேன் என்று உறுதியளித்துக் கைபிடித்த கணவர் இடையிலேயே தன் வாழ்வை முடித்துக்கொண்டு போய்விட்டார். அதன் பிறகு குழந்தைகளுக்கு வாழ்க்கை அமைத்துக் கொடுப்பதும் அவர்களுக்கு உதவுவதும் இவர் பொறுப்பாயிற்று.

இவர் நல்ல புத்திசாலி. இரண்டாவது வகுப்பு மட்டுமே படித்திருந்தாலும் பின்னால் தானாக நிறையப் படிக்கக் கற்றுக் கொண்டார். பத்திரகாளியம்மனுக்கும் மாரியம்மனுக்கும் பெரிதாக

விழா எடுத்துக் கோலாகலமாகக் கொண்டாடும் இந்த ஊரில் சிறிய வயது முதலே வளர்ந்து இந்த ஊரிலேயே, இந்த ஊரைச் சேர்ந்தவரையே திருமணம் செய்துகொண்டு இந்த ஊரிலேயே தன் வாழ்நாட்களைக் கழித்த ஜானகியம்மாளுக்கு கடவுள்பக்தி கிடையாது. கோவில் சம்பந்தமான எந்தவிதச் சடங்குகளிலும் கலந்துகொண்டதில்லை. ஊரில் ஐந்தாம் மண்டகப்படி, ஆறாம் மண்டகப்படிகளைப் பார்க்க எல்லோரும் போகும்போது இவருக்கு அதில் எல்லாம் நாட்டம் இருந்ததில்லை. 'இறைவா! என்று கைகளைக் கூப்பி இறைவனை நான் கும்பிட்டதில்லை' என்று அவர் கூறுவார். அதற்கு இறை நம்பிக்கை இல்லை என்பது மட்டும் காரணமா அல்லது வாழ்க்கையில் அத்தனை துன்பங்கள் அனுபவித்த பிறகு இனி இறைவனிடம் என்னத்தைக் கேட்டுப்பெறப் போகிறோம் என்ற விரக்தியா?

தன்னைப் பொறுத்தவரை ஜானகியம்மாளை அதிக நாட்கள் உயிரோடு இருக்க வேண்டும் என்று நினைத்தாரா என்று தெரிய வில்லை. ஆனால் மற்ற எல்லோரும் எவ்வளவு நாட்கள் உயிரோடு இருக்க முடியுமோ அவ்வளவு நாட்கள் உயிரோடு இருக்க வேண்டும் என்று நினைத்தார். இவருடைய மூத்த மகளின் மகன் - அவனை வளர்த்து ஆளாக்கியது இவர்தான் - மஞ்சள் காமாலை நோய் வந்து மிகுந்த சிரமப்பட்டுக் கொண்டிருந்தான். இனி பிழைக்கமாட்டான் என்று மதுரையிலுள்ள மருத்துவமனை மருத்துவர்கள் - அவர்கள் ஊரில் வைத்திய வசதிகள் போதவில்லை என்றால் மதுரைக்குத்தான் வைத்தியம் செய்து கொள்ளப் போவார்கள் - கூறிய பிறகு பேரனை ஊருக்குக் கூட்டி வந்துவிட்டார்கள். 'காலில் இன்னும் சூடு இருக்கிறது. பிழைத்துக் கொள்வான்' என்று ஜானகியம்மாள் நம்பிக்கையோடு கூறினார். (இரண்டு மூன்று நாட்களில் அந்தப் பேரன் இறந்துவிட்டான் என்பது வேறு விஷயம்.) அப்போது ஜானகியம்மாளுக்கு எண்பது வயது. வாழ்க்கையில் பல சோகங்களைச் சந்தித்து மரத்துப் போயிருந்த அவருடைய மனம் இந்த சோகத்தையும் உள்வாங்கிக் கொண்டது.

வாழ்க்கைப் போராட்டத்தில் சிக்குண்டு மிகவும் தளர்ந்து போயிருந்தாலும் யாரும் தானாக உயிரை மாய்த்துக்கொள்ளக் கூடாது என்பது இவரின் கொள்கை. மூத்த மகன் தற்கொலை செய்துகொள்ள முயன்ற போது அதைத் தடுத்து நிறுத்த எவ்வளவோ முயன்றார். இறைவன் என்று ஒருவன் இருக்கிறான் என்று அவர் நம்பவில்லை என்றாலும் வாழக் கிடைத்த சந்தர்ப்பத்தை வாழ்ந்து முடித்துவிட வேண்டும் என்று நினைத்தார்.

இவருக்கு எப்போதும் ஏதாவது வேலை செய்துகொண்டே யிருக்க வேண்டும். பின்னால் அந்த ஊரில் தீப்பெட்டித் தொழிற் சாலைகள் தொடங்கப்பட்ட பிறகு வீட்டில் இவரும் இவருடைய பெண் மக்களும் தீப்பெட்டி செய்யும் வேலையில் ஈடுபட்டனர். படிப்பில் ஆர்வமுள்ள இவருடைய கடைசிப் பெண், நன்கு படித்து வேலை பார்க்க வேண்டும் என்ற ஆசையை இவரால் நிறைவேற்றி வைக்க முடியவில்லை. இவருடைய தாய்வழிப் பாட்டியும் (இவர் தான் தொண்ணூறு வயதுவரை வாழ்ந்தவர்.) மாமியாரும் உயிரோடு இருந்ததால் இவரால் எதுவும் செய்ய முடியவில்லை. 'பெண் படித்து மேக்கடையில் உட்காரப் போகிறாளா என்ன?' என்ற அவர்களது வாதத்தை இவராலும் இவருடைய மகளாலும் மீறமுடியவில்லை. திருமணம் செய்து கொள்வது, குழந்தைகளைப் பெற்றுக்கொள்வது, பின் பேரக் குழந்தைகளைப் பார்ப்பது என்று எல்லோரும் செல்லும் பாதையில் தான் இவராலும் போக முடிந்தது, மகளையும் செலுத்த முடிந்தது.

அந்தக் காலத்தில் பெண்கள் காதுகளை நீளமாக வளர்த்து அவற்றில் தண்டட்டி என்னும் நகையை அணிந்துகொள்வார்கள். கணவன் இறந்த சில வருடங்களிலேயே ஜானகியம்மாள் அறுவை சிகிச்சை மூலம் காதுகளின் நீண்ட பகுதியை காதுகளின் பிற பகுதிகளோடு ஒட்டவைத்து அவற்றை இசைவானதாக்கிக் கொண்டார். இவருடைய எண்ணப்போக்குகள் அவர் காலத்தில் வாழ்ந்தவர் களுடையதைவிட மிகவும் வேறுபட்டிருந்தது. ஆயினும் தனக்கென்று ஒரு பாதையை வகுத்துக்கொள்ள இவர் வசித்த காலமும் சமூகமும் இவரை அனுமதிக்கவில்லை. முப்பத்து இரண்டு வயதிலேயே கணவர் இறந்துவிட்டதால் பூவையும் பொட்டையும் இழந்து வெள்ளைச் சேலையிலேயே அதன் பிறகு ஐம்பது ஆண்டுகள் வாழ்ந்தார் ஜானகியம்மாள். இவரே நூறு ஆண்டுகளுக்குப் பிறகு பிறந்திருந்தால் இவருடைய வாழ்க்கைப் பாதையே வேறு விதமாக அமைந்திருக்குமோ?

மூன்று குழந்தைகளைக் காலனுக்குப் பறிகொடுத்த இவருடைய பெற்றோர் பழனி மலைக் கோவிலுக்குச் சென்று இறைவனை வழிபட்டு இறைவனிடம் குழந்தை வேண்டும் என்று வேண்டிக் கொண்டு பெற்ற குழந்தைதான் வாழ்க்கையில் இத்தனை கஷ்டமும் படவேண்டியதாயிற்று.

2

ராஜம்மாள்

ஜானகியம்மாள் பிறந்த ஊரில்தான் ராஜம்மாளும் அவர் பிறந்து ஐந்து ஆண்டுகளுக்குப் பிறகு பிறந்தாள். இவள் இவளுடைய பெற்றோருக்கு இரண்டாவது பெண். இவளுக்கு ஒரு தமக்கை, இவளுக்குப் பின் ஒரு தங்கை. அதன் பிறகு மூன்று தம்பிகள். ராஜம்மாளின் தாய் சீதையம்மாள் புதுநிறம் (இந்த ஜாதியில் புது நிறம் என்றால் கருப்பைவிட கொஞ்சம் நல்லநிறம்), தந்தை வேலாயுதம் நல்ல கருப்பு. இவர்களுக்கு மூன்று ஆண் குழந்தைகள், மூன்று பெண் குழந்தைகள். மூன்று குழந்தைகள் தாயின் நிறம், மூன்று குழந்தைகள் தகப்பனின் நிறம். இவளுடைய தமக்கையும் இவளுடைய தங்கையும் தாயின் நிறம். இவள்தான் பெண்களில் தந்தையின் நிறத்தைக் கொண்டு கருப்பாகப் பிறந்து விட்டாள். கருப்பாகப் பிறந்துவிட்ட பெண்களுக்கு லேசில் மாப்பிள்ளை அமையாது. அதாவது அவர்கள் தகுதிக்குத் தகுந்தவாறு அமைவது மிகவும் கடினம். தகுதி என்று நான் குறிப்பிடுவது அவருடைய தந்தையின் செல்வநிலை, அவர் தன் மகளுக்குக் கொடுக்கப் போகும் சீதனத்தின் அளவு, சமூகத்தில் அவர்கள் குடும்பத்தின் அந்தஸ்து ஆகியவை சேர்ந்த கலவை. எல்லாப் பெண்களுக்கும் அவர்கள் தகுதியைவிடக் குறைந்த இடத்தில்தான் வாழ்க்கைப்பட வேண்டிய துர்பாக்கியம் ஏற்படும். கருப்பாக இருந்துவிட்டால் மிகவும் குறைந்த இடமாக அமையும். நிறமாக இருந்துவிட்டால் பெண்ணின் குடும்பத்தின் அந்தஸ்தைவிட நல்ல இடமாகக்கூட அமைய வாய்ப்பு உண்டு. பல பணக்காரக் குடும்பங் களில் பையன் கருப்பாக இருந்துவிட்டால் சந்ததிகள் நிறமாக வேண்டும் என்பதற் காக - பாதிக்குப் பாதியாவது வாய்ப்பு இருக்கிறது என்பதால் - நிறமாக இருக்கும் பெண்களைத் தேடி அலைவார்கள். அப்போது நிறமான பெண்களுக்கு யோகம் அடித்து அவர்கள் இந்த மாதிரிப் பெற்றோர்களின் கண்களில் பட்டால் பிரியமாகத் தங்கள் பையனுக்குத் தேர்வு செய்துவிடுவார்கள்.

ராஜம்மாளின் தந்தைக்குப் பெண் குழந்தைகள் என்றால் கொஞ்சம்கூடப் பிடிக்காது. ஏதோ பெற்றுவிட்டோமே என்று கடனுக்கு வளர்த்தார். அதுவும் முதல் மூன்றும் பெண் குழந்தைகள் என்று இவருக்கு மிகவும் ஏமாற்றம். இந்தப் பெண் குழந்தைகளை எப்படிக் கரையேற்றுவது - அதாவது திருமணம் முடிப்பது - என்பதை நினைத்துக் கவலைப்படுவார். இந்தச் சமூகத்தில் பெண்களைத் திருமணம் செய்துகொடுப்பதற்கு 'கரையேற்றுதல்' என்று கூறுவர் ஒரு ஆற்றைக் கடப்பது எவ்வளவு கஷ்டமோ அவ்வளவு கஷ்டம் பெண்களைத் திருமணம் செய்துகொடுப்பதும் என்று கருதப் பட்டது. ஒரு தாய் மிகவும் கோபத்தில் இருக்கும் போதுதான் உன்னைக் கரையேற்ற வேண்டியிருக்கிறதே என்பது போன்ற வார்த்தைகளைச் சொல்லிப் புலம்புவாள்.

ராஜம்மாளின் தாய் கொஞ்சம் அன்போடு பெண் குழந்தைகளை வளர்த்தாலும் தந்தை பெண் குழந்தைகளைத் தன்னிடம் அண்ட விடமாட்டார். அதிலும் ராஜம்மாள் கருப்பாக இருந்ததால் அவளைக் கண்டால் அவருக்கு ஒரே வெறுப்பு. தன் நிறத்தைக் கொண்டு பிறந்திருக்கும் ராஜம்மாள் தன்னால்தான் கருப்பாக இருக்கிறாள் என்று ஒருபோதும் அவருக்கு உறைத்ததில்லை. ஏதோ கருப்பாகப் பிறந்துவிட்டது ராஜம்மாளின் குற்றம் என்பது போல் நடந்துகொள்வார்.

அந்தக் காலத்தில் நிறையப் பிள்ளைகள் பெற்றுக்கொண்டதால் எல்லாப் பிள்ளைகள் மேலும் அபரிமித அன்பு காட்டுவதற்கு நேரம் கிடைப்பதில்லை. அதிலும் பெண் குழந்தைகளைப் பாரமாகவே பாவித்தார்கள். பணக்கார வீடுகளில், ஆண் குழந்தைகள் இல்லாத குடும்பங்களில் வேண்டுமானால் பெண் குழந்தைகளுக்குக் கொஞ்சம் மவுசு உண்டு. ஒரே பெண் குழந்தையாக இருந்தால் அதுதான் வாரிசு என்று செல்லமாக வளர்க்க வாய்ப்பு உண்டு. ஆனால் ராஜம்மாள் போல் நிறையப் பெண் குழந்தை களோடும் சகோதரர்களோடும் கருப்பாகவும் பிறந்துவிட்டால் அந்தப் பெண் குழந்தைகளுக்குக் குழந்தைப் பருவம் அப்படி யொன்றும் மகிழ்ச்சி யானதாக அமையாது. ராஜம்மாளும் அந்த வரிசையைச் சேர்ந்த ஒரு பெண்தான்.

அந்தக் காலத்தில் பெண் குழந்தைகளை சாதாரணமாக யாரும் பள்ளிக்கு அனுப்புவதில்லை. ராஜம்மாள் பிறந்த வருஷம்தான் - 1894ஆம் ஆண்டு – பெண்களுக்கான பள்ளி அவர்கள் ஊரில் தொடங்கப்பட்டது. முன் அத்தியாயத்தில் கூறப்பட்ட ஜானகி யம்மாளின் தந்தை தன் மகளை இரண்டாவது வகுப்பு வரையாவது

ஐந்து தலைமுறை: நாடார் பெண்களின் கதை ❋ 29

படிக்க வைத்தார். அவளுடைய ஐந்து வயதிலேயே அவளுடைய தந்தை அவளைப் பள்ளியில் சேர்த்தாலும் இரண்டாவது வகுப்புப் படிக்கும்போதே அவளுடைய வீட்டுச் சூழ்நிலையால் படிப்பு நிறுத்தப்பட்டது. ராஜம்மாளின் தந்தையோ மகளைப் படிக்க வைக்க வேண்டும் என்று நினைத்துக்கூடப் பார்க்கவில்லை. அதனால் வீட்டு வேலைகளைக் கற்றுக்கொண்டு தாய்க்கு உதவியாக இருப்பதிலேயே அவளுடைய குழந்தைப் பருவம் கழிந்தது. ராஜம்மாள் காலத்தில் இந்தச் சமூகத்தில் படித்து வேலைக்குப் போகும் வழக்கம் ஆண்களிடம்கூட இல்லையாதலால் ராஜம்மாளைப் பள்ளிக்கு அனுப்புவதில் அவர் தந்தை அக்கறை காட்டவில்லை. ராஜம்மாளுக்கும் பள்ளிக்குச் சென்றால் எழுதப் படிக்கத் தெரிந்து கொள்ளலாம் என்ற அளவுக்கு ஞானோதயம் இல்லை. தன்னைச் சுற்றியிருந்த பெண்கள் யாரும் பள்ளிக்குச் செல்லாதபோது அந்த ஆசை ராஜம்மாளுக்கு மட்டும் எப்படி வரும்?

தந்தையிடம் அவருக்கு மிகவும் பயம். எந்தப் பெண் குழந்தை யைக் கண்டாலும் அவருடைய தந்தைக்கு எரிச்சல் எரிச்சலாக வரும். அதிலும் ராஜம்மாள் என்றால் மிகவும் எரிச்சல். அவளை எப்போது பார்த்தாலும் அவளுக்கு எப்படித் திருமணம் செய்துவைக்கப் போகிறேமோ என்றுதான் அவருக்குத் தோன்றும். தந்தை இவளை இப்படி நடத்தினாலும் ராஜம்மாளுக்கு தந்தையின் மீது மிகவும் பயமும் பாசமும் உண்டு. இவளுடைய தந்தை நவதானியக் கடை வைத்திருந்தார். ஓரளவு வசதி படைத்தவர். வசதி அதிகரிக்க அதிகரிக்க நிறைய சொத்துக்களை வாங்கிப் போட்டார். தன் செல்வத்தில் கணிசமான ஒரு பகுதியைப் பெண்களுக்குத் திருமணம் முடிப்பதில் செலவழிக்க வேண்டி வருமே என்று அடிக்கடி நினைத்து ஏங்குவார். இறைவன் இவரிடம் வந்து பெண்குழந்தை வேண்டுமா என்று கேட்டிருந்தால் மிகவும் வேகமாக வேண்டவே வேண்டாம் என்று கூறியிருப்பார். ஆனால் அப்படியெல்லாம் கடவுள் செய்கிறாரா என்ன? முதலில் பெண் குழந்தைகளாகக் கொடுத்த இறைவன் பின்னாலாவது மூன்று ஆண் குழந்தைகளை அருளினாரே என்று சந்தோஷப்பட்டுக்கொண்டார்.

அந்தக் காலத்தில் தந்தை குரலை உயர்த்தினாலே பெண் குழந்தைகள் பயந்துவிடுவார்கள். அதிலும் ராஜம்மாள் போன் றவர்கள் தந்தையின் முன்நின்று பேசுவதுகூடக் கிடையாது. சிறு குழந்தையாக இருக்கும்போது தந்தையோடு ஓரளவு பழகி யிருப்பாள். கொஞ்சம் பெரியவளானதும் தந்தை என்றால் பயந்து விலகி விடுவாள். இரவில் தந்தை கடையை அடைத்துவிட்டு

வீட்டிற்கு வரும்போது தெருக்கோடியில் அவர் வந்தவுடனேயே இவள் பயந்து நடுங்குவாளாம். அப்போது காலணிகள் அணிந்து கொண்டு ‘சரக் சரக்’கென்று சத்தம் போட்டுக்கொண்டு அந்தத் தெருவில் நடந்து வந்தது இவளுடைய தந்தை ஒருவராகத் தான் இருக்கும். வசதியானவர்கள் மட்டும்தான் காலணிகள் அணிவார்கள்.

முதல் மூன்றும் பெண் குழந்தைகள் என்பதால் இவளது தாய் பெண் குழந்தைகளுக்கு கொஞ்சம் கொஞ்சமாக சீதனம் சேர்க்க ஆரம்பித்தார். இவர்கள் ஜாதியில் பையன்வீட்டாரும் பெண்ணிற்குத் தங்கத்தில் செய்த திருமாங்கல்யமும் வளையல்களும் கொடுப்பார்கள். திருமணப் புடவையையும் சேர்த்து மூன்று பட்டுப் புடவைகள் கொடுப்பார்கள். அவர்கள் வீட்டுத் திருமணச் செலவுகளை அவர்களே செய்துகொள்வார்கள். பெண்வீட்டார் பெண்ணிற்கு இரண்டு பட்டுப் புடவைகளும் நகைகளும் கொடுப்பார்கள். திருமணத்திற்குப் பிறகு தம்பதிகள் குடும்பம் நடத்த வேண்டிய வீட்டுச் சாமான்களைத் தயார்செய்வதும் பெண்ணைப் பெற்றவர் களின் கடமை. அவரவர்கள் தகுதிக்குத் தகுந்தவாறு இந்தச் சாமான் களை வாங்குவார்கள். பணக்காரக் குடும்பங்களில் பீங்கான், பித்தளை, வெண்கலப் பாண்டங்களோடு நிறைய வெள்ளிச் சாமான்களும் இந்த சீதனச் சாமான்களில் அடங்கும். அந்தக் காலத்தில் எவர்சில்வர் பாத்திரங்கள் புழக்கத்திற்கு வரவில்லை.

ராஜம்மாளின் தமக்கை கொஞ்சம் நிறம் என்பதால் அவர் களுடைய தகுதிக்கு ஏற்றவாறு ஓரளவு நல்ல சம்பந்தம் கிடைத்தது. ஆனால் ராஜம்மாள் விஷயத்தில் அப்படியில்லை. இவளுக்குச் சரியாக வரன் அமையவில்லை. ராஜம்மாளுக்கு அப்படியொன்றும் வயது ஆகிவிடவில்லை. பதினான்கு வயதுதான் ஆகியிருந்தது. ராஜம்மாள் காலத்தில் திருமணமாகாமல் பெண் தாய் தந்தையோடோ தனியாகவோ இருப்பது என்பது கேள்விப்படாத ஒரு விஷயம். எப்படியாவது திருமணத்தை முடித்துவிடுவார்கள். மேலும் பெண் வீட்டார் தாங்களாகப் பையன்வீட்டாரிடம் சென்று ‘எங்கள் பெண்ணை உங்கள் மகனுக்கு மணமுடித்துக்கொள்கிறீர்களா?’ என்று கேட்டுவிட முடியாது. அப்போது கல்யாணத் தரகர்கள் கிடையாது. உறவினர்கள் பெண்ணைப் பற்றிப் பையன்வீட்டாரிடம் கூறுவார்கள். பையன்வீட்டாருக்குப் பிடித்திருந்தால் பெண் வீட்டாரிடம் முன்கூட்டி தெரிவித்துவிட்டு, பெண்ணைப் பார்க்க வருவார்கள். பெண்ணைப் பிடித்தால் சீதனம் பற்றிப் பேசி அதுவும் சரியாக வந்தால் திருமணப் பேச்சை எடுப்பார்கள்.

ராஜம்மாளைப் பெண் கேட்டு யாரும் வரவில்லை. தாய்க்கும் தந்தைக்கும் கவலை பற்றிக்கொண்டது. சுமாரான சம்பந்தம் கிடைத்தால்கூட முடித்துவிடலாம் என்று நினைத்தார்கள். ராஜம்மாள் திருமணச் சந்தையில் கிராக்கியில்லாத பொருளாகத் தன்னை வாங்குவோருக்காகக் காத்திருந்தாள். ஒரு நாள் இவளுடைய தந்தை மார்க்கெட்டிற்குச் சென்றபோது தூரத்து உறவினர் ஒருவர் இவரைச் சந்தித்தார். தனக்குத் தெரிந்த தூரத்து உறவுக்காரப் பையன் ஒருவன் இருப்பதாகவும் (அந்த ஊரில் எல்லோரும் ஒருவருக்கொருவர் தூரத்து உறவினர்களாகவாவது இருப்பார்கள்) பையனின் வீட்டில் அவ்வளவு வசதி இல்லையென்றாலும் பையன் நல்ல நிறம் என்றும் வேண்டுமானால் ராஜம்மாளுக்கு அந்தப் பையனைப் பார்க்கலாம் என்றும் கூறினார். ராஜம்மாளின் தந்தையைப் பொறுத்தவரைத் தன் மகளை - அதுவும் கருப்பாக இருக்கும் தன் மகளை - யாரோ ஒரு பையனுக்குக் கேட்கிறார்கள் என்றதும் அவருடைய மனதில் முதலில் தோன்றிய எண்ணம் சீக்கிரம் இந்தப் பையனுக்கே தன் மகளை மணம் முடித்துவிட வேண்டும் என்பதுதான். உடன் தானே தன் மகளை அந்தப் பையனுக்கே கொடுப்பதாக அங்கேயே வாக்குக் கொடுத்துவிட்டார்.

வீட்டிற்கு வந்ததும் தன் மனைவியிடம் இந்த விஷயத்தைக் கூறினார். கணவனிடம் மெதுவாகப் பேச்சுக் கொடுத்துப் பையனின் தகுதி பற்றித் தெரிந்துகொண்டதும் அந்தத் தாய்க்கு அந்தச் சம்பந்தத்தில் கொஞ்சம்கூட விருப்பம் இல்லை. இவர்கள் ராஜம்மாளுக்கும் முதல் பெண்ணிற்குக் கொடுத்தது போல எண்ணூறு ரூபாய்ச் சீதனம் கொடுப்பதென்று ஏற்கனவே முடிவு செய்திருந்தனர். பாபநாசத்தின் - இதுதான் பையனின் பெயர் - தந்தை பெண்ணிற்கு ஐந்து பவுன் தாலிதான் செய்வார் என்று தெரிந்ததும் பையனின் அந்தஸ்து ராஜம்மாளின் தாய்க்குப் புரிந்துவிட்டது. 'வசதியே இல்லாத பையனுக்கு எப்படி நம் பெண்ணைக் கொடுப்பது? என்ன இருந்தாலும் நம் வசதிக்குக் கொஞ்சமாவது அவர்களிடம் பணம் இருந்தாலல்லவா நல்லது' என்று தன் கணவரிடம் கேட்டுப் பார்த்தார். அந்தக் காலத்தில் எந்தக் கணவனும் மனைவியின் யோசனைக்குச் செவிமடுப்பதில்லை. ராஜம்மாளின் தந்தை - எதிலும் தான் செய்வது சரியென்று நினைப்பவர் - இந்த விஷயத்திலா மனைவியின் சொல்லைக் கேட்பார்? 'நான் வாக்குக் கொடுத்து விட்டேன். அதை இனி மாற்ற முடியாது. அதுமட்டுமல்ல. உன் பெண்ணை எத்தனை பேர் இதுவரை பெண்கேட்டு வந்தார்கள்? இப்படியே அவளை வைத்திருந்து எப்போது திருமணம் செய்து

வைக்கப் போகிறாய்? கத்தரிக்காய் மாதிரி அவித்துச் சாப்பிடப் போகிறாயா?' என்று ஒரே அதட்டலாகக் கூறிவிட்டார்.

ராஜம்மாளின் தாய்தான் அழுது புலம்பினார். ராஜம்மாளுக்கு அழக்கூடத் தெரியவில்லை. 'எப்போதுதான் தந்தை தாயின் சொல்லைக் கேட்டார். தாய்க்கு இது ஏன் புரியவில்லை?' என்று நினைத்தாள். பதினான்கு வயதில் வேறு என்ன சொல்லிக் கொடுத்தார்கள் அந்தக் காலத்தில். தந்தை திருமணத்திற்கு ஏற்பாடு செய்திருக்கிறாரா, செய்துகொள்ள வேண்டியதுதான். அவர் என்ன செய்தாலும் சரியாகத்தான் இருக்கும் என்று மட்டுமே புரிந்தது. என்னதான் தந்தை சுதந்திரம் எதுவும் கொடுக்கவில்லை என்றாலும் வசதியான குடும்பம் என்பதால் சில நன்மைகள் இருக்கத்தான் செய்தன. இவையெல்லாம் இனி புகுந்த வீட்டில் இருக்காதே என்றெல்லாம் ராஜம்மாளால் யோசிக்க முடியவில்லை.

ராஜம்மாளுக்குப் பார்த்திருந்த மாப்பிள்ளை கொஞ்சம் நிறமாக இருப்பார். ஆனால் தூரத்து உறவினர் சொன்னது போல் அப்படி யொன்றும் நல்ல நிறமில்லை. இப்படித்தான் எதையாவது கூட்டிக் குறைத்துச் சொல்லித் திருமணத்தை முடித்துவைப்பார்கள். நிறமான பையன்களுக்கே மவுசு அதிகம். அதிலும் அவனுக்குப் பார்த்திருக்கும் பெண் கருப்பு என்றால் அவன் பெறப் போகும் சீதனத்தின் அளவு இன்னும் கூடிவிடும். ராஜம்மாளை மணக்கப் போகும் பாபநாசத் திற்கும் அப்படித்தான். பெண் திருமணம் செய்துகொள்ளும்போது எப்படியும் தன் குடும்பத்தைவிட ஒரு படி கீழே உள்ள குடும்பத்தில் தான் வாழ்க்கைப்பட வேண்டியிருக்கும். கருப்பாக இருந்துவிட்டால் இன்னும் சில படிகள் இறங்க வேண்டியிருக்கும். அவளுக்குப் பார்த்திருக்கும் பையன் நிறமாக இருந்துவிட்டால் பல படிகள் இறங்க வேண்டியிருக்கும்.

பாபநாசத்திற்கு வசதியான இடத்திலிருந்து பெண் கிடைத்ததும் அவனுடைய உறவினர் ஒருவர் அவனுடைய தந்தையிடம் சென்று 'உங்கள் மகனுக்குப் பார்த்திருக்கும் பெண் கருப்பாமே' என்றாராம்! இதற்கு அவருடைய தந்தை 'ஆம். பெண் கருப்புதான். ஆனால் அவள் வெளியே எங்கு போகப் போகிறாள்? அடுப்பங்கரையில் சமையல்தானே செய்யப் போகிறாள். அவளுடைய நிறம் எப்படி இருந்தால் என்ன?' என்று கூறிச் சமாளித்தாராம். 'பெண் கருப்பு என்றாலும் எங்கள் தகுதிக்கு மீறிய இடத்திலிருந்து வரப்போகிறாள். அதனால் மகனின் வசதி எவ்வளவோ பெருகப் போகிறது. அது முக்கியம் அல்லவா?' என்று அந்தத் தந்தை கூறவில்லை. பையனைப்

பெற்றவர்களுக்குப் பெண்ணின் குறை, அதுவும் கருப்புநிறம், பெரிதாகத் தோன்றும். அவளுடைய மற்ற நிறைகள் எதுவும் சாதாரணமாக அவர்கள் கண்களுக்குத் தெரிவதில்லை.

பதினான்கு வயது ராஜம்மாளுக்கும் இருபது வயது பாபநாசத்திற்கும் திருமணம் இனிதே நடந்து முடிந்தது. கடைசி வரை ராஜம்மாளின் தாய்க்குத்தான் இந்த சம்பந்தத்தில் சம்மதமே இல்லை. இருந்தாலும் அவரால் என்ன செய்திருக்க முடியும்? தான் பெற்ற மகள் திருமணத்திற்குப் பிறகு எப்படி சமாளிக்கப் போகிறாள் என்று கவலைப்பட்டார். திருமணமாகி ஓரிரு வருஷம் உள்ளூரிலேயே மருமகன் வேலை பார்த்ததால் மகளுக்கு அவ்வப்போது ஏதாவது உதவி செய்துகொண்டேயிருப்பார். அந்தக் காலத்தில் இந்தப் பெண்கள் திருமணமான பிறகும் தினமும் தாய் வீட்டிற்கு வருவார்கள். அப்போது அவித்த நெல்லிலிருந்து உமியை நீக்கி அரிசி ஆக்கும் ஆலைகள் இல்லை. அதனால் வீட்டில்தான் பெண்கள் உரலில் நெல்லைக் குத்தி உமி பிரிந்ததும் அதைப் புடைத்து அரிசியைச் சுத்தப்படுத்துவார்கள். ராஜம்மாளின் பிறந்த வீட்டிலும் வீட்டிலுள்ள பெண்கள்தான் இதைச் செய்ய வேண்டும். ராஜம்மாள் தாய் வீட்டிற்கு வரும்போதெல்லாம் தாய்க்கு இந்த வேலையில் உதவத் தவறுவதில்லை.

அந்தக் காலப் பெண்கள் இப்படி ஏதாவது தாய்க்கு உதவியாக இருந்துவிட்டு இரவுச் சாப்பாட்டைத் தாய் வீட்டிலேயே முடித்துவிட்டு, பிறகு கணவன் வீட்டிற்குத் திரும்புவார்கள். குழந்தைகள் பிறந்த பிறகும் இது தொடரும். அநேகமாகக் கணவனுக்கும் கொஞ்சம் உணவு கொண்டுவந்துவிடுவதுண்டு. அப்போது என்ன பெரிதாகச் சமைத்துவிடப் போகிறார்கள். வசதியான வீடுகளில் காலையில் சுடுசோறு, மதியம் சோறு குழம்பு அல்லது சாம்பார் மற்றும் ஏதாவது ஒரு பொரியல். இரவு சோறு, பால் இவற்றோடு தொட்டுக்கொள்ள ஊறுகாய் அல்லது கடையில் கிடைக்கும் இந்த ஊருக்கே உரிய பக்கோடா. இந்தப் பெண்கள் தாய்வீட்டிலிருந்து கணவனுக்கு எடுத்துச் செல்வது சோறு, பால், பக்கோடா. (இதைப் பக்கடா என்று உச்சரிப்பார்கள்.)

பாபநாசத்திற்குத் தன் மனைவி கருப்பு என்ற ஒரு குறை எப்போதும் உண்டு. நல்ல அழகியாகவும் எல்லாவித சீதனங்களும் கொண்டுவந்திருந்தாலும் கணவன் மனைவியைப் பெரிதாகப் பாராட்ட வேண்டியதில்லை. கொண்டுவர வேண்டியது அவள் பொறுப்பு, அதைப் பாராட்ட வேண்டுமென்ற கட்டாயம் எதுவும்

கணவனுக்கு இல்லை. கொஞ்சம் தாராள மனசு உள்ளவன் என்றால் மாமனாரைத் திட்டாமல் இருப்பான்.

ராஜம்மாளின் தாய் மகளுக்கு ஏதாவது கொடுத்துக்கொண்டேயிருக்க விரும்பினார். அநேகமாக எல்லாப் பெண்களிடமும் கணவன் வீட்டுச் செலவிற்குக் கொடுத்த பணத்தில் மீதம் பிடித்த சிறுதேட்டு இருக்கும். இதை வைத்துப் பெண் குழந்தைகள் வீட்டிற்கு வரும்போது ஏதாவது அன்பளிப்புக் கொடுத்துக்கொண்டே இருப்பார்கள். ராஜம்மாளின் தாய்க்கும் இப்படிச் செய்ய ஆசை. ஆனால் அதற்கும் அவரால் முடியவில்லை. பாபநாசம் தான் பார்த்துக்கொண்டிருந்த வேலையை விட்டுவிட்டு மர வியாபாரம் செய்வதற்காகப் பக்கத்து மாநிலமான - கேரளாவிற்கு செல்ல முடிவு செய்தார்.

அங்கு பேசப்படும் மொழி வேறு மொழியாதலால் ராஜம்மாளுக்கு முதலில் மிகவும் சிரமமாக இருந்தது. முதலில் பிறந்த பெண் குழந்தையையும் யார் உதவியுமின்றித் தானாகக் கவனித்துக் கொள்ள வேண்டியிருந்தது. சரியாகப் பழக்கம் இல்லாத ஊரில் மனைவி தனியாக இருக்கிறாளே, அவளுக்கு உதவியாக இருக்கலாமே என்ற எண்ணமெல்லாம் பாபநாசத்திற்குக் கிடையாது. இஷ்டப்பட்ட நேரத்திற்கு வீட்டிற்கு வருவார். ராஜம்மாள் சமைத்து வைத்திருப்பதைச் சாப்பிட்டுவிட்டுப் தூங்கி விடுவார். மனைவியோடு அதிக நேரம் செலவழிக்க அவருக்கு நேரமும் இல்லை, விருப்பமும் இல்லை. புதிய ஊரில் தொழிலை ஆரம்பித்து நடத்தி லாபம் சம்பாதிப்பது எப்படி என்பதிலேயே அவருடைய நேரம் கழிந்தது. ராஜம்மாளும் அவர் தனக்காக அப்படி ஏதாவது செய்ய வேண்டும் என்று எதிர்பார்க்கவில்லை.

இதற்கிடையில் ஊருக்குச் சென்று ராஜம்மாள் இரண்டாவதாக ஒரு ஆண் குழந்தையைப் பெற்றெடுத்தாள். குழந்தைகள் இரண்டும் நிறத்தில் தகப்பனைப் போல் இருந்தனர். அவர்கள் தன் சரும நிறத்தைக் கொண்டு பிறந்திருந்ததால் பாபநாசத்திற்கு ஒரே சந்தோஷம். ஆறு மாதங்களுக்கு ஒரு முறை அவர் தன் குடும்பத்தைக் கூட்டிக்கொண்டு பாபநாசம் ஊருக்குச் செல்வதுண்டு. அப்போது கருப்பாக இருந்த தன் மனைவியை ரயிலில் மூன்றாவது வகுப்புப் பெட்டியில் ஏற்றிவிட்டுவிட்டு, நிறமாக இருந்த குழந்தைகளோடு இரண்டாவது வகுப்பில் பிரயாணம் செய்வார். பிறர் முன்னிலையில் கருப்பான பெண்ணைத் தன் மனைவி என்று காட்டிக்கொள்ள அவர் விரும்பவில்லை. சில மணிநேரப் பயணமே என்பதால்

ஐந்து தலைமுறை: நாடார் பெண்களின் கதை ❃ 35

குழந்தைகளைத் தானே கவனித்துக்கொள்ளுவது அவ்வளவு சிரமமாக இல்லை. அந்தக் காலத்தில் ரயிலில் இருந்த மூன்று வகுப்புகளில் முதல் வகுப்புக் கட்டணம் மிகவும் அதிகமாதலால் பாபநாசம் அதில் போவதில்லை. இரண்டாவது வகுப்பில் பிரயாணம் செய்வதே இவர் தகுதிக்கு மீறியதுதான். பாபநாசம் தாராளமாகச் செலவு செய்பவர்.

பக்கத்து மாநிலமான கேரளத்தில் வியாபாரம் செழிக்காமல் போகவே பாபநாசம் ஊருக்குத் திரும்பினார். இவர் சரியாகத் தொழில் செய்யாததால் மாமனாருக்கு இவர் மேல் வருத்தம். தனக்குச் சொந்த ஊரில் புதுத் தொழில் தொடங்க உதவி செய்ய வில்லை என்று பாபநாசத்திற்கு மாமனார் மேல் வருத்தம். சீதனமாகக் கொடுத்த எண்ணூறு ரூபாயில் நகைகள் போக மிச்சமிருந்த இருநூறு ரூபாய் மாமனாரிடமே இதுவரை இருந்தது. பாபநாசத்தின் மேல் மாமனாருக்கு அவ்வளவு நம்பிக்கை இல்லை. அதனால் மகளுடைய சீதனத்தில் மீதியிருந்த இருநூறு ரூபாயைத் தன்னிடமே வைத்திருந்தார். அவரிடமிருந்து அதை எப்படிக் கேட்டு வாங்குவது என்று பாபநாசம் யோசித்துக் கொண்டே இருந்தார். ஒரு நாள் சாயங்காலம் தற்செயலாக மாமனாரின் நவதானியக் கடைக்குச் சென்றபோது மாமனார் அங்கு இல்லை. அவருடைய கணக்குப் பிள்ளை மட்டும் இருந்தார். அவரிடமே கேட்டு வாங்கிக் கொள்ளலாம் என்று முடிவுசெய்து அவரிடம் அந்தப் பணத்தைக் கேட்டார். கணக்குப்பிள்ளையும் முதலாளியின் மருமகன் கேட்கிறார், அதுவும் தன்னுடைய மனைவியின் பணத்தைத்தானே கேட்கிறார் என்று நினைத்து இருநூறு ரூபாயை பாபநாசத்திடம் கொடுத்து விட்டார். பாபநாசத் திற்குத் திருமணம் ஆகி ஆறு வருடங்கள் ஆகி இரண்டு குழந்தைகள் பிறந்திருந்ததும் அவர் அப்படிக் கொடுத்ததற்கு இன்னொரு காரணம் என்றும் சொல்லலாம். இரவு பாபநாசத்தின் மாமனார் கடைக்கு வந்து கணக்கைப் பார்த்தபோது இருநூறு ரூபாய் குறைந்திருந்ததைக் கண்டு கணக்குப்பிள்ளையிடம் கேட்டபோது அவர் பாபநாசத்திடம் அந்தப் பணத்தைக் கொடுத்துவிட்டது பற்றிக் கூறியிருக்கிறார். பாபநாசத்தின் மாமனாருக்கு அப்படி ஒரு கோபம் வந்தது. என்ன செய்கிறோம் என்றுகூட யோசித்துப் பார்க்காமல் கணக்குப் பிள்ளையின் முகத்தில் எச்சிலைத் துப்பிவிட்டார். மருமகன் மேல் இருந்த கோபம் கணக்குப்பிள்ளையிடம் அவரை அப்படி செய்யத் தூண்டியது. அவருக்கு மருமகன் மேல் இருந்த கோபத்தை இன்னொரு நிகழ்ச்சியின் மூலமும் அறியலாம். ராஜம்மாள் நான்கு குழந்தைகளுக்குத் தாயான பிறகு அவரால் அடிக்கடி அரிசிச்

சோறு சமைக்கக்கூட முடியவில்லை. அதனால் கம்மஞ் சோறுதான் ஆக்குவார். அவருடைய மூத்த மகனுக்கு அது அவ்வளவாகப் பிடிக்காததால் மூன்று தெருக்கள் தள்ளியிருந்த தாத்தா வீட்டிற்குச் செல்வான். தாத்தாவின் வீட்டில் - ராஜம்மாளின் தந்தையின் வீட்டில் - காலை உணவிற்கு சுடுசோறும் மோரும் பொரித்த கூழ்வடகமும் இருக்கும். கூழ்வடகம் என்பது ஒரு வகையான அப்பளம். உளுந்துமாவில் செய்யப்படுவது. கூழ்வடகம் அரிசி மாவில் செய்யப்படுவது. அரிசியை நனைய வைத்து உரலில் மையாக அரைத்துப் பின் நீர் சேர்த்துக் கூழ்போல் காய்ச்சி சிறு சிறு வட்டங்களாக துணியில் ஊற்றி அவை காய்ந்ததும் எண்ணெயில் பொரித்து எடுப்பது. (காலையில் இட்லி, தோசை செய்வதெல்லாம் அப்போது கிடையாது. விசேஷ தினங்களில் மட்டும் பலகாரம் செய்வார்கள்.) சாப்பிட வரும் பேரனுக்கு ராஜம்மாளின் தாய் அதைச் ஆசையாகப் பரிமாறுவார். ஆனால் ராஜம்மாளின் தந்தைக்கு அந்தப் பேரனைக் கண்டாலே பிடிக்காது. மருமகனின் மேல் இருந்த கோபத்தை அவர் பேரனிடமும் காட்டினார். 'இதுகளெல்லாம் எதற்கு இங்கு வருதுக' என்று பேரனின் காது கேட்கும்படியாகவே கத்துவாராம்.

பாபநாசம் புதிதாக ஒரு தொழில் ஆரம்பித்தார். இதுவும் சரியாக நடக்கவில்லை. மனைவியின் நகைகளில் சிலவற்றை விற்றுப் பணமாக்கி அதையும் தொழிலில் முடக்கினார். ஒன்றும் பயன் அளிக்கவில்லை. மாமனாருக்கு இவர்மேல் இருந்த வருத்தம் கோபமாக மாறியது. பாபநாசம் அப்போதைக்குத் தொழில் செய்யும் யோசனையை விட்டுவிட்டு ஒரு வக்கீலிடம் குமாஸ்தாவாக வேலைபார்க்கத் தொடங்கினார். அந்தக் காலத்தில் பிராமணர்கள் தான் பெரும்பாலும் மருத்துவர்களாகவும் வழக்கறிஞர்களாகவும் தொழில்புரிந்தார்கள்.

அதற்குள் ராஜம்மாள் இன்னும் இரண்டு குழந்தைகளைப் பெற்றெடுத்தார். முதல் இரண்டு குழந்தைகளும் பாபநாசத்தை போல் இருந்தாலும் மூன்றாவது ஆண்குழந்தை ராஜம்மாளைப் போலவே பிறந்துவைத்தது. கருப்பாக இருந்தாலும் ஆண்குழந்தை யாகப் போயிற்றே என்று கொஞ்சம் ஆறுதல் ராஜம்மாளுக்கும் பாபநாசத்திற்கும். ஆனால் அடுத்ததாகப் பிறந்த பெண் குழந்தை புதுநிறமாக இருந்ததால் பெண் குழந்தை இப்படி நிறம் இல்லாமல் பிறந்துவிட்டதே என்று பெற்றோர்கள் இருவருக்கும் ஏமாற்றமாக இருந்தது. மொத்தம் ஒன்பது குழந்தைகளைப் பெற்றெடுத்த ராஜம்மாளுக்கு ஐந்து குழந்தைகளே மிஞ்சினர். அப்படி மிஞ்சியவர்

களில் இரண்டு பேர் தந்தையைப் போல் நிறம். ஒரு பையன் சுமார் நிறம். இரண்டு பேர் தாயைப் போல் நல்ல கருப்பு.

முதல் இரண்டு நிறமான குழந்தைகளையும் கடைசிப் பெண் குழந்தையையும்தான் பாபநாசம் பாசமாக வளர்த்தார். அதனாலேயே ராஜம்மாள் மற்ற இரண்டு கருப்பான ஆண் குழந்தைகள் மேல் அதிகப் பாசம் வைத்தார்.

குழந்தைகள் பெரியவர்கள் ஆனார்கள். முதல் பையனைப் பள்ளிப் படிப்பிற்கு மேல் படிக்க வைக்கப் பாபநாசத்திடம் பணவசதி இல்லை. அவருடைய சம்பாத்தியமும் குடும்பத்திற்குப் போதவில்லை. இந்தக் காலகட்டத்தில் இந்தச் சமூகத்தில் சிலர் கல்லூரியில் படித்து வெளியே வேலைக்குச் செல்ல ஆரம்பித்திருந்தாலும் பாபநாசத்தின் மூத்த பையன் கல்லூரிக்குச் செல்லவில்லை. மூத்த பையன் ஆனதால், நல்ல புத்திசாலி என்றாலும் குடும்பச் செலவைச் சரிக்கட்டுவதற்காக ஒரு கடையில் வேலை பார்க்க ஆரம்பித்தான். இவன் கல்லூரியில் படித்து ஒரு மருத்துவராகவோ பொறியாளராகவோ வந்திருந்தால் பெரிய பணக்காரர்கள் நான், நீ என்று முந்திக்கொண்டு பெண் கொடுக்க வந்திருப்பார்கள். இவன் நிறமாகவும் இருந்தான் அல்லவா? அதுவும் திருமணச் சந்தையில் இவனுடைய விலையை அதிகரித்திருக்கும். தந்தையின் வருமானத்தில் அவரால் தன்னைக் கல்லூரிக்கு அனுப்ப முடியாது என்பதை அவன் நன்றாகவே உணர்ந்திருந்தான். அதனால் தந்தையின் மீது அவனுக்குக் கோபம் ஏற்படவில்லை. ஆனாலும் தன்னால் பள்ளிப் படிப்பிற்கு மேல் படிக்க முடியவில்லையே என்பது கடைசிவரை அவனை வாட்டிக்கொண்டிருந்தது.

ராஜம்மாளின் மூன்று தம்பிகளில் கடைசித் தம்பிக்கு ராஜம்மாளின் முதல் பெண்ணை மணக்க வயசுப் பொருத்தம் இருந்தது. அக்கா மகளை மணந்துகொள்வது இந்தச் சமூகத்தில் இருந்துவந்த பழக்கங்களில் ஒன்று. ராஜம்மாளின் தந்தைதன் மகனுக்கு நிறைய சீதனம் எதிர்பார்த்ததால் ராஜம்மாளின் மகளை தன் சொந்த பேத்தியே என்றாலும் தன் மகனுக்கு மணமுடித்திருக்க மாட்டார். ராஜம்மாளுக்கு மகளைத் தம்பிக்கு மணமுடிக்க மிகுந்த ஆசை. ஆனால் தன் தந்தையும் தாயும் எதிர்பார்த்த சீதனத்தை தன் கணவனால் கொடுக்க முடியாதாகையால் அந்த எண்ணத்தை வெளியில் கூறக்கூட இல்லை. இந்த மகள் நிறமாக இருந்ததால் ஓரளவிற்குக் கஷ்டமில்லாமல் தங்கள் தகுதிக் கேற்றவாறு அந்தப் பெண்ணின் திருமணத்தை வேறொரு இடத்தில் முடித்துவிட்டனர்.

ஆனால் மருமகனின் நடத்தை சரியில்லை என்று போகப் போகத் தெரிந்தது. அவன் ஊர் சுற்றிக்கொண்டு இருந்தான். மனைவி, குழந்தை என்று எந்தவிதப் பொறுப்பும் இல்லை. தான் ஆசையாக வளர்த்த பெண்ணின் வாழ்க்கை இப்படி அமைந்து விட்டதே என்று மிகவும் மனம் நொந்துபோனார் பாபநாசம். இவரது சம்பாத்தியம் இவர் குடும்பத்திற்கே போதாமல் இருந்தாலும் மகள் குடும்பத்திற்கும் அவ்வப்போது ஏதாவது கொடுத்து வந்தார். தன்னுடைய கடைசி மகனுக்குத் தன் மூத்த மகளின் முதல் பெண்ணை மணமுடித்து மகளின் சுமையைக் கொஞ்சம் குறைத்தார். இவருடைய மாமனார் இவருடைய மகளைத் தன் மகனுக்கு மணமுடித்து இவருடைய சுமையைக் குறைக்கவில்லை என்றாலும், இவர் தன்னுடைய மகளுக்குத் தான் இந்த மாதிரி உதவியைச் செய்ய வேண்டும் என்று நினைத்தார். இவரும் நல்ல வசதியாக இருந்திருந்தால் பேத்தியைத் தன் மகனுக்கு மணமுடித்திருப்பாரா என்பது சந்தேகமே. சொந்தம் என்பதாலேயே உறவினர்களுக்குள் திருமணம் செய்து கொள்வது இந்த ஜாதியில் இல்லை. பையனின் பெற்றோரோ பெண்ணின் பெற்றோரோ தாங்கள் எதிர்பார்க்கும் தகுதி பெண்ணிற்கோ பையனுக்கோ இருந்தால்தான் திருமணம் பற்றி முடிவுசெய்வார்கள்.

கேரளாவில் பாபநாசம் செய்துவந்த மர வியாபாரத்தில் அவருக்கு இருந்த அனுபவத்தைப் பயன்படுத்திக்கொள்ள நினைத்த பாபநாசத்தின் தமக்கையின் கணவர் அவருடைய ஊரிலிருந்து நூறு மைல் தொலைவிலுள்ள இன்னொரு ஊருக்குச் சென்று வியாபாரம் செய்ய பாபநாசத்தை அழைத்தார். கடையில் முதலில் அசலாகப் போட்ட பணம் தமக்கையின் கணவருடையதுதான் என்றாலும் தன்னுடைய உழைப்பிற்கும் அனுபவத்திற்கும் தகுந்த பிரதிபலன் கிடைக்கும் என்று நம்பிய பாபநாசம் உற்சாகமாக தமக்கையின் கணவரின் வியாபாரத்தில் பங்குகொண்டார். ஒரு நாள் கடையில் இவர் படுத்திருந்தபோது இவர் தூங்குவதாக நினைத்துக்கொண்டு இவருடைய தமக்கையின் கணவரும் அவருடைய மகன்களும் 'பாபநாசம் லாபத்தில் பங்கு கேட்பார் போல் தெரிகிறது. பங்கு கிடையாது. சம்பளம்தான் கொடுப்போம் என்று சொல்லிவிட வேண்டும்' என்று அவர்களுக்குள் பேசியதைக் கேட்டுவிட்டார். தமக்கையின் கணவர் லாபத்தில் பெரிதாகத் தனக்குப் பங்கு கொடுக்க மாட்டார் என்பது புரிந்தது. இப்படித் தன்னை ஏமாற்றிவிட்டார்களே என்று மனம் வெதும்பிய பாபநாசம் ஏன் தானும் அதே ஊரில் ஒரு கடையைத் தொடங்கக்கூடாது என்று நினைக்க ஆரம்பித்தார்.

கேரளாவில் செய்த அதே வியாபாரத்தைப் புதிய ஊரில் தொடங்க விரும்பிய பாபநாசத்திடம் பணம் எதுவும் இல்லை. இவரை நம்பி யார் பணம் கொடுப்பார்கள் என்று யோசித்துக் கொண்டிருந்தபோது ஒரு சில உறவினர்கள் சேர்ந்து ஆயிரம் ரூபாயைத் திரட்டி இவருக்குக் கடனாகக் கொடுத்தார்கள். ராஜம்மாளின் கடைசித் தம்பியின் மனைவி பெரிய இடத்துப் பெண். அவருக்கு ராஜம்மாளின் குடும்பத்தின் மேல் ஒரு பச்சாதாபம். ஆயிரம் ரூபாயில் அவர் பங்குதான் அதிகம். வியாபாரம் சூடு பிடித்ததும் கொஞ்சம் கொஞ்சமாக அதைத் திருப்பிக் கொடுப்ப தென்று ஒப்புக்கொண்டு பாபநாசம் வியாபாரத்தை ஆரம்பித்தார். இந்த ஊர் ஒரு மாவட்டத் தலைநகர் என்றாலும் 1933இல் பெரிதாக வளர்ந்திருக்கவில்லை. நூறு அடிக்கு நூறு அடி அளவுள்ள ஒரு பெரிய காலி இடத்திற்கு மாதம் ஐந்து ரூபாய் வாடகை என்று பேசி வியாபாரத்தை ஆரம்பித்தார். அந்த இடத்திற்குச் சொந்தக்காரர் பக்கத்து ஊரிலுள்ள ஒரு முஸ்லிம். பெரிய பணக்காரர். பாபநாசம் வியாபாரம் தொடங்கிய ஊரிலும் தன்னுடைய சொந்த ஊரிலும் அந்த முஸ்லிமுக்கு நிறைய சொத்துக்கள் உண்டு. (இந்தியாவில் பணவீக்கம் எவ்வளவு என்பதற்கு ஒரு உதாரணத்தை இந்த இடத்தை வைத்துக் கூறலாம். அப்போது - 1933இல் – அதன் விலை மூன்றிலிருந்து நான்கு ஆயிரம் ரூபாய்க்குள் இருக்கும். இப்போது – 2015இல் – அதன் விலை ஐந்துகோடிக்கு மேல்.) அந்த இடத்தின் ஒரு மூலையில் சிறியதாக ஒரு வீட்டைக் கட்டிக் கொண்டு உள்ளூர் பையன் ஒருவனைத் தனக்குத் துணையாக வைத்துக்கொண்டு வியாபாரத்தை ஆரம்பித்தார். மூன்று மாதங்களுக்கு ஒருமுறை சொந்த ஊருக்குச் சென்று மனைவியையும் குழந்தைகளையும் பார்த்து வருவார். அப்படிச் சென்றுவரும் சமயத்தில் இவர் தனக்குத் துணையாக வைத்திருந்த பையன் கடையில் கொஞ்சம் பணத்தைத் திருடிவிட்டான். அத்துடன் அவன் சமைத்த உணவைச் சாப்பிடுவது இவருக்கு அவ்வளவாக ஒத்துக்கொள்ளவில்லை. அதனால் வியாபாரம் சரியாக நடக்கவில்லை. என்றாலும் மனைவியையும் திருமண மாகாத இரண்டு மகன்களையும் கடைசிப் பெண்ணையும் இந்த ஊருக்கு அழைத்து வந்துவிட்டார்.

பாவம் ராஜம்மாள். இன்னொரு புதிய இடத்தில் மறுபடி குடும்பத்தைத் தொடங்க வேண்டியிருந்தது. கணவனுக்குப் போதுமான வருமானம் இல்லை. கடன் வேறு இருந்தது. வசதியான பெற்றோருக்குப் பெண்ணாகப் பிறந்த இவர் தான் பிறந்து வளர்ந்த ஊரிலிருந்து வெகு தொலைவில் உள்ள இந்தப் புது ஊருக்கு வந்து

மறுபடி குடும்பத்தைத் தொடங்க வேண்டியிருந்தது. நல்ல வேளை இது சொந்த ஊரிலிருந்து தொலை தூரத்தில் இருந்தாலும் வேறு மாநிலத்தில் இல்லை. முதல்முறை பாபநாசம் வேறு மாநிலத்தில் வியாபாரம் தொடங்கியபோது இன்னொரு மொழியைக் கற்க வேண்டியிருந்தது. இருந்தாலும் இந்த ஊரில் சுற்றி வசித்தவர்கள் எல்லாம் வேறு ஜாதியைச் சேர்ந்தவர்கள். இவருக்கு முதலிலிருந்து பழக்கப்பட்டிருந்த உற்றார், உறவினர்கள் யாரும் இங்கு இல்லை. ஒவ்வொரு ஊருக்கும் ஒவ்வொரு ஜாதிக்கும் தனித்தனியாக பழக்க வழக்கங்கள் இருந்த காலம் அது.

கொஞ்சம் கொஞ்சமாக புது இடத்திற்குத் தன்னைப் பழக்கிக் கொண்டு வந்தார். இந்த ஊரிலிருந்து சொந்த ஊருக்கு ரயிலில் செல்வதென்றால் காலையில் புறப்பட்டால் இரவுதான் அங்கு போய்ச் சேர முடியும். இரண்டு ஊர்களுக்கும் இடையே நேரடி ரயில் போக்குவரத்து கிடையாது. மதுரை சென்று அங்கு காத்திருந்து இன்னொரு ரயில் பிடித்துச் செல்ல வேண்டும். பேருந்து வசதியும் அப்போது இல்லை. இப்படி அதிக நேரம் எடுப்பதோடு அடிக்கடி பிரயாணம் செய்ய ராஜம்மாளிடம் பண வசதியும் இல்லை. இருந்தாலும் உறவினர்கள் யாராவது இறந்துவிட்டால் ராஜம்மாளும் பாபநாசமும் துக்கம் கேட்க கண்டிப்பாகச் சென்று வரவேண்டும்.

பாபநாசத்திற்குக் கடையில் ஒத்தாசைக்குச் சொந்த ஆள் தேவைப்பட்டது. சிறிய மகன்கள் இருவரும் பள்ளியில் படித்துக் கொண்டிருந்தார்கள். சொந்த ஊரில் ஒரு கடையில் வேலை பார்த்துக்கொண்டிருந்த தன் மூத்த மகனைத் தன்னோடு வியாபாரம் செய்ய வரும்படிக் கோரினார். சொந்த ஊரைவிட்டு அதிகம் வெளியில் சென்றிராத மூத்த மகனுக்கு முதலில் தயக்கமாக இருந்தது. ஆனால் தகப்பனுக்கு உதவும் பொருட்டு இந்த ஊருக்கு வந்து சேர்ந்தார். அதுவரை சரியாக நடக்காத தொழில் மகன் வந்து சேரவும் கொஞ்சம் செழிக்கத் தொடங்கியது. கடன்களை எல்லாம் அடைத்து முடித்த பிறகு வங்கியில் பண இருப்புக் கூடியதும் பதினாறு வயதை எட்டிக்கொண்டிருந்த தன் கடைசிப் பெண்ணிற்கு வரன் தேட ஆரம்பித்தார் பாபநாசம். உள்ளூரில் இவர் ஜாதியைச் சேர்ந்தவர்கள் ஒரு சிலரே இருந்ததால் மகளை அழைத்துக்கொண்டு மகளுக்கு மாப்பிள்ளை தேடத் தங்கள் சொந்த ஊருக்கே கிளம்பி விட்டனர் பாபநாசம் தம்பதிகள்.

தன்னுடைய பொருளாதாரம் முன்னேறியிருப்பதால்தான் ஆசையாக வளர்த்த தம் கடைசி மகளுக்கு ஓரளவிற்கு வசதியான

இடத்தில் மாப்பிள்ளை தேடினார் பாபநாசம். இவர் விரும்பியது போலவே பக்கத்து ஊரிலுள்ள ஒரு வசதியான குடும்பத்தில் மாப்பிள்ளை அமைந்தது. தன் வாழ்வில் கடைசியாகப் பெரிதாகச் சாதித்துவிட்டோம் என்று பூரித்துப் போனார் பாபநாசம். இந்த சந்தோஷமும் பூரிப்பும் கொஞ்ச நாட்களுக்குத்தான் நிலைத்தன. இவர் மகள் புகுந்த வீட்டிற்குப் போன கையோடு அந்தக் குடும்பமும் நசிக்கத் தொடங்கியது. பொருளாதாரநிலை மட்டுமின்றி குடும்பத்தில் சில இறப்புகளும் ஏற்பட்டன. இவருடைய மகள் வந்த நேரம்தான் என்று அவளை எல்லோரும் கரித்துக் கொட்டினர். அந்தக் கவலையால் ஏற்பட்ட ஏக்கமே பாபநாசத்திற்கு எமனாக வாய்த்தது.

அவர் இறந்த சில வருடங்களுக்குப் பிறகு மருமகனும் நோய் வாய்ப்பட்டு இறந்துவிட்டார். நல்ல வேளை பாபநாசம் மகளைக் கைம்பெண்ணாகப் பார்க்கவில்லை. அந்தக் காலத்தில் ஒருவரை அதிர்ஷ்டக்காரர் என்று சொல்ல வேண்டுமென்றால் அவர் இறக்கும் போது அவருடைய பெண் மக்கள் எல்லோரும் கணவனோடு வாழ்ந்துகொண்டு சுமங்கலிகளாக இருக்க வேண்டும். அந்த வரையறையின்படி பாபநாசம் அதிர்ஷ்டக்காரர். மகளைக் கைம் பெண்ணாகப் பார்க்கவேண்டிய துரதிருஷ்டம் ராஜாம்மாளுக்குத் தான் கிடைத்தது. மருமகன் இறக்கும்போது மருமகனுடைய குடும்பம் பொருளாதாரத்தில் மிகவும் நசித்துப் போயிருந்தது. மருமகனுடைய தாயும் தந்தையும் உயிரோடு இருந்தனர். அவர்களோடு சேர்ந்து ஒன்றாகக் குடும்பம் நடத்த வேண்டிய நிலையும் ராஜம்மாளின் மகளுக்கு ஏற்பட்டது. அவர்கள் எப்போதும் அவளைத் திட்டிக்கொண்டே இருந்தனர். பேரக் குழந்தைகளுக்கு விடுமுறை இருக்கும் போதெல்லாம் ராஜம்மாள் மகளைத் தன்னோடு இருக்கும்படி அழைத்துக்கொள்வார். தன்னுடைய கணவன் தொடங்கிய வியாபாரம் ஓரளவு செழித்திருப்பதால் தன்னுடைய மகன்களிடம் தங்கைக்கு பணம் கொடுத்து உதவுமாறு கூறுவார். யார் கொடுத்து யாருடைய வாழ்வு நிறையும்? மகளின் வறுமை வாழ்க்கை ராஜம்மாளை மிகவும் வாட்டியது.

கணவன் விட்டுச் சென்ற கடையை நடத்தும் பொறுப்பை ஏற்றுக்கொள்ள மகன்கள் வந்துவிட்டார்கள். வியாபாரமும் முன்னேறிக்கொண்டிருந்தது. மகன்கள் பாடு பரவாயில்லை. ஆனால் இரண்டு பெண்களுடைய வாழ்க்கையும் சரியாக அமைய வில்லை. மூத்த மருமகன் இப்போதும் ஊர்சுற்றிக் கொண்டிருந்தான். குடும்பப் பொறுப்பு அவனுக்கு வரவே இல்லை. இரண்டாவது

மகளோ கணவனை இழந்துவிட்டாள். ராஜம்மாளைப் பொறுத்த வரை அவளுடைய வாழ்வு சூனியமாகிவிட்டது. அப்படியொன்றும் கணவர் தன்மீது அன்பைப் பொழியவில்லை. இருப்பினும் அவர் இறந்துவிட்டது ராஜம்மாளை ஓரளவு பாதிக்கவே செய்தது. இந்தச் சோகங்கள் எல்லாவற்றையும் தாங்கிக் கொண்டு இன்னும் சில ஆண்டுகள் உயிர் வாழ்ந்தார் ராஜம்மாள். ராஜம்மாளுக்கென்று ஒரு ஆளுமை கிடையாது. வாழ்க்கை இழுத்துச் சென்ற பாதையில் பயணம் செய்தார். தனக்கென்று ஒரு பாதையை வகுத்துக்கொள்ள அவருக்குத் திறன் இல்லை. அப்படித் திறன் இருந்திருந்தாலும் அப்போதைய சமூகம் அவரை அப்படிச் செய்ய அனுமதித்திருக்காது. கணவன் இருந்தவரை கணவனின் சொல்படி கேட்டு நடந்தார். கணவனின் காலத்திற்குப் பிறகு மகன்களின் சொல்படி நடந்தார். ஒரு முறை மகனின் மகளான பேத்தியின் திருமணத்தைச் சீக்கிரமே நடத்தும்படி மகனுக்கு அறிவுரை கூறும்போதும் தயங்கித் தயங்கித்தான் மகனிடம் அது பற்றிப் பேசினார். பெண் குழந்தை களுக்குக் காலா காலத்தில திருமணம் செய்துவிட வேண்டும் என்ற எண்ணம்தான் ராஜம்மாளுக்கும். 'உற்று உற்றுப் பார்க்காதே. சீக்கிரமே எதிலாவது இறங்கு' என்று கூறினார். 'எதிலாவது இறங்கு' என்றால் 'சீக்கிரமே எந்த சம்பந்தத்தையாவது முடிவுசெய்' என்று அர்த்தம்.

பிறந்த வீட்டில் ராஜம்மாளுக்குச் செய்ய வேண்டிய கடமை களைத் தவிர பெரிதாகச் சீர்செனத்தி என்று எதுவும் செய்யவில்லை என்றாலும் ராஜம்மாள் தன் தந்தையின் மீதும் தம்பிமார்கள் மீதும் கடைசிவரை பாசமாக இருந்தார். எல்லா மாமியார்களையும்போல் இவரும் மருமகள்களைப் பிரியமாக நடத்தவில்லை. அதே சமயம் தம்பிமார்களின் குடும்பங்களின் நலனில் அதிக அக்கறை காட்டுவார். தம்பிமார்களின் மனைவிமார்கள்மீது எந்தப் பொறாமையும் இல்லாமல் இருந்தது இவர் ஒருவராகத்தான் இருக்க முடியும். இவர் தன்னுடைய கடைசி மகனைப் பெற்றெடுத்துப் பாலூட்டிக் கொண்டிருந்தபோது இவருடைய மூத்த தம்பியின் மனைவி தன் முதல் குழந்தையைப் பெற்றெடுத்தார். தம்பி மனைவிக்குத் தாய்ப்பால் சரியாகச் சுரக்காததால் ராஜம்மாள் அவ்வப்போது தம்பி வீட்டிற்குப் போய் தம்பி மகனுக்குப் பால் ஊட்டினார். ஆண் குழந்தைகளுக்குப் பெண் குழந்தைகளைவிட அதிக நாட்கள் தாய்ப்பால் புகட்டுவது வழக்கம். தன்னுடைய கடைசி மகன் ஆண் குழந்தை என்றாலும் தனக்கு ஏற்கனவே இரண்டு ஆண் குழந்தைகள் இருந்ததால் தன் கடைசி மகனின் நலத்தைவிட தன் தம்பியின் முதல்

வாரிசான அந்தக் குழந்தையின் நலன்தான் அவருக்குப் பெரிதாகத் தோன்றியது.

பொதுவாக நாத்தனாருக்கும் வீட்டிற்குப் புதிதாக வரும் சகோதரர்களின் மனைவிமார்களுக்கும் அவ்வளவாக ஒத்துப் போவதில்லை. (இந்த ஜாதி வழக்கில் நாத்தனார் என்பது கணவனின் தங்கையை மாத்திரம் குறிக்கும்; கணவனின் அக்காவை மதினி என்பார்கள்; இது பேச்சில் மய்னி என்றாகும்.) ராஜம்மாளின் விஷயமே தனி. சகோதரர்களின் மனைவிமார்களோடு ஒத்துப் போவதோடு எப்போதும் தன் தம்பிகளின் குடும்பங்களைப் பற்றி ராஜம்மாள் பெருமையாகப் பேசுவார். தம்பிமார்களுக்கு சீனிக் கிழங்கு, சேப்பங்கிழங்கு, துவரை போன்ற பயிர்கள் விளையும் நிலங்கள் உண்டு. ராஜம்மாள் தம்பிமார்களின் வீட்டிற்குப் போனால் மூட்டை மூட்டையாக விளையும் அந்தக் கிழங்குகளில் ஒன்றிரண்டை இவருக்குக் கொடுப்பார்கள். அதைப் பத்திரமாக முந்தியில் கட்டிக்கொண்டு வந்து தன் குழந்தைகளுக்குக் கொடுப்பார். 'அவள் கொடுத்தாள், இவள் கொடுத்தாள்' என்று எதையாவது தம் தம்பி மனைவிமார்களின் பெயரைச் சொல்லிப் பெருமையாகக் கூறிக்கொண்டே இருப்பார். தான் பணம் கொடுத்து அவர்கள் ஏதாவது வாங்கிக் கொடுத்தால்கூட அந்தப் பொருளை அவர்கள் வாங்கிக் கொடுத்ததாகவே கூறுவார். (அந்தக் காலத்தில் பெண்கள் ஒரு விதமாகச் சேலை உடுத்துவார்கள். அப்படி உடுத்தும் விதத்தில் சேலையின் ஒரு முடிவில் முன் பக்கத்தை ஒரு பை போல் அமைக்க முடியும். அதைத்தான் முந்தி என்று குறிப்பிடுவார்கள். அப்போ தெல்லாம் பெண்களுக்கு டம்பப் பை கிடையாது. ஆயிரத்துத் தொள்ளாயிரத்து அறுபதுகளில்தான் நகர்ப்புறங்களில் டம்பப்பை கொண்டுசெல்லும் வழக்கம் வந்தது. இப்போதும் கிராமப்புறங் களில் பெண்கள் பணத்தை சிறு தோல்பையில் வைத்துத் தங்கள் ரவிக்கைக்குள் வைத்துக்கொள்வார்கள். சேலையின் கலருக்குப் பொருத்தமாக அந்தந்த கலரில் பிளவுஸ் போடுவது கிடையாது. எந்தச் சேலை கட்டினாலும் வெள்ளைக் கலர் பிளவுஸ்தான். அதை பிளவுஸ் என்றுகூடக் கூறமாட்டார்கள். அது சட்டை அல்லது ரவிக்கை என்றுதான் அழைக்கப்படும்.)

இவருடைய இரண்டு தம்பிமார்களுக்கு ஆண் குழந்தைகள் இல்லை. அதனால் அவர்களுக்கு - பெண் குழந்தைகள் இருந்தாலும் - வாரிசுகள் இல்லை என்று ராஜம்மாள் மிகவும் கவலைப்படுவார். ராஜம்மாள் இறப்பதற்கு சில வாரங்களுக்குமுன் கீழே விழுந்து உடலில் ஏதோ ஒரு இடத்தில் காயம்பட்டு ஞாபக சக்தியை இழந்து

சிறு குழந்தை போல் ஆகிவிட்டார். உறவினர்கள் யாரையும் சரியாக அடையாளம் தெரியவில்லை. அவருடைய பேரப்பையன்கள் யாரையாவது காட்டி, 'இது யார்?' என்றால் தன் தம்பியின் பெயரைச் சொல்லி அவருடைய மகன் என்றார். இன்னொரு முறை ராஜம்மாளின் இன்னொரு பேரனைக் காட்டி, 'இது யார்?' என்றபோது இன்னொரு தம்பியின் பெயரைக் கூறி அவருடைய மகன் என்பார். தன் இரண்டு தம்பிகளுக்கும் ஆண் வாரிசுச்கள் இல்லை என்பதை அவர் வெகுவாக உணர்ந்திருக்க வேண்டும்.

வசதியான தந்தைக்கு மகளாகப் பிறந்தாலும் அவரால் அதிகமாக நேசிக்கப்படாத ராஜம்மாள் கணவன் வீட்டிற்கு வந்த பிறகும் கணவனின் அன்பில் திளைக்கவில்லை. வறுமையோடு போராடிப் பின் கடைசியில் ஓரளவு வசதி பெற்றாலும் பெண் பிள்ளைகள் இருவரின் வாழ்க்கைத் துயரங்களால் பாதிக்கப்பட்டு அந்தத் துயர நினைவுகளிலேயே தன் வாழ்க்கையை முடித்துக்கொண்டார்.

3

செல்லம்மாள்

செல்லம்மாள் பிறந்தது 1916இல். இவள் பிறந்த கதையே தனி. இவளுடைய மூத்த தமக்கைக்குத் திருமணமாகி இரண்டு குழந்தைகள் பிறந்த பின்பு இவள் அவதரித்தாள். பெண்களுக்கும் ஆண்களுக்கும் சிறு வயதிலேயே திருமணம் முடிந்துவிடுவதால் பெற்றோர்கள் நடு வயதினராக இருக்கும்போதே அவர்களுடைய குழந்தைகள் திருமண வயதை எட்டிவிடுவார்கள். மகள் பிள்ளை பெற்றுக் கொள்ளும்போது தாயும் பிள்ளை பெற்றுக்கொள்வது அப்படி யொன்றும் அந்தக் காலத்தில் நடக்காத ஒன்றல்ல. ஆனால் மகன்கள் பிள்ளை பெற்றுக்கொள்ளும் சமயம் அநேகமாக தாய் பிள்ளை பெற்று முடித்திருப்பாள். ஏனெனில் திருமணம் செய்யும் போது மகளைவிட மகனின் வயது சில வருஷங்கள் கூடுதலாக இருக்கும். மகள்களுக்கு பதினான்கு முதல் பதினெட்டு வயதிற்குள் திருமணம் செய்துவிட வேண்டும் என்று திட்டமிடும் பெற்றோர்கள் மகன்கள் விஷயத்தில் இருபத்தைந்து வயதுவரைகூட காத்திருக்கத் தயாராக இருப்பார்கள். செல்லம்மாளின் அண்ணன் இறந்து அவர் மனைவி – அதாவது மருமகள் – கைம்பெண்ணாக இருக்கும்போது செல்லம்மாளின் தாய் செல்லம்மாளைப் பெற்றுக்கொண்டதுதான் சாதாரணமாக நடக்காத ஒன்று.

மேலைநாடுகளில் ஒவ்வொருவர் வாழ்க்கையும் தனித்தனி யானது, ஒருவருக்காக இன்னொருவர் எந்தவிதத் தியாகமும் செய்ய வேண்டியதில்லை என்பது அவர்கள் சித்தாந்தம். இந்தியாவில் அப்படியில்லை. பிள்ளைகளுக்காகப் பெற்றோர்கள் தியாகம் செய்ய வேண்டும். பிள்ளைகள், குறிப்பாக ஆண்பிள்ளைகள், வயதான காலத்தில் பெற்றோர்களைப் பார்த்துக்கொள்ள வேண்டும் என்று எதிர்பார்க்கப்படுகிறது. இப்படிச் சில நியதிகள் இருக்கும் சமூகத்தில் மகன் இறந்த பிறகு தாய் பிள்ளை பெற்றுக்கொள்வதை

யாரும் எதிர்பார்ப்பதில்லை. மகன் இறந்த பிறகு பெற்றோர் தாம்பத்திய உறவில் ஈடுபடுவதையே விட்டுவிடுவார்கள் என்று எதிர்பார்க்கப்பட்டாலும் அவர்கள் பிள்ளை பெற்றுக்கொண்டா லொழிய அது பற்றி யாருக்கும் உறுதியாகத் தெரியாது. இதனால் தான் செல்லம்மாளின் பெற்றோர்கள் அவள் தாய் கருவுற்றிருக்கிறாள் என்பதை அறிந்ததும் மிகவும் அதிர்ந்து போயினர். தாங்கள் தாம்பத்திய உறவில் ஈடுபட்டது ஊருக்கெல்லாம் தெரிந்துவிடுமே என்று மனம் கூசிப் போயினர். எப்படியாவது அந்தக் கருவைக் கலைத்துவிட வேண்டும் என்று செல்லம்மாளின் தாய் நினைத்தார்.

அந்தக் காலத்தில் கருச்சிதைவு செய்துகொள்ளுவது அவ்வளவு சுலபமல்ல. அலோபதி மருத்துவத்தின் மூலம் அப்படிச் செய்து கொள்வது பிரபலமாகவில்லை. நாட்டு வைத்தியத்தில் சில முரட்டு வழிகள் இருந்தன. அவற்றில் எதையாவது உபயோகித்துக் கருவைச் சிதைத்துவிடச் செல்லம்மாளின் தாய் எவ்வளவோ முயன்றார். ஆனால் எதுவும் பலிக்கவில்லை. செல்லம்மாள் அவள் பெற்றோர் களுக்குக் கடைசிக் குழந்தையாக – பதினான்காவது குழந்தையாக - இப்பூமியில் அவதரித்தாள்.

வேண்டாத குழந்தையாகப் பிறந்தாலும் குழந்தை என்று பிறந்து விட்டால் தூக்கி வெளியிலா எறிந்துவிடுவார்கள்? இரண்டு தமக்கைகள் திருமணமாகி வீட்டை விட்டுச் சென்றிருந்தாலும் மற்ற இரு தமக்கைகளுக்கும் அண்ணன்களுக்கும் செல்லப் பிள்ளை யாகச் செல்லம்மாள் வளர்ந்து வந்தாள். செல்லம்மாள் வளர்ந்து வரும் சமயத்தில் பெண்களைப் பள்ளிக்கு அனுப்புவது இன்னும் கொஞ்சம் கூடியிருந்தது. ஆயினும் பெரிய மனுஷி ஆவதற்கு ஓரிரண்டு வருஷங்களுக்கு முன்னால் படிப்பை நிறுத்திவிடுவார்கள். அந்தப் பழக்கத்தையொட்டி செல்லம்மாளின் படிப்பும் ஐந்தாம் வகுப்போடு முடிந்தது. அவள் பிறந்த பிறகு அவளது தந்தையின் பொருளாதார நிலை மிகவும் முன்னேறியது. அதற்குச் செல்லம்மாள் காரணம் என்று அவர் தந்தை திடமாக நம்பினார். குடும்பத்தில் ஒரு குழந்தை பிறந்த பிறகு அந்தக் குடும்பத்தின் பொருளாதார நிலையில் முன்னேற்றம் ஏற்பட்டால் அது அந்தக் குழந்தை கொண்டுவந்த அதிர்ஷ்டம் என்று நினைத்தனர். அதே மாதிரி குழந்தை பிறந்த பிறகு குடும்பம் நசித்தாலும் அதற்கும் அந்தக் குழந்தையைப் பொறுப்பாக்கு வார்கள். தன்னுடைய பொருளாதார நிலை உயர்ந்ததற்கு செல்லம்மாள் காரணம் என்று செல்லம்மாளின் தந்தை நினைத்ததால் அவளுக்கு மற்ற எல்லா மகள்களையும்விட அதிகச் சீதனம் கொடுப்பதென்று அவளது தந்தை முடிவு செய்தார்.

ஐந்து தலைமுறை: நாடார் பெண்களின் கதை ❖ 47

எல்லாக் குடும்பங்களிலும் கடைசிப் பிள்ளைகளை அதிகச் செல்லமாக வளர்ப்பார்கள். வேண்டாத குழந்தையாகப் பிறந்தாலும் செல்லம்மாளுக்கும் இந்தச் சலுகை கிடைத்தது. செல்லம்மாள் பெரிய மனுஷி ஆகிச் சில மாதங்களிலேயே அவள் தந்தையின் உடல்நலம் பாதிக்கப்பட்டது. ஊரில் ஒரு பெரிய குடும்பத்தில் தன் மகளுக்கு மாப்பிள்ளை பார்த்தார். ஆனால் பையன்வீட்டார் வேறு ஒரு குடும்பத்துப் பெண்ணைப் பார்த்துக்கொண்டிருந்ததால் செல்லம்மாளின்மீது அவர்கள் கவனம் செல்லவில்லை. அந்தப் பையனைச் செல்லம்மாளின் தந்தைக்கு மிகவும் பிடித்துப் போயிருந்தது. எப்படியும் மகளுக்கு அவனை முடித்துவிட வேண்டும் என்று நினைத்தார். ஆனால் பையன்வீட்டார் அவர் களாகத் தேடி வரும்வரை பெண்வீட்டார்களாக வலியச் சென்று தங்கள் பெண்ணை அவர்கள் பையனுக்கு மணமுடிப்பதாகக் கூறுவது அவ்வளவு சரியில்லை என்று கருதப்பட்ட காலம் அது. அதனால் செல்லம்மாளின் தந்தையின் விருப்பம் நிறைவேறுவதற்குள் அவர் இறந்துவிட்டார். ஆனால் இறப்பதற்கு முன் தன் மகன்களிடம் எப்படியாவது தங்கைக்கு தான் விரும்பிய பையனையே முடித்து வைக்கும்படியும் சீதனமாக இரண்டாயிரம் ரூபாய் கொடுக்கும் படியும் மற்ற மகள்கள் யாரும் தங்கள் சீதனத் தொகைக்கு ஈடுகட்டும் முறையில் பணம் வேண்டும் என்று கேட்கக் கூடாது என்றும் கூறியிருந்தார். இவருக்குப் பிடித்த பையன்வீட்டார் தாங்கள் பார்த்துக்கொண்டிருந்த பெண்ணின் விஷயத்தில் ஏதோ குறை கண்டதால் செல்லம்மாளையே கேட்பதென்று முடிவு செய்தனர். இதற்குள் செல்லம்மாளின் தந்தை இறந்து ஒன்பது மாதங்கள் ஆகியிருந்தன. வீட்டில் முக்கியமான ஒருவர் இறந்துவிட்டால் ஒரு வருடத்திற்கு அந்தக் குடும்பத்தில் திருமணம் போன்ற சுபகாரியங்கள் நடத்தக் கூடாது என்பது அப்போதைய வழக்கம். அதனால் செல்லம்மாளின் திருமணம் அவர் தந்தை இறந்து ஒரு வருடத்திற்குப் பிறகு நிச்சயம் செய்யப்பட்டது.

செல்லம்மாளுக்கு இரண்டாயிரம் ரூபாய் சீதனம் கொடுப்பது என்று அவளுடைய தந்தை முடிவு செய்ததற்கு இன்னொரு முக்கிய காரணம் அவளுக்குப் பிறகு அவர்கள் வீட்டில் மணம் செய்து கொடுப்பதற்கு வேறு பெண்கள் இல்லை என்பது. முதல் பெண்ணாகப் பிறப்பதற்கும் கடைசி பெண்ணாகப் பிறப்பதற்கும் இப்படி ஒரு பெரிய வித்தியாசம் உண்டு. அதிலும் முதல் பெண்ணுக்குப் பிறகு நிறையப் பெண்கள் திருமணத்திற்கு இருந்தால் முதல் பெண்ணிற்கு நிறைய சீதனம் கொடுப்பதற்குப் பெற்றோர் மலைப்பார்கள். முதல் பெண்ணிற்கு சீதனம், பின் மூன்று தீபாவளிக்குத் துணிமணிகள்,

இரண்டு குழந்தைகளுக்குப் பிரசவச் செலவு, அந்தக் குழந்தை களுக்குக் கொடுக்கப்போகும் நகைகளுக்காகும் செலவு என்று பலவற்றையும் கணக்குப் போடுவார்கள். அவர்களுக்குப்பிறகு இருக்கும் பெண்களுக்கும் இப்படிப்பட்ட செலவுகள் செய்ய வேண்டியிருக்கும். கடைசிப் பெண்ணின் திருமண சமயத்தில் திருமணத்திற்குப் பிறகு அவளுக்காகும் செலவை மட்டுமே கணக்கெடுப்பார்கள். இது கடைசிப் பெண்ணிற்கு ஒரு வசதி.

செல்லம்மாள் நல்ல நிறம். இவளுக்கு வசதியான குடும்பத்தில் வரன் வாய்த்ததற்கு இது ஒரு முக்கிய காரணம். அவளுக்கு வரப் போகும் மாப்பிள்ளையும் நல்ல நிறம். வசதியான குடும்பத்தைச் சேர்ந்தவன். அவன் பெயர் சுப்பிரமணியன்.

திருமணத்திற்கு முன் பையனின் உறவினர்கள் - முக்கியமாக அவன் தாய், சகோதரிகள், சகோதரிகள் இல்லையென்றால் அண்ணன் மனைவிமார்கள் – பெண்ணைப் பார்க்க வருவார்கள். உள்ளூர்ப் பெண் என்றால் அநேகமாகப் பெண்ணை அவள் பெரியவளாவதற்கு முன் பார்த்திருக்கலாம். பெரியவளான பிறகு எப்படி இருக்கிறாள் என்று பார்ப்பதற்காகவும் வரலாம்; அல்லது ஒரு சம்பிரதாயத்திற் காகவும் வரலாம். ஆனால் பெண்கள் மட்டும்தான் பெண்ணைப் பார்க்க அனுமதிக்கப்படுவார்கள். இப்படிப் பார்க்க வந்தபோது செல்லம்மாளுக்கு மாமியாராக வரப்போகிறவர் செல்லம்மாளின் முகத்திற்கு மூக்குத்தி போட்டுக் கொண்டால் நன்றாக இருக்கும் என்று அபிப்பிரா யப்பட்டுச் செல்லம்மாளுக்கு மூக்குக் குத்தும்படி செல்லம்மாளின் தாயிடம் கூறினாராம். இந்தப் பையனை செல்லம்மாளின் வீட்டாருக்கு மிகவும் பிடித்துப்போனதால் அந்த சம்பந்தம் விட்டுப் போகக் கூடாதென்று நினைத்து செல்லம்மாளின் தாயும் மகளுக்கு மூக்குக் குத்துவதற்கு ஏற்பாடு செய்தார். காது குத்திக்கொள்வதைவிட மூக்குக் குத்திக்கொள்வது அதிக வேதனை தரக்கூடியது. சிறு வயதில் காது குத்திக்கொண்டால் வலி அவ்வளவு தெரியாது. சிறுபிள்ளை களுக்குத் திடீரென்று குத்திவிடுவதால் அவர்கள் அதை எதிர்பார்த்துப் பயந்துகொண்டிருக்கமாட்டார்கள். ஆனால் பெரியவர்கள் ஆனதும் அதைச் செய்துகொள்வது வேறு. செல்லம்மாளின் காலத்தில் காதின் கீழ்ப்பகுதியில் துளையிட்டுப்பின் அதைப் பெரியதாக்கிக் கொண்டே போய் காதின் கீழ்ப் பகுதியை நீட்டி அதில் நகைகள் அணியும் பழக்கம் செல்லம்மாளின் ஊரில் மறைந்துவிட்டிருந்தது. காது குத்தி அதில் காதணிகள் அணியும் பழக்கம் வந்திருந்தது. சிறுவயதிலேயே எல்லாப் பெண்களுக்கும் காது குத்திவிடுவார்கள். அது வேண்டுமா

ஐந்து தலைமுறை: நாடார் பெண்களின் கதை ❖ 49

வேண்டாமா என்று யாரும் யோசிப்பதில்லை. ஆனால் மூக்குக் குத்துவது அப்படியில்லை. சிலர் செல்லம்மாளின் காலத்திலேயே மூக்குக் குத்திக்கொள்வதை விட்டுவிட ஆரம்பித்திருந்தனர். செல்லம்மாளும் மூக்குக் குத்திக்கொள்வதை விரும்பவில்லை. ஆனால் திருமணம் என்று வரும்போது பெண்ணின் விருப்பத்திற்கு யார் செவிமடுக்கிறார்கள்? வரப்போகும் மாமியார் என்ன சொல்வது, நாம் என்ன அதற்கேற்றவாறு நடப்பது என்று செல்லம்மாவால் நினைக்க முடியவில்லை. அப்படியே அவர் மூக்குக் குத்திக்கொள்ள முரண்டு பிடித்திருந்தாலும் அவர் தாய் அதற்கு செவிசாய்த் திருப்பாரா என்பது சந்தேகமே. அதனால் பதினாறு வயதில் வலிக்க வலிக்க செல்லம்மாள் மூக்குக் குத்திக்கொள்ள வேண்டியதாயிற்று.

செல்லம்மாள்-சுப்பிரமணியன் திருமணம் இனிதே நடந்து முடிந்தது. எல்லாத் திருமணங்களிலும் போல் சில காலம் முதலில் மாமியாரோடு கூட்டுக்குடித்தனமாக செல்லம்மாள் திருமண வாழ்வை ஆரம்பித்தார். செல்லம்மாளின் மாமனார் இவருடைய திருமணத்திற்கு முன்பே இறந்துவிட்டிருந்தார். ஆனால் இரண்டு நாத்தனார்கள் இருந்தனர். நாத்தனார்கள் சிறு பெண்களாக இருந்தால் அவர்களைச் சமாளிப்பது எளிது. ஆனால் அவர்கள் வளர்ந்து பெரியவர்களாகி திருமணம் செய்துகொண்டு போகும்வரை வீட்டிற்கு வந்த மருமகள் பாடு திண்டாட்டம்தான். செல்லம்மாளுக்கும் இந்தக் கஷ்டம் இருந்தது. செல்லம்மாள் கொண்டுவந்த சீதனத்திற்குக் குறைவில்லை என்றாலும் புகுந்த வீட்டில் நாத்தனார்கள் ஏதாவது குறை சொல்லிக்கொண்டே இருந்தார்கள். செல்லம்மாளுக்கு இது பிடிக்கவில்லையென்றாலும் என்ன செய்திருக்கமுடியும்? கணவரிடம் சொன்னால் அவர் பெரிதாக என்ன செய்துவிடப்போகிறார்? 'உங்கள் மகள்களிடம் என் மனைவியைக் கொஞ்சம் நன்றாக நடத்தும்படிக் கூறுங்கள்' என்று தாயிடம் கூறவா முடியும்? அப்படிக் கூறினால் 'நேற்று வந்தவள் உனக்குப் பெரிதாகி விட்டாளா?' என்று தாய் கேட்டுவிட மாட்டாரா? அவரைப் பொறுத்தவரை அவருடைய பெண்மக்கள் மேல் அவர் ஒரு குறையும் கண்டுபிடிக்கமாட்டார். மருமகளின் நலனைவிட அவருடைய பெண்மக்களின் நலன்தான் அவருக்கு முக்கியம். அதனால் மாமியாரும் நாத்தனார்களும் சொல்வதை எல்லாம் சகித்துக்கொள்ள வேண்டியதுதான். மற்ற வசதிகளைப் பொறுத்த வரை செல்லம்மாளுக்குப் பெரிய கஷ்டங்கள் இல்லை. தாய் வீட்டில் கிடைத்த வசதிகள் மாமியார் வீட்டிலும் கிடைத்தன.

சுப்பிரமணியன் நல்ல திறமைசாலி. பள்ளிப் படிப்பு மட்டுமே படித்திருந்தார். அவருடைய ஜாதி வழக்கப்படி சுயமாகத் தொழில்

செய்து முன்னுக்கு வரவேண்டும் என்று நினைத்தார். அந்த ஊரில் சரியாகத் தண்ணீர் வசதி கிடையாது. சேனை, சேப்பம், கருணை முதலிய கிழங்குகள் நிறைய விளையும். அது ஒரு வறட்சிப் பகுதியாதலால் தீப்பெட்டித் தொழிற்சாலை ஆரம்பித்தால் நல்ல லாபம் கிடைக்கும் என்று எண்ணி அதை ஆரம்பித்தார். அவருடைய திறமையால் அந்தத் தொழில் வளர்ந்தது. திருமணத்திற்குப் பிறகு தொழில் சிறந்து விளங்க ஆரம்பித்து மேலும் மேலும் வளர்ந்தது. திருமணத்திற்குப் பிறகு கணவரின் தொழிலில் முன்னேற்றம் ஏற்பட்டால் மனைவியின் அதிர்ஷ்டம்தான் காரணம் என்று நினைப்பார்கள். அதனால் செல்லம்மாளின் மேல் அவர் கணவருக்கும் கொஞ்சம் கொஞ்சமாகப் பிரியம் அதிகரித்தது.

குழந்தைகளின் எண்ணிக்கையைக் கட்டுப்படுத்த வேண்டும் என்று அந்தக் காலத்திலும் யாரும் நினைக்கவில்லை. செல்லம்மாள் நான்கு ஆண்மக்களும் நான்கு பெண்மக்களும் பெற்றெடுத்தார். இருவரும் நல்ல நிறம் என்பதால் எல்லாக் குழந்தைகளும் நிறமாக இருந்தனர். அப்போதைய அளவுகோல் களின்படி செல்லம்மாளின் குழந்தைகள் அனைவரும் அழகானவர்களாகக் கருதப்பட்டார்கள்.

குடும்பம் வளர்ந்தது போலவே சுப்பிரமணியத்தின் தொழிலும் மேலும் மேலும் வளர்ந்தது. அப்போது கல்கத்தாவில் மட்டுமே பட்டாசு செய்யும் தொழில் நடந்துவந்தது. எப்போதும் புதிது புதிதாகச் செய்ய வேண்டும் என்ற ஆர்வம் சுப்பிரமணியத்திடம் இருந்ததால் அங்கு போய் அந்தத் தொழிலைக் கற்றுவர விரும்பினார். இவரும் இவர் நண்பர் ஒருவரும் கல்கத்தா சென்று அந்தத் தொழிலைக் கற்றுக்கொண்டு வந்து இருவரும் கூட்டாக ஒரு தொழிற் சாலையை ஆரம்பித்தனர். ஓரிரு வருடங்கள் கழித்து இருவருக்கும் ஒத்துப் போகவில்லையாதலால் இருவரும் பிரிந்து விட்டனர். அந்த நண்பர் அதன் பிறகு சிறிது காலத்தில் இறந்துவிட்டார். தனியாகப் பட்டாசுத் தொழிலை ஆரம்பித்த சுப்பிரமணியனுக்குத் தொழில் ஓஹோவென்று உயர ஆரம்பித்தது. செல்வம் குவிந்தது. ஊரிலேயே பெரிய பணக்காரர்களில் ஒருவரானார். செல்வம் பெருகினால் அதோடு செல்வாக்கும் தானே சேர்ந்து வருமல்லவா?

இவரிடம் அறிவுரை கேட்க, உதவி கேட்க என்று பல உறவினர்கள் வந்தனர். முடிந்தவரை அவர்களுக்கெல்லாம் உதவினார். எந்த உறவினர் வீட்டுத் திருமணம் என்றாலும் இவர் வருகையை எதிர்பார்த்தனர். இவர் குடும்பம் வந்தாலே மணமக்களுக்கு நல்ல அதிர்ஷ்டம் கிடைக்கும் என்று நம்ப ஆரம்பித்தனர். வசதி பெருகிக் கொண்டே போனதால் எல்லா வீட்டுத் திருமணங்களுக்கும் இவர்

குடும்பத்தோடு சென்று பெரிய பரிசாகக் கொடுப்பதுண்டு. தீபாவளி சமயத்தில் செல்லம்மாளின் உடன்பிறந்தோர் அனைவர் குடும்பங் களுக்கும் பெரிய பட்டாசுப் பார்சல் அனுப்பி வைக்கப்படும்.

சுப்பிரமணியன் ஊரிலேயே பெரிய வீடாக - அதை மாளிகை என்றுதான் கூற வேண்டும் - கட்டிக்கொண்டார். அந்த ஊரில் அவரையடுத்துப் பணக்காரர்களாகக் கருதப்பட்டவர்களுக்கும் அவருக்கும் நீண்ட இடைவெளி இருந்தது. அந்தக் காலத்திலேயே - ஆயிரத்துத் தொள்ளாயிரத்து முப்பதுகளின் கடைசியில் - இவர்கள் வீட்டில் குளிர்சாதனப் பெட்டி இருந்தது. சோபா செட், உணவருந்த மேஜை நாற்காலி போன்றவை இருந்தன. உறவினர்கள் யாருக்காவது ஐஸ் வேண்டும் என்றால் இவர்கள் வீட்டிற்குச் சென்று வாங்கி வருவதுண்டு. யார் வீட்டிற்கு வந்தாலும் முகம் மலர்ந்து வரவேற்று உபசரிப்பார் செல்லம்மாள். அந்த ஊரிலேயே இவர்கள் வீட்டில் தான் சமையலுக்கு ஆட்கள் இருந்தார்கள். செல்லம்மாளின் உடன்பிறந்தவர்கள் பத்துப் பேர் என்பதாலும் சுப்பிரமணியத்தின் உடன்பிறப்புக்களும் அதிகம் என்பதாலும் இவர்கள் வீட்டிற்கு வரும் விருந்தாளிகளுக்குக் குறைவில்லை. எப்போது யார் போனாலும் அவர்களுக்கு உணவளிக்கப்படும். ஊருக்குப் பணக்காரரோடு உறவு வைத்துக்கொள்ள எல்லோரும் விரும்புவார்கள்தானே. தூரத்து உறவுகள் எல்லாம் சொந்தம் கொண்டாடிக்கொண்டு இவர்கள் வீட்டிற்கு வரத் தொடங்கினர்.

இருப்பினும் மிக நெருங்கிய உறவினர் ஒருவருக்கும் செல்லம் மாளின் கணவருக்கும் தொழில் முறையில் ஒரு கருத்து வேறுபாடு ஏற்பட்டது. அவரைத் தண்டிக்க வேண்டும் என்பதில் கணவரைவிட செல்லம்மாளுக்குத்தான் அதிக முனைப்பு ஏற்பட்டது. எப்படியாவது அந்த உறவினரைப் பழிவாங்க வேண்டும் என்று நினைத்தார். மனைவியின் விருப்பத்திற்காக சுப்பிரமணியனும் அந்தக் காரியத்திற்கு ஒப்புக்கொண்டார். இப்போது அவருடைய தாய் இறந்து பல வருடங்கள் ஆகிவிட்டிருந்தன. மனைவியின் விருப்பத்தை நிறை வேற்றுவதில் அவருக்குத் தடை ஏதும் இருக்கவில்லை. மனைவி சொல்படி நடக்க ஆரம்பித்தார். வேண்டிய செல்வம் சேர்ந்துவிட்டது. ஆண், பெண் என்று எட்டுக் குழந்தை களை இவருக்கு தந்து விட்டாள் இவர் மனைவி. வாழ்க்கையில் நினைத்ததெல்லாம் கிடைக்கும்போது அப்படிக் கிடைத்ததற்கு மனைவியும் ஒரு காரணம் என்று நினைக்கும் கணவன்மார்கள் மனைவிமார்கள் சொல்வதைப் பெரும்பாலும் நிராகரிப்பதில்லை.

குழந்தைகளின் திருமண விஷயத்திலும் செல்லம்மாளின் சொல்லுக்கு ஓரளவு மதிப்புக் கொடுத்தார் சுப்பிரமணியன். முதல் மகளைப் பக்கத்து ஊரைச் சேர்ந்த ஒரு பணக்காரரின் மகனுக்கு மணமுடித்தார். இவருடைய மருமகன் அந்த ஊரிலே பெரும் பணக்காரர். அடுத்த மகளுக்குச் சொந்த ஊரிலேயே மணமுடித்தார். அவரும் பணக்காரர் என்றாலும் நாளடைவில் செல்வத்தை எல்லாம் தொலைத்துவிட்டு மாமனார் வீடே கதியென்று இருக்க ஆரம்பித்தார். செல்லம்மாள்-சுப்பிரமணியன் தம்பதிகளைப் பொறுத்தவரை இவர்தான் அவர்களுக்குப் பெரிய தலைவலியாக இருந்தார். முதலில் மாமனார் வீட்டிற்கே மனைவியைப் போகவிடாதவர் பின் பணத்தை யெல்லாம் தொலைத்த பிறகு மாமனார் வீடே கதியென்று இருந்தார். அந்த மகளின் மகளையே தங்கள் மூன்றாவது மகனுக்கு சுப்பிரமணியனும் செல்லம்மாளும் மணமுடித்தனர். இவர்களுடைய மகனுக்கு மிகப்பெரிய பணக்கார குடும்பத்திலிருந்து பெண் கொடுக்கப் பலர் முன்வந்த போதிலும் மகளுக்கு உதவியாக இருக்கும் பொருட்டு சுப்பிரமணியன் தம்பதிகள் இந்தத் திருமணத்தை முடித்தனர். சாதாரணமாக இப்படி நடந்துகொள்ளமாட்டார்கள். உறவினப் பெண் என்றாலும் மற்றத் தகுதிகளும் இருக்க வேண்டும் என்று நினைப்பார்கள்.

மற்ற மகன்களுக்கெல்லாம் உள்ளூரிலேயே பெண்கள் அமைய வில்லை. ஏனெனில் இவர்களுடைய அந்தஸ்திற்குத் தகுதியான குடும்பத்தில் இருந்த பெண்கள் இவர்கள் எதிர்பார்க்கும் நிறத்தில் இல்லை. இதனால் அந்த ஊர் வழக்கத்திற்கு மாறாக இவர்கள் சொந்த ஊருக்கு வெளியே பெண் தேட ஆரம்பித்தனர். அந்தக் காலத்தில் இந்த ஊரோடு தொடர்பில்லாத குடும்பங்களோடு சம்பந்தம் செய்து கொள்ளப் பொதுவாக யாரும் விரும்புவதில்லை. ஆனால் செல்லம்மாளின் குடும்பத்திற்கு ஏற்ற குடும்பங்கள் இல்லை என்பதாலும் அல்லது அப்படி இருந்தாலும் அந்தக் குடும்பங்களில் உள்ள பெண்கள் நல்ல நிறமாக இல்லையென்பதாலும் வெளியில் பெண் பார்க்கும் பழக்கத்தை அவர்கள் ஆரம்பித்தனர். இது சில உறவினர்களுக்குப் பிடிக்கவில்லை. அப்படி இவர்கள் சம்பந்தம் செய்துகொண்டவர்கள் இவர்களுடைய ஜாதியைச் சேர்ந்தவர்களே அல்ல என்று தங்களுக்குள் கேலியாகப் பேசிக்கொண்டனர். ஆனால் செல்லம்மாளின் குடும்பத்தினர் இதையெல்லாம் பொருட்படுத்த வில்லை. ஏனென்றால் செல்லம்மாளின் கடைசி இரண்டு மருமகள்கள் செல்லம்மாளின் ஊருக்குத் தெற்கே உள்ள ஊர்களில் வாழ்ந்த குடும்பங்களைச் சேர்ந்தவர்கள். பொதுவாக அந்தக் காலத்தில் ஒரே

ஜாதியைச் சேர்ந்தவர்கள் என்றாலும் தெற்கிலும் வடக்கிலும் வாழ்ந்த இந்தக் குடும்பங்களுக்குள் திருமணங்கள் நடப்பதில்லை. அதனால்தான் ஊர் ஜனங்கள் இவர்களைக் கேலிசெய்தார்கள். அதிகமாகத் திருமண உறவுகள் வைத்துக்கொள்ளாத குடும்பங்கள் என்றாலும் செல்லம்மாள்-சுப்பிரமணியன் தம்பதிகளைப் பொறுத்த வரை அவர்களுடைய அந்தஸ்திற்குத் தகுந்த குடும்பங்களைத்தான் அவர்கள் தேர்ந்தெடுத்தார்கள்.

இவருடைய மூத்த பெண்மக்கள் வளர்ந்து வரும்போது பெண் களைப் பள்ளி இறுதி வகுப்புவரை படிக்க வைப்பது அவ்வளவு பழக்கத்திற்கு வரவில்லை. வசதியான வீட்டுப் பெண்களை அந்த ஊரிலிருந்து அறுபது மைல் தொலைவிலுள்ள பாளையங் கோட்டையிலுள்ள கிறிஸ்தவ மிஷனரிகளால் நடத்தப்பட்ட பள்ளிக்கு அனுப்புவார்கள். இவர்கள் உள்ளூரிலுள்ள ஆண்களின் கண்களில் பட்டுவிடாமல் இருப்பதற்காக இந்த ஏற்பாடு. இவர்களில் சிலராவது பள்ளிப் படிப்பை முடிக்க அனுமதிக்கப் படுவார்கள். இந்த வழக்கம் இருந்தாலும் செல்லம்மாளின் மூத்த மகள்களுக்கு பதினைந்து, பதினாறு வயதிலேயே திருமணத்தை முடித்து விட்டார்கள். அவருடைய கடைசி இரண்டு பெண்கள் வளர்ந்து வரும்போது சேலத்திற்கு அருகிலுள்ள ஏற்காடு என்ற ஊரில் உள்ள மிஷினரிகள் பள்ளிக்கு அனுப்புவது ஃபாஷனாகி விட்டது. அந்தப் பெண்கள் அங்கு ஆங்கில மீடியத்தில் படித்துவிட்டு நுனிநாக்கு ஆங்கிலம் பேசக் கற்றுக்கொண்டார்கள். இவர்கள் நடை, உடை, பாவனை எல்லாம் ஊரிலுள்ள மற்றப் பெண்களி லிருந்து முற்றிலும் வேறுபட்டிருந்தது. பணக்காரக் குடும்பத்தைச் சேர்ந்தவர்கள் என்பதோடு ஆங்கிலக் கல்வி கற்றவர்களாகவும் இருந்ததால் இவர்கள் தங்களை அந்த ஊரைச் சேர்ந்தவர்களாக நினைப்ப தில்லை. இப்படி 'நாகரிகத்தில்' திளைப்பவர்களாக இவர்கள் இருந்தாலும் இவர்களுக்கும் பெற்றோர்தான் திருமணம் செய்து வைத்தனர்.

செல்லம்மாளின் மகன்களுள் ஒருவன் மட்டும் சென்னையில் படித்துக்கொண்டிருந்த போது தன்னோடு படித்த ஒரு பெண்ணைத் தானாகப் பதிவுத் திருமணம் செய்துகொண்டான். ஆனால் பெற்றோர்களுக்கு இதில் கொஞ்சம்கூடச் சம்மதம் இல்லை. அந்தப் பெண்ணிற்குப் பணம் கொடுத்து திருமணத் தளையிலிருந்து மகனுக்கு விடுதலை வாங்கிக் கொடுத்தனர். மற்ற மகன்கள் எல்லாம் பெற்றோர் பார்த்து நிச்சயித்த பெண்களை மணந்து கொண்டனர். முதலில் தானாகத் திருமணம் செய்துகொண்ட

மகனும் உள்ளூரில் பெற்றோர் பார்த்த பெண்ணை மணந்து கொண்டான். செல்லம்மாளின் கணவரிடம் நிறையப் பணம் இருந்ததால், விவாகரத்து செய்துகொண்ட செல்லம்மாளின் மகனுக்குப் பெண் கொடுக்கப் பலர் முன்வந்தனர். இதுதான் ஆண்களுக்கும் பெண்களுக்கும் இருந்த வேறுபாடு. செல்லம்மாளின் கதை நடந்த காலத்தில் எந்தப் பெண்ணும் அவளுடைய மகன் செய்தது போல் பெற்றோருக்குத் தெரியாமல் தானாகத் திருமணம் செய்து கொண்டிருக்கமாட்டாள். முதலாவதாக, பெண்களை அப்போது ஒரு குறிப்பிட்ட வகுப்பிற்கு மேல் படிக்க வைக்கவில்லை; கண்டிப்பாகக் கல்லூரிக்கு அனுப்பவில்லை. அப்படியே படிக்க அனுப்பியிருந்தாலும் ஒருபோதும் அந்த அளவிற்குத் துணிந்திருக்கமாட்டாள்.

அவன் அப்படி வேறு ஜாதிப் பெண்ணை மணக்காமல் இருந்திருந்தால் எந்த அளவு சீதனம் அவனுக்குக் கிடைத்திருக்குமோ அந்த அளவு கிடைக்கவில்லை என்றாலும் அப்படி ஒன்றும் அதிகக் குறைவாகக் கிடைக்கவில்லை. இதையே பெண் செய்திருந்தால் அவளுக்கு இன்னொரு திருமணமே நடந்திருக்காது - அவள் எவ்வளவு பெரிய சீமான் வீட்டுப் பெண்ணாக இருந்திருந்தாலும்.

பணம் சேரச் சேர செல்லம்மாளின் கணவருக்குப் பொதுவாழ்வில் ஈடுபட வேண்டும் என்று ஆசை ஏற்பட்டது. அரசியலில் நுழைந்தார். உள்ளூரில் மட்டுமின்றி அந்த வட்டாரத்திலும் அவர் பெயர் பரவியது. அந்த வட்டாரத்திலேயே அதிக வருமான வரி கட்டியவர் என்ற பெருமையும் சுப்பிரமணியனுக்கு உண்டு. அரசியலில் நுழைந்த பிறகு அந்தச் செல்வாக்கை வைத்துக்கொண்டு இலவச மருத்துவமனை, பள்ளிக்கூடம் போன்றவை கட்டினார். பின்னால் ஒரு கல்லூரியையும் தொடங்கினார். செல்லம்மாளின் வாழ்க்கை பிரகாசித்ததைக் கண்டு உறவினர்கள் தங்கள் வீட்டுத் திருமணங்களுக்கு செல்லம் மாளையும் அவர் கணவரையும் தலைமை தாங்க அழைத்தனர். பள்ளிகள், கல்லூரிகள் தங்கள் ஆண்டுவிழாவிற்கு இவர்களைச் சிறப்பு விருந்தினராக அழைத்தனர். இவர்கள் ஆரம்பித்து வைத்த எந்தக் காரியமும் வெற்றியில் முடியும் என்று நம்பினர்.

ஊரில் இவர்களுக்கு செல்வாக்கு வளர்ந்தாலும் வீட்டிற்குள்ளே மாமியார்-மருமகள் சண்டை, நாத்தனார்-அண்ணன் மனைவி மனஸ்தாபம் எல்லாம் எல்லா வீடுகளிலும் போல் இருந்தன. புதிது புதிதாக வீடுகள் கட்டி மகன்களைத் தனிக்குடித்தனம் வைத்தனர். எல்லா மகன்களும் புதுத் தொழில்களைத் தொடங்கினர்.

அப்படியும் மகன்களுக்குள் சண்டை, சச்சரவுகள் வந்துகொண்டு தான் இருந்தன. தாங்கள் இருவரும் உயிரோடு இருக்கும் வரையாவது மகன்கள் ஒற்றுமையாக இருப்பார்கள் என்று நினைத்திருந்த இந்தத் தம்பதிகளுக்கு எல்லா பாக்கியங்களும் கொடுத்த கடவுள் அந்தப் பாக்கியத்தை மட்டும் கொடுக்கவில்லை. நிறைந்த செல்வம், ஊரில் நல்ல செல்வாக்கு என்று இருந்த செல்லம்மாள்-சுப்பிரமணியன் தம்பதிகள் இறக்கும்போது இந்தக் குறையோடுதான் இறந்தார்கள். செல்லம்மாள் இறந்து சில ஆண்டுகள் அவர் கணவர் உயிரோடிருந்தார். அந்த ஆண்டுகள் அவருக்கு மிகவும் வேதனையான ஆண்டுகள். மகன்கள் தங்களுக்குள் போடும் சண்டைகளைத் தனியாகப் பார்த்து மிகவும் மனம் நொந்து போனார். தான் எவ்வளவோ கஷ்டப்பட்டுச் சேர்த்து வைத்த பணத்தை அனுபவித்துக்கொண்டு சந்தோஷமாக வாழ்க்கை யைக் கழிக்காமல் இப்படி ஒருவருக்கொருவர் சண்டை பிடித்துக் கொண்டு நாட்களை வீணடிக்கிறார்களே என்று வேதனைப் பட்டார்.

பெற்றோர் எதிர்பார்க்காத சமயத்தில் வேண்டாத குழந்தையாக இப்பூமியில் அவதரித்த செல்லம்மாள் எல்லோருக்கும் செல்லப் பிள்ளையாகி, பின் சுப்பிரமணியத்தை மணந்து செல்வத்திலும் செல்வாக்கிலும் திளைத்தார். பெரிதாகப் படிக்கவில்லையென்றாலும் அவருடைய வாழ்க்கை, மகன்கள் தங்களுக்குள் சண்டையிட ஆரம்பிக்கும்வரை சிறப்பாகவே இருந்தது. அவர் வாழ்க்கையில் ஒரே குறை என்றால் கடைசிக்காலத்தில் மகன்களின் சண்டைகளைப் பார்க்கும் துர்பாக்கியம் கிடைத்ததுதான். சீரும் சிறப்புமாக வாழ்ந்த செல்லம்மாள் அந்தக் காலத்தில் புருஷன் உயிரோடு இருக்கும் போதே பெண் இறந்துவிடுவதுதான் அவளுடைய பாக்கியம் என்று கருதப்பட்டபடி பூவோடும் பொட்டோடும் போய்ச் சேர்ந்தார்.

4

பொன்னம்மாள்

பொன்னம்மாள் ஒரு சாதாரணக் குடும்பத்தில் 1917இல் பிறந்தாள். இவளையும் சேர்த்து அவளுடைய குடும்பத்தில் மூன்று ஆண்கள், மூன்று பெண்கள். இவளுக்கு ஆறு வயதாக இருக்கும்போதே தந்தை இறந்துவிட்டதால் இவளது தாய் குழந்தைகளை வளர்த்து ஆளாக்கக் கொஞ்சம் சிரமப்பட்டார். இவளுடைய மூத்த அண்ணன் பள்ளிப் படிப்பை முடித்ததும் வேலைக்குப் போனதால் ஓரளவு குடும்ப பாரத்தைச் சுமக்க இவளது தாயால் முடிந்தது. இந்த ஊரில் பெண்களுக்கான தனிப் பள்ளி ஆரம்பித்து கிட்டத்தட்ட பதினைந்து ஆண்டுகள் ஆகியிருந்தாலும் பெண்கள் பெரிய மனுஷி ஆகியதும் படிப்பை நிறுத்தும் பழக்கம் தொடர்ந்துகொண்டுதான் இருந்தது. பொன்னம்மாளின் விஷயம் வேறு. இவள் மிகவும் வளர்த்தியாக இருந்ததால் இவளுடைய வகுப்பு மாணவிகளைவிட பெரிய பெண்போல் தெரிந்தாள். அதனால் இவளுக்குப் பள்ளிப் படிப்பைத் தொடர விருப்பமில்லை. எப்படியும் இரண்டு மூன்று வருடங்களில் நின்று போகப்போகும் படிப்பை நான்காவது வகுப்பை முடித்ததும் இவளாக நிறுத்திக்கொண்டாள்.

பொன்னம்மாள் நல்ல நிறம். அவளுடைய ஜாதியில் நிறத்தைப் பொறுத்தவரையில் முதல் வரிசையில் இருந்தவர்களில் இவளும் ஒருத்தி. இது இவளுடைய மிகப்பெரிய பலம். இவள் மிகவும் புத்திசாலி. ஆனால் கல்யாணச் சந்தையைப் பொறுத்தவரை அது அவளுக்கு எந்தவித நன்மையையும் கொடுக்கவில்லை.

தந்தை இறந்துவிட்டதால் இவளும் இவளுடைய சகோதரிகளும் அப்போது அவர்கள் ஊரில் ஆரம்பிக்கப்பட்டிருந்த தீப்பெட்டித் தொழிற்சாலைகளுக்காக வீட்டில் இருந்துகொண்டே வேலை பார்க்கத் தொடங்கினர். தந்தை இருந்திருந்தால் இவள் தீப்பெட்டி செய்யும் வேலையைச் செய்திருக்க வேண்டியதில்லை. தந்தை கொண்டுவந்த சம்பளமே குடும்பத்திற்குப் போதுமானதாக இருந்திருக்கும். தந்தை வைத்துவிட்டுப் போன சொற்பச் சேமிப்புத்

தொகையிலிருந்து வந்த வட்டியும் அண்ணன் வேலை பார்த்துக் கொண்டுவந்த சம்பளமும் போதாததால் இவளும் இவளுடைய சகோதரிகளும் தீப்பெட்டித் தொழிலைச் செய்துவந்தனர். அந்த இரண்டு வருமானங்களும் வாழ்க்கை நடத்தப் போதாது என்பதை விட இவர்கள் வேலைபார்த்துச் சம்பாதிக்கும் பணம் தாராளமாகச் செலவழிக்க உதவியது எனலாம்.

தீப்பெட்டித் தொழிற்சாலைகள் பல பெண்களுக்கு வீட்டில் இருந்துகொண்டே வேலைபார்த்துக் கொஞ்சம் பணம் சம்பாதிக்க உதவியாக இருந்தன. தொழிற்சாலை உரிமையாளர்களுக்கு நல்ல லாபம் கிடைத்ததாலும் வீட்டிலேயே இருக்கும் பெண்களுக்கும் வேலை கொடுக்க முடிந்தது. அதிகம் படிக்காத ஆண்களுக்கும் வேலை கிடைத்தது. தீப்பெட்டி செய்யும் தொழில் குடிசைத் தொழில். பள்ளிக்குச் செல்லுமுன் பிள்ளைகள் இந்த வேலை செய்து குடும்ப வருமானத்தைக் கூட்ட உதவியது. தொழிற்சாலை உரிமையாளர்கள் பிறரின் உழைப்பை ஓரளவு பயன்படுத்திக்கொண்டாலும் ஊரில் உள்ளோர்களுக்கு அதனால் நன்மை விளைந்தது என்பதை மறுக்க முடியாது. அதிலும் கணவனை இழந்து விதவைக் கோலத் தோடு இருக்கும் பெண்கள் வெளியே செல்ல முடியாமல் இருக்கும் போது இது ஓரளவிற்கு அவர்களுக்குக் கைகொடுத்தது.

தீப்பெட்டியில் இரண்டு பகுதிகள் உண்டு. தீக்குச்சிகள் அடுக்கப் பட்டிருக்கும் பகுதியை அடிப்பெட்டி என்பார்கள். அதை மூடியிருக்கும் பகுதியை மேல்பெட்டி என்பார்கள். இரண்டு பெட்டிகளைச் செய்வதற்கும் வேறு வேறு கூலி உண்டு. சிலருக்கு மேல்பெட்டி செய்வதில் விருப்பம் இருக்கும். அதையே செய்து பழகிவிட்டால் அதையேதான் செய்வார்கள். அதில் நல்ல பயிற்சி இருக்கும். அதே மாதிரிதான் அடிப்பெட்டி செய்பவர்களுக்கும். இதோடு தீக்குச்சிகளைச் சட்டத்தில் அடுக்கும் வேலையையும் சிலர் செய்வார்கள். இந்தச் சட்டங்கள் கொஞ்சம் கனமாக இருக்கும். இவற்றைத் தொழிற்சாலையிலிருந்து கொண்டுவருவதும் தீக்குச்சி களை அடுக்கிய பிறகு திரும்ப தொழிற்சாலைக்கு எடுத்துச் செல்வதும் கொஞ்சம் சிரமம். ஆனால் அடிப்பெட்டியையும் மேல்பெட்டி யையும் செய்வதற்குரிய சாமான்களைத் தொழிற்சாலையிலிருந்து கொண்டுவருவதும் பிறகு அவற்றைத் தொழிற்சாலைக்குக் கொண்டு செல்வதும் எளிது. வீட்டிற்கு வெளியே செல்ல விரும்பாத, செல்ல முடியாத பெண்களுக்காக மற்றப் பெண்கள் இந்தச் சாமான்களைக் கொண்டுவந்து கொடுப்பதும் பிறகு அவற்றை மறுபடி தொழிற் சாலைக்கு எடுத்துச் செல்வதும் உண்டு. இந்த வேலையைச்

செய்வதற்குக் கூலியில் ஒரு பகுதியை அவர்கள் வாங்கிக் கொள்வார்கள். தொழிற்சாலைகளுக்குப் போய்வருகிறவர்களுக்கும் கொஞ்சம் பணம் கிடைத்துவிடுவதால் இந்த ஏற்பாடு எல்லோருக்கும் பிடித்திருந்தது. தீப்பெட்டி செய்வதில் உள்ள மூன்று விதமான வேலைகளையும் வீட்டிலேயே செய்ய முடிந்தது அந்த ஊர்ப் பெண்கள் பலருக்கு. பெரிய மனுஷியாகித் திருமணத்திற்காகக் காத்திருக்கும் பெண்கள், கணவன் இறந்து சில மாதங்களே ஆகியிருக்கும் பெண்கள் ஆகியோருக்கு வரப்பிரசாதமாக இருந்தது. மிகவும் வசதி குறைந்த குடும்பங்களில் சிறு குழந்தை களும் ஒரு நாளில் சில மணி நேரங்களாவது இந்த வேலையைச் செய்வர்.

பொன்னம்மாளின் தாய் கணவனை இழந்து சில வருடங்கள் ஆகிவிட்டதால் அவரே தொழிற்சாலைக்குப் போய் சாமான்களைக் கொண்டுவந்துவிடுவார். அடிப்பெட்டி செய்பவர்களுக்கு மெல்லிய மரத்தால் செய்த 144 குச்சிகள் கொண்ட கட்டுகள், 9 x 1.25 அங்குல அளவுள்ள நீலநிறப் பேப்பர்கள், அடிப்பெட்டியின் கீழே பொருத்து வதற்கான, சில்லு எனப்படும் மெல்லிய மரத் தகடுகள் எல்லா வற்றையும் சேர்ப்பதற்குப் பசை தயாரிக்க மைதா மாவு ஆகியவற்றைத் தொழிற்சாலையில் கொடுப்பார்கள். (மைதாவை இவர்கள் வேறு காரியத்திற்கு உபயோகித்துவிடக் கூடாது என்பதற்காகவும் பசை கெடாமலிருக்கவும் அதில் கொஞ்சம் துத்தம் எனப்படும் ரசாயனப் பொருளைச் சேர்த்திருப்பார்கள். துத்தத்தை உட்கொண்டு தற்கொலை செய்துகொண்டவர்களும் உண்டு.) அதேமாதிரி மேல்பெட்டி செய்பவர்களுக்கும் பேப்பர்கள், மரத்தகடுகள், பசை தயாரிக்க வேண்டிய பொருள்கள் ஆகியவற்றைக் கொடுப்பார்கள்.

பொன்னம்மாளுக்கு அடிப்பெட்டி செய்யத்தான் தெரியும். இதை மிக வேகமாகச் செய்வாள். இவளுடைய தங்கையும் இவளளவு வேகமாகச் செய்வாள். சில சமயங்களில் ஒரு மணி நேரத்தில் எத்தனை பெட்டிகள் செய்ய முடியும் என்று இருவரும் தங்களுக்குள் போட்டி வைத்துக்கொள்வதுண்டு. காலையில் எழுந்ததும் காலைக் கடன்களை முடித்துவிட்டு ஆறு மணிக்கெல்லாம் தீப்பெட்டி செய்யும் வேலையை ஆரம்பித்துவிடுவார்கள். தினமும் காலையில் குளியல் என்பதெல்லாம் கிடையாது. வாரத்தில் செவ்வாய், வெள்ளி ஆகிய இரண்டு நாட்களில்தான் குளிப்பார்கள். வீட்டிற்கான எல்லாத் தேவைகளுக்கும் வெளியிலிருந்துதான் தண்ணீர் கொண்டு வரவேண்டும். தினமும் குளிக்காததற்கு இதுவும் ஒரு காரணம். கொஞ்சம் வசதியானவர்கள் வீடுகளில் 'போர்வெல்' போட்டுக் கொண்டு அதிலிருந்து தண்ணீரை அடித்து உபயோகிப்பார்கள்.

அதன் பிறகு எட்டு மணிக்குக் காலைச் சாப்பாடு. காலைச் சாப்பாடென்றால் தினமும் பழைய சோறுதான். தீப்பெட்டி வேலை செய்யத் தேவை இல்லாதவர்கள் இட்லி, தோசை செய்ய ஆரம்பித்திருந்தார்கள். அவர்கள் வீடுகளிலும் தினமும் செய்வ தில்லை. பழைய சாதம் அல்லது சுடுசோறுதான். ஆனால் பொன்னம்மாள் வீட்டில் தீப்பெட்டி வேலை இருந்ததால் பலகாரம் செய்வதற்கு நேரம் இல்லை. காப்பி குடிக்கும் வழக்கமும் அப்போது கிடையாது. பழைய சோற்றுக்குத் தொட்டுக்கொள்ள ஊறுகாயோ வடகமோ இருக்கும். முந்தின இரவு சமைத்த குழம்பு எப்போதாவது மிஞ்சிப் போனால் இருக்கும். காலைச் சாப்பாட்டை முடித்துவிட்டு மறுபடி தீப்பெட்டி செய்ய ஆரம்பிப்பார்கள். ஒரு மணிக்குப் பிறகு மதியச் சாப்பாடு. அதன் பிறகு மறுபடியும் தீப்பெட்டி வேலை. சிலர் நனைத்த அரிசியை இடையிடையே வாயில் போட்டுக் கொள்வதுண்டு. இதுதான் அவர்களுடைய நொறுக்குத் தீனி. இரவு எட்டு மணிக்கு உணவை முடித்துக்கொண்டு படுக்கும்வரை இன்னும் கொஞ்சம் தீப்பெட்டி செய்வார்கள். பொழுதுபோக்கு என்று எதுவும் கிடையாது. வீட்டில் விசேஷம் என்றால் ஒன்றிரண்டு நாட்களுக்கு ஓய்வு. உறவினர்கள் வீட்டில் திருமணம் என்றால்கூட கல்யாணமாகாத பெண்கள் அதில் கலந்துகொள்ளமாட்டார் களாதலால் அவர்களுக்கு அன்றும் வேலை இருக்கும். பின்னால் வானொலி வந்த பிறகு வானொலிப் பெட்டியிலிருந்து வரும் இசை முதலிய நிகழ்ச்சிகளைக் கேட்டுக்கொண்டும் தொலைக்காட்சி வந்த பிறகு தொலைக்காட்சி நிகழ்ச்சிகளைப் பார்த்துக்கொண்டும் வேலைசெய்வது (வேலை செய்துகொண்டே நிகழ்ச்சிகளைப் பார்ப்பதால் அப்படியொன்றும் அந்த நிகழ்ச்சிகளை ரசித்துப் பார்க்க முடியாது) இந்தத் தீப்பெட்டி செய்யும் பெண்களிடம் பரவியது. ஆனால் பொன்னம்மாள் காலத்தில் வானொலியும் கிடையாது, தொலைக்காட்சியும் கிடையாது. அதனால் அவளுக்கு வேலை, பொழுதுபோக்கு எல்லாம் தீப்பெட்டி செய்வதுதான்.

இந்தச் சூழ்நிலையில் வளர்ந்துவந்த பொன்னம்மாளுக்கு வாழ்க்கை பெரிதாக எதையும் அப்போதைக்குக் கொடுக்கவில்லை. பெரிய புத்திசாலி என்றாலும் புத்தகங்கள் படிக்கும் பழக்கம் உருவாவதற்கு எந்தவித சந்தர்ப்பமும் கிடைக்கவில்லை. பெரிதாகச் சிந்திப்பதற்கோ அரசியல் பற்றி விவாதிப்பதற்கோ வாய்ப்புக் கிடையாது. இவளுடைய மூத்த அண்ணன் புத்திசாலி, மேலும் அவர் உள்ளூரிலேயே வேலைபார்த்தார். அவர் ஆங்கிலப் பத்திரிகையான இந்து படிப்பார். ஆனால் அந்தக் காலத்தில் ஆண்கள் பத்திரிகைகள்

படித்தாலும் பெண்கள் படிப்பார்கள் என்றோ அவர்களுக்கென்று சில கருத்துக்கள் இருக்கும் என்றோ யாரும் நினைப்பதில்லை. இந்தப் பெண்களும் இதையெல்லாம் தாங்கள் செய்யலாம் என்றோ ஏன் செய்யக்கூடாது என்றோ நினைப்பதில்லை. பெண்ணாகப் பிறந்து விட்டால் பிறந்த வீட்டில் வேலை பார்ப்பது, பின் திருமணம் செய்து கொண்டு கணவன் வீட்டில் வேலை பார்ப்பது என்றுதான் இவர்கள் காலம் ஓடிக்கொண்டிருந்தது. இவர்களுக்கென்று ஒரு வேலை தேடிக்கொள்ளக்கூடிய அளவு படிப்பு இல்லாததால் ஏன் திருமணம் செய்துகொள்ள வேண்டும் என்று இந்தப் பெண்கள் ஒருபோதும் நினைக்கவில்லை. திருமணத்தைத் தள்ளிப்போடலாம் என்றும் நினைப்பதில்லை. திருமணம் என்பது ஆண், பெண் இருபாலாருக்கும் தவிர்க்க முடியாதது என்றாலும் ஒரு சில ஆண்களுக்காவது திருமணம் செய்துகொள்ளாமல் இருக்கும் உரிமை இருந்தது. ஆனால் பொன்னம்மாள் காலத்திலும் அதன் பிறகு பல தசாப்தங்களுக்கும் பெண்களுக்குத் திருமணம் செய்துகொள்ளாமல் இருப்பது அவர்கள் முடிவெடுக்கக்கூடிய விஷயமாக இல்லை.

இந்த வழக்கத்தைப் பின்பற்றி பொன்னம்மாளுக்கும் அவளுடைய தாய் திருமணம் செய்ய முடிவு செய்தார். பொன்னம்மாள் நல்ல நிறம் என்பதால் அவளுடைய தாய் கொடுக்கப்போகும் சீதனம் அதிகம் இல்லை என்றாலும் கல்யாணச் சந்தையில் அவளுக்கு ஓரளவு கிராக்கி இருந்தது. ஒரு பணக்காரக் குடும்பத்திலிருந்து பொன்னம்மாளைப் பெண் கேட்டார்கள். அந்த மாப்பிள்ளைப் பையன் கொஞ்சம் குட்டை. பொன்னம்மாளின் தோளுக்குத்தான் வருவார். மேலும் நல்ல கருப்பு. ஆனால் அதையெல்லாம் யார் யோசித்தார்கள்? நல்ல நிறமான பொன்னம்மாளை அவருக்குத் திருமணம் செய்தால் அவர்களுக்குப் பிறக்கப்போகும் குழந்தைகளில் பாதிப் பேருக்காவது நிறமான சருமம் வாய்க்க வாய்ப்பிருக்கிறதே என்று பையனுடைய தாய் விரும்பினார். பொன்னம்மாளின் தாய்க்கு ஐநூறு ரூபாய்க்குத் தான் சீதனம் கொடுக்க முடிந்தது. பையனின் தாய் சார்பில் பையனுக்குப் பெண் கேட்டுவந்த அவனது அக்காவும் பொன்னம் மாளின் தாயும் இரண்டாவது வகுப்பில் ஒன்றாகப் படித்தவர்கள். இருவருக்கும் அதோடு படிப்பு முடிந்துவிட்டது. ஆனாலும் ஒரே ஊர் என்பதால் இருவருக்கும் தொடர்பு இருந்து கொண்டிருந்தது. பையனின் அக்கா ஆயிரம் ரூபாயாவது சீதனம் கொடுக்கும்படி பொன்னம்மாளின் தாயிடம் கேட்டார். ஆனால் அது தன் தகுதிக்கு முடியாதது என்று பொன்னம்மாளின் தாய் கூறிவிட்டார். அதனால் அந்தக் கல்யாணம் நடக்கவில்லை.

அந்தப் பையன் அமையவில்லை என்றாலும் பொன்னம்மாளுக்கு தன் குடும்பத் தகுதிக்கும் மேலே மாப்பிள்ளை கிடைத்துவிட்டான். ஒருவரின் சருமநிறம் அந்த நபரின் அந்தஸ்தைப் பல வழிகளில் உயர்த்தும். பெண்களுக்குக் கல்யாணச் சந்தையில் அவர்களின் தரத்தை நிறையவே உயர்த்தும்.

பொன்னம்மாளின் அத்தைக்கு - தந்தையின் தமக்கை - இரண்டு மகன்கள். அத்தை ஓரளவு வசதி படைத்தவர். தன் மகன்கள் இருவருக்கும் தன் தம்பியின் மகள்கள் இருவரையும் மணமுடிக்க வேண்டும் என்று விரும்பினார். தம்பியின் மனைவியால் தன்னுடைய பெண்களுக்குப் பெரிதாகச் சீதனம் கொடுக்க முடியாது என்று தெரிந்திருந்தாலும் அவர்கள் நிறத்திற்காக அவர்களை எப்படியாவது தன் மருமகள்களாகக் கொண்டுவர வேண்டும் என்று விரும்பினார். அதற்கு முக்கிய காரணம் இவருடைய மகன்கள் இருவரும் தந்தையைப்போல நல்ல கருப்பு. பேரக் குழந்தைகளாவது நிறமாக இருக்கவேண்டும் என்று அவர் விரும்பினார். அவர் இப்படித் திட்டம் போட்டுக்கொண்டிருந்த போது அவருடைய மூத்த மகன் யாரோ தன்னைத் தவறாகப் பேசினார்கள் என்பதற்காகத் தற்கொலை செய்துகொண்டான். நிலைகுலைந்து போன பொன்னம்மாளின் அத்தை தன்னுடைய இரண்டாவது மகனுக்காவது சீக்கிரமே திருமணம் செய்துவிட வேண்டும் என்று முடிவு செய்து பொன்னம்மாளைப் பெண் கேட்டார். பொன்னம்மாளின் தாயும் சம்மதம் கொடுத்துவிட்டார். இப்படியாகப் பொன்னம்மாளின் தங்கையை மணக்கவிருந்த பொன்னம்மாளின் அத்தையின் இரண்டாவது மகன் கிருஷ்ணன் பொன்னம்மாளை மணக்க நேர்ந்தது.

கிருஷ்ணன் நல்ல கருப்பு. பொன்னம்மாள் எவ்வளவு நிறமோ அதற்கு நேர்மாறாக இருந்தார். கருப்பாக இருப்பவர்கள் அழகாக இருக்க முடியும் என்று அந்த ஜாதியில் கருதப்படவில்லை. நிறம் இல்லையென்றாலும் கொஞ்சம் முகவாக்கு உள்ளவர்கள் என்று சிலரையாவது ஒப்புக் கொள்வார்கள். அந்த ரகத்திலும் கிருஷ்ணனைச் சேர்த்துக்கொள்ள முடியாது. அந்தக் காலத்திய, ஜாதி வழக்கப்படி பொன்னம்மாளின் அழகிற்கு நூற்றுக்குத் தொண்ணூறு மதிப்பெண்கள் கொடுத்தால் அவருடைய கணவருக்குப் பத்து மதிப்பெண்கள்தான் கொடுக்க முடியும். தனக்கு வரப்போகும் கணவன் எப்படி இருக்க வேண்டும் என்று கொஞ்சமும் யோசித்திராத பொன்னம்மாளுக்குக் கூடக் கொஞ்சம் ஏமாற்றம்தான். ஆனால் இனி வசதியாக இருக்கப் போகிறோம், தீப்பெட்டி வேலை செய்யத் தேவையில்லை என்பது போன்ற விஷயங்கள் அவள் மனதில் அந்த ஏமாற்றத்தை மறக்கச்

செய்து கொஞ்சம் மகிழ்ச்சியும் ஊட்டின. மேலும் கணவன் எப்படி இருந்தாலும் திருமணம் ஆன பிறகு அவனை ஏற்றுக்கொள்வதுதானே பெண்களுக்கு அழகு.

கிருஷ்ணனுக்கு மனைவியைப் பார்த்த உடனேயே மிகவும் பிடித்துப் போய்விட்டது. அந்தக் காலத்தில் திருமணத்திற்கு முன் ஒருவரையொருவர் பார்த்துக்கொள்ளமாட்டார்கள் என்பதை இங்கு சொல்ல வேண்டும். பொன்னம்மாள் கிருஷ்ணனின் மாமாவின் பெண் என்றாலும் சிறிய வயதில்தான் அவளைப் பார்த்திருக்கிறார். அந்தக் காலத்தில் அத்தையின் பெண் மக்களும் மாமாவின் ஆண் மக்களும் ஓரளவிற்குப் பெரியவர்கள் ஆனதும் ஒன்றாகப் பழக அனுமதிக்கப்பட மாட்டார்கள். இதே தடை அத்தையின் ஆண் மக்களுக்கும் மாமாவின் பெண் மக்களுக்கும் உண்டு. அதாவது ஒரு பெண்ணிற்கு மச்சான்முறை ஆக வேண்டிய (திருமணம் செய்து கொள்ள உரிமையுள்ள) பையனை தனியாகச் சந்திக்கவிட மாட்டார்கள். தனக்கு வரப்போகும் மனைவி நல்ல நிறம் என்று பிறர் மூலம் தெரிந்திருந்தாலும் மனைவி தன்னைவிட அழகில் சிறந்தவள் என்பது திருமணமான உடனேயே கிருஷ்ணனுக்குப் புரிந்துவிட்டது. புத்திசாலித்தனத்திலும் தன்னை மிஞ்சியவள் என்பது அவருக்குப் போகப்போகத் தெரியவந்தது.

பொன்னம்மாளும் கிருஷ்ணனும் அதே ஊரில், பொன்னம் மாளின் தாய்வீட்டிற்கு ஓரளவு அருகிலேயே கிருஷ்ணனின் சொந்த வீட்டில் குடும்பம் நடத்த ஆரம்பித்தனர். கிருஷ்னுடைய குடும்பச் சொத்தாக இரண்டு வீடுகள் இருந்தன. கிருஷ்ணனின் தந்தை சில வருடங்களுக்கு முன்பே இறந்து விட்டிருந்தார். அந்த ஊர் வழக்கப்படி அவருடைய தாய் தன் மகனோடு கூட்டுக் குடும்பமாக இல்லாமல் இன்னொரு வீட்டில் தனியாக வாழ்ந்துவந்தார். அவருடைய கடைசிக் காலத்தில் நோய்வாய்ப்பட்டுத் தனியாக இயங்க முடியாமல் போனதுவரை அவரை கிருஷ்ணன் கவனிக்கத் தேவையில்லாமல் இருந்தது. தாயின் உடல்நலம் குறைந்தபோது கிருஷ்ணன் அவரைத் தன்னுட னேயே வைத்துக்கொண்டார். ஆனால் அவருடைய தாய் அதன் பிறகு சில மாதங்களே உயிர்வாழ்ந்தார்.

கிருஷ்ணனுக்கு இரண்டு தங்கைகள். இருவருக்கும் இவருக்கு முன்பே திருமணமாகிவிட்டிருந்தது. அதனால் அவர்களாலும் பொன்னம்மாளுக்குத் தொந்தரவு எதுவும் இல்லை.

கிட்டத்தட்ட பொன்னம்மாள்-கிருஷ்ணன் தம்பதிகள் முதலி லிருந்து தனிக்குடித்தனம் நடத்தி வந்தனர். இப்படி வாய்ப்புக்

கிடைப்பது அந்தக் காலத்தில் அபூர்வம். திருமணமான புதிதில் சில வருடங்களாவது மாமியார், மாமியாரோடு சேர்ந்து வாழ வேண்டி யிருக்கும். பொன்னம்மாளுக்கு மாமியார், நாத்தனார் தொந்தரவு இல்லை, கூட்டுக் குடும்ப இடிகள் இல்லை என்பதால் பொன்னம் மாளின் வாழ்க்கை எந்தவிதச் சிக்கலும் இல்லாமல் ஓடிக் கொண் டிருந்தது. முதல் இரண்டு குழந்தைகள் பெற்றுக் கொண்டபோது தாய் அவருடைய தேவைகளைக் கவனித்துக் கொண்டார். இதற்குள் அவர்கள் வீட்டில் தீப்பெட்டி செய்வதை நிறுத்தி விட்டிருந்ததால் தினமும் இல்லையென்றாலும் அடிக்கடி இட்லி, தோசை போன்ற பலகாரங்கள் செய்ய ஆரம்பித்திருந்தனர். தங்கைக்குத் திருமணம் ஆகும்வரை இட்லி, தோசைக்கு மாவு ஆட்டுவது போன்ற கடினமான வேலைகளைத் தங்கை கவனித்துக் கொள்வாள். அதற்குமேல் ஸ்பெஷலாக என்ன பலகாரம் செய்தாலும் தாய் வீட்டிலிருந்து வந்துவிடும். அந்தக் காலத்தில் அப்படி என்ன பெரிதாகப் பலகாரங்கள் செய்தார்கள்? பொன்னம்மாளின் தாய் சமையலில் கெட்டிக்காரர். அந்த ஊரில் பத்திரகாளியம்மன் பண்டிகையின் ஆறாவது நாளன்று நிறைய வீடுகளில் ஜிலேபி (அதை இந்த ஊரில் ஜிலேப்பி என்று அழைப்பார்கள்) செய்வார்கள். அன்று பொன்னம்மாளின் தாயும் அதைச் செய்து மகளுக்குக் கொடுத்தனுப்புவார். அதிரசம், முறுக்கு போன்ற பலகாரங்களையும் விசேஷ நாட்களில் வீட்டில் செய்வார்கள். இது தவிர சீனியில் செய்யும் வெள்ளை மிட்டாய், கருப்பட்டியில் செய்யும் கருப்பட்டி மிட்டாய், காராச்சேவு, மிக்சர், பக்கோடா என்ற பலகார வகைகள் விற்கும் கடைகள் இந்த ஊரில் நிறைய உண்டு.

அவ்வப்போது குழந்தைகளைத் தாய் வீட்டில் விட்டுவிட்டு நிம்மதியாக இருக்கவும் பொன்னம்மாளால் முடிந்தது. அவர் தங்கை நல்ல உழைப்பாளி. எல்லா வேலைகளையும் இழுத்துப் போட்டுக்கொண்டு செய்வாள். அது பொன்னம்மாளுக்கு வசதியாக இருந்தது. பொன்னம்மாளும் தங்கைக்கு ஏஸ்தாவது வாங்கிக் கொண்டு வந்து கொடுப்பார். அவள் கணவர் வசதி படைத்தவர். அதனால் இவற்றையெல்லாம் கண்டுகொள்வதில்லை. பொன்னம் மாளின் கையில் எப்போதும் பணம் இருக்கும்.

பொன்னம்மாளின் தங்கை திருமணம் செய்துகொண்டு போன பிறகு பொன்னம்மாள் தானே சமைக்க வேண்டியிருந்தது. இவருக்கு சமையல் அவ்வளவு வராது. சமைப்பதில் ஆர்வமும் கிடையாது. சமைத்தாக வேண்டும் என்பதற்காகத்தான் சமைப்பார். கிருஷ்ணனும் மனைவியிடம் இதைச் சமை, அதைச் செய் என்று அதிகாரத்தோடோ

உரிமையோடோ கேட்பதில்லை. பொன்னம்மாள் எதைச் சமைத்தாலும் அதை ரசித்துச் சாப்பிட்டுவிடுவார். ஒருமுறை எதிலோ உப்பு கொஞ்சம் குறைவாக இருப்பதாக கிருஷ்ணன் கூறப்போக, பொன்னம்மாளுக்கு அவர் அப்படிக் கூறியது பிடிக்கவில்லை என்பது புரிந்தது. அதன் பிறகு அப்படிச் சொல்வதையும் விட்டுவிட்டார்.

திருமணமாகி மனைவி வந்ததிலிருந்து இவருடைய வியாபாரம் இன்னும் செழித்தது. பொன்னம்மாளுக்கு முதலில் இரண்டு ஆண்குழந்தைகள் பிறந்தன. மூன்றாவதாகப் பெண். மூன்றாவது பெண் குழந்தை வீட்டிற்கும் நல்லது, அந்தக் குழந்தைக்கும் வாழ்வும் சீரும் சிறப்புமாக அமையும் என்று நம்பப்பட்டது. மேலும் முதல் ஆண்குழந்தை கிருஷ்ணனைப் போல் கருப்பு. அடுத்த ஆண் குழந்தை இருவருக்கும் இடையில். பெண்குழந்தையோ தாயின் நிறத்தை அடுத்து இருந்தது. பையன்கள் அவ்வளவு நிறமாக இல்லாவிட்டாலும் பெண் தன்னைப்போல் கருப்பாக இல்லாமல் மனைவியின் நிறத்திற்குப் பக்கத்தில் இருந்ததால் அவருக்கு குழந்தைச் செல்வத்தைப் பொறுத்தவரையும் எந்த விதக் குறைவும் இல்லை. ஆணுக்கு ஆண், பெண்குழந்தை கருப்பாக இல்லை. இதெல்லாம் அவரைப் பொறுத்தவரை, ஏன் அந்த ஜாதியைப் பொறுத்தவரையிலும், மிகப் பெரிய அதிர்ஷ்டமான விஷயங்கள்.

பொன்னம்மாள் காலத்தில் ஒரு சில தம்பதிகளாவது நான்கு, ஐந்து குழந்தைகளோடு நிறுத்திக்கொள்ளும் வழக்கம் வந்திருந்தது. மூன்று குழந்தைகள் போதும் என்று நினைத்த பொன்னம்மாள்- கிருஷ்ணன் தம்பதிகளுக்கு இறைவன் இன்னொரு ஆண் குழந்தையையும் கொடுத்தார். அந்தக் காலத்தில் கருத்தடைச் சாதனங்கள் அதிகம் இல்லையாதலால் தம்பதிகள் மிகவும் ஜாக்கிரதையாக இல்லாவிட்டால் குழந்தைச் செல்வங்கள் கிடைத்துக்கொண்டே இருக்கும். நான்காவது தடவையாகக் கருத்தரித்ததும் பொன்னம்மாளுக்கு என்னவோ போலாயிற்று. அப்போதே மூன்று குழந்தைகளுக்கு மேல் அவர் மட்டுமல்ல யாருமே பெற்றுக்கொள்ளக் கூடாது என்று பொன்னம்மாள் நினைத்தார். பொன்னம்மாள் அவர் காலத்துப் பெண்களைவிட கொஞ்சம் வித்தியாசமானவர். பெற்றுக்கொள்ளும் குழந்தைகளின் எண்ணிக்கையைக் கட்டுப்படுத்த வேண்டும் என்று நினைப்பவர். பெண்குழந்தை பிறந்து ஐந்து வருடங்களுக்குப் பிறகு, குழந்தை பெற்றுக்கொள்வது முடிந்துவிட்ட வேலை என்று அவர் நினைத்துக் கொண்டிருந்தபோது இன்னொரு குழந்தையா என்று சலித்துக் கொண்டார். பாட்டி வைத்தியம் மூலம் கருச்சிதைவு செய்து

கொள்ள முயன்றார். ஆனால் எதுவும் பலிக்கவில்லை. கிருஷ்ணனுக்கு இதில் விருப்பம் இல்லை. இன்னொரு குழந்தை பெற்றுக் கொண்டால் குடியா முழுகிவிடப் போகிறது என்று நினைத்தார். ஆனால் மனைவியிடம் சொல்லப் பயம். அதனால் மனைவி நினைத்த மாதிரி நடக்கவில்லை என்பது அவருக்குச் சந்தோஷத்தையே கொடுத்தது. ஆனாலும் மனைவியிடம் அதைக் காட்டிக்கொள்ளவில்லை.

நான்காவதாகப் பிறந்த குழந்தை பிறக்கும்வரை வேண்டாத குழந்தையாக இருந்தாலும் பிறந்த பிறகு பெற்றோருக்கு மிகவும் சந்தோஷத்தைக் கொடுத்தது. ஏனென்றால், முதலாவதாக அது ஆண்குழந்தை. இரண்டாவதாக, தாயைப் போல் நல்ல நிறம். மனைவி வந்த பிறகு வாழ்க்கையில் எந்தவிதக் குறைவும் இல்லாமல் வாழ்க்கை இப்படிச் சிக்கலில்லாமல் ஓடுவதற்கு மனைவியின் அதிர்ஷ்டம்தான் காரணம் என்று திடமாக நம்பிய கிருஷ்ணனுக்கு இப்போது மனைவி இப்படி ஒரு ஆண்குழந்தையைப் பெற்றுக் கொடுத்ததற்கு மனைவிக்கு எல்லா விதத்திலும் கடமைப் பட்டவராகத் தன்னை நினைக்க ஆரம்பித்தார்.

வீட்டில் எந்த விதமான செலவுகள் செய்ய வேண்டும் என்பதெல்லாம் பொன்னம்மாளின் விருப்பப்படிதான். மனைவி புத்தி சாலி, அவருக்கு எல்லாம் தெரியும் என்று கிருஷ்ணன் நினைத்தது ஒரு காரணம். வீட்டுக் காரியங்களைப் பொறுத்தவரை மனைவிக்கு முழுச் சுதந்திரம் கொடுக்க வேண்டும் என்று அவர் விரும்பியது இன்னொரு காரணம். மனைவியைச் சந்தோஷமாக வைத்துக் கொள்ள வேண்டும் என்பது மூன்றாவது காரணம். அதனால் வீட்டில் என்ன சமைக்க வேண்டும், எப்போது சமைக்க வேண்டும், வீட்டிற்கு யார் வந்தால் விழுந்து விழுந்து உபசரிக்க வேண்டும், யார் வந்தால் கண்டுகொள்ளத் தேவையில்லை, யார் வீட்டுக் கல்யாணத் திற்குக் கண்டிப்பாகப் போக வேண்டும், போகாவிட்டாலும் பரவாயில்லை, யார் வீட்டுக் கல்யாணத்திற்குப் போகத் தேவையில்லை, பிள்ளைகளை எப்படி வளர்க்க வேண்டும், எந்தப் பள்ளிக்கு அனுப்ப வேண்டும், எவ்வளவு படிக்க வைக்க வேண்டும் என்பது போன்ற எல்லாக் காரியங்களிலும் பொன்னம்மாள்தான் முடிவு எடுத்தார்.

பொன்னம்மாள் அதிகம் படிக்கவில்லை என்றாலும் உலக நடப்புகளைத் தெரிந்துவைத்துக்கொள்ள வேண்டும் என்று நினைத்தார். அந்தக் காலத்தில் இந்த ஜாதியைச் சேர்ந்த எல்லாக் குடும்பங்களிலும் சாதாரணமாக தினமணி பத்திரிகையைத்தான்

வாங்குவார்கள். பொன்னம்மாளுக்காக அவர்கள் வீட்டில் *தமிழ்நாடு* பத்திரிகை வாங்கினார்கள். அதைத் தினமும் தவறாமல் படிப்பார். திருமணங்களுக்கோ மற்ற காரியங்களுக் காகவோ வெளியூர் போக நேர்ந்து ஒரு நாள் பத்திரிகை படிக்கவிட்டுப் போய்விட்டால் ஊருக்குத் திரும்பி வந்த பின் விட்டுப் போனவற்றைத் தவறாமல் படிப்பார். *தமிழ்நாடு* பத்திரிகை சுத்தத் தமிழில் செய்திகளை வெளியிடும். அதைப் படித்து வந்ததால் அவ்வப்போது இவர் சுத்தத் தமிழ் வார்த்தைகளைக் கலந்து பேசுவார். என்ன இருந்தாலும் இவருக்கு பள்ளிப் பயிற்சி இல்லாததால் கேட்பவர்களுக்கு அது கொஞ்சம் வேடிக்கையாக இருக்கும். அரசியல் விஷயங்களும் அப்படித்தான். அரசியலில் இவருக்கு முதிர்ந்த அறிவு கிடையாது. ஆனாலும் நாட்டின் நடப்பு பற்றி ஓரளவு தெரியும். ஒரு அமெரிக்கப் பெண் ஒருமுறை என்னிடம், 'எனக்குச் சமைப்பதை விடப் புத்தகம் படிக்கத்தான் பிடிக்கும்' என்றார். பொன்னம்மாள் அமெரிக்காவில் இந்தக் காலத்தில் பிறந்திருந்தால் இப்படித்தான் கூறியிருப்பார்.

பொன்னம்மாளுக்கும் சமையலில் அவ்வளவு ஆர்வம் இல்லை. வீட்டில் மனைவிதானே சமைக்க வேண்டும். அதனால் அந்தக் கடமையிலிருந்து அவர் தவறவில்லை. மூன்று வேளையும் தேவை யானதைச் சமைப்பார். அதற்கு மேல் சாயந்திரம் டிபன் வேறு சமைப்பது இவருக்குப் பிடிக்காது. 'மூன்று வேளை சமைத்தாலே ஒரு வேளைக்கு ஆறு சாப்பாடு என்பதால் (ஆறு பேருக்குச் சமைப்பதை அப்படிக் குறிப்பிடுவார்) பதினெட்டு சாப்பாடு ஆகிறது. இன்னும் சாயந்திரம் டிபனும் செய்தால் இருபத்து நான்கு சாப்பாடு ஆகிவிடுமே' என்பார். மூன்று வேளை சமைப்பது போதும் என்று கூறும் இவர் சாப்பிடுவதும் மூன்று வேளை மட்டும்தான். இடையில் நொறுக்குத் தீனி தின்பது இவரிடம் கிடையாது.

சமையலில் இவருக்கு ஆர்வம் இல்லையென்றாலும் வீட்டைச் சுத்தமாக வைத்துக்கொள்ளுவதில் மிகவும் கவனமாக இருப்பார். வாரம் ஒரு முறை தவறாமல் வீட்டைக் கழுவிவிடுவார். வீட்டு வேலையில் உதவிக்கு யாரையும் வைத்துக்கொள்ளவில்லை. யார் செய்வதும் இவருக்குப் பிடிக்காது என்பது முக்கிய காரணம்.

அந்தக் காலத்தில் இந்தச் சமூகத்தைச் சேர்ந்த முப்பது வயதைத் தாண்டிய ஆண்களுக்கு சினிமாவில் பிடிப்பே கிடையாது. சொல்லப் போனால் சினிமாவை வெறுத்தார்கள் என்றுகூடச் சொல்லலாம். பொன்னம்மாளுக்கு சினிமாவில் அதீதப் பிடிப்பு இல்லை என்றாலும் எப்போதாவது உறவினர் வீடுகளுக்குச் சென்றால் பொழுது

போக்கிற்காக சினிமாவிற்குச் செல்வார். ஒருமுறை இன்னொரு ஊரில் வசிக்கும் உறவினர் வீட்டிற்குச் சென்றபோது அந்த ஊரில் 'கப்பலோட்டிய தமிழன்' படம் நடந்துகொண்டிருந்தது. 'இது சரித்திரப் படம். கண்டிப்பாகப் பார்க்க வேண்டும்' என்று கூறி உறவினர்களையும்கூட அழைத்துச் சென்றார்.

பொன்னம்மாள் அவரது கணவரைவிடப் புத்திசாலி என்றாலும் அவர் நான்காவது வகுப்பு மட்டுமே படித்திருந்ததால் வெளி விவகாரங்களில் தன்னைவிடத் தன் கணவருக்கு அதிகம் தெரியும் என்று நினைத்தார். அதனால் கணவர் செய்துவந்த வியாபார விஷயம் எதிலும் தலையிடுவதில்லை. துணிக்கடைக்குச் சென்று அவருக்கும் குழந்தைகளுக்கும் எந்த மாதிரித் துணிகள் வாங்க வேண்டும் என்று முடிவெடுப்பது பொன்னம்மாள். அவற்றைக் கடையில் பேரம்பேசி வாங்குவது கிருஷ்ணனின் வேலை. இப்படிக் குடும்ப வேலைகளை இருவரும் பகிர்ந்துகொண்டதால் இருவருக் கிடையேயும் எந்தவிதச் சச்சரவும் ஏற்படவில்லை. குடும்பம் சுமுகமாகப் போய்க்கொண்டிருந்தது. மற்ற உறவினர்களுக்கு இவர்கள் ஒரு நல்ல தம்பதிகளாகத் தோன்றினர்.

ஒரு முறை ஒரு உறவினப் பெண்ணின் கணவர் - அவ்வளவு வசதி இல்லாதவர் - ஏதோ ஒரு சிக்கலில் மாட்டிக்கொண்டுவிட்டார். கிருஷ்ணனிடம் அந்தப் பெண் உதவி கேட்க வந்தார். முதல்முறை கிருஷ்ணன் உதவி ஒன்றும் செய்யவில்லை. அப்படியும் அந்தப் பெண் மறுபடி கிருஷ்ணனிடம் உதவி கேட்க வந்தார். வெளியில் கொஞ்சம் ஓடியாடிச் செய்ய வேண்டிய வேலை அது. அதனால் பொன்னம்மாளுக்குப் பிடிக்கவில்லை. இன்னொரு உறவினரிடம் 'இந்த மாதிரி பிறருக்கு உதவி செய்வதற்காக அலைந்தால் என் கணவர் உடல்நலம் கெட்டுவிடுமே. அவருக்கு ஏதாவது ஆகி விட்டால் நாங்கள் என்ன செய்வோம்?' என்று அங்கலாய்த்துக் கொண்டார். கணவருடைய நலனில் மிகுந்த அக்கறை காட்டு பவராகத்தான் இருந்தார், அல்லது எல்லோரும் அப்படி நினைக்கும் விதமாக அவர் கணவரை நடத்தும் விதம் இருந்தது.

பொன்னம்மாளின் கண்களுக்கு முதலில் கணவர் அழகற்றவராக இருப்பதாகத் தோன்றினாலும் அந்தக் காலத்து எல்லாப் பெண் களையும் போல் கொஞ்சம் கொஞ்சமாகக் கணவரை விரும்பக் கற்றுக்கொள்ளத் தொடங்கினார். எந்தக் குறையும் இல்லாமல் வாழ்க்கை ஓடிக்கொண்டிருந்தது. கிருஷ்ணன் அவர் மேல் வைத்திருந்த அன்பு, மூன்று ஆண்குழந்தைகள், ஒரு பெண் என்று சரியான

விகிதத்தில் குழந்தைகள் பெற்றுக்கொள்ள இறைவன் அருளியது என்று பல காரணங்களால் கணவரை நேசிக்க அவரால் முடிந்தது.

இந்த ஜாதிப் பையன்கள் கல்லூரியில் சேர்ந்து படிப்பது தேவைக் காகவோ அறிவை வளர்த்துக்கொள்வதற்காகவோ இல்லை யென்றாலும் அது ஒரு ஃபாஷன் மாதிரி ஆகிவிட்டிருந்தது. அதனால் பொன்னம்மாளின் முதல் பையன் கல்லூரியில் சேரத் தயாரானதும் அவன் ஓரிரு வருஷங்கள் கல்லூரியில் படிக்கட்டும் என்று பொன்னம்மாள் நினைத்தார். என்ன படித்தாலும் மகன்கள் எல்லோரும் தந்தையின் வியாபாரத்தையே தொடரப் போகிறார்கள் என்று பொன்னம்மாளுக்கு நன்றாகவே தெரியும். கல்லூரியில் சேர்ந்த முதல் மகன் இரண்டு வருடங்கள் படித்துவிட்டு அதோடு போதும் என்று கல்லூரிப் படிப்பை முடித்துக்கொண்டபோது பொன்னம்மாளுக்கு அது சரியாகவே பட்டது. இரண்டாவது மகன் தட்டுத்தடுமாறி பட்டப்படிப்பை முடித்தபோதும் அதுவும் பொன்னம்மாளுக்கு சரியாகவே பட்டது. மகளை மாத்திரம் பள்ளிப்படிப்போடு நிறுத்திக்கொண்டுவிட்டார். அதற்கு மேல் படித்தால் மாப்பிள்ளை பார்ப்பது எப்படி என்ற பயம் எல்லாத் தாய்மார்களையும் போல அவளுக்கும் இருந்தது. சில விஷயங்களில் பொன்னம்மாள் மற்றப் பெண்களிலிருந்து மாறுபட்டவராக இருந்தாலும் பெண்கள் திருமணம் செய்துகொண்டு குடும்பம், கணவன், குழந்தைகள் என்று செட்டிலாகிவிட வேண்டும் என்றுதான் விரும்பினார். கடைசி மகன் பட்டப் படிப்பை முடித்து முதுகலைப் படிப்பைத் தொடர ஆசைப்பட்ட போது கிருஷ்ணனுக்கு அந்த எண்ணம் மிகவும் பிடித்தது. ஆனால் பொன்னம்மாளுக்கோ எப்படியும் வியபாரத்தைத் தொடரப் போகிறவனுக்கு இத்தனை வருட கல்லூரிப் படிப்பு தேவையா என்று தோன்றியது. இருந்தாலும் வீட்டில் எல்லோருக்கும் செல்ல மகன் தனக்குப் பிடித்ததைச் செய்து கொள்ளட்டும் என்று அதை அனுமதித்தார். வியாபாரம் செய்வது தான் நிறையப் பணம் சம்பாதிப்பதற்கு ஏற்ற வழியாகக் கருதப்பட்ட காலம் அது.

பிள்ளைகளுக்குத் திருமணம் செய்ய வேண்டிய நேரம் வந்தது. மகளுக்குப் பையனையும் மகன்களுக்குப் பெண்களையும் தேர்ந் தெடுத்தது பொன்னம்மாள்தான். பொன்னம்மாளைப் பொறுத்தவரை மருமகனோ மருமகளோ ஓரளவாவது நிறமாக இருக்க வேண்டும், அவர்களது குடும்பங்களும் குற்றம்குறை எதுவும் இல்லாததாக, அதாவது யாருக்கும் பெரிய வியாதி இல்லாத குடும்பமாக இருக்க வேண்டும் என்று நினைத்தார். பொன்னம்மாளின் குடும்பம்

வசதியான குடும்பம் என்பதால் நிறமான பெண்களாகக் கிடைப்பது கஷ்டமாக இருக்கவில்லை. நிறமான பெண்களாகவும் வசதியான குடும்பத்திலிருந்தும் பெண்களைத் தேர்ந்தெடுக்க முடிந்தது. ஆனால் அவர்களுக்கும் தன்னுடைய மகன்களுக்கும் உருவப் பொருத்தம் இருக்கிறதா என்றெல்லாம் பொன்னம்மாள் பார்க்க வில்லை. அந்தக் காலத்தில் யார்தான் இதையெல்லாம் பார்த்தார்கள்? மகளும் ஓரளவு நல்ல நிறம். பொன்னம்மாளும் மகளுக்கு நிறைய சீதனம் கொடுத்தார். அதனால் மகளுக்கு வசதியான குடும்பத்தில் மாப்பிள்ளை அமைந்தது. கிருஷ்ணன் மகளுக்குத் திருமணமாகிப் பல ஆண்டுகள் ஆன பிறகும் வருடத்திற்கு ஒரு முறை பட்டுப் புடவை வாங்கிக் கொடுப்பார். பையன் ஒன்பதாவது வரைதான் படித்திருந்தான். ஆனால் வசதியான குடும்பம். குடும்பத்தில் நிறையப் பணம் இருந்தது. அது போதும் பொன்னம்மாளுக்கு. எல்லாத் திருமணங்களையும் நிச்சயம் செய்தது பொன்னம்மாள்தான். பிள்ளைகளின் கல்யாண விஷயத்தில் பொன்னம்மாள் செய்த முடிவுகள் எதுவும் சோடை போகவில்லை. எல்லா மகன்களுக்கும் மகளுக்கும் ஆண் குழந்தைகளும் பெண்குழந்தைகளும் பிறந்தன. எந்தத் தம்பதிக்காவது குழந்தை பெற்றுக்கொள்ள முடியாவிட்டால் அதை ஒரு பெரிய குறையாகக் கருதிய காலம் அது. குழந்தைகள் இருந்து ஆண் குழந்தை இல்லாவிட்டாலும் அதுவும் ஒரு குறைதான். இப்படி எந்தக் குறையும் பொன்னம்மாளுக்கு இல்லை. மகன்கள் உதவிக்கு வந்துவிட்டதால் கிருஷ்ணன் வியாபாரத்தைப் பெருக்கிக் கொண்டு போனார். வியாபாரமும் செழித்து வளர்ந்தது.

கிருஷ்ணன் பொன்னம்மாள் தனக்கு மனைவியாக வாய்த்ததால் தான் வாழ்க்கையில் பல நல்ல காரியங்கள் நடந்தன என்று மிக உறுதியாக நம்பினார். அதனால் உண்மையாகவே மனைவியை மிகவும் நேசித்தார், போற்றினார். குடும்ப அங்கத்தினர்களில் யாரை எப்படி நடத்தவேண்டும் என்று பொன்னம்மாள் விரும்புகிறாரோ அப்படித்தான் இவர் நடத்துவார். நல்ல அதிர்ஷ்டசாலியான தம்பதிகள், எந்தக் குறைவும் இன்றி வாழ்கிறார்கள் என்று எல்லோரும் நினைக்கும்படி அமைந்தது பொன்னம்மாள்-கிருஷ்ணன் தம்பதிகளின் வாழ்க்கை. உறவினர்களில் சிலர் பொன்னம்மாளின் கை ராசியான கை என்று எண்ணி தங்கள் வீட்டு சுபகாரியங்களில் அவரை முன்னிலைப்படுத்தினார்கள். யார் கண் பட்டதோ அவர்கள் வாழ்க்கையில் முதல் முறையாகக் கஷ்டம் ஏற்பட்டது.

கால்களில் ஏதோ வலி என்று கிருஷ்ணன் டாக்டரிடம் போனார். அது சாதாரண வலியல்ல, பெரிய வியாதியின் ஆரம்பம் என்று

மருத்துவர் சொல்லவில்லையென்றாலும் அதுதான் நடந்தது. சிறிது காலத்தில் வலி போய்விடும் என்று எண்ணிய கிருஷ்ணன் அது கொஞ்சம் கூடக் குறையவில்லை என்றதும் கவலைப்படத் தொடங்கினார். நாட்கள் செல்லச் செல்ல வலி கூடியதேயொழிய குறையவில்லை. கணவருடைய வியாதி சிறுகச் சிறுகக் குறைந்துவிடும் என்று முதலில் நினைத்த பொன்னம்மாளுக்கும் கவலை அதிகரித்தது. சில மாதங்கள் கழித்துக் கால்களில் உணர்ச்சியற்ற தன்மை ஏற்பட்டதும் மருத்துவர் இந்த வியாதி முழுவதுமாகப் போகாதது மட்டுமல்ல கொஞ்சம் கொஞ்சமாக உடம்பு முழுவதும் பரவலாம் என்றும் கூறினார்.

கணவரின் வியாதி இன்று குணமாகிவிடும், நாளை குணமாகிவிடும் என்று எதிர்பார்த்திருந்த பொன்னம்மாளுக்கு அது குணமாக வில்லை என்பதோடு கணவரால் அதிகமாக நடக்க முடியவில்லை என்ற நிலை ஏற்பட்டதும் மிகவும் அதிர்ந்து போனார். அவரை வீட்டிலேயே இருக்குமாறு கூறினார். இதுவரை எல்லாவற்றுக்கும் மனைவி சொல்லைக் கேட்டவர் முதன்முதலாக மனைவி தன் சுதந்திரத்தைக் கட்டுப்படுத்துவதாக உணர்ந்தார். இருந்தாலும் மனைவி சொல்படி சில நாட்கள் வீட்டிலேயே இருந்த அவரால் தொடர்ந்து அதைச் செய்ய முடியவில்லை. மறுபடி கடைக்குப் போக ஆரம்பித்தார்.

நடப்பதற்கு மேலும் சிரமம் ஏற்பட்ட பிறகு அவருடைய மகன்கள் கிருஷ்ணனைத் தினமும் கடைக்குக் கூட்டிச் செல்வதற்கு ஒரு ஆட்டோவை ஏற்பாடு செய்தனர். கிருஷ்ணனின் தகுதிக்கு அவர் ஒரு காரே வாங்கியிருக்கலாம். ஆனால் பொன்னம்மாளுக்கு அது தேவையில்லாத செலவாகத் தோன்றியது. அவர் சம்மதம் கொடுக்காததால்தான் கிருஷ்ணன் கார் வாங்கவில்லை. அதுவரை வாழ்க்கையில் ஒரு கஷ்டமும் பட்டிராத பொன்னம்மாளுக்கு கணவருடைய இயலாமை தன் மேலேயே ஒரு சுயஇரக்கத்தைத் தோற்றுவித்தது. கணவருக்கு வியாதி வந்ததுமல்லாமல் அதைப் பலரும் அறிய நேரிடுகிறதே, அவர் வீட்டிலேயே இருந்தாலாவது பலருக்கு இது தெரிய வராதே என்று நினைக்க ஆரம்பித்தார். அவர் கடைக்குத் தினசரி போவதை எப்படியாவது தடுக்க என்று வேண்டும் நினைத்தார். தான் போவதை இவள் என்ன வேண்டாம் என்பது என்று சொல்வது கிருஷ்ணனுக்குத் தோன்ற ஆரம்பித்தது.

நாட்டு மருத்துவர் ஒருவர் இந்த மாதிரி வியாதிகளுக்கு நல்ல முறையில் வைத்தியம் செய்கிறார் என்று உறவினர் யாரோ சொல்ல

கிருஷ்ணனின் மகன்கள் அவருக்கு அந்த மருத்துவரிடம் வைத்தியம் செய்துகொள்ள ஏற்பாடு செய்தனர். இதற்கு மேலும் பிஸியோதெரபி செய்துகொள்வது என்று மகன்களும் கிருஷ்ணனும் முடிவு செய்தனர். வாரத்திற்கு ஆறு நாட்கள் பிஸியோதெரபி செய்பவர் வீட்டிற்கு வந்து கிருஷ்ணனின் கால்களை நன்றாக நீவிவிட ஆரம்பித்தார். இதிலும் பெரிதாகக் குணம் கிடைக்கவில்லையென்றாலும் ஏதோ முடிந்த அளவு வைத்தியம் செய்துகொள்கிறோம் என்ற திருப்தியை அது கிருஷ்ணனுக்குக் கொடுத்தது. ஆனால் பொன்னம்மாள் அதற்காகும் செலவைக் கணக்குப் போட ஆரம்பித்தார். எந்தவிதக் குணமும் ஏற்படுத்தாத ஒரு வைத்தியத்திற்கு இவ்வளவு செலவழிப் பதா என்று எண்ணினார். அந்த மருத்துவம் தேவைதானா என்று கணவரிடம் வாதாடினார். இப்போது முதல் முறையாகக் கிருஷ்ணனுக்கு மனைவி மேல் கோபம் ஏற்பட்டது. நகைகள், பட்டுப்புடவைகள் ஆகியவற்றில் தாராளமாகப் பணத்தைச் செலவிடும் மனைவி சில விஷயங்களில் மிகவும் சிக்கனமாக இருப்பார் என்பது அவர் அறிந்ததே. இருப்பினும் தன்னுடைய வியாதிக்கு வைத்தியம் செய்துகொள்வதைத் தேவையான செலவுகளில் ஒன்றாக மனைவி ஏன் கருதவில்லை என்று அவருக்கு மனைவி மேல் எரிச்சலும் கோபமும் ஏற்பட்டன.

கிருஷ்ணனுக்கு வந்திருக்கும் வியாதி பற்றி உறவினர்கள் ஒவ்வொருவருக்காக தெரிய வர பொன்னம்மாளுக்கு அது பெரிய அவமானமாக இருந்தது. சிறு வயதில் தந்தையை இழந்திருந்தாலும் அது பெரிய இழப்பாகத் தெரியும் அளவிற்கு அவருக்கு அப்போது விபரம் தெரியவில்லை. விரும்பியவாறு குழந்தைகள், அவர்கள் படிப்பு, அவர்கள் வாழ்க்கை, கணவரின் வியாபாரச் செழிப்பு இப்படி வாழ்க்கையில் நல்ல அம்சங்களையே அனுபவித்துக் கொண்டிருந்த பொன்னம்மாளுக்கு கணவரின் வியாதி வாழ்க்கையில் ஏற்பட்ட முதல் தோல்வியாகத் தெரிந்தது. இதை அவரால் தாங்கிக் கொள்ள முடியவில்லை.

வீட்டிற்குள்ளேயும் கிருஷ்ணனால் நார்மலாக நடக்க முடிய வில்லை. அவர் நடப்பதற்கு ஏதுவாக ஒரு நடைவண்டியை மகன்கள் வாங்கிவந்தார்கள். அதை வைத்துக்கொண்டு கிருஷ்ணன் மிக மெதுவாக நடந்தாலும் அவர் மெதுவாக நடப்பது, தன்னுடைய காலைக்கடன்களை முடிக்க அதிக நேரம் எடுப்பது போன்றவை பொன்னம்மாளின் பொறுமையைச் சோதிக்க ஆரம்பித்தன. யார் உதவியையும் நாடாமல் தானாக அவர் தன்னுடைய காரியங்களைக் கவனித்துக்கொண்டாலும் பொன்னம்மாளுக்கு ஏனோ அவரைக்

கண்டாலே எரிச்சல் எரிச்சலாக வந்தது. எப்படியாவது யாராவது கணவரைக் கவனித்துக்கொள்ளட்டும் என்று சொந்த ஊரில் அவர்களுக்கிருந்த ஒரு வீட்டில் போய்த் தங்கினார். (திருமணமாகிப் பதினைந்து வருடங்களுக்குப் பிறகு வியாபாரத்தைப் பெருக்கு வதற்காக கிருஷ்ணன் பக்கத்து ஊருக்குக் குடிபெயர்ந்திருந்தார்.) சொந்த ஊரில் நிறைய உறவினர்கள் இருந்தனர். கணவரை விட்டுவிட்டு அவர் அங்கு ஏன் வந்திருக்கிறார் என்பதற்கு அவர்கள் கேட்கும் கேள்விகளுக்கு பொன்னம்மாளால் பதில் சொல்லி முடியவில்லை. பேசாமல் தாங்கள் குடிபெயர்ந்த ஊருக்கே திரும்பினார்.

தந்தையைக் கவனிக்காமல் விட்டுவிட்டுச் சென்றதற்கு இவருடைய மகன்களுக்கு இவர்மேல் ஏகப்பட்ட கோபம். எல்லோரும் இப்போது தந்தையின் கட்சி. அவருக்கு வியாதி வந்ததற்கு தந்தை என்ன செய்வார், தாய் ஏன் இப்படி அவர் மேல் எரிச்சலும் கோபமும் படவேண்டும் என்று அவர்களுக்குப் புரியவில்லை. மேலும் அவர்களிடம் மற்றவர்கள் கேட்கும் கேள்வி களுக்குப் பதில் சொல்ல அவர்களாலும் முடியவில்லை. அவர் களுக்கும் தாய் செய்வது ஒன்றும் பிடிக்கவில்லை. எல்லோரும் உள்ளூரிலேயே இருந்ததால் தந்தையை இரவில் கவனிக்கும் பொறுப்பை ஒருவர் மாற்றி ஒருவர் ஏற்றுக்கொண்டனர். காலை யிலும் யாராவது ஒரு மகன் வந்து தந்தைக்கு வேண்டிய உதவிகளைச் செய்வது, பிறகு இரவில் கடையிலிருந்து வந்ததும் அவரோடு இருந்துகொண்டு அவருக்கு சிசுருட்சை செய்வது என்று அவருக்கு வேண்டிய காரியங்களை மகன்கள் செய்தாலும் பொன்னம்மாளால் கணவரின் வியாதியை சகஜமாக எடுத்துக்கொள்ள முடியவில்லை. அவர் வீட்டில் இருக்கும்போதெல்லாம் அவரைத் திட்ட ஆரம்பித் தார். என்னதான் இன்னும் உள்ளூர கிருஷ்ணன் மனைவியை நேசித்தாலும் மனைவிக்குத் தன்மீது கோபம் வரும்போது இவரும் பதிலுக்குக் கோபப்பட ஆரம்பித்தார். வீட்டில் எப்போதும் ஒரு இறுக்கமான சூழ்நிலை உருவாக ஆரம்பித்தது.

மனைவி தன்னை உதாசீனப்படுத்தினாலும் தன்னுடைய காலத்திற்குப் பிறகு மனைவியை மகன்கள் கவனித்துக் கொள்வார் களா என்று கிருஷ்ணன் கவலைப்பட்டார். வீட்டிற்கு வந்த உறவினர் ஒருவரிடம் எப்படியாவது மனைவியை போட்டோ எடுத்துத் தன்னிடம் கொடுக்குமாறு வேண்டிக்கொண்டார். அதுவரை பொன்னம்மாளின் பெரிய போட்டோ எதுவும் வீட்டில் இல்லை. இந்தக் கட்டத்திலும் அவருக்கு அவ்வப்போது மனைவி

யின் மீது கோபம் ஏற்பட்டதேயொழிய மனைவியை வெறுக்க வில்லை. மனைவி தன்னிடம் பிரியமாக நடந்து கொண்டால் வாழ்க்கை எவ்வளவு சுமுகமாக இருக்கும் என்றுதான் அவரால் எண்ண முடிந்தது.

தான் சொல்வதை யாரும் பொருட்படுத்தவில்லை என்று பொன்னம்மாளுக்கு எல்லோர் மேலும் கோபம். தனக்கு ஏற்பட்டிருக்கும் வியாதிக்குத் தான் பொறுப்பில்லை, மேலும் தன் வியாதிக்கு தன் சம்பாத்தியத்திலிருந்துதானே வைத்தியம் செய்ய செலவழிக்கிறோம், இதில் மனைவிக்கு என்ன பிடிக்கவில்லை என்று கிருஷ்ணனுக்கு வருத்தம். மகன்களுக்கோ தாய் ஏன் தன் சொந்தக் கணவனுக்கு வைத்தியம் செய்வதற்கே இப்படித் தடை ஏற்படுத்து கிறார் என்று ஒரே குழப்பம்.

நாட்கள் ஓடிக்கொண்டிருந்தன. கிருஷ்ணன் நிலை நாளுக்கு நாள் மோசமாகிக்கொண்டே போனது. செலவுகள் கூடிக்கொண்டே போனதும் மகன்கள் தங்கள் வீட்டை விட்டு வந்து இங்கு தங்கிக் கொண்டு தந்தையைக் கவனித்துக்கொள்ளும் தேவை ஏற்பட்டது. இது பொன்னம்மாளின் எரிச்சலையும் கோபத்தையும் கூட்டிக் கொண்டே போயிற்று. இனி உயிர்வாழ்ந்து கணவர் என்ன சாதிக்கப் போகிறார் என்று எண்ணத் தொடங்கினார். கணவருக்கு ஏதாவது ஏற்பட்டால் தன்னால் அதைத் தாங்க முடியாது என்று ஒரு உறவினரிடம் சொன்ன அதே பொன்னம்மாள் இப்போது அவர் இறந்தாலும் பரவாயில்லை என்று நினைக்கவும் ஆரம்பித்து விட்டார்.

வருடங்கள் ஓடின. கிருஷ்ணனின் நிலைமை மோசமாகிக் கொண்டே போனது. அறைக்குள்ளேயே அடைபட்டுக் கிடக்க வேண்டிய நிலை ஏற்பட்டது. இருபத்துநாலு மணி நேரமும் அவருடைய தேவைகளைக் கவனித்துக்கொள்ள ஒரு ஆளை அமர்த்தினார்கள். இது பொன்னம்மாளின் எரிச்சலையும் கோபத்தையும் கூட்டியதே தவிர குறைக்கவில்லை. கணவர் இறந்தாலும் பரவாயில்லை என்ற எண்ணத்திலிருந்து சீக்கிரம் இறந்துவிட வேண்டுமே என்று நினைக்கவும் ஆரம்பித்தார். கணவரோடு பேசுவதைக் கிட்டத்தட்ட நிறுத்திவிட்டார்.

மருத்துவர்களுக்குக்கூட புலப்படாத, எந்த வைத்தியத்திற்கும் கட்டுப்படாத இந்த வியாதி வரும்வரை பொன்னம்மாள் கணவரிடம் எந்த வெறுப்பையும் காட்டவில்லை. பொன்னம்மாள் சொல்படி தான் குடும்பத்தில் எல்லாம் நடந்தது. மகன்களும் மகளும் அவரவர்கள்

திருமணம் செய்துகொண்டதுவரை பொன்னம்மாள் சொல்படி தான் நடந்துவந்தார்கள். தாய் பார்த்த பெண்களைத்தான் மூன்று மகன்களும் மணந்தார்கள். மகளும் தாய் பார்த்த பையனையே மணந்ததில் ஆச்சரியமில்லை. ஆனால் இப்போது கணவருக்கு வைத்தியத்தை நிறுத்தும்படி தான் சொல்வதை யாரும் கேட்க வில்லையே என்று பொன்னம்மாளுக்கு எல்லோர் மேலும் கோபம். கிட்டத்தட்ட பதினைந்து ஆண்டுகள் சரியாக நடக்க முடியாமல் நாட்களைக் கழித்த கிருஷ்ணன் ஒரு வழியாக இறந்து போனார்.

அவர் இறப்பதற்குச் சில நாட்களுக்கு முன் அவருக்கு வயிற்றுக் கோளாறு அதிகமானபோதுகூட அவரை மருத்துவமனையில் சேர்க்க பொன்னம்மாள் விரும்பவில்லை. ஆனால் மகன்கள் தாய் சொல்லைக் கேட்பதாக இல்லை. மருத்துவமனையில் ஒரு வாரம் இருந்துவிட்டு வந்த கணவரின் மேல் பொன்னம்மாளுக்கு எந்தவிதப் பச்சாதாபமும் ஏற்படவில்லை. அதன் பிறகு சில நாட்களில் மனைவியின் அன்பு வார்த்தைகளைக் கேட்காமலேயே கிருஷ்ணனின் உயிர் பிரிந்தது. கணவர் இறந்த பிறகும் தான் அவரைக் கவனிக்காமல் விட்டுவிட்டோமே என்று ஒருபோதும் பொன்னம்மாள் வருந்த வில்லை. அவரைப் பொறுத்தவரை அது தவறாகவே படவில்லை. ஆயிரத்துத் தொள்ளாயிரத்தித் தொண்ணூறுகளின் ஆரம்பத்தில் கிருஷ்ணன் இறப்பதற்குப் பல தசாப்தங்களுக்கு முன்பாகவே கணவன் இறந்த பிறகு மனைவி கைம்பெண் கோலம் பூணும் வழக்கம் மறைந்துகொண்டு வந்தது. அந்த வழக்கப்படியே பொன்னம் மாளும் கணவர் இறந்த பிறகு அணிகலன்கள் எதையும் கழற்ற வில்லை; வெள்ளைப் புடவையையும் அணியவில்லை. இனி கணவர் அங்குலம் அங்குலமாக நடப்பதைப் பார்க்கத் தேவை யில்லை என்பதே அவருக்கு பெருத்த நிம்மதியைக் கொடுத்தது.

கணவர் இறந்த பிறகு சில வருடங்கள் பொன்னம்மாள் வாழ்ந்தார். மகன்கள் தந்தையின் சொத்துக்களைப் பிரித்துக்கொண்டபோது மகளுக்கு அவற்றில் பங்கு கொடுக்க வேண்டும் என்று அவர் நினைக்கவில்லை. ஒரு முறை கணவர் மகன் வயிற்றுப் பேத்தியைக் கையில் தூக்கிக்கொண்டு மகள் வயிற்றுப் பேத்தியை நடத்திக் கூட்டிவந்தபோது பொன்னம்மாளுக்கு அது பிடிக்கவேயில்லை. மகள் வயிற்றுப் பேத்தி மகன் வயிற்றுப் பேத்தியைவிட வயதில் பெரியவள் என்பதால்தான் கிருஷ்ணன் அவளை நடத்திக்கொண்டு வந்தார். அது ஏன் பொன்னம்மாளுக்கு எரிச்சலைக் கொடுத்தது என்று தெரியவில்லை. மகள் விஷயத்தில் இப்படி நடந்துகொண்டாலும் தங்கள் சொத்துக்களைப் பிரிக்கும்போது மகளுக்கு ஒரு பங்கு

கொடுக்க வேண்டும் என்று பொன்னம்மாள் நினைக்கவில்லை. தங்கள் சகோதரியிடம் கொஞ்சம் நகைகளையும் கொஞ்சம் ரொக்கத்தையும் கொடுத்துவிட்டு 'இனி பெற்றோரின் சொத்தில் தனக்கு எதுவும் கிடையாது' என்று சகோதரியிடம் பொன்னம்மாளின் மகன்கள் எழுதி வாங்கிக்கொண்டபோது பொன்னம்மாள் ஆட்சேபணை எதுவும் தெரிவிக்கவில்லை. அவருக்கும் அது சரி யாகவே பட்டது. இம்மாதிரிப் பழக்க வழக்கங்களில் பொன் னம்மாள் பழமைவாதியாகவே இருந்தார்.

தன்னுடைய வாழ்நாளில் பெரிய வியாதி எதுவும் இல்லாமல் வாழ்ந்த பொன்னம்மாள் தன்னுடைய கடைசி நாட்களில் வியாதியால் மிகவும் கஷ்டப்பட்டார்.

நான் அறிந்த தம்பதிகளில் இந்த மனைவி ஒருவர் மட்டும்தான் கணவரின் கட்டுப்பாட்டில் உழலவில்லை; அப்படியிருந்தும் அவரை வெளிப்படையாக வெறுத்தவரும் இவர்தான். அதே போல் இந்தக் கணவர்தான் மனைவியை முழுமனதோடு கடைசிவரை நேசித்தார். மனைவியை நேசிக்கவே இல்லாத பல கணவன்மார் களுக்கு மனைவியின் அன்பு - சிலர் விஷயத்தில் பிறர் சொல்லுவார் களே என்பதற்காகக் காட்டிய அன்பு என்றாலும் - கிடைத்தது. ஆனால் கிருஷ்ணனுக்கு அந்த அதிர்ஷ்டமும் வாய்க்கவில்லை. மனைவியின் பிரதிபலன் எதிர்பார்க்காத அன்பு அவருக்குக் கிடைக்கவே இல்லை.

5

சீதையம்மாள்

சீதையம்மாள் பிறந்தது 1918இல். இவள் பிறந்த பிறகு இவளுக்குப் பின் இரண்டு ஆண் குழந்தைகளைப் பெற்றெடுத்தார் இவளுடைய தாய். இவளுக்கு முன்னால் மூன்று பெண்கள். நான்கு பெண்களுக்குப் பிறகு ஆண்குழந்தை பிறந்ததால் வீட்டில் ஏற்பட்ட குதூகலத்திற்கு இவளும் ஒரு காரணம் என்று இவளுடைய தாய் நினைத்தார். இவளுக்குப் பிறகு ஆண்குழந்தை பிறந்ததால் 'தம்பி கொண்டு வந்தவள்' என்று இவளுக்குப் பட்டம் சூட்டி இவளைப் பிரியமாக வளர்த்தார். அடுத்தடுத்துப் பெண்ணாக வருகிறார்களே என்று சலித்துக்கொண்ட இவளுடைய தாய் பெண்குழந்தைகளைச் சீராட்டிப் பாராட்டி வளர்க்கவில்லை. ஆனால் இவள் பிறந்த பிறகு ஒரு ஆண்டிலேயே ஆண் மகவு ஒன்றைப் பெற்றுக்கொண்டதால் இவளுடைய தாய்க்கு மற்றப் பெண்குழந்தைகள் மேல் இல்லாத பாசமும் பரிவும் இவள் மேல் ஏற்பட்டன. இவளுக்குப் பிறகு இரண்டு ஆண்குழந்தைகள் பிறந்து சில ஆண்டுகளிலேயே இவளுடைய தந்தை நோய்வாய்ப்பட்டு இறந்துவிட்டார்.

இவளுடைய தம்பிமார்களோடு இவளுக்கும் வீட்டில் எல்லா விஷயங்களிலும் தனிச்சலுகை கிடைத்தது. தமக்கைகள் இவளுக்குச் சில ஆண்டுகளே மூத்தவர்கள் என்றாலும் அவர்களுக்குக் கிடைக்காத சலுகைகள் இவளுக்குக் கிடைத்தன. ஏனென்றால் தம்பி கொண்டு வந்தவள் இவள்தானே. பிற பெண்களின் படிப்பு அவர்கள் பெரிய மனுஷி ஆகும்வரைதான் நீடித்தது. ஆனால் சீதையம்மாளின் படிப்போ அவள் பெரிய மனுஷி ஆகிய பின்னும் தொடர்ந்தது. இவளுக்குப் படிப்பில் ஆர்வம் இருந்ததும் அதற்குத் தூண்டுகோலாக அமைந்தது. அந்தக் காலத்தில் இவள் வயதுப் பெண்கள் பதினைந்து வயதிலேயே திருமணம் செய்து கொண்டாலும் இவள் கல்லூரியில் சேர்ந்து படித்ததால் இவளுடைய திருமண வயது நீண்டுகொண்டே

போயிற்று. வயதாகிக் கொண்டே போனதால் இவளுடைய படிப்பை நிறுத்தும்படி உறவினர்கள் தாய்க்கு அறிவுரை கூற ஆரம்பித்தனர். இவள் படித்துப் பட்டம் வாங்கிவிட்டால் அதற்கேற்றவாறு படித்த பையனாகப் பார்க்க வேண்டுமே என்று உறவினர்கள் கூறிய யோசனை தாய்க்கும் சரியாகவே பட்டது. அதனால் கல்லூரியில் சேர்ந்தாலும் இவளுடைய படிப்பு முதல் ஆண்டிலேயே முடிவுக்கு வந்தது. அந்தக் காலத்தில் அந்த உறவினர்களில் பெண்களில் பள்ளிப் படிப்பை முடித்தவள் இவள் ஒருத்தியே. அதனால் பெருமையுடன் சீதையம்மாள் எஸ்எஸ்எல்சி என்று ஸ்பெஷலாக புரூச் ஒன்று செய்து புடவையில் குத்திக் கொண்டாள். பெண்கள் சேலையின் ஒரு முனையை மார்பகத்தின் மேல் போட்டு இடது தோளின் வழியாகப் பின்னால் கொண்டு போய் முதுகிற்குமேல் முந்தானையாகத் தொங்கவிட்டுக் கொள்வார்கள். முந்தானை அதே இடத்தில் இருப்பதற்காக அதை மடிப்புகளாக்கி, தோளின் மேல் மடிப்புகளை ஒன்று சேர்த்து புரூச் குத்திக்கொள்வார்கள். சீதையம்மாளின் காலத்தில் தங்கத்தினால் செய்த புரூச்சுகள்கூட உண்டு.

பள்ளிப்படிப்பை முடித்து அதைப் பெருமையாகக் காட்டிக் கொள்ள புரூச் மாட்டிக்கொண்டாலும் திருமணம் என்ற பந்தத்திற்குள் அடங்க வேண்டியவள்தானே பெண்? அந்தக் காலத்தில் இவர்களுடைய ஜாதியில் - இவர்களுடைய உறவினர்கள் வட்டாரத்திற்குள்ளேயாவது - எந்தப் பெண்ணும் வெளியில் வேலைக்குப் போவது பற்றி யாரும் யோசித்துக்கூடப் பார்க்க முடியாது. அதனால் சீதையம்மாளுக்கும் மாப்பிள்ளை தேடுவதில் அவளுடைய தாய் மும்முரமாக ஈடுபட்டார். சீதையம்மாளின் மூத்த அக்காவின் கணவர் வசதி படைத்தவர். அவர் உதவியின் மூலம் சீதையம்மாளுக்கு மாப்பிள்ளை தேட அவருடைய தாய் முயன்றார்.

சீதையம்மாளின் தாய் நல்ல நிறம். சீதையம்மாளின் சரும நிறம் ஓரளவு நன்றாக இருக்கும். சீதையம்மாள் பள்ளிப்படிப்பை முடித்திருந்ததால் அவளைவிட கொஞ்சமாவது அதிகம் படித்திருந்த பையனாகவும் அவளுடைய சரும நிறம் ஓரளவு நன்றாக இருந்ததால் ஓரளவு வசதி படைத்த குடும்பத்திலும் சீதையம்மாளை மணமுடிக்க வேண்டும் என்று இவளுடைய தாய் விரும்பினார். அவளுடைய அக்காவின் கணவருக்கும் அவளுடைய தாயின் ஆசை சரியானதாகவே பட்டது. சீதையம்மாளுக்கு மாப்பிள்ளையாக வரப்போகும் பையன் சீதையம்மாளைவிட கொஞ்சமாவது அதிகம் படித்திருக்க வேண்டும் என்று அவரும் நினைத்தார். அந்தக் காலத்தில் இவர்

களுடைய ஜாதியில் பையன்களில்கூட கல்லூரிக்குச் சென்று படித்தவர்கள் அதிகம் இல்லை.

கல்லூரியில் இரண்டு வருடங்கள் படித்திருந்த - அது இன்டர் மீடியேட் என்று அப்போது சொல்லப்பட்டது. இளங்கலைப் பட்டம் வாங்குவதற்கு இன்னும் இரண்டு ஆண்டுகள் படிக்க வேண்டும் - பெருமாளை மாப்பிள்ளையாக சீதையம்மாளுக்குத் தேர்ந் தெடுத்தனர். படிப்பைப் பொறுத்தவரை சீதையம்மாளைவிட பெருமாள் ஒரு வருடம் அதிகம் படித்திருந்தான். செல்வநிலையைப் பொறுத்தவரை இரண்டு குடும்பங்களும் ஒன்று என்று சொல்லலாம். சீதையம்மாள் நிறம் என்பதாலும் பெருமாள் கருப்பு என்பதாலும் இப்படி அமைந்தது என்றும் சொல்லலாம். சீதையம்மாளுக்கு அவளுடைய தாய் இரண்டாயிரம் ரூபாய்ச் சீதனம் கொடுப்பதாக ஒப்புக் கொண்டார். ஆயிரம் ரூபாய் ரொக்கம், ஆயிரம் ரூபாய்க்கு நகைகள் என்றும் பேசப்பட்டது. பெருமாளின் தந்தையும் அதற்கேற்றவாறு திருமாங்கல்யமும் வளையல்களும் செய்ய ஒப்புக்கொண்டார். சீதையம்மாளின் சொந்த ஊருக்குப் பக்கத்தில் தான் பெருமாளின் ஊரும். திருமணம் முடிந்து சில வாரங்களிலேயே சீதையம்மாள் பெருமாளின் குடும்பத்தாரோடு தன் வாழ்க்கையைத் தொடர ஆரம்பித்தார்.

பெருமாள் சீதையம்மாளின் சொந்த ஊருக்குப் பக்கத்து ஊரைச் சேர்ந்தவர். கூட்டுக்குடும்பப் பழக்கம் அங்கு உண்டு. பெருமாளின் குடும்பம் பெரியது. அவருடைய தாய், தந்தை, திருமணம் செய்து கொண்டு குடும்பத்தை விட்டுச் சென்றிருந்த சகோதரிகள் இரண்டு பேர், திருமணத்திற்குக் காத்திருந்த சகோதரிகள் இரண்டு பேர், ஒரு அண்ணன், இரண்டு தம்பிகள் என்று பெரிய குடும்பம். மாமியார், மாமனார், நாத்தனார்கள், கொழுந்தன்மார்கள் என்று அத்தனை பேரோடும் கூட்டுக்குடும்பமாக வாழ வேண்டிய சூழ்நிலை ஏற்பட்டது சீதையம்மாளுக்கு. அந்தக் காலத்தில் இது ஒன்றும் அத்தனை அரிதான ஒன்றல்ல. இருப்பினும் சீதையம்மாளுக்கு முதலில் இது கொஞ்சம் மலைப்பைத் தந்தது. ஆனால் போகப் போக அந்தச் சூழலுக்கு தன்னைப் பழக்கப்படுத்திக்கொள்ள முயன்றார். இவருடைய குடும்பமும் ஓரளவு பெரியது என்றாலும் பெருமாளின் குடும்பம் போல் கூட்டுக்குடும்பம் அல்ல. மேலும் கூடப்பிறந்த சகோதர, சகோதரிகளோடு கூட்டாக வாழ்வது அப்படியொன்றும் பெரிய பிரச்சினைகளைத் தோற்றுவிக்கக்கூடியதல்ல. கணவனின் பெற்றோர்களுக்கு முழுவதுமாக அடங்கி நடந்துகொண்டு கணவனின் உடன்பிறந்தவர்களையும் சரிக்கட்டிக்கொண்டு போவது அத்தனை

எளிதல்ல. இருந்தாலும் சீதையம்மாளுக்கு வேறு வழி இருக்கவில்லை. திருமணம் நிச்சயிக்கும்போது பெண்ணின் தகுதிகளாக அவளுடைய நிறம், அவளுடைய தந்தை அவளுக்குக் கொடுக்கும் சீதன வகையறாக்கள், உடன்பிறந்த சகோதரர்கள் இல்லாதது (ஒரு குடும்பத்தில் பெண்கள் மட்டுமே இருந்தால் அவர்களுடைய பெற்றோர்கள் காலத்திற்குப் பிறகு அவர்கள் விட்டுப்போகும் சொத்து, நகை ஆகியவை அவர்களுக்கு வரும் வாய்ப்பு இருப்பதால் ஆண் குழந்தைகள் இல்லாத குடும்பங்களில் பெண் எடுப்பதில் அதுவும் ஒரு தகுதியாகக் கணக்கில் எடுத்துக் கொள்ளப்படும்.) ஆகியவற்றைப் பையன்வீட்டாரும், பையனின் தகுதிகளாக அவனுடைய கல்வியின் தரம், அவனுடைய தந்தையின் செல்வநிலை, அவனோடு உடன் பிறந்தவர்கள் எத்தனை பேர், அதில் எத்தனை பேர் ஆண்கள் எத்தனை பேர் பெண்கள் ஆகியவற்றைப் பெண்வீட்டாரும் கணக்கிடு வார்களே தவிர கூட்டுக் குடும்பத்தில் அவளால் சமாளிக்க முடியுமா என்று பையனைப் பெற்றவர்களும் நினைப்பதில்லை, பெண்ணைப் பெற்றவர்களும் அதிகம் யோசிப்பதில்லை. திருமணம் என்ற ஒன்று நடந்துவிட்டால் போதும், அதற்குப்பிறகு நடப்பவற்றைப் பற்றி இப்போதே கவலைப்படுவானேன் என்பதுதான் பலருடைய எண்ணமாக இருந்தது. இச்சூழ்நிலையில் திருமணம் செய்துகொண்ட சீதையம்மாளுக்குக் கூட்டுக்குடும்ப வாழ்க்கைக்கு தன்னைப் பழக்கிக் கொள்வதைத் தவிர வேறு வழி இருக்கவில்லை.

திருமணத்திற்கு முன் தாய்வீட்டில் ஓரளவு சமையல் பழகி யிருந்தாலும் சீதையம்மாளுக்குக் கணவன் வீட்டில் சமையலில் மாமியாருக்கு உதவி செய்வது கொஞ்சம் சிரமமாகவே இருந்தது. தாய்வீட்டில் இத்தனை பேருக்குச் சமைத்துப் பழக்கமில்லை. மேலும் என்னதான் ஒரே சமூகத்தைச் சேர்ந்தவர்கள் என்றாலும் ஒவ்வொரு வீட்டிலும் சில பழக்கவழக்கங்கள் வித்தியாசமாக இருந்தன. சமையல் பொறுப்பு முழுவதும் மாமியாரிடம்தான். என்றாலும் மசாலா அரைப்பது, மாவு ஆட்டுவது போன்ற வேலைகள் எல்லாம் மருமகள்கள்தான் செய்ய வேண்டும். அந்தக் காலத்தில் வீட்டுப் பெண்களுக்கு நாள் முழுவதும் வேலை இருந்து கொண்டே இருக்கும். ரெடிமேடாக துவரம் பருப்பு, கடலைப் பருப்பு, உளுந்தம் பருப்பு போன்றவை கிடைத்தாலும் சமையலுக்குப் பாசிப் பருப்பு வேண்டுமென்றால் அதை வாங்கித் திருகலில் உடைத்து, பிறகு அதன் உமியைக் களைந்து பருப்பைத் தயார் செய்ய வேண்டும். ஊறுகாய் போட வேண்டுமென்றால் அதற்குரிய மிளகாய்ப் பொடியை வீட்டில்தான் தயார் செய்யவேண்டும்.

அதோடு அன்றன்றைக்கு வேண்டிய மசாலாக்களை அன்றன்று அரைத்துக் கொள்ள வேண்டும். இப்போதுபோல் சக்தி சாம்பார் மசாலா, ஆச்சி சிக்கன் மசாலா எல்லாம் கடைகளில் கிடைக்காது. முக்கியமான உணவாகிய அரிசிகூட ரெடிமேடாகக் கிடைக்காது. நெல்லை வாங்கி அவித்துக் காயவைத்து ரைஸ்மில்லில் அரைத்துக் கொண்டு வந்து அதைப் புடைத்து அரிசியைத் தனியாகப் பிரித்து எடுக்க வேண்டும். இதற்கெல்லாம் தனித்தனிப் பக்குவங்கள் உண்டு. அவற்றைப் பின்பற்றாவிட்டால் அரிசி நிறைய வீணாகிவிடும். முதலில் இதெல்லாம் சீதையம்மாளுக்குச் சரியாகச் செய்ய வரவில்லை. போகப் போக மாமியாரிடமும் தன் கணவனின் மூத்த அண்ணி யிடமும் கொஞ்சம் கொஞ்சமாக பழகிக்கொண்டார்.

வீட்டுவேலைகளுக்கு இடையே கொஞ்ச நேரம் ஓய்வு கிடைத்தாலும் மருமகள் தானாக ஓய்வு எடுத்துக்கொள்ள முடியாது. மாமியாரிடம் கேட்டுத்தான் கொஞ்ச நேரம் தலைசாய்க்க வேண்டும். எல்லா வேலைகளும் முடிந்து இரவு படுக்கப் போகும்போதுதான் முழு ஓய்வு கிடைக்கும். தாய்வீட்டைவிட மாமியார் வீட்டில் கொஞ்சம் சிக்கனம் என்பதால் அதற்கும் சீதையம்மாள் பழகிக் கொள்ள வேண்டியதாயிற்று. வீட்டின் தலைவரான மாமனார்தான் எல்லோருக்கும் புதுத்துணிகள் வாங்குவார். அதற்கு பட்ஜெட் போடுவதெல்லாம் மாமனார்தான். அவர் துணிகள் வாங்குவதற்கு எவ்வளவு செலவு செய்யவேண்டும் என்று சொல்கிறாரோ அதன்படிதான் குடும்பத்தின் மற்ற உறுப்பினர்கள் செலவு செய்ய வேண்டும். சீதையம்மாளின் கணவர் பெருமாளால் தம் இஷ்டப்படி மனைவிக்கு எந்தச் செலவும் செய்ய முடியாது. புதுத் துணிகள் மட்டுமல்ல மற்ற எந்தச் செலவுகளையும் அவருடைய தந்தைதான் நிர்ணயிப்பார். அவரை எதிர்த்து மகன்களோ மற்றவர்களோ எதுவும் பேசிவிட முடியாது. மகன்களுக்கே இப்படிப்பட்ட சுதந்திரம் இல்லையென்றால் மருமகள்களைப் பற்றிக் கேட்க வேண்டுமா? தாய்வீட்டில் சீதையம்மாளின் தந்தைதான் எல்லாச் செலவுகளுக்கும் அதிகாரி அவரிடம் தந்தையிடம் எதையாவது கேட்டுப் பெறுவது சீதையம்மாளுக்குப் பெரிய கஷ்டமில்லை. மேலும் சீதையம்மாள் சிறு பெண்ணாக இருக்கும் போதே தந்தை இறந்துவிட்டார். ஆனால் புகுந்த வீட்டில் அப்படி எதுவும் கேட்டுவிட முடியாது. சீதையம்மாளின் மாமனாரை அவருடைய மனைவிகூட எதுவும் கேட்பதில்லை. கணவனின் சொல்லை மீறி நடப்பது என்பது அந்தக் காலத்தில் பொதுவாக இல்லை என்றாலும் பெருமாள் வீட்டில் அதை மிகவும் தீவிரமாகவே கடைபிடித்தார்கள். இது

சீதையம்மாளுக்குக் கொஞ்சம் அதிர்ச்சியைக் கொடுத்தாலும் போகப்போக அதற்கும் தன்னைப் பழக்கிக்கொண்டுவிட்டார்.

குடும்பச் செலவுகளிலும் வெளிவிவகாரங்களிலும் மாமனார் வைத்ததுதான் சட்டம். அதே சமயம் வீட்டு விவகாரங்களில் மாமியார்தான் எல்லாம். என்ன சமைக்க வேண்டும் என்பதெல்லாம் மாமியாரின் விருப்பப்படிதான். அதற்கு ஆகும் செலவுகளை நிர்ணயிப்பது மாமனார். இப்படி இவர்கள் இருவரின் கீழ்தான் மற்ற எல்லோரும் இயங்க வேண்டும். கொழுந்தன்மார்கள், நாத்தனார்கள் விஷயங்களிலும் மருமகள் தலையிட முடியாது. அவர்கள் வீட்டுக்கு வந்த மருமகளைச் சரியாக நடத்தவில்லை என்றாலும் கணவனிடம் கூட அதைப் பற்றிக் கூற முடியாது. இப்படிப்பட்ட சூழ்நிலையில் வாழ்க்கையை ஓட்ட வேண்டிய நிர்ப்பந்தம் சீதையம்மாளுக்கு ஏற்பட்டது. இந்தச் சூழலிலும் குழந்தைகளைப் பெற்று வளர்த்து ஆளாக்கினார் சீதையம்மாள். கூட்டுக் குடும்பத்தில் ஒரே ஒரு நன்மை இருந்தது. மருமகளால் ஒரு நாள் வேலை செய்ய முடியவில்லையென்றால் வீட்டு வேலைகளை அது பாதிக்காது. மற்றவர்கள் இருப்பார்கள். தனிக்குடும்பத்தில் மனைவிக்கு உடல்நலம் சரியில்லை என்றால் அன்று சமையல் செய்ய வேறு யாரும் இருக்க மாட்டார்கள். எந்த வீட்டிலும் கணவன் சமையலறைக்குள் செல்வது இல்லை. அன்று வீட்டில் உணவுப் பிரச்சினை ஏற்படும். கூட்டுக் குடும்பத்தில் இந்தப் பிரச்சினை இல்லை.

பல கட்டுப்பாடுகளுக்கு இடையில் வாழ ஆரம்பித்த சீதையம் மாளுக்கு நாளடைவில் அது பழகிப் போயிற்று. கணவன் செய்வது தவறு என்று பட்டாலும் அதைத் தட்டிக் கேட்க வேண்டும் என்று ஒருபோதும் அவர் நினைத்ததில்லை. அந்த அளவுக்கு சீதையம் மாளின் சிந்திக்கும் திறன் மழுங்கிப் போயிருந்தது. அவருடைய வயதையொத்த பெண்களைவிட அவர் அதிகம் படித்திருந்தாலும் அவர்களைப் போல்தான் இவரும் நடந்து கொண்டார். இவருக்கென்று தனி கொள்கைகள், எண்ணங்கள் எதுவும் இல்லை. படித்திருந்தாலும் வித்தியாசமாகச் சிந்திக்கக் கற்றுக்கொள்ளவில்லை. மற்றப் பெண்களைப் போல மாமனார், மாமியார், கணவன் ஆகியோர் சொல்வது, செய்வது சரி என்று நினைக்கும் அளவுக்கு இவருடைய செயல்பாடுகள் இருந்தன.

இப்படி நடந்துகொண்டதால் சீதையம்மாளின் வாழ்க்கை எந்தவிதச் சிக்கலும் இல்லாமல் கழிந்தது என்று வேண்டுமானால் சொல்லலாம். மாமனார், மாமியார் இறந்த பிறகு பெருமாள்,

சீதையம்மாள், அவர்களுடைய நான்கு குழந்தைகள் தனிக் குடும்பமாக வாழத் தொடங்கினர். தனிக்குடும்பம் ஆரம்பித்த பிறகும் சீதையம்மாளுக்குக் கணவருக்கு ஆலோசனை சொல்ல வேண்டுமென்றோ அவர் செய்வது பிடிக்கவில்லை என்றால் அதைத் தட்டிக் கேட்க வேண்டுமென்றோ ஒருபோதும் தோன்றியதில்லை. கூட்டுக் குடும்பத்தில் மாமியார், மாமனாருக்கு அடங்கி வாழ்ந்தது போல் கணவருக்கும் முழுவதுமாக அடங்கி நடக்கக் கற்றுக் கொண்டார். தனிக்குடித்தனம் ஆரம்பித்த பிறகு பெருமாள் தன் மனைவிக்கு வீட்டுச் செலவுகளுக்குக் கொடுக்கும் பணத்தில் ஒவ்வொரு பைசாவுக்கும் கணக்குக் கொடுக்கவேண்டும் என்று எதிர்பார்த்தார். மனைவி எதிலும் சிக்கனத்தைக் கடைப் பிடிப்பவள், தன் சொல்லை மீறாமல் நடப்பவள், அவளிடம் ஏன் கணக்குக் கேட்க வேண்டும் என்று பெருமாள் நினைக்கவில்லை. வெளியில் மார்க்கெட்டிற்குச் சென்று வீட்டிற்கு வேண்டிய காய்கறிகள், பலசரக்குச் சாமான்கள் வாங்குவது அந்தக் குடும்பத்தில் ஆண்களின் வேலைதான். பெருமாளும் சீதையம்மாளும் தனிக் குடித்தனம் ஆரம்பித்த பிறகும் பெருமாள்தான் இதைச் செய்து வந்தார். வீதியில் போகும் வண்டிக் காரர்களிடம் சில சாமான்கள் வாங்குவதற்கும் அவசரத் தேவைகளுக்கும்தான் சீதையம்மாள், கணவர் தனக்குக் கொடுக்கும் பணத்தை உபயோகிப்பார். அது ஒன்றும் பெரிய தொகையும் அல்ல. ஆனால் அதற்கே தன் மனைவியிடம் பெருமாள் கணக்குக் கேட்பார். சீதையம்மாள் ஒருபோதும் இது குறித்துக் கணவனிடம் 'ஏன் கேட்கிறீர்கள்?' என்று கேட்டதில்லை.

இவருடைய மகன்கள் திருமணம் செய்துகொண்டு தனக்கு மாமியார் பட்டம் கிடைத்தபோதும் தனது மாமியார் தன்னை நடத்தியது போல்தான் இவர் தன் மருமகள்களை நடத்தினார். அடுத்த தலைமுறையைச் சேர்ந்த இவருடைய மருமகள்களை இவர் நடத்திய விதத்தில் எந்தவித மாற்றமும் இல்லை. பெருமாளும் மனைவியை இதில் திருத்த முற்படவில்லை. அவர் எப்படித் தன்னுடைய தந்தைக்கு முழுவதும் அடிபணிந்து நடந்தாரோ அதே மாதிரி தன்னுடைய மகன்களும் தனக்கு முழுவதும் கட்டுப்பட வேண்டும் என்று நினைத்தார். மருமகள்கள் தன் மனைவிக்கு முழுவதும் அடிபணிந்து நடக்கவேண்டும் என்றும் நினைத்தார். தங்கள் மகன்களும் மருமகள்களும் அடுத்த தலைமுறையைச் சேர்ந்தவர்கள் என்ற எண்ணம் பெருமாளுக்கும் சீதையம்மாளுக்கும் ஒருபோதும் ஏற்படவில்லை. தங்கள் சொல்படி மகன்களும் மருமகள்களும் நடக்க வேண்டும் என்று அவர்கள் நினைத்ததால்

வீட்டில் அடிக்கடிப் பிரச்சினைகள் தோன்றத் தொடங்கின. இதனால் மகன்கள் தனிக்குடும்பம் நடத்த விரும்பினர். இது பெருமாளுக்கும் சீதையம்மாளுக்கும் கொஞ்சம்கூடப் பிடிக்க வில்லை. மருமகள்களை மகன்கள் அடக்கி வைக்கவில்லை என்று அவர்கள் மேல் இருவருக்கும் வருத்தம். காலம் மாறிவிட்டது, அவர்கள் தங்களுடைய பெற்றோருக்கு அடங்கி நடந்ததைப்போல் தங்கள் பிள்ளைகள் தங்களுக்கு அடங்கி நடப்பார்கள் என்று எதிர்பார்க்கக்கூடாது என்று ஏனோ அவர்கள் உணரவில்லை.

அவர்களுடைய மூன்று மகன்களில் ஒருவன் வேறு ஜாதிப் பெண்ணைத் திருமணம் செய்துகொண்டான். இத்தனைக்கும் அந்தப் பெண் இவர்கள் ஜாதியைவிட உயர்ந்த ஜாதியைச் சேர்ந்தவள். இவர்கள் ஜாதியில் மட்டுமல்ல, தமிழ்நாட்டில் மற்ற ஜாதிகளிலும் ஆயிரத்துத் தொள்ளாயிரத்தி எழுபதுகளில் ஜாதி விட்டு ஜாதி திருமணம் செய்துகொள்வதைப் பெற்றோர்கள் அனுமதிக்க வில்லை. இத்தனைக்கும் பெருமாள் காந்தியவாதி. கதர்தான் உடுத்துவார். இவருடைய ஜாதியில் சிலர் காந்தியவாதிகள். சிலர் சுயமரியாதைக்காரர்கள். இவர் வயதையொத்தவர்கள் தங்கள் பெயருக்குப் பின்னால் ஜாதிப் பெயரையும் சேர்த்துக் கொள்வார்கள். இவர் அதில் தனித்து விளங்கினார். தன் பெயருக்குப் பின்னால் தன் ஜாதியின் பெயரைச் சேர்த்து எழுதமாட்டார். பெருமாள் வீட்டில் காந்திஜியின் படமும் இவர்கள் ஜாதியின் பெரும் தலைவரான காமராஜர் படமும்தான் சுவர்களை அலங்கரிக்கும். தன் குடும்பம் ஒரு லட்சியக் குடும்பம் என்று நினைத்த பெருமாள் 'நல்லதொரு குடும்பம் பல்கலைக்கழகம்' என்று எழுதிய வாசகத்தை எல்லோர் கண்களிலும் படும்படி வைத்திருந்தார். மனைவிக்கு எந்தவித உரிமையும் கொடுக்காவிட்டாலும் தன் குடும்பம் நல்லதொரு குடும்பம் என்று நினைத்தார்.

தன்னுடைய ஊரில் பெரியதாக வியாபாரம் செய்து பணம் சம்பாதிக்கக்கூடிய வய்ப்புகள் இல்லையாதலால் தன்னுடைய ஆண் மக்கள் மூவரும் படித்துப் பட்டம் பெற்று உத்தியோகம் பார்க்க வேண்டும் என்று பெருமாள் விரும்பினார். ஆனால் அதே சமயம் தன்னுடைய ஒரே மகளைப் பள்ளி இறுதி வகுப்பிற்கு மேல் படிக்கவைக்க வேண்டும் என்றோ வேலைக்கு அனுப்ப வேண்டும் என்றோ நினைக்கவில்லை. பெருமாளின் ஊரில் அந்தச் சமயத்தில் பெண்கள் பள்ளி ஆசிரியைகளாக வேலைபார்ப்பது வழக்கிற்கு வந்துகொண்டிருந்தது. வசதியில்லாத குடும்பங்களில்தான் பெண் களை வேலைக்கு அனுப்புவார்கள் என்ற எண்ணம் ஊரில் இந்த

ஜாதியைச் சேர்ந்தவர்களிடையே இருந்தது. அதைத்தான் பெருமாளும் பின்பற்றினார். தனக்கு வரப்போகும் மருமகள் வேலைபார்க்கக் கூடாது, திருமணத்திற்கு முன்னும் வேலை பார்த்திருக்கக் கூடாது என்பதுதான் பெருமாளின் கொள்கை.

மற்றவர்களிலிருந்து தான் மாறுபட்டவன் என்று தன்னைக் காட்டிக்கொண்டாலும் மகன் தன்னோடு கல்லூரியில் படித்த வேறு ஜாதியைச் சேர்ந்த பெண்ணை மணக்க முடிவுசெய்தது பெருமாளையும் சீதையையும் மிகவும் பாதித்தது. இவர்களுடைய ஜாதியில் படித்த பையன்களுக்கு நிறைய கிராக்கி இருந்ததால் பிஎச்டி. முடித்திருந்த தன் பையனுக்குப் பெரிய இடத்தில் பெண் அமையும் என்று பெருமாள் மிகவும் எதிர்பார்த்திருந்தார். இந்த எதிர்பார்ப்பைக் கடைசி மகன் தகர்த்துவிட்டதால் இவருக்குத் மிகவும் செல்லமாக வளர்த்த தன் கடைசி பையன் மீதே மிகவும் கோபம் ஏற்பட்டது. மகன் இன்னொரு அந்தப் பெண்ணைத் திருமணம் செய்துகொள்வதற்கு முன் அவனுக்கு எவ்வளவோ அறிவுரைகள் கூறினார். தங்களுக்கும் தன் மகனுக்கும் இனி உறவு விட்டுப் போய்விடும் என்று எச்சரிக்கை விடுத்தார். தந்தையின் எந்தவித நிர்ப்பந்தத்திற்கும் அடி பணியாமல் அவருடைய கடைசி மகன் - பிரத்தியேகமாக செல்லம் கொடுத்து வளர்த்த மகன் - தன் இஷ்டத்திற்குத் தான் விரும்பிய பெண்ணை மணந்துகொண்டான். பெருமாள்-சீதையம்மாள் தம்பதிகளின் வாழ்க்கையில் இது பெரிய இடியாக அமைந்தது.

தான் இன்னொரு ஜாதிப் பெண்ணை மணந்துகொள்ள முடிவு செய்தபோது தந்தை அதற்கு ஒப்புதல் கொடுக்கவில்லையென்றாலும் தாயாவது தனக்காக வாதாடுவார் என்று நினைத்தான் அவருடைய கடைசி மகன். இதற்குமுன் தந்தையின் எந்த விருப்பத்திற்கு மாறாகத் தாய் முடிவெடுத்தார் என்று அவன் யோசித்துப் பார்க்கவில்லை. திருமணம் முடிந்து கணவன் வீட்டிற்கு வந்த நாளிலிருந்து மாமனார், மாமியார், கணவர் ஆகியோரின் விருப்பத்திற்கு ஏற்றவாறுதான் தன் தாய் அதுநாள்வரை நடந்து கொண்டிருக்கிறார் என்பதை ஏனோ அந்த மகன் அறிந்திருக்க வில்லை. தான் வேறு ஜாதிப் பெண்ணைத் திருமணம் செய்து கொண்டது தவறோ என்று ஒவ்வொரு சமயம் நினைக்கும் போதெல்லாம் அவர்களுடைய மற்ற விருப்பம் எதையாவது தன்னால் பூர்த்திசெய்ய முடியுமா என்று யோசிப்பான். அவன் திருமணம் செய்துகொண்ட புதிதில் அவனோடு எந்தத் தொடர்பும் இல்லாமல் இருந்த பெற்றோர்கள் சில வருடங்களான பிறகு

ஐந்து தலைமுறை: நாடார் பெண்களின் கதை ❋ 85

தொடர்பு வைத்துக்கொண்டாலும் பெருமாள்-சீதையம்மாள் தம்பதிகளால் அந்த மகனைக் கடைசிவரை மனதார மன்னிக்க முடிய வில்லை.

மற்றப் பெண்களைப்போல் பெரிய மனுஷி ஆகியதும் திருமணம் செய்துகொள்ளாமல் பள்ளிப் படிப்பை முடித்துப் பின் கல்லூரியிலும் ஒரு வருடம் படித்திருந் தாலும் சீதையம்மாவால் எல்லோரையும் போல்தான் வாழ்க்கையை வாழ முடிந்தது. வித்தியாசமான சிந்தனைகள் எதுவுமின்றி முதலில் மாமனார், மாமியாருக்கும் பின்னால் கணவனுக்கும் கட்டுப்பட்டு வாழ்ந்ததால் தான் தன் வாழ்க்கை பிரச்சினை எதுவுமில்லாமல் போனதாக சீதையம்மாள் நினைத்துக்கொண்டார்.

6

வள்ளியம்மாள்

வள்ளியம்மாள் பிறந்தது 1922இல். அந்தக் காலத்தில் பெண்களின் படிப்பு பற்றி யாரும் கவலைப்படுவதில்லை. பெற்றோரின் கவலை யெல்லாம் பெண்ணை எந்தவிதக் குறையும் இல்லாமல் - அதாவது அவளுடைய உடல் உறுப்புகளுக்கு எந்தவிதக் கோளாறும் வராமல் வளர்த்து - அவளை ஒரு கணவனிடம் ஒப்படைத்துவிட வேண்டும் என்பதுதான். ‘பொம்பளப் பிள்ளையோ வெங்கலப் பாண்டமோ’ என்ற வசனம் வழக்கில் இருந்தது. வெண்கலப் பாண்டத்தில் எப்படி ஒரு நெளிசல் ஏற்பட்டல் அதன் மதிப்பு குறைந்துவிடுமோ அது மாதிரிப் பெண்களின் உறுப்புகளில் ஏதாவது குறை நேர்ந்து விட்டால் அவளுடைய மதிப்பு திருமணச் சந்தையில் குறைந்து விடும். வித்தியாசமான எண்ணங்களையுடைய சிலர்கூட இதில் எந்த விதமான மாறுபட்ட கருத்துகளையும் கொண்டிருக்க வில்லை. பெண்ணென்றால் குறிப்பிட்ட வயதில் பெரிய மனுஷியாகி வீட்டில் சமையல் கற்றுக்கொண்டு பெற்றோர் தேர்ந்தெடுக்கும் மாப்பிள்ளையை மணந்துகொண்டு பிள்ளைகள் பெற்றுக்கொண்டு கணவனுக்கும் பிள்ளைகளுக்கும் சிசுருட்சை செய்துகொண்டு நாட்களைக் கழிக்கப் படைக்கப்பட்டவள் என்ற எண்ணம்தான் எல்லோரிடமும் இருந்தது.

இந்தச் சூழ்நிலையில் பிறந்து வளர்ந்தவள்தான் வள்ளியம்மாள். இரண்டு வயதிலேயே தந்தையை இழந்துவிட்டாள். இரண்டு அண்ணன்கள், இரண்டு அக்காமார்கள் ஆகியோருடன் இவளுடைய வாழ்க்கை தொடர்ந்தது. இவள் கடைசிப் பிள்ளை என்றாலும் இவளைப் பொறுத்தவரை இவளுடைய தாயின் லட்சியம் மற்ற இரண்டு பெண்குழந்தைகளையும்போல் இவளுக்கும் காலா காலத்தில் திருமணம் முடிக்க வேண்டும் என்பதுதான். ஆனால் வள்ளியம்மாள் விருப்பமோ வேறு விதமாக இருந்தது. இவளுடைய பெரிய அண்ணன் ஒரு புத்திசாலி. இந்த ஊரில் அங்கொருவர்

இங்கொருவராகச் சில ஆண்கள் கல்லூரியில் படித்துப் பட்டம் வாங்க ஆரம்பித்திருந்தனர். வள்ளியம்மாளின் பெரிய அண்ணனும் அப்போதே படித்துப் பட்டம் வாங்கியிருந்தார். அப்போது உள்ளூரில் கல்லூரி இல்லாததால் வெளியூரில் ஒரு கல்லூரியில் வேலை பார்த்தார். அடிக்கடி சொந்த ஊருக்கு வருவார். அப்படி வரும் போதெல்லாம் வீட்டில் நியூஸ் பேப்பர் வாங்கத் தவறமாட்டார். அதுவும் இங்கிலீஷ் பேப்பர். இவருடைய தம்பி அண்ணன் வாங்கும் இங்கிலீஷ் பேப்பரைப் படிப்பார். ஆனால் தாய்க்கோ தங்கை களுக்கோ இங்கிலீஷ் படிக்கத் தெரியாது. அதை இந்த இரண்டு ஆண்களும் உணர்ந்ததாகத் தெரியவில்லை. பெண்களைப் பற்றியோ, பெண்களுக்கும் அறிவுத் தாகம் இருக்கலாம் என்பது பற்றியோ யார் நினைத்தார்கள்?

ஏழாவது வகுப்புப் படிக்கும்போது வள்ளியம்மாள் பெரிய மனுஷி ஆகிவிட்டதால் அவளுடைய படிப்பு அதோடு முடிந்து விட்டது. வள்ளியம்மாளால் பள்ளியில் பெயருக்குத்தான் ஆங்கிலம் படிக்க முடிந்தது. ஆங்கிலத்தை நன்றாகக் கற்க வேண்டும், அதில் நன்றாக எழுதவேண்டும், நன்றாகப் பேச வேண்டும் என்ற வள்ளியம்மாளின் கனவெல்லாம் பள்ளிப் படிப்பு நின்றதோடு கலைந்துவிட்டது. வள்ளியம்மாளின் இன்னொரு ஆசை பள்ளிக்கு 'இன்ஸ்பெக்ஷனுக்கு' வருவார்களே அவர்களைப் போல் தானும் ஆக வேண்டும் என்பது. அதுவும் நிறைவேறவில்லை. இன்ஸ்பெக்டராக வேண்டுமென்றால் பள்ளிப் படிப்பை முடிக்க வேண்டும், பிறகு வெளியூர் சென்று கல்லூரியில் படித்துப் பட்டம் பெற வேண்டும், அதன் பிறகு இன்ஸ்பெக்டர் வேலைக்கு முயல வேண்டும். பெரிய மனுஷி ஆன பிறகு பள்ளிப் படிப்பையே நிறுத்தவேண்டிய கட்டாயத்திற்கு உள்ளான வள்ளியம்மாளின் இந்தக் கனவு எங்ஙனம் நிறைவேறும்?

வள்ளியம்மாளின் தாய்க்காவது மகளின் இந்தக் கனவும் ஆசையும் கொஞ்சம் புரிந்தது. ஆனால் அண்ணன்மார் இருவரும் அந்த ஆசையைக் கொஞ்சம்கூடப் புரிந்துகொள்ளவில்லை. இவளுக்குத் திருமணத்தை முடித்து எப்போது கணவன் வீட்டிற்கு அனுப்பிவைக்கலாம் என்பதுதான் அவர்களுடைய கவலையாக இருந்தது. அதிலும் இரண்டாவது அண்ணனுடைய எண்ணமோ எப்போது இந்தத் தங்கையின் திருமணம் முடியும், அதன் பிறகு தன் திருமணத்திற்கு எந்தவிதத் தடங்கலும் இருக்காது என்பதுதான். வள்ளியம்மாளின் தாய்க்குக்கூட தேவையானால் மகன் முதலில் திருமணம் செய்துகொள்ளட்டும், அதன் பிறகு மகளுக்கு முடிக்கலாம்

என்றிருந்தது. ஏனெனில் வள்ளியம்மாளுக்கும் அவளுடைய இரண்டாவது அண்ணனுக்கும் வயது வித்தியாசம் பத்துக்குமேல். வள்ளியம்மாளுக்கு பதினான்கு வயதுதான் முடிந்திருந்தது. முதலில் மகனுக்குத் திருமணத்தை முடித்துவிட்டுப் பிறகு மகளுக்குப் பார்க்கலாமே என்று நினைத்தார் வள்ளியம்மாளின் தாய். ஆனால் அவருடைய மகனுக்கோ தங்கைக்கு முன்னால் திருமணம் செய்து கொள்ளப் பிடிக்கவில்லை. அதேசமயம் மெதுவாகத் தங்கையின் திருமணம் முடியட்டும், அதுவரை காத்திருக்கலாம் என்ற எண்ணமும் இல்லை. முடிந்தவரை தங்கைக்குச் சீக்கிரமே திருமணத்தை முடித்துவிட்டுத் தன் திருமணத்தையும் முடித்துக் கொள்ள வேண்டும் என்பதே அவருடைய ஆசை.

தூரத்து உறவுக்காரர் ஒருவர் வள்ளியம்மாளைத் தன் மகனுக்குப் பெண் கேட்டு வரவும் வள்ளியம்மாளின் தாய் உடனேயே சம்மதம் கொடுத்துவிட்டார். உறவுக்காரரின் பையனுக்கு ஏற்கனவே ஒரு பெண்ணோடு நிச்சயதார்த்தம் நடந்து நின்று போயிருந்தது. அந்தப் பெண்ணுக்கு அவளுடைய தந்தை அறுநூறு ரூபாய்க்கு நகை களாகவும் நானூறு ரூபாயை ரொக்கமாகவும் கொடுப்பதாக நிச்சயதார்த்தத்தின்போது கூறியிருந்தார். பெண்வீட்டாருக்குக் கொஞ்சம் பணமுடை என்பதால் திருமணத்தின்போது ஏற்கனவே பேசியபடி அறுநூறு ரூபாய்க்கு நகைகள் போட்டுவிடுவதாகவும் மீதி நானூறு ரூபாய் ரொக்கப் பணத்தைப் பின்னால் தருவதாகவும் பெண்வீட்டார் கூறியதை பையனின் தந்தை ஒப்புக் கொள்ளாத தால் அந்தத் திருமணம் நின்று போயிருந்தது. அந்தக் காலத்தில் நிச்சயதார்த்தத்திற்குப் பிறகு திருமணம் நின்றுபோனால் அது இரு தரப்பாருக்கும் கொஞ்சம் தலைக்குனிவை ஏற்படுத்தும். அதனால் பெண்வீட்டார் எவ்வளவோ கெஞ்சியும் பையனின் தந்தை - அதாவது வள்ளியம்மாளின் உறவுக்காரர் - ரொக்கப் பணத்தைத் திருமணத்திற்குப் பின்னால் பெற்றுக்கொள்வதை அதாவது பெண்ணின் பெயரில் வங்கியில் வரவு வைப்பதை, ஒப்புக்கொள்ள வில்லை. இம்மாதிரி திருமணம் நின்று போயிருந்தால் இரு தரப்பினரும் தங்கள் பெண்ணுக்கும் பையனுக்கும் திருமணத்தைச் சீக்கிரமே முடிப்பதில் குறியாக இருப்பர்.

அதனால் வள்ளியம்மாளின் தாய் சம்மதம் கொடுக்கவும் உறவுக்காரருக்குக் கவிழ்ந்த கப்பல் நிமிர்ந்ததுபோல் இருந்தது. முதல் நிச்சயதார்த்தம் முறிந்து சில நாட்களிலேயே மகனுக்கு இன்னொரு திருமணம் நிச்சயமாகும் என்று அவர் நினைக்க வில்லை. உடனேயே இந்தத் திருமணத்தை முடித்துவிட வேண்டும் என்று குறியாக

இருந்தார். வள்ளியம்மாளின் தாய்க்கும் அதில் எந்தவித ஆட்சேபணை யும் இல்லை. மகனும் திருமணத்திற்குப் பறக்கிறான், மகளின் திருமணம் முடிந்தால் மகனின் திருமணத்தைப் பற்றி யோசிக்கலாம் என்று நினைத்தார்.

வள்ளியம்மாளுக்குப் பார்த்திருந்த பையனின் - இவர் பெயர் நடராஜன் - தந்தைக்கு ஒரு பழைய வீடு, பஜாரில் ஒரு கடை மட்டுமே இருந்தன. அவருக்குப் பின்னால் தம்பி, தங்கைகள் வேறு. வாழ்க்கையில் நடராஜனுக்கு நிறைய பொறுப்புக்கள். அவன் தந்தையிடம் வசதி அதிகம் இல்லையென்றாலும் நடராஜன் திறமைசாலி என்பதோடு இந்த ஜாதியின் அளவுகோல்களின்படி அழகனும்கூட. இந்தக் காரணங்களால்தான் வள்ளியம்மாளின் தாய் திருமணத்து ஒப்புக்கொண்டார். மேலும் அவர் கொடுத்த சீதனமும் அதிகமல்ல; ஐநூறு ரூபாய்க்கு நகைகள் மட்டும்தான்; ரொக்கம் எதுவும் இல்லை.

நடராஜனின் தந்தை தன் மகனுக்கு முதலில் முடிவுசெய்திருந்த பெண்ணிற்குச் செய்த நகைகளையே வள்ளியம்மாளுக்கும் போட்டுவிடுவதாக முடிவுசெய்தார். ஆனால் முதலில் பார்த்த பெண் சிறிய உருவம், அவளுக்குச் செய்த வளையல்களை வள்ளியம்மாளுக்கு எப்படிப் போடுவது என்பது பற்றியெல்லாம் ஒன்றும் யோசிக்கவில்லை. வள்ளியம்மாளுக்குப் பெரிய அளவு வளையல்கள் வேண்டும். தாலிக்கொடியைப் பொறுத்தவரை இன்னொன்று தேவையில்லை. இதையெல்லாம் யார் யோசித்தார்கள்? திருமணத் தன்று பையன்வீட்டார் வள்ளியம்மாளுக்கு வளையல் களைப் போட்டுவிடுவதற்குள் அவளுடைய கைகள் வீங்கி விட்டன. திருமணத்தன்று பாவம் வள்ளியம்மாளுக்கு இப்படியொரு அவஸ்தை. பெண்ணென்று பிறந்துவிட்டால் இந்த மாதிரி அவஸ்தை களை எல்லாம் தாங்கத்தான் வேண்டும் போலும். 'எனக்குக் கைகள் நோகின்றன. இந்த வளையல்கள் வேண்டாம்' என்று வள்ளியம்மா ளால் சொல்லியிருக்க முடியுமா என்ன?

திருமணம் முடிந்து ஒரு வாரத்திற்குள் ஒரு நல்ல நாள் பார்த்து சாந்திமுகூர்த்தத்திற்கு ஏற்பாடு செய்வார்கள். அதுவரையிலும் பையன் பெண் வீட்டிற்கு உணவருந்த மட்டும் வருவான். சாந்தி முகூர்த்தம் முடிந்த பிறகு சில நாட்களுக்கு மாப்பிள்ளையும் பெண்ணும் பெண்ணின் வீட்டில் தங்குவார்கள். பையனுக்குப் பெண்வீட்டார் தினமும் அவர்கள் தகுதிக்குத் தகுந்தவாறு விருந்து படைப்பார்கள். வள்ளியம்மாளின் அண்ணனுக்கு இந்தச் சடங்குகள்

எல்லாம் முடியும்வரைகூடக் காத்திருக்க முடியவில்லை. ஒரு நாள் வள்ளியம்மாளின் கணவர் உணவை முடித்துவிட்டுப் போனதும் அந்த இடத்தைச் சரியாக வள்ளியம்மாள் சுத்தப்படுத்தவில்லை என்று கத்த ஆரம்பித்துவிட்டார். அந்தக் காலத்தில் தரையில் உட்கார்ந்துதான் சாப்பிடுவார்கள். சாப்பிடும்போது சாப்பாட்டி லிருந்து எடுத்துப் போடும் கருவேப்பிலை, பச்சைமிளகாய் போன்ற வற்றை எடுத்துவைக்க ஒரு தட்டு வைத்துக்கொள்வார்கள். சிலர் சாப்பிடும்போது சாப்பிடும் தட்டிற்கு வெளியே நிறையச் சிந்துவார்கள். சாப்பிட்டு முடித்தபின் தரையைச் சுத்தம் செய்ய வேண்டும். நடராஜன் உணவைக் கீழே சிந்த மாட்டார். அவர் சாப்பிட்டு முடித்ததும் அந்த இடத்தைச் சுத்தப்படுத்தத் தேவையே இராது. அண்ணனின் கோபத்தைக் கண்டு வள்ளியம்மாள் உள்ளூரிலேயே இருந்த மாமியார் வீட்டிற்குச் சென்றுவிட்டார். திருமணத்திற்காக விடுமுறையில் வந்திருந்த நடராஜன் அப்போது தான் வெளியில் போயிருந்தார். அவருடைய பெற்றோர் அதே ஊரில்தான் வசித்துவந்தனர்.

வள்ளியம்மாளின் தாய்க்கு ஒன்று புரிந்தது. இனியும் மகனுக்குப் பெண் தேடுவதைத் தள்ளிப் போட முடியாது என்பதே அது. நெருங்கிய உறவினர்களில் ஒரு பெண்ணை அவசர அவசரமாகத் தேர்ந்தெடுத்து நிச்சயதார்த்தத்தை முடித்தார். வள்ளியம்மாளின் பெற்றோர்கள் இருவரும் நல்ல நிறமாதலால் அவர்களுடைய பிள்ளைகள் அனைவரும் நல்ல நிறம். கொஞ்சம் பொறுத்திருந்தால் வள்ளியம்மாளின் அண்ணனுக்குப் பணக்கார இடத்தில் பெண் தேடி யிருக்கலாம். அதெற்கெல்லாம் அவர் இடம் கொடுக்க வில்லை. ‘வெந்ததைப் போடு முந்தியிலே’ என்ற பழமொழிக்கு ஏற்ப நடந்து கொண்டார். வள்ளியம்மாள்-நடராஜன் தம்பதிகளின் திருமணம் ஒரு மாதத்தில் எட்டாம் தேதி நடந்தது. வள்ளியம்மாளின் அண்ணனின் திருமணம் அதே மாதம் இருபத்தி ஆறாம் தேதி நடந்தது. கையில் போதிய பணம் இல்லாததால் வள்ளியம்மாளின் தாய் கடன் வாங்கித்தான் தன் மகனின் திருமணச் செலவுகளைச் சமாளித்தார்.பெண்ணின் தகப்பனிடமிருந்து தங்கள் திருமணச் செலவுகளுக்குப் பணம் கேட்பது அப்போது வழக்கத்திற்கு வரவில்லை. ஒரு குடும்பத்தில் ஒரே வருடத்தில் இரண்டு திருமணங் களை நடத்தக் கூடாது என்ற எழுதப்படாத விதி ஒன்று இந்த சமூகத்தில் இருந்தது. ஒரே மாதத்தில் இரண்டு திருமணங்கள் நடந்தது வள்ளியம்மாளின் குடும்பத்தில் மட்டுமாகத்தான் இருக்கும். வள்ளியம்மாளின் அண்ணனின் அவசரத்தால் நடந்த காரியம்.

எல்லாச் சடங்குகளும் முடிந்து வள்ளியம்மாளும் நடராஜனும் நடராஜன் வேலைபார்க்கும் பக்கத்து ஊருக்குச் சென்றனர். அங்கு ஒரு சிறிய வாடகை வீட்டில் தங்கிக்கொண்டு குடும்பம் நடத்தத் தொடங்கினர். நடராஜன் நல்ல புத்திசாலி என்றாலும் அவருடைய தந்தையால் அவரைப் பள்ளிப் படிப்பிற்கு மேல் படிக்கவைக்க முடியவில்லை. தன்னுடைய இரண்டு தங்கைகளுக்குத் திருமணம் முடிக்க வேண்டும், ஒரு தம்பியைப் படிக்கவைக்க வேண்டும் என்ற காரணங்களுக்காக ஒரு கடையில் வேலைக்குச் சேர வேண்டிய நிர்ப்பந்தம் நடராஜனுக்கு ஏற்பட்டது. வேலைக்குச் சேர்ந்த இடத்தில் தன்னுடைய புத்திசாலித்தனத்தால் முதலாளியிடம் நல்ல பெயர் வாங்கினார் நடராஜன்.

நடராஜனுடைய திறமையை மெச்சி முதலாளி திருமணம் முடிந்த சில மாதங்களிலேயே அவருக்கு முதல் முதலாக சம்பள உயர்வு கொடுத்தார். அத்தோடு போனஸும் கொடுத்தார். இப்படிக் கொஞ்சம் பணம் வந்தவுடன் மனைவிக்கு விசேஷமாக ஒரு நல்ல புடவை வாங்க வேண்டும் அல்லது கல்யாணத்தின் போது சிறியதாக இருந்த வளையல்களை மாற்றிப் பெரியதாக செய்ய வேண்டும் என்பது போன்ற யோசனைகள் எல்லாம் நடராஜனுக்கு வரவில்லை. தான் கொஞ்சம் அதிகமாகச் சம்பாதிக்கிறோம் என்பதைத் தன் பெற்றோர்களுக்குத் தெரியப்படுத்த வேண்டும் என்பதுதான் அவருடைய எண்ணமாக இருந்தது. சம்பள உயர்வாலும் போனஸாலும் கிடைத்த பணத்தைத் தன் தந்தைக்கு உடனேயே அனுப்பி விட்டார். புதிதாக ஆரம்பித்த வியாபாரத்தை நடத்தத் திணறிக் கொண்டிருக்கும் தந்தைக்கு இந்தப் பணம் கொஞ்சம் உதவும் என்பதே அவருக்கு மகிழ்ச்சியைக் கொடுத்தது. அந்தப் பணத்தில் ஒரு பகுதியையாவது மனைவிக்கு ஏதாவது அன்பளிப்பு வாங்கு வதற்கு உபயோகிக்க வேண்டும் என்று அவருக்குத் தோன்றவில்லை. மொத்தப் பணத்தையும் பெற்றோருக்கு அனுப்பிவிட்டு மனைவி யிடம் 'எல்லாப் பணத்தையும் அனுப்பி விட்டேன். சரிதானே?' என்று மட்டும் கேட்டிருக்கிறார். இது வள்ளியம்மாளை மிகவும் பாதித்தது. அப்போது அவருடைய மூத்த சகோதரிகள் இருவருக்கும் அவர்களுடைய கணவன்மார்கள் சந்தைக்குப் புதிதாக வந்திருந்த புடவையை வாங்கிக் கொடுத்திருந்தார்கள். தனக்கும் அது போன்ற ஒரு புடவை வாங்க வேண்டும் என்று வள்ளியம்மாளுக்கு ஆசை. ஆனாலும் கணவனிடம் கேட்பதற்குப் பயம். கணவனுடைய சொற்ப சம்பளத்திற்குள் குடும்பம் நடத்த வேண்டிய நிர்ப்பந்தம் இருந்ததால் அதிகப்படியான செலவுகளைத் தவிர்த்துவிடுவார்.

இப்போது கணவனுக்குக் கொஞ்சம் கூடுதலாகப் பணம் கிடைத் திருப்பதால் அதில் தனக்கு ஏதாவது வாங்கிக் கொடுப்பார் என்று எதிர்பார்த்திருந்தார். நடராஜன் வாங்கிக் கொடுக்காதது மட்டுமல்ல இவரிடம் ஒரு வார்த்தைக்கூடக் கூறாமல் ஒட்டு மொத்தப் பணத்தையும் பெற்றோருக்கு அனுப்பிவிட்டார். அப்போது சந்தைக்கு வந்திருந்த - அவருடைய தமக்கைகளுக்கு அவர்களுடைய கணவன்மார்கள் வாங்கிக் கொடுத்த - சேலையின் விலை இரண்டு ரூபாய்தான். அப்போது (1939இல்) இரண்டு ரூபாய் என்பது ஓரளவு பெரிய தொகை என்றாலும் சம்பள உயர்வாலும் போனஸாலும் நடராஜனுக்குக் கிடைத்த நூறு ரூபாய் பணத்தில் ஒரு சிறிய பகுதிதான். அதைக்கூட மனைவிக்காகச் செலவழிக்காமல் மனைவியைச் சந்தோஷப்படுத்துவதைவிடப் பெற்றோரைத் திருப்திப்படுத்துவதைத் தன் கடமையாக எண்ணினார். இதுதான் வள்ளியம்மாளை மிகவும் பாதித்தது.

வள்ளியம்மாள் திருமணமாகி ஒரு வருடம் முடிந்தவுடன் ஒரு ஆண்குழந்தையைப் பெற்றெடுத்தார். அடுத்து மூன்று ஆண்டு களுக்குள் இரண்டு பெண்குழந்தைகள். இப்படி அடுத்தடுத்து பிள்ளைகள் பெற்றுக்கொண்டதில் வள்ளியம்மாளின் உடம்பு மிகவும் பலவீனப்பட்டுவிட்டது. கணவனுடைய சொற்ப சம்பளத்தில் எப்படிக் குழந்தைகளை வளர்த்து ஆளாக்கப்போகிறோம், இரண்டு பெண்குழந்தைகளுக்கும் எப்படித் திருமணம் செய்து வைக்கப் போகிறோம் என்ற கவலையில் அவருடைய மனமும் பலவீனப்பட்டு அவர் நரம்புத் தளர்ச்சி நோய்க்கு ஆளானார்.

அந்தக் காலத்தில் நரம்புத் தளர்ச்சி நோய்க்குச் சரியான வைத்தியமோ மருந்துகளோ இல்லை. வேப்பிலை வைத்து மந்திரித்தால் நோய் சரியாகிவிடும் என்ற நம்பிக்கை மக்களிடையே இருந்தது. வள்ளியம்மாளுக்கும் அப்படிப்பட்ட வைத்தியம்தான் செய்தார்கள். அந்த வைத்தியம் கைகொடுக்கவில்லை என்றாலும் வள்ளியம்மாளுக்கு அவ்வப்போது தானாகவே குணம் கிடைக்கும். இடையிடையே மிகுந்த மனஅழுத்தத்திற்கு ஆளாகி எதுவும் செய்யத் தோன்றாமல் அப்படியே படுத்திருப்பார். அந்தக் காலத்தில் எரிவாயு அடுப்பு கிடையாது; ஆண்கள் விறகு அடுப்பில் தீயை மூட்டிச் சமைப்பது இல்லை. எங்கேயாவது ஓரிரு ஆண்கள் அடுப்பை மூட்டிச் சமைத்தார்களோ என்னவோ. இத்தனைக்கும் ஓட்டல்களிலும் திருமண வைபவங்களிலும் சமைப்பது ஆண்கள் தான். ஆனால் கணவன்மார்கள் தங்கள் வீடுகளில் சமைப்பது இல்லை. சாதாரணமாகத் தாய் சமைப்பார். அதன் பிறகு மனைவி

சமைப்பாள். மனைவி இறந்துவிட்டால் கணவன் இரண்டாவது திருமணம் செய்துகொள்வானாகையால் அவன் சமைப்பதில்லை. சமைத்துத்தான் ஆக வேண்டும் என்ற தேவை அப்போதைய கணவன்மார்களுக்கு ஏற்பட்டதில்லை. மனைவி இறந்த பிறகு கணவன் மறுபடி திருமணம் செய்துகொண்டால் அதை நியாயப் படுத்த 'அவனுக்குத் தலையிடி மண்டையிடி வந்தால் கவனிக்க, அவனுக்கு ஆளாக்கு அரிசி ஆக்க ஒரு பெண் வேண்டுமல்லவா?' என்பார்கள். ஆனால் கணவன் இறந்துவிட்டால் மனைவியின் தேவைகளை யார் நிறைவேற்றுவார்கள் என்று யாரும் எண்ணிப் பார்த்ததாகத் தெரியவில்லை. அவளுடைய அதிர்ஷ்டம் அவ்வளவு தான் என்று கூறுவார்கள். கணவன் நோய்வாய்ப்பட்டால் அவனைக் கவனிப்பது மனைவியின் கடமை. ஆனால் மனைவி நோய் வாய்ப்பட்டால் அவளைக் கவனிக்க வேண்டியது கணவன் பொறுப் பல்ல. வைத்தியத்திற்கு ஏற்பாடு செய்வது மட்டும் அவனுடைய கடமை. அவனுடைய பொறுப்பு அதோடு முடிந்துவிடும். மனைவியின் மற்றத் தேவைகளைக் கவனிப்பது அவளுடைய தாய் அல்லது மற்ற பெண் உறவினர்கள். அவனுக்கு வேண்டிய சிசுருட்சைகளைச் செய்வது மனைவியின் கடமை. ஆனால் அதே சமயம் மனைவி நோய்வாய்ப்பட்டால் கணவன் அவளுக்கு எந்த சிசுருட்சையும் செய்வதில்லை. அப்படி செய்வதை மனைவி உட்பட யாரும் எதிர்பார்ப்பதும் இல்லை.

வள்ளியம்மாள் உடல்நலம் நன்றாக இருக்கும்போது வீட்டு வேலைகள் எல்லாவற்றையும் செய்வார். ஆனால் மிகுந்த மன அழுத்தத்தில் இருக்கும்போது அவரால் வீட்டு வேலை எதுவும் செய்ய முடியாது. அவருக்கு அடிக்கடி மனஅழுத்தம் ஏற்பட்டு வீட்டு வேலைகளைக் கவனிக்க முடியாமல் போனதால் நடராஜன் தன் தந்தை வியாபாரம் செய்ய முயன்றுகொண்டிருக்கும் சொந்த ஊருக்கே போய்விடுவதென்று முடிவுசெய்தார். அவர் வேலை பார்த்த கடை முதலாளியும் இறந்துவிடவே அவர் தந்தையோடு சேர்ந்து வியாபாரத்தில் ஈடுபடலாம் என்ற முடிவுக்கு வந்தார். அவருடைய தந்தை பல இடங்களில் வேலைபார்த்துவிட்டுத் தனியாக வியாபாரம் ஒன்று ஆரம்பித்திருந்தார். ஏற்கனவே பல முறை தன் மூத்த மகனாகிய நடராஜனைத் தன்னுடன் வந்து விடுமாறு அழைத்துக்கொண்டிருந்தார். தந்தை பெரிதாக வியாபாரம் செய்யவில்லையாதலால் அவரோடு சேர்ந்து வியாபாரம் செய்வது பற்றி நடராஜன் தயங்கிக்கொண்டிருந்தார். இப்போது நிலமை மாறிவிட்டிருந்தது. மனைவியின் உடல்நலம் பாதிக்கப்பட்டிருக்கிறது,

தன்னை நன்றாக நடத்திய முதலாளி இறந்துவிட்டார், அவருடைய மகன்கள் - அவர்களில் சிலர் நடராஜனுடைய வயதை ஒத்தவர்கள் - தன்னை எப்படி நடத்துவார்களோ என்ற பயம் போன்றவை நடராஜனைத் தந்தையோடு சேர்ந்து வியாபாரம் செய்யத் தூண்டியது. மேலும் நடராஜனுக்கு வியாபாரம் செய்தால்தான் நிறையச் சம்பாதிக்க முடியும் என்ற எண்ணம் எப்போதுமே இருந்தது. வியாபாரம் செய்பவர்கள் மருத்துவம், பொறியியல் படித்து உத்தியோகம் பார்ப்பவர்களைவிட அதிகம் சம்பாதிப்பவர்கள் என்ற எண்ணம் பரவலாக அப்போது இந்தச் சமுதாயத்தில் இருந்தது. வியாபாரத்தை ஆரம்பிப்பதற்குத் தேவையான முதல் இல்லாததால் இதுவரை அந்த முயற்சியில் இறங்காமல் இருந்தார். இப்போது மேற்குறிப்பிட்ட காரணங்களால் தந்தையோடு வியாபாரம் செய்வது என்ற முடிவுக்கு வந்தார்.

வள்ளியம்மாளுக்கு மாமனார், மாமியாரோடு கூட்டுக் குடித்தனம் நடத்துவது கொஞ்சம் கூடப் பிடிக்கவில்லை. என்ன செய்வது? தனக்கு மனஅழுத்தம் வரும்போது தன்னையும் குழந்தைகளையும் வீட்டையும் கவனித்துக்கொள்ள யாராவது வேண்டுமே என்று எண்ணி கூட்டுக் குடும்ப வாழ்க்கையை ஏற்றுக்கொண்டார். தனி வீடு பிடித்துத் தனிக்குடித்தனம் நடத்தும் அளவிற்கு நடராஜனிடம் பணம் இல்லை. வள்ளியம்மாளால் வேலை செய்ய முடியாதபோது நடராஜனின் தாயும் அதுவரை திருமணமாகாத தங்கையும் வீட்டைக் கவனித்துக்கொள்வார்கள். எந்தக் குறையும் இல்லாத மருமகள்களைக்கூட மாமியார்கள் குறை கூறாமல் இருப்பதில்லை. வள்ளியம்மாள் போன்ற மருமகள்களை மாமியார்கள் எப்படி நடத்துவார்கள் என்று சொல்லத் தேவையில்லை. இதற்கு வள்ளியம்மாளின் மாமியாரும் விதிவிலக்கல்ல. மருமகளை எப்போதும் ஏதாவது வைதுகொண்டே இருப்பார். அதாவது பரவாயில்லை. தன்னுடைய எல்லா உறவினர்களிடமும் வள்ளியம்மாள் பற்றி கூட்டிக் குறைத்து ஏதாவது சொல்லிவிட்டு வருவார். அதைக் கேட்கும் உறவினர்களும் அதை அப்படியே நம்பிவிடுவார்கள். அவர்களிடத்திலும் வள்ளியம்மாள் பற்றி ஒரு நல்ல அபிப்பிராயம் ஏற்படவில்லை. வள்ளியம்மாளின் மாமனார் இதைவிடப் பெரிய அரக்கர். தன் மகனின் முதல் திருமண நிச்சயதார்த்தம் நின்று போயிருந்த சமயத்தில் வள்ளியம்மாளின் தாய் அவளைத் தன் மகனுக்கு மணமுடிக்க ஒப்புக்கொண்டபோது கவிழ்ந்த கப்பல் நிமிர்ந்ததாகச் சந்தோஷப்பட்ட அவர் இப்போது மகனுக்கு இந்தப் பெண்ணை ஏன் திருமணம் செய்தோம் என்று நினைக்க ஆரம்பித்து

விட்டாார். வள்ளியம்மாளின் தாயிடமே 'எப்படியாவது உன் மகளைக் கொன்றுவிடு' என்று ஒருமுறை கூறவும் செய்தார். மருமகள் மீதுள்ள கோபத்தின் உச்சக் கட்டத்தில் இப்படிக் கூறியிருந்தாலும் அவர் கூறியது கூறியதுதானே. வள்ளியம்மாளின் காதுக்கு இது எட்டிவிட்டது. இன்னும் மனம் சோர்ந்து போனார். திருமணமானவுடனேயோ அல்லது சில ஆண்டுகள் கழித்தோ கணவன் நோய்வாய்ப்பட்டால் அவனைப் பற்றி யாரும் இப்படிக் கூறுவதில்லை. மனைவியின் துரதிருஷ்டம் அப்படி ஆகிவிட்டது என்று அவளைத்தான் குறைகூறுவார்கள்.

நடராஜன் வரும்வரை சரியாக லாபம் ஈட்டித் தராத தந்தையின் வியாபாரம் நடராஜனின் உழைப்பாலும் புத்திசாதுரியத்தாலும் கொஞ்சம் கொஞ்சமாக முன்னேறத் தொடங்கியது. வியாபாரம் செழிக்க ஆரம்பித்ததும் நடராஜனின் கடைசித் தங்கை நல்ல நிறம் என்பதால் அவளுக்கு ஒரு பணக்கார இடத்தில் மாப்பிள்ளை அமைந்தது. நடராஜனின் பெற்றோருக்கு இது தங்கள் சக்திக்கு மீறிய இடம் என்று தெரிந் திருந்தாலும் அப்போதைக்கு வியாபாரத்தில் கிடைத்த லாபத்தை மகளுடைய திருமணத்திற்கு செலவழிக்கவே விரும்பினர். நடராஜனின் இந்தத் தங்கைக்குப் பிறகு திருமணம் முடிக்க வேறு பெண்கள் இல்லாததால் இந்தத் திருமணத்தைத் தடபுடலாக நடத்தினர். தனக்கு தான் விரும்பிய ஒரு புடவையைக் கூட வாங்கிக் கொடுக்காத கணவர் எல்லாச் சேமிப்புகளையும் தங்கையின் திருமணத்திற்கு பெற்றோர் செலவிட்ட போது அதைப் பற்றி எந்தவித ஆட்சேபமும் தெரிவிக்கவில்லையே என்று வருந்தினார். அடிக்கடி நடராஜனின் தங்கைகள் தாய் வீட்டிற்கு வரும்போதெல்லாம் ஏதாவது வாங்கிக் கொடுக்கும்படி அண்ணனிடம் எதிர்பார்ப்பார்கள். அவர்களுக்குத் தேவையானதை அல்லது அவர்கள் விரும்புவதை வாங்கிக் கொடுப்பதும் அதன்மூலம் பெற்றோரைச் சந்தோஷப்படுத்துவதும் தன் கடமை என்று நடராஜன் நினைத்தாரேயொழிய மனைவி விரும்புவதை வாங்கிக் கொடுப்பதும் தன் கடமை என்று எண்ணவில்லை. இம்மாதிரிச் சிறு விஷயங்கள்கூட வள்ளியம்மாளைப் பாதித்தன.

அதுவரை சேமிப்பில் இருந்த பணத்தை நடராஜனின் தங்கையின் திருமணத்திற்காகச் செலவிட்டுவிட்டாலும் வியாபாரம் தொடர்ந்து செழித்ததால் நடராஜனின் வங்கிச் சேமிப்பு உயர்ந்து கொண்டே போனது. எனினும் மனைவிக்கு வேண்டியதை வாங்கிக் கொடுப்பதில் எப்போதும் நடராஜன் சிக்கனத்தையே கடைப்பிடித்தார். வள்ளியம்மாளின் இரண்டு அக்காமார்களும் சேலைகளோ வீட்டிற்கு

வேண்டிய சாமான்களோ வாங்கும்போது வள்ளியம்மாளுக்கும் ஏதாவது வாங்கவேண்டும் என்று ஆசையாக இருக்கும். ஆனால் நடராஜன் அதற்கு மனதாரச் சம்மதம் கொடுப்பதில்லை. சில சமயங்களில் வள்ளியம்மாள் அதிகம் அடம்பிடித்தால் மட்டும் அவர் கேட்பதை வாங்கிக் கொடுப்பார். அடிக்கடி அடம்பிடித்து வாங்குவதும் வள்ளியம்மாளுக்கு அவ்வளவாகப் பிடிக்காது. அதனால் சும்மா இருந்துவிடுவார். ஒருமுறை வள்ளியம்மாளின் இரண்டு மகள்கள் தாய்வீட்டிற்கு வந்திருந்தபோது அவர்களுக்குப் புடவை வாங்கிக் கொள்ள நடராஜன் குறிப்பிட்ட தொகையை அவர்களிடம் கொடுத்து அதற்குள் எல்லாச் செலவுகளையும் முடித்துக்கொள்ளுமாறு கூறியிருந்தார். கடையில் அந்தப் பெண்கள் வாங்க விரும்பிய புடவைகளின் விலை தந்தை கொடுத்த பணத்தை விட அதிகமாக இருந்தது. வள்ளியம்மாளின் மகள்களுக்கு அவற்றை வாங்க ஆசை. அதனால் தாயிடம் இருந்த கொஞ்ச பணத்திலிருந்து தங்களுக்கு இன்னும் கொஞ்சம் கொடுக்குமாறு கேட்டனர். ஆனால் வள்ளியம்மாளோ தனக்கு அந்தப் பணம் வேறு செலவுகளுக்குத் தேவைப்படும் என்றும் தந்தை கொடுத்த பணத்திற்குள் புடவைகள் வாங்கிக் கொள்ளுமாறும் மகள்களுக்கு அறிவுரை கூறிவிட்டார். வேறு செலவுகளுக்காகத் தான் வைத்திருக்கும் பணத்தில் கொஞ்சத்தைப் புடவைகள் வாங்குவதற்கு செலவழிப்பது தன் கணவருக்குப் பிடிக்காது என்று வள்ளியம்மாளுக்கு நன்றாகத் தெரியும்.

இந்த ஜாதியின் மற்ற ஆண்களைப்போல் நடராஜனுக்கும் சினிமா என்றால் பிடிக்காது. தனக்குப் பிடிக்காதது மட்டுமல்ல தன் குடும்பத்தாரையும் சினிமாவுக்குப் போக அனுமதிப்பதில்லை. அவர் ஊரில் இல்லாதபோது வள்ளியம்மாள் குழந்தைகளை சினிமாவுக்கு அழைத்துச்செல்வார். தன் பிள்ளைகளுக்காக அப்படிச் செய்வார். ஆனால் கணவர் அதன்பிறகு இரண்டு வாரங்களுக்குள் மறுபடி வெளியூருக்குச் சென்றால் மறுபடி பிள்ளைகள் சினிமாவுக்குப் போக விரும்பினால் அவர்களை அழைத்துக்கொண்டு போக மாட்டார். கணவன் விரும்பாததை அடிக்கடி செய்வது அவருக்குப் பிடிக்காது.

கணவருக்கு ஆங்கிலத்தில் இருக்கும் திறமையைக் கண்டு வள்ளியம்மாளுக்குத் தானும் ஆங்கிலத்தில் பேச வேண்டும் என்ற, இளவயதிலேயே அவருக்குள் இருந்த ஆசை மறுபடிம் துளிர்க்க ஆரம்பித்தது. கணவரிடம் தன் ஆசையைக் கூறினார். ஏனோ நடராஜனுக்கு மனைவியின் இந்த ஆசையை நிறைவேற்றிவைக்க

வேண்டும் என்று தோன்றியது. உள்ளூரில் ஒரு கிறிஸ்தவப் பெண் வள்ளியம்மாளுக்கு ஆங்கிலம் சொல்லிக் கொடுக்க ஒப்புக் கொண்டார். அப்போது கிறிஸ்தவப் பெண்கள்தான் ஆங்கிலம் கற்றிருந்தார்கள். வள்ளியம்மாளுக்கு வெளியில் சென்று ஆங்கிலம் கற்றுக் கொள்வதில் மிகுந்த சந்தோஷம். ஆனால் அந்த சந்தோஷம் அதிக நாட்களுக்கு நிலைக்க வில்லை. யாரோ ஒருவன் இந்தப் பெண் இப்போது ஆங்கிலம் படித்து என்ன செய்யப் போகிறாள் என்று கேலி பேசப் போய் ஆங்கிலம் படிப்பதை நிறுத்த வேண்டிய தாயிற்று. ஊரார் சொல்வதை அலட்சியப்படுத்தும் காலமல்ல அது.

நடராஜனின் இரண்டாவது தங்கைக்குத் திருமணமாகி சில வருடங்களில் அவரது கணவர் நோய்வாய்ப்பட்டார். மாமனாரோ மாமியாரோ தங்கள் மகனுக்கு வைத்தியம் செய்வது தங்கள் கடமை என்று நினைக்கவில்லை. நடராஜனின் பெற்றோர்கள் தான் அந்தப் பொறுப்பை ஏற்க வேண்டும் என்று எதிர்பார்த்தனர். அவர்களால் அந்தப் பொறுப்பை ஏற்காமல் இருக்க முடியவில்லை. என்ன இருந்தாலும் மகளின் வாழ்க்கை அல்லவா இப்போது ஆபத்தில் இருக்கிறது? மருமகனைக் காப்பாற்றி மகளுடைய வாழ்க்கை இருண்டு போகாமல் பார்த்துக்கொள்ள வேண்டியது தங்கள் கடமை என்று எண்ணினர். இதே பெற்றோர்கள்தான் வள்ளியம் மாளுக்கு நரம்புத் தளர்ச்சி நோய் வந்தபோது அவருக்கு வைத்தியம் செய்யாதது மட்டுமல்ல அவரை மிகக் கொடுமையாகவும் நடத்தினர். ஆனால் மருமகனுக்குக் காசநோய் வந்தவுடன் அவருக்குத் தேவையான எல்லா வைத்தியமும் செய்து அந்தச் செலவுகளை எல்லாம் நடராஜனே ஏற்றுக்கொள்ள வேண்டும் என்று எதிர்பார்த்தனர். பெற்றோரிடம் நல்லபெயர் வாங்க வேண்டும் என்பதற்காகவும் நடராஜனுக்கே தங்கையின் கணவரின் உயிரைக் காப்பாற்றி அதன்மூலம் தங்கையின் வாழ்வைக் காப்பாற்ற வேண்டும் என்று தோன்றியதாலும் தங்கையின் கணவனின் வைத்தியச் செலவுகளை ஏற்றுக்கொண்ட தோடு அவருடைய மற்றத் தேவைகளையும் இவரே கவனித்துக் கொண்டார். இப்போது நடராஜனிடம் பணம் பெருகியிருந்ததால் தங்கைக்காக நடராஜன் செலவழித்ததைப் பற்றி வள்ளியம்மாளுக்கு எந்தவித ஆட்சேபணையும் இல்லையென்றாலும் தான் விரும்பும் பொருள்களை கணவர் தனக்கு வாங்கிக் கொடுத்தால் என்ன என்று நினைக்கத் தோன்றும். நடராஜனைப் பொறுத்தவரை தங்கையின் கணவரின் உயிரைக் காப்பாற்றுவதுதான் முக்கியம் என்றும் மனைவி விரும்பும் பொருள்களை வாங்குவது அவ்வளவு முக்கியம் இல்லை என்றும் நினைத்தார்.

வள்ளியம்மாளின் கணவரின் உடல்நிலை ஓரளவு தேறியதும் அவர்கள் இருவரும் தங்கையின் கணவரின் பெற்றோர் இருக்கும் இடத்திற்குச் சென்றனர். வள்ளியம்மாளின் குழந்தைகளும் வளர்ந்து பெரியவர்கள் ஆயினர். வள்ளியம்மாளின் நரம்புத்தளர்ச்சி நோயும் அவ்வப்போது வந்து அவரைப் படுக்கையில் வீழ்த்திவிடும். பெண் குழந்தைகள் இருவரும் வளர்ந்துவந்ததால் குடும்ப வேலைகளை அவர்கள் கவனித்துக்கொண்டனர். அவர்களுக்குத் திருமணம் செய்ய வேண்டிய தருணமும் வந்தது. வள்ளியம்மாளின் நோய் அவருடைய பெண்களுக்கும் வர வாய்ப்பு இருப்பதாகச் சிலர் நினைத்ததால் அவருடைய மூத்த மகளுக்கு சரியாக மாப்பிள்ளை அமையவில்லை. பெண்களுக்கே அவர்கள் குடும்பத்தைவிடக் கொஞ்சம் குறைந்த இடத்தில்தான் மாப்பிள்ளை அமையும். பெண் நிறமாக இருந்தால் இந்த விதியிலிருந்து தப்பிக்க வழி உண்டு. அதுவும் நல்ல நிறமாக இருந்தால் பல பணக்காரக் குடும்பங் களிலிருந்து பெண்கேட்டு வருவார்கள். வள்ளியம்மாளின் மூத்த பெண் அப்படி அவளைப் பெண்கேட்டு வரும் அளவிற்கு நிறம் படைத்தவள் இல்லை. அதனால் அவளுக்கு மிகவும் சாதாரண இடத்திலேயே மாப்பிள்ளை அமைந்தது. நடராஜனுக்கும் இது அதிர்ச்சியைக் கொடுத்தாலும் வள்ளியம் மாளை மிகவும் பாதித்தது. தன்னால்தானே தன் மகளுக்கு நல்ல இடத்தில் மாப்பிள்ளை அமையவில்லை என்று எண்ணி எண்ணி ஏங்கினார். அப்படி ஏங்கிய தாலேயே அவருடைய உடல்நிலை இன்னும் மோசமாகியது.

முதல் பெண்ணின் வாழ்க்கை நன்றாக அமையாததால் இரண்டாவது பெண்ணிற்காவது தகுந்த இடத்தில் மாப்பிள்ளை அமையும் என்று வள்ளியம்மாளும் நடராஜனும் எதிர்பார்த் தனர். இரண்டாவது பெண்ணும் ஓரளவு நிறம் என்பதால் அவர் களுடைய எதிர்பார்ப்பு நியாயமானதாக இருந்தது. ஆனால் அதுவும் அவர்கள் நினைத்ததுபோல அமையவில்லை. இதுவும் வள்ளியம்மாளை மேலும் பாதித்தது. நடராஜனும் வள்ளியம்மாளும் விரும்பிய பையன்களின் பெற்றோர்கள் நோயைக் காரணம் காட்டி வள்ளியம்மாளின் பெண்களைத் தங்கள் மகன் களுக்கு திருமணம் செய்ய முன்வரவில்லை.

ஆனால் வள்ளியம்மாளின் மகன் விஷயத்தில் பலர் தங்கள் பெண்களைக் கொடுக்க முன்வந்தனர். ஆண்களுக்கு எப்போதுமே கிராக்கி இருக்கும் அல்லவா? ஒரே பையன் என்பதால் தந்தையின் சொத்து முழுவதும் அவனுக்கே, இரண்டு தங்கைகளுக்கும் திருமணம் ஆகிவிட்டது, அதனால் இனி வேறு செலவுகள் இல்லை என்பது

போன்ற அம்சங்கள் பையனுக்குப் பணக்கார இடத்திலிருந்து பெண் கிடைக்க உதவிசெய்தன.

வள்ளியம்மாள் பற்றி வீட்டிற்கு வந்த மருமகளுக்கும் ஓரளவு தெரிந்திருந்தது. மருமகள் முதலிலிருந்தே அந்த எண்ணத்தைக் கொண்டிருந்ததால் அவள் மாமியாருக்குக் கொடுக்கவேண்டிய மரியாதையைக் கொடுக்கவில்லை. நடராஜனுக்கு இது தெரிய வந்தாலும் அவரால் ஒன்றும் செய்ய முடியவில்லை. சாதாரணமாக வீட்டிற்கு வந்த மருமகளை மாமியார்தான் சரியாக நடத்துவ தில்லை. ஆனால் வள்ளியம்மாளின் விஷயத்தில் அவருடைய மருமகள் நடந்துகொண்டது இந்த விதிக்குப் புறம்பாக இருந்தது. இது வள்ளியம்மாளின் மகனுக்குத் தெரிந்திருந்தாலும் அவராலும் ஒன்றும் செய்ய முடியவில்லை. மற்ற உறவினர்களைப்போல் தன்னுடைய மருமகளும் தன்னைச் சரியாக நடத்தாதது வள்ளியம்மாளை இன்னும் பாதித்தது. ஏதோ வாழ்க்கையை ஓட்டிக்கொண்டு போனார். பேரக்குழந்தைகளைப் பார்த்துக்கொண்டு அவருடைய வாழ்க்கை எல்லோருடைய வாழ்க்கை செல்லும் பாதையில் சென்றது.

வள்ளியம்மாளுக்கு நரம்புத்தளர்ச்சி நோய் ஏற்பட்டபோது அண்ணன்மார் இருவரும் அவளுக்கு எந்த உதவியும் செய்யவில்லை என்று நடராஜனுக்கு அவர்கள் மேல் வருத்தம். அவர் தன்னுடைய தங்கைக்கு எவ்வளவோ உதவி செய்திருக்கிறார். அது மாதிரி தன்னுடைய மச்சினன்மார்கள் நடந்து கொள்ளவில்லையே என்ற கோபம் அவருக்கு இருந்தது. வள்ளியம் மாளுக்கும் அப்படி ஒரு வருத்தம் இருந்தாலும் தன்னுடைய அண்ணன்மார்கள் மேல் அவர் எப்போதும் பாசமாக இருந்தார். இவருடைய பெரிய அண்ணன் இறந்தபோது இவரால் அண்ணன் வீட்டிற்குச் சென்று துக்கம் கேட்க முடியவில்லை. அதுவும் இவரை மிகவும் பாதித்தது.

நடராஜன் தன் மனைவிக்கு அவர் விரும்பிய பொருள்களை எல்லாம் தாராளமாக வாங்கிக் கொடுக்கவில்லை என்றாலும் தன் காலத்திற்குப் பிறகு நரம்புத்தளர்ச்சி நோயால் பாதிக்கப்படும் மனைவியை யார் கவனித்துக்கொள்வார்கள் என்று மிகவும் கவலைப்பட்டார். மகன், மருமகள்மீது அவருக்கு அவ்வளவாக நம்பிக்கை இல்லை. பெண்மக்களும் வேறு ஊர்களில் இருந்தார்கள். தாயைத் தங்கள் வீட்டில் வைத்துப் பராமரிக்கும் அளவிற்கு அவர்களுடைய கணவன்மார்களுக்குப் பரந்த எண்ணம் இருக்கும் என்று அவர் நம்பவில்லை. குடும்பத் தலைவர் என்ற முறையில் அவரிடம் இருக்கும் பயமோ மரியாதையோ வள்ளியம்மாளிடம்

அவர்களுடைய மருமகளுக்கு இல்லை. நல்ல வேளை அவர் பயந்தபடி எதுவும் நடக்கவில்லை. அவருடைய காலத்திற்கு முன்பே வள்ளியம்மாள் இறந்துவிட்டார்.

மற்றப் பெண்களைப்போல் அல்லாமல் நிறையப் படிக்க வேண்டும், பள்ளி இன்ஸ்பெக்டராக வேண்டும், ஆங்கிலத்தில் எழுத வேண்டும், உரையாட வேண்டும் என்பது போன்ற வள்ளியம்மாளின் கனவுகள், ஆசைகள் எல்லாம் நிறைவேறாமலே போயின.

7
அமிர்தம்

அமிர்தம் தன் பெற்றோருக்கு நான்காவது குழந்தையாக 1925இல் பிறந்தாள். இவளுடைய குடும்பம் வசதி படைத்த குடும்பமும் அல்ல, வசதியே இல்லாத குடும்பமும் இல்லை. இவளுக்குப் பதின்மூன்று வயதாக இருக்கும்போதே இவளுடைய தந்தை இறந்துவிட்டார். இவளுக்கு இரண்டு அண்ணன்மார்கள், ஒரு அக்கா, ஒரு தங்கை. இவளுடைய தந்தை இறக்கும்போது இவளுடைய அண்ணன்மார்களில் ஒருவருக்கு இருபது வயதாகி இருந்தது. தந்தையின் வியாபாரத்தைத் தொடரும் அளவிற்கு அவர் அனுபவமும் பெற்றிருந்தார். அதனால் தந்தை இறந்துவிட்ட பிறகும் குடும்பம் வறுமையில் வாடவில்லை. ஆனால் அதுவரை பிள்ளைகள் யாருக்கும் திருமணம் ஆகவில்லை. அவர்கள் எல்லோருக்கும் திருமணம் செய்துவைக்க வேண்டிய பொறுப்பு அவருடைய தாயின் தலையில் விழுந்தது.

அமிர்தத்தின் வீட்டில் எல்லோரும் கருப்பு அல்லது கொஞ்சம் புது நிறம். அமிர்தத்தின் தாய்வழிப் பாட்டனார் நல்ல கருப்பு. பாட்டி கொஞ்சம் புது நிறமாக இருந்ததால் அமிர்தத்தின் தாயும் கொஞ்சம் புது நிறம். அமிர்தத்தின் தந்தை கருப்பு. அவர்களுடைய வழியில் சருமம் கொஞ்சம் நிறமாக இருப்பதற்கு வேண்டிய மரபணுக்கள் இல்லை. அதனால் சருமம் கொஞ்சம் நிறமாக இருப்பதற்கு வாய்ப்புகள் இல்லை.

அமிர்தத்தின் அண்ணனுக்கும் அக்காவுக்கும் திருமணம் செய்து வைப்பதில் அமிர்தத்தின் தாய்க்குப் பெரிய சிரமம் எதுவும் இருக்க வில்லை. பையன்களுக்கு அவர்கள் தகுதிக்கு ஏற்றவாறு மனைவி அமைவதில் எப்போதுமே கஷ்டம் இருப்பதில்லை. அமிர்தத்தின் அண்ணனுக்கும் அவருடைய படிப்பிற்கும் - அப்போது பையன் களைப் பள்ளி இறுதிவரையாவது படிக்க வைப்பது வழக்கமாகி

இருந்தது – அவர்களுடைய குடும்பப் பொருளாதார சூழ்நிலைக்கும் தகுந்தவாறு பெண் அமைந்தது. அமிர்தத்தின் அக்காவுக்கும் அவருடைய நிறத்திற்கும் அமிர்தத்தின் தாய் கொடுத்த சீதனத்தின் அளவிற்கும் தகுந்தவாறு மாப்பிள்ளை அமைந்தது.

ஆனால் அமிர்தத்தின் திருமண முறை வந்தபோதுதான் அவர் தாய் மிகவும் தவித்துப் போனார். ஏனோ அமிர்தம் எல்லோரையும் போல் இல்லாமல் மிகவும் குண்டாக இருந்தாள். அவர்கள் வழியில் யாரும் குண்டாக இருந்ததாகத் தெரியவில்லை. மரபணுக்கள் ஏழு தலைமுறைகளுக்குப் பின்னாலும் மனிதரிடம் தோன்றலாம் என்பதால் அவர்களுடைய மூதாதையர்கள் யாரிடமிருந்தாவது உடல் பருமனுக்குரிய மரபணுவை அமிர்தம் பெற்றுவிட்டாளோ என்னவோ. அதற்கு மேல் நல்ல கருப்பு. கருப்பாகவும் குண்டாகவும் பிறந்து விட்ட அமிர்தத்தைப் பற்றி எப்போதுமே அவளுடைய தாய்க்கு மிகுந்த மனக்கவலை உண்டு. அவள் பிறந்ததிலிருந்து ஏற்பட்ட அந்தக் கவலை அவள் வளர்ந்து பெரியவளாகும்போது பூதாகாரமாக உருவெடுத்தது. ஆனாலும் என்ன செய்ய முடியும்? படிக்கவைத்து, உத்தியோகத்திற்கு அனுப்பி அவளாகத் தன்னைப் பார்த்துக் கொள்ளும்படி செய்வதற்கும் அந்தக் காலகட்டம் உதவவில்லை. அப்போது யாரும் பெண்களைப் பெரிய மனுஷி ஆகிய பிறகு படிக்கவைப்பதில்லை. அதன்பிறகு வேலைக்கு அனுப்புவதைப் பற்றிய பேச்சே இல்லை. அதிலும் அமிர்தம் கருப்பாகவும் குண்டாகவும் இருந்ததால் பள்ளியில் பலரின் கேலிக்குள்ளானாள். அதனால் ஐந்தாவது வகுப்பிற்குப் பிறகு அவளுக்குப் பள்ளி செல்வதற்கே முடியவில்லை.

தீப்பெட்டி செய்யும் வேலையை வீட்டில் முழுமூச்சாகச் செய்ய வேண்டிய தேவையும் அமிர்தத்திற்கு இல்லை. ஏதோ கொஞ்சம் தங்கள் கையில் பணம் இருக்கும் என்னும் ஆசைக்காக அமிர்தமும் அவளுடைய சகோதரிகளும் அதைச் செய்வதுண்டு. தீப்பெட்டி வேலை இல்லாததால் அமிர்தம் நன்றாகச் சமைக்கக் கற்றுக் கொண்டாள். அவளுக்குத் திருமண ஏற்பாடு செய்யும் தருணம் வந்தபோதுதான் குடும்பத்தில் எல்லோருக்கும் ஒரே உளைச்சலாகப் போயிற்று.

அமிர்தத்தை யாரும் பெண்கேட்டு வரவில்லை. அவளுடைய தாய் அது பற்றி மிகவும் கவலைப்பட்டபோது அவர்களுடைய உறவினர்களில் பெரியவர்கள் சிலர் 'பையன்கள் ஆத்தாளையும் அக்காவையுமா கட்டிக்கொள்ளப் போகிறார்கள்? இவளுக்கென்று

பிறந்திருப்பவன் வந்துதானே ஆக வேண்டும்' என்று ஆறுதல் கூறுவார்கள். பெண்கள் திருமணம் செய்துகொள்ளாமல் இருக்கலாம் என்பது யாரும் நினைத்துக்கூடப் பார்க்காத விஷயம்.

அவளையொத்த பெண்களுக்கு அந்தக் காலத்தில் பெரிய மனுஷி ஆகி இரண்டு வருடத்திற்குள் திருமணம் முடிந்து விடும்; எப்படி யாவது முடித்துவிடுவார்கள். அதற்குமேல் திருமணம் ஆகாமல் இருந்தால் கல்யாணச் சந்தையில் அவர்களுடைய மவுசு குறைந்து கொண்டே போகும். இரண்டு வருஷத்திற்குள் திருமணம் முடிந்தாலே பெண்களுக்கு இந்த ஜாதியில் அவர்களுடைய தகுதிக்கு ஏற்ற மாதிரி கணவன் அமைவதில்லை. கருப்பாகவும் குண்டாகவும் இருந்து வயதும் கூடிக்கொண்டே போனால் கேட்கவே வேண்டாம். இனித் திருமணமே ஆகாது என்று ஊரில் எல்லோரும் புரளி பேசும் அளவிற்கு நிலைமை மோசமாகிவிடும். அமிர்தத்தின் நிலைமையும் அப்படித்தான் போய்க்கொண்டிருந்தது. அவளுடைய முலைகள் இறங்கிப் போய்விட்டன என்று பெண்கள் பழித்தார்கள். அமிர்தத்தின் தாய்க்கும் அண்ணனுக்கும் என்ன செய்வதென்று தெரியவில்லை. அவள் பெரிய மனுஷி ஆகி ஐந்து வருடங்கள் ஆகிவிட்டன. திருமணம் ஆகும் அறிகுறியே தெரியவில்லை. தினமும் அமிர்தத்தை நினைத்து நினைத்து அழுவது அவளின் தாய்க்கு வழக்கமாகி விட்டது. உறவினர் வீட்டுத் திருமணங்களுக்குப் போவதைக்கூட குறைத்துக்கொண்டார். பிறகு அறவே நிறுத்தி விட்டார்.

இச்சூழ்நிலையில் அமிர்தத்தின் தூரத்து உறவினர் ஒருவரின் பையனின் திருமணத்திற்காக அந்தக் குடும்பம் பெண் தேடுவதாக அமிர்தத்தின் தாய்க்குச் செய்தி எட்டியது. அந்தப் பையனைப் பற்றி விசாரிக்கும்படி தன் மகனிடம் கூறினார். பையனைப் பற்றிய விபரங்கள் கிடைத்ததும் அமிர்தத்தின் தாய்க்கும் அண்ணனுக்கும் மிகவும் ஏமாற்றமாகப் போய்விட்டது. பையன் பெரிய போக்கிரி என்றும் நிலையான வேலை எதுவும் இன்றி சும்மா ஊர் சுற்றிக் கொண்டிருக்கிறான் என்றும் அறிந்த பிறகு மகளை அவனுக்குக் கொடுக்க அமிர்தத்தின் தாய் தயங்கினார்.

ஆனால் சில மாதங்கள் கழிந்த பிறகு அதுவரை அமிர்தத்திற்கு வேறு பையன் அமையாததால் மேலே குறிப்பிட்ட பையனையே முடிப்பதென்று தாயும் அண்ணனும் முடிவுசெய்தனர். அவர்கள் முடிவு செய்ததற்கு ஏற்ப அந்தப் பையனுக்கும் அதுவரை திருமணம் முடியாமல் இருந்தது. கனத்த இதயத்தோடு அமிர்தத்தின் தாய் திருமண ஏற்பாடுகளைச் செய்யுமாறு மகனிடம் கூறினார்.

அமிர்தத்திற்கு திருமண யோகம் வந்துவிட்டது. இனி அதை நிறுத்த யாராலும் முடியாது. அதைத்தான் செடியில் பூத்தால் சிரசுக்கு வந்துவிடும் என்பார்கள். கடைசியாக அமிர்தத்திற்கும் செடியில் பூ பூத்துவிட்டது.

தனக்குத் திருமணம் ஆகப் போகிறது என்ற ஒன்றே பெண்களின் மனதில் ஒரு குதூகலத்தை ஏற்படுத்திவிடும். அதுவே அவர்களுடைய முகத்திலும் ஒரு மெருகை ஏற்றிவிடும். அமிர்தத்தின் விஷயத்தில் அன்றுகூட அவள் யார் கண்களுக்கும் அழகாகத் தெரியவில்லை. திருமணத்திற்கு வந்திருந்த அனைவரும் ஒரு பெண் இப்படிக்கூட அழகில்லாமல் இருக்க முடியுமா என்று வியந்தனர். ஒருவாறாகத் திருமணம் முடிந்து அந்த ஊரிலேயே அமிர்தமும் அவருடைய கணவன் பாண்டியனும் அவருடைய பெற்றோரோடு கூட்டாகக் குடும்பம் நடத்தத் தொடங்கினர்.

தன் தகுதிக்குத் தகுந்த மாதிரிதான் தனக்குப் பெண் அமைந்திருக் கிறாள் என்பது பாண்டியனுக்குத் தெரிந்தே இருந்தது. இருப்பினும் அழகில்லாத ஒரு பெண் தனக்கு மனைவியாக அமைந்துவிட்டாளே என்று அவருக்குக் கோபமாகவும் வந்தது. யார் மேல் என்றுதான் சரியாகப் புரியவில்லை. எல்லோரையும்போல் இந்தத் தம்பதிகளும் ஒரு வருடத்தில் ஒரு குழந்தையைப் பெற்றெடுத்தனர். திருமணம் ஆன பிறகும் மகனுக்குப் பொறுப்பு வரவில்லை என்று உணர்ந்த பாண்டியனின் பெற்றோர்கள் பொறுப்பு வருவதற்காக மகனையும் மருமகளையும் தனிக்குடித்தனம் வைத்தனர். மேலும் அவர் களிடமும் மகனின் குடும்பத்தையும் சுமக்கும் அளவிற்குப் பண வசதி இல்லை.

எப்போதாவது ஏதாவது வேலைக்குப் போய்க் கணவன் கொண்டு வரும் கொஞ்சப் பணத்தைக் கொண்டு அமிர்தத்தால் குடும்பச் செலவுகளை ஓட்டி அடைக்க முடியவில்லை. தீப்பெட்டி செய்யும் வேலையைச் செய்ததன் மூலம் கொஞ்சம் வருவாயைக் கூட்டிக் கொண்டார். ஆனாலும் அதுவும் போதவில்லை. அமிர்தத்தின் அண்ணன் சொந்தமாக ஒரு தீப்பெட்டித் தொழிற்சாலை அமைக்க முடிவுசெய்தார். அதில் பாண்டியனையும் சேர்த்துக்கொள்ளலாமா என்று யோசனை செய்தார். அவருடைய தாய்க்கும் அமிர்தத்திற்கு தன்னுடைய மகன் உதவ முன்வந்தது பெரிய நிம்மதியைக் கொடுத்தது. எதற்கும் லாயக்கில்லாத மருமகனைத் தன் மகனால் கரையேற்ற முடியுமா என்ற பயமும் மனதிற்குள் இருந்தது. அமிர்தத்தின் அண்ணனுக்கும் இந்தப் பயம் இருந்தாலும் தங்கைக்கு

ஐந்து தலைமுறை: நாடார் பெண்களின் கதை ✦ 105

உதவுவதற்கு இதைவிட நல்லவழி இருப்பதாக அவருக்குப்பட வில்லை.

தன் மச்சினனோடு சேர்ந்து தொழிற்சாலையை ஆரம்பிக்க நினைத்த அமிர்தத்தின் அண்ணனுக்கு முதலில் பணம் தேவைப் பட்டது. தன்னுடைய பங்கிற்கு அவர் தன் மனைவியின் நகைகளை விற்றுப் பணமாக்கிக்கொண்டார். பாண்டியனையும் அப்படிச் செய்யுமாறு கூறினார். பாண்டியனுக்கு முதலில் மனைவியிடம் இதைப் பற்றி எப்படிப் பேச்சை எடுப்பது என்று தெரியவில்லை. அதனால் அமிர்தத்தின் அண்ணன் தன்னுடைய புதிய தொழிலில் தன்னைச்சேர்த்துக்கொள்வது பற்றிக் கூறிவிட்டு அதற்குத் தனக்குப் பணம் தேவைப்படலாம் என்று கூறினார். கணவர் மேல் முழு நம்பிக்கை இல்லாத அமிர்தம் தன் அண்ணனிடமும் இது பற்றிக் கேட்டுத் தெரிந்துகொண்டார். அவருக்கு முதலில் தன் கணவர் தன் அண்ணனோடு சேர்ந்து உருப்படியாக தொழில் செய்வாரா என்று சந்தேகமாக இருந்தது. இருப்பினும் தாயும் அண்ணனும் அவருடைய கணவரிடம் வைத்திருந்த நம்பிக்கையைத் தானும் அவர் மீது வைக்க வேண்டும் என்று நினைத்தார். சிறிது பயத்துடன்தான் தன் நகைகளை விற்கச் சம்மதித்தார்.

இரு மனைவிமார்களின் நகைகளில் சிலவற்றை விற்று மச்சினன்மார் இருவரும் தொழிற்சாலையைத் தொடங்கினர். அப்போது அந்த ஊரில் தீப்பெட்டித் தொழிற்சாலை பலருக்கு நல்ல லாபத்தைக் கொடுத்தது. அமிர்தத்தின் கணவரும் அண்ணனும் கடுமையாக உழைத்தனர். உதவாக்கரை என்று எல்லோரிடமும் அதுவரை பெயர் வாங்கியிருந்த பாண்டியனும் கடுமையாக உழைக்கத் தயாரானார். மனைவி தயக்கத்துடன் நகைகளைக் கொடுத்தது அவருக்குத் தெரியாது. மனைவி மனமுவந்து கொடுத்ததாகத்தான் நினைத்துக்கொண்டிருந்தார். மனைவி தன் நகைகளைக் கொடுத்தது அவருக்கு மனைவி மேல் கொஞ்சம் பிரியத்தை ஏற்படுத்தியிருந்தது. முதலில் கொஞ்சம் தடுமாறிய தொழிற்சாலை சில மாதங்களில் சமாளித்துக்கொண்டு லாபம் ஈட்டத் தொடங்கியது. அமிர்தத்தின் தாய்க்கும் மிகவும் சந்தோஷமாக இருந்தது. வேறு வழியே இல்லாமல் இந்த மருமகனைத் தேர்ந்தெடுத்ததற்கு என்ன ஆகுமோ என்று முதலில் பயந்து கொண்டே இருந்தார். ஆனால் இப்போது மகன் தன் மகளுக்கு அளித்த உதவியால் மகளுடைய வாழ்வு உருப்படியாக அமையும் போல் காரியங்கள் நடந்து வருவதைப் பார்த்து அவருக்கு ஒரே சந்தோஷம். ஊதாரி, பொறுப்பில்லாதவன் என்று எல்லோரிடமும் பெயர் வாங்கிய

ஒருவரை மணக்க வேண்டிய கட்டாயம் தனக்கு ஏற்பட்டிருக்கிறதே என்று எண்ணி எண்ணி கவலைப்பட்ட அமிர்தத்திற்கு தன் கணவரும் தன் அண்ணனும் சேர்ந்து தொடங்கிய தொழில் துளிர்த்து வருவதைப் பார்த்து நிம்மதியாக இருந்தது. தன்னுடைய இரண்டாவது மகன் பிறந்த நேரம்தான் இதற்கெல்லாம் காரணம் என்று நினைத்து அந்த மகனை இன்னும் அதிமாகச் சீராட்ட ஆரம்பித்தார்.

எப்படியோ குடும்பமும் தொழிலும் பெருகிக்கொண்டே போயின. ஒன்று, இரண்டு என்று அமிர்தம் ஆறு குழந்தைகளுக்குத் தாயானாள். மனைவி வந்த நேரம் தன் வாழ்க்கை எவ்வளவோ மாறியிருக்கிறது என்பதைப் பாண்டியனும் உணர்ந்தார். மனைவி மேல் அவர் வைத்திருந்த பிரியமும் கூடிக்கொண்டே போனது. உற்றார் உறவினரிடையே அமிர்தம்-பாண்டியன் நிலையும் உயர்ந்தது. பாண்டியனின் கடந்த காலம், அமிர்தத்திற்குப் பல ஆண்டுகள் திருமணம் ஆகாமல் இருந்தது எல்லாம் உறவினர்களுக்கு மறந்து விட்டது. இவர்களுடைய மூன்று பெண் குழந்தைகளில் இரண்டு தந்தையின் நிறத்தைக் கொண்டு – பாண்டியன் அவ்வளவு கருப்பில்லை; பார்ப்பதற்குச் சுமாராக இருந்தார் - பிறந்திருந்தனர். மேலும் இவர்களுக்கு இப்போது வசதி பெருகிவிட்டதால் இந்தத் தம்பதி களின் மூத்த குழந்தைகள் திருமணத்திற்குத் தயாரானபோது அவர்கள் குடும்பத்திலிருந்து பெண் எடுக்கவும் அவர்கள் குடும்பத்தில் பெண் கொடுக்கவும் பலர் முன்வந்தனர்.

பெண் எடுக்க முன்வந்தவர்கள் இவர்களுடைய பெண்களின் சரும நிறத்தையும் இவர்கள் கொடுக்கப் போகும் சீதனத்தின் அளவையும்தான் பார்த்தார்கள். அமிர்தத்தின் சரும நிறம் அவர் களுடைய பேரப்பிள்ளைகளுக்கும் வந்துவிடும் வாய்ப்பு இருந்தாலும் பாண்டியனின் நிறம் அதை ஓரளவிற்கு முறியடித்து விடும் என்றும் நினைத்தனர். அதனால் அவர்களுக்குச் சிரம மில்லாமல் மாப்பிள்ளை கிடைப்பது சாத்தியமாயிற்று. ஒரு பெண்தான் கொஞ்சம் அமிர்தத்தைப் போல் இருந்தாள். அவளுக்கு மாப்பிள்ளை பார்ப்பது கொஞ்சம் சிரமமாக இருந்தது. பையன் களில் ஒருவன் தாயைக் கொண்டு பிறந்திருந்தான். அவன் பையன் என்பதால் அவனுக்குத் திருமணம் முடித்து வைப்பதில் அதிகச் சிரமம் இருக்கவில்லை. அவன் கருப்பாக இல்லாமல் இருந்திருந்தால் இன்னும் கொஞ்சம் பணக்கார இடத்திலிருந்து பெண் வந்திருக் கலாம். இருப்பினும் அவனுடைய மனைவி கொஞ்சம் நிறமாக இருந்ததால் பாண்டியன் தம்பதிகளும் அவர்களுடைய சம்பந்தி களும் அமிர்தத்தின் சரும நிறம் அவர்களுடைய பேரக் குழந்தைகளுக்கு

ஐந்து தலைமுறை: நாடார் பெண்களின் கதை ✦ 107

வராமல்போக வாய்ப்பு உண்டு என்று சமாதானம் செய்து கொண்டனர்.

பையன்களில் இருவர் பொறியியல் படிப்புப் படித்தனர். இந்த சமூகத்தில் நிறையப் பேர் இன்னும் படித்து வேலைக்குப் போக ஆரம்பிக்காததால் இந்தப் பையன்களுடைய படிப்பு அவர்களுக்கு சமூகத்தில் ஒரு அந்தஸ்தைக் கொடுத்தது. பெரிய இடங்களிலிருந்து பெண் கிடைக்கவும் சாத்தியமாயிற்று. பாண்டியன்-அமிர்தம் குடும்பத்திற்கு உறவினர்களின் மத்தியிலும் அந்தஸ்து மேலும் கூடியது. நம்பிக்கை அதிகமில்லாமல் ஆரம்பித்த அமிர்தத்தின் வாழ்க்கை குழந்தை குட்டிகள், செல்வம் என்று பெருகி சந்தோஷமாக திகழ்ந்தது.

8

பாலம்மாள்

பாலம்மாள் பிறந்த வருடம் 1930. இவளுடைய தந்தை ஓரளவு வசதி படைத்தவர். மூன்று ஆண் குழந்தைகளும் மூன்று பெண் குழந்தை களும் உள்ள குடும்பத்தில் பெண்களில் இவள்தான் கடைசி. இவளுக்குக் கீழ் இரண்டு தம்பிகள். இவள் பிறந்த பிறகு இரண்டு ஆண் குழந்தைகள் பிறந்ததால் இவளுடைய பெற்றோருக்கு இவள் மேல் மற்றப் பெண்களைவிட அதிகப் பிரியம். பெண்பிள்ளைகள் பிறந்தாலே அதை ஒரு சுமையாகக் கருதிய காலம் அது. பெண்களைப் படிக்கவைத்து வேலைக்கு அனுப்பிக் குடும்பப் பொருளாதாரத்தை வளர்க்க முடியாது. அதற்குப் பதில் பதினான்கு பதினைந்து வயதிலேயே திருமணம் செய்துகொடுத்துவிட வேண்டும். பையன் களின் திருமணத்திற்கு ஆகும் செலவைவிட பெண்களின் திருமணத்திற்கு அதிகமாகச் செலவாகும். அப்படியும் தங்கள் தகுதிக்கும் வசதிக்கும் தகுந்தவாறு பையன் கிடைப்பது கடினம். தங்களைவிடக் கொஞ்சம் குறைந்த வசதிபடைத்த குடும்பத்தில் தான் பையன் அமைவான். பெண் நிறம் கருப்பாக இருந்துவிட்டால் பெண்ணின் பெற்றோர் நிறைய சீதனம் கொடுத்தாலும் போதாது. வரப்போகும் பையனின் குடும்பத்தின் தகுதி குறைந்து கொண்டே போகும். இதனால்தான் குழந்தை பிறந்த உடனேயே பெண் குழந்தை என்றால் என்ன நிறம் என்று பெண்ணைப் பெற்றவளும் மற்ற நெருங்கிய உறவினர்களும் கேட்பார்கள். ஆண் குழந்தை பிறந்தாலும் குழந்தையின் நிறம் என்ன என்று தெரிந்து கொள்ள ஆர்வம் காட்டினாலும் பெண் குழந்தை பிறக்கும்போது இருக்கும் அளவு இருக்காது. இந்த ஜாதியில் குழந்தை பிறந்ததும் குழந்தை ஆணா, பெண்ணா என்று கேட்டதும் அடுத்த கேள்வி குழந்தையின் நிறம் என்ன என்பதுதான்.

பாலம்மாள் புது நிறத்திற்கும் கொஞ்சம் அதிகம். அவளுடைய தந்தை கருப்பு என்பதால் பாலம்மாள் எங்கே கருப்பாகப் பிறந்து

விடுவாளோ என்று அவளுடைய தாய்க்குப் பயம். நல்லவேளை அவர் பயந்த மாதிரி நடக்கவில்லை. ஐந்து குழந்தைகளோடு வளர்ந்து வந்தாலும் பாலம்மாளின் தந்தை ஓரளவு வசதி படைத்திருந்ததால் வீட்டில் எந்தக் குறையும் இன்றி பாலம்மாள் வளர்ந்துவந்தாள். அந்தக் காலத்தில் சிறு குழந்தைகளுக்கு விளையாட்டுச் சாமான்கள் கிடையாது. மற்றக் குழந்தைகளோடு விளையாடுவதுதான் அவர்களுடைய பொழுதுபோக்கு. பாலம்மாள் பிறந்தவுடனேயே இரண்டாவது படித்துக்கொண்டிருந்த அவளுடைய மூத்த சகோதரியின் படிப்பு நின்று போயிற்று. அதற்குக் காரணம் பாலம்மாளைப் பார்த்துக்கொள்வதற்குத்தான். வீட்டில் பெண்பிள்ளகளுக்குக் குழந்தை வளர்ப்பு பற்றி அப்போதே பயிற்சி கிடைக்க ஆரம்பித்து விடும். பெண்களுக்கான தனிப்பள்ளி அந்த ஊரில் ஆரம்பிக்கப் பட்டு பல ஆண்டுகள் ஆகியிருந்தாலும் நிறையக் குடும்பத்தினர் தங்கள் பெண் குழந்தை களை சில வகுப்புகளே படிக்கவைத்தனர். நிறையப் படித்துப் பெரிதாக என்ன செய்யப் போகிறார்கள் என்பதே முக்கிய காரணம்.

அந்த வழக்கத்தைப் பின்பற்றி பாலம்மாளையும் அதிகம் படிக்கவைக்கவில்லை. இவள் ஐந்தாவது படித்துக்கொண்டிருக்கும் போது இவளுடைய மூத்த தமக்கைக்குத் திருமணம் முடிந்து விட்டது. அதனால் வீட்டில் வேலைக்கு ஒரு ஆள் குறைந்து விட்டதால் இவளுடைய படிப்பு நிறுத்தப்பட்டது. எல்லோரையும் போல் வீட்டு வேலைகளைக் கவனிப்பது, தம்பிகளைப் பள்ளிக்கு அனுப்புவது என்பது போன்ற காரியங்களில் பாலம்மாளின் பொழுது கழிந்தது. அப்போது அந்த ஊரில் தீப்பெட்டித் தொழிற் சாலைகள் தொடங்கப் பெற்றிருந்தாலும் வசதிபடைத்த குடும்பம் என்பதால் வீட்டில் தீப்பெட்டி வேலையைச் செய்யவில்லை. ஆனால் சமையல் வேலையும் மற்ற வேலைகளும் எப்போதும் இருக்கும். சிறுவயதிலேயே தாய்க்குச் சமையலில் உதவியாக இருப்பதாலும் தாங்களே அடிக்கடி சமைப்பதாலும் எல்லாப் பெண்களுக்கும் ஓரளவு நன்றாகச் சமைக்கத் தெரியும்.

பத்து வயதில் பாலம்மாளை வெளியே தனியே அனுப்புவது நிறுத்தப்பட்டது. பதின்மூன்று வயதில் பாலம்மாள் பெரியமனுஷி ஆனாள். அதன் பிறகு ஒரு வருடத்தில் இவளுக்கு மாப்பிள்ளை தேடும் படலம் ஆரம்பமாகியது. குழந்தை பிறப்பதற்குமுன் பெண் குழந்தை வேண்டாம் என்று கடவுளிடம் வேண்டிக் கொண்டாலும் பிறந்த பிறகு வெளியிலா தூக்கிப் போடுவார்கள்? ஓரளவாவது நிறமாக இருக்க வேண்டுமே என்று வேண்டிக் கொள்வார்கள்.

அதன் பிறகு நன்றாகப் படிக்கவைக்க வேண்டும் என்றெல்லாம் திட்டம் போடமாட்டார்கள். திருமண வயது வந்ததும் நல்ல பையனாக அமைய வேண்டுமேயென்று தந்தையும் தாயும் கடவுளை வேண்டிக்கொள்வர்.

பாலம்மாளுக்குத் திருமணம் நிச்சயிக்கப்பட்டது. பெண்களில் இவள்தான் கடைசி என்பதால் இவளுக்கு இவளுடைய தமக்கை களைவிட அதிக சீதனம் கொடுப்பதென்று தந்தை முடிவுசெய்தார். அப்போது அவருடைய வியாபாரம் நன்றாக நடந்து கொண்டிருந்ததும் ஒரு காரணம். பாலம்மாளுக்குப் பிறகு திருமணம் செய்து கொடுக்கப் பெண்கள் இல்லாதது இன்னொரு காரணம். மூத்த மகள்கள் இரண்டு பேருக்கும் கொஞ்சம் பணம் கொடுத்ததால் அவர்களுடைய கணவன்மார்களும் எந்தத் தொந்தரவும் கொடுக்கவில்லை. பையன் வீட்டார் பாலம்மாளின் குடும்பத்தைவிட கொஞ்சம் அதிக வசதி படைத்தவர்கள் என்றே சொல்லலாம். மாப்பிள்ளைப் பையனும் பாலம்மாளைவிட நிறம் கொஞ்சம் அதிகம். பார்ப்பதற்கும் பரவாயில்லாமல் இருந்தான். எட்டாவது வகுப்புவரை படித்துவிட்டுத் தன் தந்தை நடத்திவந்த பலசரக்குக் கடையிலேயே அவருக்குத் துணையாக இருந்தான். சொந்தவீட்டோடு இன்னும் சில சொத்துக்களும் இருந்தன. எல்லா வகையிலும் பாலம்மாளுக்கு நல்ல இடத்திலேயே திருமணம் முடிவாகியிருக்கிறது என்று உறவினர்கள் சொல்லிக் கொண்டனர். திருமணம் ஆனதும் சில வருஷங்கள் மாமியாரோடு கூட்டுக் குடும்பத்தில் இருக்க வேண்டிய தேவை பாலம்மாளுக்கு இருந்தாலும் அதன் பிறகு தனிக்குடித்தனம் நடத்தும் வாய்ப்பு இருந்தது. திருமணம் ஆகிச் சில வருடங்கள் கழித்து மகனையும் மருமகளையும் தனிக் குடித்தனம் வைப்பார்கள். பெரிய வீடாக இருந்தால் வீட்டின் ஒரு பகுதியில் மகனும் மருமகளும் தனிக்குடித்தனம் நடத்துவார்கள். ஒன்றுக்கு மேல் சொந்த வீடு இருந்தால் இன்னொரு வீட்டில் தனிக்குடித்தனம் வைப்பார்கள்.

வழக்கமான 'மாப்பிள்ளைச் சோறு' தினங்கள் எல்லாம் முடிந்து பாலம்மாள் கணவனோடு - அவர் பெயர் சண்முகம் - குடும்பம் நடத்த மாமியார் வீட்டிற்குச் சென்றார். மாமியார் தன் மகனுக்கேற்ற மனைவிதான் என்று முதலில் மருமகளை வரவேற்றார். பிரியமாகவும் வைத்துக்கொண்டார் என்றுதான் சொல்ல வேண்டும். ஆனால் அவர் குடும்பத்தில் ஒவ்வொரு சோகமாக நடைபெறத் தொடங்கி யதும் மாமியார் இவர்மீது வெறுப்பைக் கொட்ட ஆரம்பித்து விட்டார். சண்முகத்தின் பத்து வயதுத் தங்கை திடீரென்று நோய் வாய்ப்பட்டு இறந்து போனாள். அவள் அவர்கள் குடும்பத்திற்குக்

கடைசிக் குழந்தையாதலால் அவள் மேல் எல்லோருக்கும் பிரியம். மேலும் அவள் சற்று நிறமாகவும் இருப்பாள். இதனாலும் எல்லோருக்கும் அவள் செல்லப்பிள்ளை. அவளை எளிதாகத் திருமணச் சந்தையில் விலை பேசிவிடலாம் என்று மகிழ்ந்து அவள் திருமணத்தைப் பற்றி அதிகம் கவலைப்படாமல் இருந்தனர் அவளைப் பெற்றோர். இப்போது அவள் அகால மரணமடைந்ததும் அவர்களுடைய துக்கமெல்லாம் பாலம்மாளின் மீது கோபமாக மாறியது. இது அந்தக் காலப் பெண்களுக்கு ஒரு சாபம். வீட்டிற்கு மருமகள் வந்து ஒரு சில வருடங்களில் வீட்டில் நல்லது நடந்தாலும் கெட்டது நடந்தாலும் அவளைத்தான் அவற்றுக்குப் பொறுப் பாக்குவார்கள்.

பாலம்மாள் ஒரு வருடத்தில் ஒரு பெண் குழந்தையைப் பெற்றெடுத்தார். பெண் என்று கொஞ்சம் ஏமாற்றம் ஏற்பட்டாலும் முதல் குழந்தைதானே என்று மாமியார்வீட்டார் சமாதானம் செய்துகொண்டனர். ஆனால் இரண்டாவதாகவும் பாலம்மாள் பெண் குழந்தையைப் பெற்றெடுக்கவும் மாமியார் வீட்டாருக்கு இவள்மீது கோபம் ஏற்பட்டது - இரண்டாவதும் பெண் குழந்தை யாகப் போனதற்கு இவர்தான் காரணம் என்பது போல. அதோடு குடும்ப வியாபாரமும் நசிக்கத் தொடங்கியது. போதாதற்கு பாலம்மாள் மூன்றாவதும் பெண்குழந்தையாகப் பெற்றெடுத்ததும் மாமியார் வீட்டாருக்கு இவர் மேல் ஏற்பட்ட அதிருப்திக்கு அளவில்லை.

குடும்ப வியாபாரம் நசித்துக்கொண்டே போனதால் சண்முகத்தின் தந்தை நோய்வாய்ப்பட்டு இறந்துபோனார். தங்கையின் இறப்பு, தந்தையின் மறைவு, குடும்ப வியாபாரத்தின் நசிவு இவை யெல்லாம் சண்முகத்தின் உடலையும் மனதையும் பாதிக்கத் தொடங்கின. அவர் காசநோயால் பாதிக்கப்பட்டார். ஆயிரத்துத் தொள்ளாயிரத்தி ஐம்பதுகளில் காசநோய்க்கு இப்போதளவு மருந்துகள் இல்லை. வசதி படைத்தவர்கள் என்றால் நோயாளிக்கு நல்ல ஊட்டச்சத்து கொடுத்து ஓரளவு தேற்றிவிடுவார்கள். ஊட்டச்சத்து கிடைத்தாலும் வியாதியிலிருந்து பலரால் மீள முடிவதில்லை. பலர் வெகு சீக்கிரமே அந்த நோய்க்குப் பலியாகினர். மருமகனின் தாயால் மகனுக்கு சரிவர வைத்தியம் செய்ய முடியாது என்று நினைத்ததால் பாலம்மாளின் தந்தை தன் மகளின் குடும்பம் முழுவதையும் தங்கள் ஊருக்கு அழைத்து வந்துவிட்டார். தங்கள் வீட்டிற்குப் பக்கத்திலேயே ஒரு வீட்டை வாடகைக்கு எடுத்து அதில் தன் மகளின் குடும்பத்தைக் குடியமர்த்தினார். பக்கத்திலுள்ள பெரிய ஊருக்கு மருமகனை

கூட்டிச் சென்று அங்குள்ள ஸ்பெஷலிஸ்டிடம் காட்டினார். டாக்டர் கூறியபடி மருமகனுக்கு வேளை தவறாமல் மருந்துகளைக் கொடுக்கும்படியும் நல்ல சத்துள்ள உணவுகளாகக் கொடுக்கும் படியும் மகளிடம் கூறினார். எப்படியாவது மருமகனைப் பிழைக்க வைத்துவிட வேண்டும் என்று அவர் பெரும்பாடுபட்டார்.

மாமனார் வீட்டில் சண்முகத்திற்கு எந்தக் குறையும் இல்லை யென்றாலும் அவரைப் பொறுத்தவரை மாமனார் வீட்டில் இருப்பது ஒரு வித சங்கடத்தைக் கொடுத்தது. வேறு வழி எதுவும் அவருக்குத் தெரியவில்லை. தங்கள் வீட்டில் தாயும் அவருடைய இரண்டு தம்பிமார்களும் மட்டும் இருந்தனர். குடும்ப வியாபாரம் சரியாக நடக்கவில்லை. அதனால் சரியான வருமானமும் இல்லை. சண்முகத்தின் தந்தை சம்பாதித்து வைத்திருந்த சில சொத்துக்களி லிருந்து வாடகை வந்துகொண்டிருந்தது. அதில் எப்படியோ குடும்பம் நடத்திக்கொண்டிருந்தார் அவரது தாய். இதில் தானும் போய்ச் சேர்ந்தால் குடும்பத்தை நடத்துவது இன்னும் சிரமமாகிவிடும். இப்படிப் பலவாறாக யோசித்துத் தன் மாமனாரின் ஆதரவிலேயே தொடர்ந்து இருந்துவந்தார். பாலம்மாளின் தந்தை எவ்வளவோ முயன்றும் மருமகனை காப்பாற்ற முடியவில்லை. இருபத்தைந்து வயதே ஆன மனைவியையும் மூன்று பெண் குழந்தைகளையும் தவிக்கவிட்டுவிட்டு சண்முகம் இறந்து போனார்.

சண்முகத்தின் மறைவிற்குப் பிறகும் அவருடைய குடும்பத்தார் பாலம்மாளுக்குச் சரியாக ஆதரவு கொடுக்கவில்லை. அவர் தந்தை தன்னால் முடிந்த அளவு உதவி செய்தார். தீப்பெட்டித் தொழிற்சாலை வேலை பாலம்மாளுக்கு ஓரளவு கைகொடுத்தது.

அந்தக் காலத்தில் கணவன் இறந்ததும் பெண்கள் விதவைக் கோலம் பூணுவார்கள். வெள்ளைச் சேலை, வெள்ளைச் சட்டை மட்டும்தான் அவர்களின் உடைகள். உள்ளாடைகள் அணிவது அப்போது ஆடம்பரமாகக் கருதப்பட்டதால் விதவைகள் அவற்றை உபயோகிக்கக் கூடாது. கொஞ்சம் வயதான பெண்களுக்கு மாதவிடாய் நின்றிருக்குமாதலால் மாதவிடாய் சமயத்தில் வெள்ளைச் சேலையோடு இளம்பெண்கள் படும் அவஸ்தை அவர்களுக்கில்லை. ஆனால் பாலம்மாள் போன்ற முப்பது வயது கூட நிரம்பாத பெண்களுக்கு அந்தச் சமயம் மிகவும் சோதனையான நாட்கள். அந்தக் காலத்தில் சானிடரி நாப்கின்கள் எல்லாம் பழக்கத்திற்கு வரவில்லை. கலர்ப் புடவை என்றாலாவது கொஞ்சம் பரவாயில்லாமல் இருக்கும். வெள்ளைச் சேலையை உடுத்திக் கொண்டு அவர்கள் பட்டபாடு சொல்லி மாளாது.

அவருடைய நகைகளை எல்லாம் விற்றுக் குழந்தைகள் மூவர் பெயரிலும் - மூத்த பெண்ணுக்கு எல்லோரையும்விட அதிகம், அடுத்த பெண்ணுக்கு அதை விடக் கொஞ்சம் குறைவு, கடைசிப் பெண்ணுக்கு அதைவிடக் குறைவு என்று - வங்கியில் வரவு வைத்தனர். அந்தக் காலத்தில் கணவன் இறந்ததும் மனைவி எல்லா நகைகளையும் கழற்றிவிடுவாளாகையால் நகைகளையும் விற்றுப் பணமாக்கி வங்கியில் போட்டுவிடுவார்கள். அவர்களுடைய குழந்தைகள் திருமண வயதை எட்டியதும் வட்டியோடு பெருகி யிருக்கும் அந்தப் பணத்தை எடுத்துக் கல்யாணச் செலவுகளுக்கு வைத்துக்கொள்வார்கள். முதல் பெண்ணுக்கு - சீக்கிரமே திருமண வயதை எட்டிவிடுவதால் - எல்லோரையும்விட அதிகம், அதன் பிறகு அடுத்தவளுக்கு, அதன் பிறகு அடுத்த பெண்ணுக்கு என்று பிரித்துப் போடுவார்கள். பையன்கள் இருந்தால் அவர்களுக்குப் பெண்களைவிட திருமணச் செலவுகள் குறைவாக இருக்குமாதலால் அவர்களுக்கு வங்கியில் வரவுவைக்கும் பணமும் குறைவாக இருக்கும். அப்போது தங்கத்தின் விலை வருஷாவருஷம் விஷம் போல் ஏறிக்கொண்டிருக்கவில்லை. தங்க நகைகளை விற்றுக் கிடைக்கும் பணத்தை வங்கியில் சேமித்தால் சில வருடங்கள் கழித்து அந்தப் பணம் வட்டியோடு பெருகியிருக்கும். நகைகளை அப்படியே வைத்திருந்தால் அவ்வளவு பணம் கிடைக்காது. தாயின் நகை களிலிருந்து பையன்களுக்குக் கிடைக்கும் பங்கு குறைவு என்றாலும் தந்தைக்குச் சொத்துக்கள் இருந்தால் அது பையன் களுக்குக் கிடைக்கும்.

குடும்பம் நடத்துவதற்கு பாலம்மாள் மிகவும் சிரமப்பட்டார். தந்தை செய்த பண உதவி, தீப்பெட்டி வேலையில் கிடைத்த பணம் இவற்றை மட்டும் வைத்துக்கொண்டு குடும்பம் நடத்தத் திணறினார். குழந்தைகள் மூவரையும் எட்டாவதுவரை படிக்க வைத்தார். அதற்கு மேல் முடியவும் இல்லை, தேவையும் இல்லை. மாமனாரின் சொத்துக்களிலிருந்து வரும் வருமானத்தில் மாமியார் இவருக்கு எதுவும் கொடுக்கவில்லை. பாலம்மாளின் தந்தை ஊரில் சில பெரியவர்களை வைத்துப் பஞ்சாயத்து செய்து பாலம்மாளுக்குக் கொஞ்சம் பண உதவி கிடைக்குமாறு செய்தார்.

இம்மாதிரி வாழ்க்கையின் பிடியில் சிக்கிப் பாலம்மாள் திணறிக் கொண்டிருந்த சமயத்தில் அந்த ஊருக்கு கிறிஸ்தவ மத சேவை செய்ய இங்கிலாந்திலிருந்து ஒரு பெண் வந்தார். அந்தக் காலத்தில் கணவனை இழந்த பெண்கள் எப்படி வீட்டிற்குள்ளேயே இருந்து துன்பப்படுகிறார்கள் என்பது இந்த அம்மையாருக்குத் தெரிய

வந்தது. கைம்பெண்ணான பெண்களின் வீடுகளுக்குச் சென்று இவர் கிறிஸ்தவ மதத்தைப் பற்றி எடுத்துக் கூறி தேவாலயத்திற்கு வந்து அங்கு பலரோடு சேர்ந்து ஜெபம் செய்தால் மனதிற்கு நிம்மதி கிடைக்கும் என்று எடுத்துரைத்தார். வீட்டில் படிப்பதற்கு ஆளுக்கு ஒரு பைபிளையும் கொடுத்தார்.

கைம்பெண் ஆவதற்கு முன்பே இந்த அம்மையார் பற்றிக் கேள்விப்பட்டிருந்த பாலம்மாள் கணவரின் மறைவிற்குப் பிறகு அந்த அம்மையாரின் தாக்கத்திற்கு உள்ளானார். அந்தக் கிறிஸ்தவ மதப் பிரச்சாரகர் கூறிய அறிவுரைப்படி பைபிள் படிக்க ஆரம்பித்தார். நல்ல வேளையாக ஐந்தாவதுவரை படித்திருந்ததால் பைபிளைப் படிக்கப் படிக்க அவருடைய தமிழ் வாசிக்கும் திறனும் கூடியது. அதில் ஒரு மனநிம்மதி கிடைத்தது. தேவாலயத்திற்குச் செல்லவும் விரும்பினார். ஆனால் அந்தக் காலத்தில் இருந்த வழக்கப்படி இவரால் இரண்டு வருடங்கள் எங்கும் செல்ல முடியாது. அந்த இரண்டாண்டுகள் முடிந்ததும் தேவாலயத்திற்குச் செல்ல ஆரம்பித்தார்.

கிறிஸ்தவ மதப் பிடிப்பு கைம்பெண்களை மட்டுமின்றி சுமங்கலி களையும் தொற்ற ஆரம்பித்தது. இது கொஞ்சம் கொஞ்சமாகப் பெண்களிடையே பரவ ஆரம்பித்ததும் ஊரார் உஷாராயினர். பெண்கள் தேவாலயத்திற்குப் போவதை இவர்களால் தடுத்து நிறுத்த முடியவில்லை. என்றாலும் அப்படிப் போவது ஒரு இழுக்கான செயல் என்ற எண்ணம் ஊர் மக்களிடையே பரவியது. பைபிள் படிப்பதையும் தேவாலயத்திற்குச் செல்வதையும் கணவன்மார்கள் தடுக்க முயன்றனர். கணவனுக்குத் தெரியாமல் பைபிள் படிப்பது, தேவாலயத்திற்குச் செல்வது போன்ற பழக்கங்கள் பெண் களிடையே பரவ ஆரம்பித்தன. மனைவி கிறிஸ்தவ மதத்தின் மேல் பற்று வைப்பது கணவனுக்குப் பிடிக்கவில்லை என்பதைவிட அவள் அப்படி நடந்துகொள்வது மற்றவர்களுக்குத் தெரியக்கூடாது என்பதுதான் கணவன்மார்களின் கவலையாக இருந்தது. வீடுகளில் கிறிஸ்தவ மதக் கூட்டங்கள் நடத்துவதும் பரவலாகத் தொடங்கப் பட்டது. எல்லாப் பெண்களிடமும் கிறிஸ்தவமதப் பற்றுதல் தோன்றவில்லை என்றாலும் கணிசமான பெண்களிடம் இது தோன்றியது. இவர்கள் ரகசிய கிறிஸ்தவர்கள் என்று அழைக்கப் பட்டனர். முதலில் எதிர்த்தாலும் பின்னால் மெதுவாகச் சில கணவன்மார்களாவது ஏற்றுக்கொள்ள ஆரம்பித்தனர்.

இந்தப் பெண்கள் கணவனுக்குத் தெரிந்தோ தெரியாமலோ தேவாலயத்திற்குச் செல்லும்போது தங்கள் குழந்தைகளையும் உடன்

அழைத்துச் சென்றனர். ஆண் குழந்தைகள் கொஞ்சம் பெரியவர்கள் ஆனதும் கிறிஸ்தவ மதப் பற்றிலிருந்து விடுபட ஆரம்பித்தனர். ஆனால் பெரும்பாலான பெண் குழந்தைகள் அதைத் தொடர்ந்தனர்.

இறந்தோர் வழிபாடும் இறந்தவர்களுக்கு அவர்கள் இறந்த தினத்தன்று உணவு படைப்பதும் இந்த ஜாதியிலும் உண்டு. இப்படிப் படைத்த உணவை ரகசிய கிறிஸ்தவர்கள் உண்பதில்லை. அதே மாதிரி இந்து மதப் பண்டிகை தினங்களில் இறைவனுக்குப் படைத்ததையும் இவர்கள் உண்பதில்லை.

ஆண் குழந்தைகள் கிறிஸ்தவ மதப்பற்றை அதிகமாக வளர்த்துக் கொள்ளாததால் திருமணம் என்று வரும்போது அவர்களுக்கு எந்த விதப் பாதிப்பும் ஏற்படுவதில்லை. ஆனால் பெண்களுக்கு கிறிஸ்தவ மதப் பற்று இருக்கிறது என்று தெரிந்தால் கல்யாணச் சந்தையில் அவர்களுக்கு அது ஒரு எதிர்மறையான விளைவை கொடுக்கும். அதனால் திருமணம் ஆகும்வரை பெண்கள் இதை வெளியில் காட்டிக்கொள்வதில்லை. திருமணம் ஆன பிறகு கணவன் கண்டிப் புள்ளவனாக இருந்தால் தொடர்ந்து ரகசிய கிறிஸ்தவர்களாகவே இருப்பார்கள். கொஞ்சம் அனுசரித்துப் போகக்கூடியவன் என்றால் வெளிப்படையாகக் கிறிஸ்தவ மதத்தைப் பின்பற்றுவதுண்டு. ஞானஸ்நானம் பெற்றுக்கொள்பவர்களும் உண்டு.

மாமியார் கிறிஸ்தவ மதப்பற்று உடையவராக இருந்தால் மகனுக்கு கிறிஸ்தவ மதப்பற்று உள்ள பெண்ணைத் தேர்ந்தெடுக்க விரும்புவார். ஆனால் இதற்குக் கணவனும் மகனும் ஒத்துழைப்புத் தர வேண்டும். இவர்கள் இருவரும் வரப்போகும் மருமகளின்/ மனைவியின் மதம் பற்றி அவ்வளவு அக்கறை காட்டாமல் இருக்கலாம். அப்போது வீட்டிற்கு மருமகளாக வரும் பெண் கிறிஸ்தவ மதப்பற்று உள்ளவளாக இருந்தால் அந்த மதத்தைத் தொடர்ந்து பின்பற்றுவாள்.

பாலம்மாள் கிறிஸ்தவ மதத்தைப் பின்பற்ற ஆரம்பித்தது அவருடைய கணவன் வீட்டாருக்குக் கொஞ்சம்கூடப் பிடிக்க வில்லை. இதை ஒரு சாக்காக வைத்து அவருடைய கணவனுக்குச் சேரவேண்டிய சொத்துக்களின் பங்கை அவருக்குக் கொடுக்காமலே இருந்தனர். பாலம்மாளின் தந்தை அவருடைய கணவன்வீட்டா ரோடு சண்டை பிடித்து அதைப் பாலம்மாளுக்கு வாங்கிக் கொடுக்க வேண்டியதாயிற்று.

சில ஆண்டுகள் கழித்துப் பாலம்மாள் ஞானஸ்நானம் பெற்றுக் கொண்டார். கிறிஸ்தவ மதம்தான் தனக்கு வாழ்க்கையில்

நிம்மதியைக் கொடுக்கிறது என்று அவர் திடமாக நம்பினார். தினசரி காலையில் கொஞ்ச நேரமாவது பைபிள் படிப்பார். உறவினர் வீடுகளுக்குச் சென்றாலும் அங்கும் பைபிள் படிப்பதை விடுவதில்லை. இவருடைய இந்து உறவினர்களுக்கு இவருடைய கிறிஸ்தவ மதப் பற்று மிகுந்த ஆச்சரியத்தைக் கொடுக்கும். யேசுவின் மகிமையைப் பற்றிக் கூறி இந்து உறவினர்களையும் கிறிஸ்தவர்களாக்க முயற்சிப்பார்.

தன்னுடைய மூன்று பெண் மக்களும் தங்களுடைய திருமணத்திற்குப் பிறகும் கிறிஸ்தவ மதத்தைத் தொடர்ந்து பின்பற்ற வேண்டும் என்பது இவருடைய விருப்பம். பாலம்மாளின் முதல் பெண்ணிற்குக் கிறிஸ்தவ மதத்தில் அதிக நாட்டம் இருந்தது. அந்தப் பெண்ணாவது தொடர்ந்து அந்த மதத்தைப் பின்பற்றுவதற்கு அனுமதிக்கக்கூடிய கணவனாக அமைய வேண்டும் என்று பாலம்மாள் விரும்பினார். அவரது விருப்பப்படியே ஓரளவு அமைந்தது. பாலம்மாளின் முதல் மருமகனுக்கு எந்த மதத்திலும் பிடிப்பில்லையாதலால் மனைவியைப் பற்றிக் கண்டுகொள்ள வில்லை. அடுத்த இரண்டு பெண்களுக்கும் கிறிஸ்தவ மதத்தில் அவ்வளவு பிடிப்பு இல்லை. மேலும் அவர்கள் திருமணத்திற்கு முன்பே அவர்களுக்குக் கணவன்மார்களாக வரப் போகிறவர்களின் குடும்பத்தினர் அவர்கள் கிறிஸ்தவ மதப் பற்றை அறவே விட்டுவிட வேண்டும் என்று நிபந்தனை போட்டிருந்தனர். இதனால் அந்தப் பெண்கள் இருவரும் கிறிஸ்தவ மதப் பற்றைக் கொஞ்சம் கொஞ்சமாக மறந்துவிட்டனர்.

வயது ஆக, ஆக பாலம்மாளின் கிறிஸ்தவ மதப்பற்று அதிகமாக வளர்ந்தது. பைபிள் படிப்பது, தேவாலயத்திற்குச் செல்வது என்று தன் நாட்களின் பெரும் பகுதியைக் கழிக்க ஆரம்பித்தார். கிறிஸ்தவப் பற்றுள்ள, கணவனோடு வாழ்ந்து வரும் பெண்களுக்கு ஒரு தர்ம சங்கடமான நிலை ஏற்படும். தேவாலயத்திற்குச் செல்லாமல் இவர்களால் இருக்க முடியாது. ஆனால் கணவனின் சொல்படி நடக்க வேண்டும் என்று பைபிளிலேயே சொல்லியிருப்பதால் கணவனின் விருப்பத்திற்கு மாறாக தேவாலயத்திற்குச் செல்வது தவறோ என்ற குற்றவுணர்வும் இருக்கும். பாலம்மாளைப் பொறுத்தவரை கணவன் உயிரோடு இல்லையாதலால் இந்த தர்மசங்கடம் அவருக்கு ஏற்படவில்லை.

கிறிஸ்தவ மதத்தைப் பின்பற்றுவதில் பாலம்மாளுக்கு எந்த விதத் தொந்தரவும் இல்லையென்றாலும் இறந்த பிறகு அவரைக் கிறிஸ்தவ முறைப்படி அடக்கம் செய்ய வேண்டும் என்ற அவருடைய விருப்பம்

நிறைவேறுமா என்பதில் அவருக்குச் சந்தேகம் வந்து விட்டது. ரகசிய கிறிஸ்தவர்கள் எல்லோருக்கும் இந்த தர்மசங்கடமான நிலை ஏற்பட்டது. தன் மனைவி கிறிஸ்தவ மதத்தைச் சேர்ந்தவள் என்று மற்றவர்களுக்குத் தெரியக்கூடாது என்று நினைத்த கணவன்மார்கள் மனைவி இறந்த பிறகு அவளை அந்த முறையில் அடக்கம் செய்ய முன்வருவதில்லை. அதனால் மனைவிமார்களின் விருப்பம் நிறைவேறாமலே போய்விடும்.

இப்போது பாலம்மாளின் கணவர் உயிரோடு இல்லையாதலால் அவர் சம்மதம் தேவையில்லை. ஆனால் தன் பெண் மக்களிடம் தன் விருப்பத்தை எப்படித் தெரிவிப்பது என்று தயங்கிக்கொண்டிருந்தார். மூத்த மருமகனுக்கு எந்த மதத்திலும் பிடிப்பில்லை, அதனால் இது பற்றிய விஷயங்களிலும் அவருக்கு அக்கறையில்லை. குறிப்பாக, மாமியார் தனக்குக் கிறிஸ்தவ முறையில் அடக்கம் வேண்டுமென்றால் மருமகன் அதை ஒப்புக்கொள்வாரா என்று பாலம்மாளுக்கு சந்தேகம் வந்துவிட்டது. மற்ற இரண்டு மருமகன்களுக்கும் கிறிஸ்தவ மதம் என்றால் பிடிக்காது. அதனால் அது பற்றிய பேச்சை அவர்களிடம் எடுக்க முடியாது. இப்படிப் பலவாறாக எண்ணி அதைப் பற்றி யாரிடமும் பேச முடியாமல் தவித்தார். கடைசியில் இறந்துபோன பாலம்மாளை இந்து முறையிலேயே அடக்கம் செய்தனர்.

வாழ்வில் பல இன்னல்களை அனுபவித்த பாலம்மாளுக்கு இறப்பிலும் அவர் விரும்பியது கிடைக்கவில்லை.

9

கமலம்

கமலம் பிறந்த ஆண்டு 1931. சில மாதங்களிலேயே அவளுடைய தாயின் உடல்நிலை மோசமாக ஆரம்பித்தது. அவளுடைய பெற்றோர்களுக்கு இவள் இரண்டாவது குழந்தை. முதல் குழந்தை பிறந்த சில மணி நேரத்திலேயே இறந்துவிட்டதால் கமலத்தை மிகக் கவனத்துடன் வளர்த்து வந்தனர். ஆனால் கமலத்தின் தாய்க்குக் காசநோய் வந்திருப்பது தெரிந்ததும் அவளுடைய தந்தைவழிப் பாட்டனாரும் பாட்டியும் கமலத்தை வளர்க்கும் பொறுப்பைத் தாங்களே ஏற்றுக் கொள்வதென்று முடிவு செய்தனர். கொஞ்சம் கொஞ்சமாக அவளைத் தாயிடமிருந்து பிரித்துத் தங்களையே அவள் பெற்றோராக நினைக்கும்படி வளர்க்க ஆரம்பித்தனர். கமலத்தின் தந்தை அவருடைய பெற்றோர்களுக்கு ஒரே பையன். ஒரே மகனின் குழந்தையை வளர்ப்பதைவிட அவர்களுக்கு வேறு முக்கியமான வேலை என்ன இருக்கிறது?

கமலம் சிறு குழந்தையாக வளர்ந்து வந்த சமயத்தில் - அதாவது ஆயிரத்துத் தொள்ளாயிரத்து முப்பதுகளில் - பெண் குழந்தைகள் பள்ளிக்குச் சென்றாலும் பெரிய மனுஷி ஆகியதும் அவர்கள் படிப்பு நின்றுவிடும் பழக்கம் இருந்துவந்தது. கமலத்திற்கு அப்படியொன்றும் படிப்பில் பெரிய ஆர்வம் இல்லை. அவளுடைய பாட்டி, தாத்தாவும் இவள் படிக்க வேண்டும் என்பதில் குறியாக இல்லை. நல்ல படியாகத் திருமணம் செய்துகொண்டு பேத்தி குடும்ப வாழ்வில் ஈடுபட்டுப் பல குழந்தைகளைப் பெற்றெடுத்துப் பெருவாழ்வு - குழந்தைகளைப் பெற்றெடுப்பதுதான் பெண்களுடைய வாழ்வில் பிரதானமாகக் கருதப்பட்ட காலம் - வாழ வேண்டும் என்று அவளுடைய பாட்டி, தாத்தா விரும்பினர்.

கமலத்திற்கு இரண்டு வயதாக இருக்கும்போதே அவள் தாய் இறந்துவிட்டார். அவளுடைய பாட்டியும் தாத்தாவும் தங்கள்

அருகிலேயே அவளை வைத்து வளர்த்ததால் அவள் அவர்களைத் தான் தன் பெற்றோர் என்று நினைத்தாளேயொழிய அவளுடைய சொந்தத் தாயின் இறப்பு அவளை ஒன்றும் பாதிக்கவில்லை. தாய் இறந்து ஒரு வருடத்திற்குள்ளேயே அவளுடைய தந்தைக்கு இன்னொரு திருமணம் செய்துவைத்தனர் அவளுடைய பாட்டி, தாத்தா. கிட்டத்தட்ட ஐம்பது வயதுவரை, மனைவியை இழந்த கணவனுக்கு இன்னொரு திருமணம் செய்துவைத்துவிடுவார்கள். 'மனைவி இறந்தால் கணவன் புது மாப்பிள்ளை' என்ற சொற்றொடர் வழக்கத்தில் இருந்தது. தாயை இழந்த குழந்தைகளுக்கு, தகப்பன் எப்படியும் இரண்டாம் தாரம் செய்துகொள்வான், அதனால் அவர்களுக்கு இனி தகப்பனின் அன்பும் ஆதரவும் இருக்காது என்பதைக் குறிக்க 'தாய் இறந்துவிட்டால் தகப்பன் இனி தாதரிக்காரன்தான்' என்ற சொல்லும் வழக்கத்தில் இருந்தது. இந்த ஜாதியில் ஒரே கூட்டத்தைச் சேர்ந்தவர்களை தாதரிக்காரர்கள் என்று சொல்வதுண்டு. தாய் இறந்த பிறகு தாதரிக்காரன் என்ற உறவைத் தவிர தகப்பனிடம் வேறு எதையும் எதிர்பார்க்கக் கூடாது என்பதற்காக இப்படிச் சொல்லியிருக்கிறார்கள். அது ஒரு வகையில் சரிதான். மனைவி உயிரோடு இருக்கும்போது நன்றாக குழந்தை களை நேசித்தவர்களுக்கு மனைவி இறந்து இரண்டாவது கல்யாணம் செய்துகொண்டால் இரண்டாவது மனைவியின் விருப்பத்தைப் பூர்த்திசெய்வதே தங்களுடைய கடமையாகி விடுகிறது. முதல் தாரத்துக் குழந்தைகளின்மேல் பழைய மாதிரி அன்பு செலுத்த முடியாமல் போய்விடுகிறது. மாற்றாந்தாய் மூத்த தாரத்துக் குழந்தைகளை நடத்திய விதம், அவர்கள் இவளிடம் பட்ட துன்பங்கள் பற்றி எல்லாம் பார்த்திருக்கிறோம், படித்திருக்கிறோம்.

கமலத்தின் மாற்றாந்தாயும் எல்லா மாற்றாந்தாய்களையும் போல்தான் இருந்தார். கமலத்தின் மீது அவர் ஒன்றும் அன்பைப் பொழியவில்லை. ஆனால் கமலத்திற்கு அந்தத் தேவையும் ஏற்பட வில்லை. அவளுடைய பாட்டியும் தாத்தாவும் அவளை மிகச் செல்லமாக வளர்த்தனர். மகன் வீட்டிற்குப் பக்கத்திலேயே அவர்களுக்கிருந்த இன்னொரு சிறிய வீட்டில் பேத்தியோடு வசிக்கத் தொடங்கினர். மாற்றாந்தாயின் பிடியில் வளரும் துரதிருஷ்டம் நல்ல வேளையாகக் கமலத்திற்கு வாய்க்கவில்லை.

பெற்ற தாய்க்கும் மேலேயே பாட்டியும் தாத்தாவும் கமலத்தைச் சீராட்டி வளர்த்தனர். பேத்திக்கு நாட்டு வாழைப்பழம் கொடுத்தால் தடுமன் பிடித்துச் சளி கட்டிக்கொள்ளும் என்று அதைக் கொடுக்க மாட்டார்கள். அவளுக்குச் சிறு காய்ச்சல் என்றால்கூட மிகவும்

அசந்துவிடுவார்கள். அந்தக் காலத்தில் உடனடியாகப் பிள்ளைகளை மருத்துவமனைக்குக் கூட்டிச் செல்வதில்லை. மருத்துவர்களும் மருத்துவமனைகளும் அத்தனை இல்லை. கைப்பக்குவமாக ஏதாவது வைத்தியம் செய்வார்கள். 'பாட்டிவைத்தியம்' செய்பவர்கள் அருகில் இருந்தால் அவர்களிடம் கூட்டிச் செல்வார்கள். கமலத்தின் பாட்டிக்கும் கொஞ்சம் வைத்தியம் தெரியும். ஒருமுறை கமலம் கீழே விழுந்து இடது பக்கக் கையில் ஒரு எலும்பு முறிந்துவிட்டது. பாட்டியும் தாத்தாவும் சோகத்தில் ஆழ்ந்துவிட்டனர். பேத்தியின் வேதனை இவர்களுக்கே ஏற்பட்டது மாதிரி இருந்தது. அலோபதி முறையில் படித்த எலும்பு நிபுணர்கள் யாரும் அப்போது அந்த ஊரில் இல்லை. ஆனால் முறிந்த இடத்தில் மாவுக்கட்டுப் போட்டு முறிவைச் சரிசெய்யும் வைத்தியர்கள் இருந்தார்கள். அவர்களில் ஒருவரிடம் சென்று கமலத்திற்கு வைத்தியம் செய்தார்கள். நல்ல வேளை எலும்பு முறிந்த இடத்தில் எந்த விதக் குறையும் இல்லாமல் எலும்பு சேர்ந்துவிட்டது. பாட்டிக்கும் தாத்தாவுக்கும் பெருத்த நிம்மதி.

இன்னொரு முறை கமலம் ஒரு சிறிய விபத்தில் மாட்டிக் கொண்டாள். கீழே விழுந்து முகத்தில் காயம் ஏற்பட்டு அது தழும்பாக மாறியது. இப்போதென்றால் அலோபதி மருத்துவத்தில் காயத்திற்கு தையல் போட்டு தழும்பு அவ்வளவாகத் தெரியாமல் செய்திருப்பார்கள். அப்போது அதெல்லாம் சாத்தியமில்லை. அந்த ஊரில் அரசு மருத்துவமனை எதுவும் இல்லை. தனியார் நடத்தும் கிளினிக்குகளும் ஒன்றிரண்டுதான் இருந்தன. பேத்திக்கு முகத்தில் இப்படி ஒரு தழும்பு ஏற்பட்டுவிட்டதே என்று பாட்டிக்கும் தாத்தாவுக்கும் பெரிய கவலையாகப் போய்விட்டது.

கமலத்திற்கு நல்ல அடர்த்தியான முடி. பத்து வயதுவரை - அதாவது அவளுடைய பாட்டி உயிரோடு இருந்தவரை - பாட்டிதான் தலையைப் பின்னிவிடுவார். வாரம் ஒருமுறை சீயக்காய் தேய்த்துத் தலையைச் சுத்தம் செய்துவிடுவார். அந்தக் காலத்துப் பெண்கள் பத்துப் பன்னிரெண்டு வயதிலேயே கொஞ்சம் சமையல் கற்றுக் கொள்வார்கள். ஆனால் பாட்டி அந்தப் பயிற்சியைத் தன் பேத்திக்குக் கற்றுக்கொடுக்கவில்லை. எல்லாம் வேளை வரும்போது படித்துக் கொள்வாள் என்று கூறுவார். அவ்வளவு செல்லம். பேத்தியின் உடம்பு நோகாமல் இருக்க வேண்டும் என்பதே பாட்டி, தாத்தாவின் விருப்பம்.

பேத்திக்குத் திருமணம் முடியும் வரையாவது பேத்தியோடேயே இருந்து பேத்தியைக் கவனித்துக்கொள்ளலாம் என்று நினைத்திருந்த பாட்டிக்குச் சீக்கிரமே தன் ஆயுள் முடியப் போகிறது என்பது

தெரிந்திருக்கவில்லை. அவருக்கு அடிக்கடி வயிற்றில் நோவு ஏற்பட்டது. பாட்டி வைத்தியம், நாட்டு வைத்தியம் எதற்கும் நோவு கட்டுப்படவில்லை. இப்போது போல் வைத்திய வசதிகள் இருந்திருந்தால் ஏதாவது நிவாரணம் கண்டுபிடித்திருப்பார்களோ என்னவோ. பாட்டியின் நோவு அதிகரித்துக்கொண்டே போனது. அவரால் அதைத் தாங்கிகொள்ள முடியாத அளவிற்குப் போனதும் உயிரை மாய்த்துக்கொள்ளுவது என்று முடிவுசெய்தார். பேத்தியைத் தன் காலத்திற்குப் பிறகு யார் பார்த்துக்கொள்வார்கள் என்று மிகவும் கவலைப்பட்டார். இருப்பினும் நோவின் உபாதையை அவரால் தாங்கிக்கொள்ள முடியவில்லை. முடிந்த அளவு தன்னால் செய்யக்கூடிய உதவிகளைப் பேத்திக்குச் செய்து விட்டுப் போக நினைத்தார். பக்கத்து வீட்டுக்காரர்களிடம் கமலத்திற்குத் தினமும் தலைவாரிவிடும்படி கூறினார். உறவினர்களிடம் பேத்தியை நன்கு கவனித்துக் கொள்ளுமாறு கூறினார். தன் கணவரிடமும் பேத்திக்கு நல்ல மாப்பிள்ளை பார்த்து திருமணம் செய்யும்படிக் கூறினார். எல்லாவற்றையும் கூறி முடித்த பிறகு ஒரு நாள் தூக்குப் போட்டுத் தற்கொலை செய்துகொண்டார்.

கயிற்றில் தொங்கிக்கொண்டிருந்த பாட்டியைக் கமலம்தான் முதன் முதலில் பார்த்தாள். அவளுக்கு அப்போது பன்னிரெண்டு வயதுகூட முடிந்திருக்கவில்லை. இருந்தாலும் பாட்டியின் இழப்பை அவளால் நன்கு உணர முடிந்தது. எப்படிப் பாட்டியால் தன்னை விட்டுப் போக முடிந்தது என்று நினைத்து நினைத்து மாய்ந்தாள். தாத்தா இருந்ததால் அவளால் துயரத்தை ஓரளவு மறக்க முடிந்தது. பாட்டி இறந்த பிறகு வீட்டில் சமையலைக் கவனித்துக்கொண்டது தாத்தாதான். சாதாரணமாக ஆண்கள் சமையல் செய்வதில்லை. தாத்தா சமையல் செய்ததற்கு இரண்டு காரணங்கள். ஒன்று சமையல் செய்யப் பாட்டி கமலத்தைப் பழக்கியிருக்கவில்லை. இரண்டாவதாக தாத்தாவுக்குக் கொஞ்சம் சமையல் தெரியும். தன்னுடைய சிறுவயதிலேயே தாத்தா பெற்றோர் இல்லாமல் வறுமையில் வளர்ந்ததால் சமையல் செய்ய வேண்டிய பொறுப்பு அப்போதே அவருடைய தலையில் விழுந்திருந்தது. பதினைந்து வயதிலேயே வேலைக்குச் செல்ல ஆரம்பித்தவர் பத்து வயதுகூட முடிந்திராத தன் தம்பிக்கும் எட்டு வயதே ஆன தன் தங்கைக்கும் கால்படி மொச்சைப் பயறைக் காலையிலேயே அவித்துவைத்து விட்டுப் போய்விடுவாராம். பகல் முழுவதும் அதுதான் அவர்களுடைய உணவு. மறுபடி சாயங்காலம் வேலையிலிருந்து வந்ததும் சோறு, குழம்பு சமைப்பாராம்.

காலம் யாருக்காகவும் காத்திருப்பதில்லை. பாட்டி இறந்து ஓராண்டில் கமலம் பெரிய மனுஷி ஆனாள். பேத்தியின் இந்த வைபவத்தைப் பார்க்காமல் பாட்டி மறைந்து போனாளே என்று தாத்தாவுக்கு மிகுந்த வருத்தம். இப்போது பேத்திக்குத் தாய், தந்தை, பாட்டி, தாத்தா எல்லாம் இவர்தான். பெரிய மனுஷி ஆனதும் கமலத்தின் படிப்பு நிறுத்தப்பட்டது. இனி ஒரு வருஷம் கழித்துப் பேத்திக்கு மாப்பிள்ளை தேட ஆரம்பிக்க வேண்டும். இரண்டாவது திருமணம் செய்துகொண்ட கமலத்தின் தந்தை இன்னும் மூன்று குழந்தைகளைப் பெற்றுக் கொண்டார். அந்தக் குழந்தைகளைப் பராமரிப்பதற்கே அவருடைய வருமானம் போதவில்லை. அவரால் கமலத்தின் கல்யாணத்திற்குப் பணம் எதுவும் கொடுத்து உதவ முடியவில்லை. அந்த ஜாதி வழக்கப்படி கமலத்தின் தாய் இறந்ததும் தாயின் நகைகளை விற்று வங்கியில் கமலத்தின் பெயரில் போட்டி ருந்தார்கள். அந்தக் காலத்தில் தங்கத்தின் விலை கூடிக்கொண்டே போகாததால் நகைகளை விற்று அதில் கிடைக்கும் பணத்தை வங்கியில் சேமித்து அதிலிருந்து வரும் வட்டியின் மூலம் பணத்தைப் பெருக்குவதுதான் புத்திசாலித்தனமாகப்பட்டது. கமலத்தின் தாயின் நகைகளை விற்று வங்கியில் சேமித்த பணம் இப்போது வட்டியோடு பெருகியிருந்ததால் பேத்திக்கு அந்தப் பணத்தை வைத்து நல்ல மாப்பிள்ளையாக, அதாவது அவர்கள் தகுதிக்குத் தக்கவாறு, பார்த்துவிடலாம் என்று தாத்தா நினைத்துக்கொண்டார். மேலும் பேத்தியின் தாய், அதாவது இவருடைய முதல் மருமகள், தாய் வீட்டிலிருந்து கொண்டுவந்த பண்டம், பாத்திரங்கள் நிறைய இருந்ததால் அவை எல்லாவற்றையும் சேர்த்துப் பேத்தியின் மதிப்பைக் கல்யாணச் சந்தையில் கூட்டலாம் என்றும் நினைத்தார்.

பேத்திக்குப் பதினைந்து வயது ஆகியது. இப்போது மாப்பிள்ளை தேட ஆரம்பித்தால்தான் ஆறு மாதங்களில் பேத்தியின் திருமணத்தை முடிக்கலாம் என்று திட்டம் போட்டு உறவினர்களிடம் சொல்லி வைத்தார். தாத்தா ஏழெட்டு வகுப்புகள்தான் படித்திருந்தார். சிறு வயதில் நவதானியக் கடை வைத்திருந்த ஒரு பணக்காரரிடம் கணக்கராக வேலைபார்த்திருந்தார். அந்தப் பழைய முதலாளியின் மகளுடைய மகன் தூரத்து ஊரில் தன் மூத்த சகோதரனோடு வியாபாரம் செய்துவருவதாகவும் அந்த வியாபாரம் பெரிதாக வளர வாய்ப்புகள் இருப்பதாகவும் அதனால் தொலை தூரம் என்றாலும் பேத்தியை அவனுக்கு மணமுடிக்கலாம் என்றும் உறவினர் ஒருவர் செய்தி கொண்டுவந்தார். தன்னுடைய பழைய முதலாளியின் ஒரு மகள் வசதி இல்லாமல் இருக்கிறார் என்று தாத்தாவுக்குத் தெரியும்.

அதனால்தான் தன் பேத்தியை இப்போது முதலாளியின் பேரனுக்குப் பெண் கேட்டுவிடுகிறார்கள் என்பதைப் புரிந்து கொண்டார். இந்த ஜாதியில் யாரும் கேட்காத, பையன்வீட்டாரின் இன்னொரு கோரிக்கையையும் அந்த உறவினர் வைத்தார். மாப்பிள்ளைப் பையன் பெண்ணைப் பார்க்க வேண்டும் என்பதுதான் அது.

தாத்தாவிற்கு இது விசித்திரமாகப் பட்டது. அந்தக் காலத்தில் எந்தப் பையனும் பெண்ணைப் பார்க்க வேண்டும் என்று கேட்ப தில்லை. தன் தாய் மற்றும் உடன்பிறந்த சகோதரிகள் பார்த்தால் போதும் என்று நினைப்பார்கள். சரி, பெண்ணைக் காட்டலாம் என்றே வைத்துக்கொண்டாலும் அவ்வளவு அழகில்லாத தன் பேத்தியைப் பையன் பார்த்துவிட்டு வேண்டாம் என்று கூறி விட்டால் நன்றாக இருக்காதே என்று நினைத்தார். இன்னொரு யோசனை அவருக்குத் தோன்றியது. தன் பேத்தியை நேரடியாகப் பையனுக்குக் காட்டுவதற்குப் பதில் கூட்டத்தோடு கூட்டமாகப் பலரோடு சேர்த்துவைத்துக் காட்டினால் என்ன என்று நினைத்தார். அந்த ஊர் பத்திரகாளியம்மன் திருவிழாவை யொட்டித் தேர் இழுக்கும்போது அதைக் காண வரும் பலரோடு தன் பேத்தியை இவர்கள் குடும்பத்தாருக்கும் பையன் குடும்பத்தாருக்கும் பரிச்சயமான ஒரு உறவினப் பெண்ணிற்கு அருகில் நிற்கவைத்து விட்டால் பையன் பெண்ணைப் பார்த்துக் கொள்ளலாம் என்று திட்டம் போட்டார். பொதுவாகப் பெண்கள் திருமணத்திற்கு முன் இம்மாதிரி நிகழ்ச்சிகளுக்குக்கூட வெளியில் வருவதில்லை. என்ன செய்வது? பெண்ணுக்குத் திருமணம் முடிய வேண்டுமென்றால் பல நிபந்தனைகளுக்கும் உடன்பட வேண்டும்தானே. ரத வீதிகளைச் சுற்றித்தான் அப்போது பெரும்பாலானோர் வசித்துவந்தனர். தேர் அவர்கள் வீட்டிற்கு மிக அருகில் வரும்போது அதுவும் கொஞ்சம் இருட்டிக்கொண்டு வரும்போது பெண்ணை அங்கு அழைத்துச் சென்று கொஞ்ச நேரம் நிற்கவைத்துவிட்டுப் பிறகு அழைத்துவந்து விடலாம் என்பது திட்டம். பையன்வீட்டாருக்கும் இது உகந்த தாகப் பட்டது.

கமலத்தை நன்கு அலங்கரித்தார்கள். அப்போது அலங்கரிப்பது என்றால் ஒரு காஞ்சீபுரம் பட்டுச் சேலையை உடுத்திக்கொள்ளச் சொல்வது, அந்தந்த சீசனில் கிடைக்கும் பூவைத் தலை நிறைய சூட்டிக்கொள்ளச் சொல்வது, கழுத்தில், காதில் நகைகள் அணிந்து கொள்வது, அவ்வளவே. கண்களுக்கு மை தீட்டுவது, முகத்தில் பவுடர் பூசிக்கொள்வது என்பதெல்லாம் இல்லை. ஐம்பது ரூபாய்க் கெல்லாம் நல்ல ஜரிகையோடு காஞ்சீபுரம் பட்டுச்சேலை கிடைத்த

காலம் அது. கமலத்தின் குடும்பத்தாருக்கும் பையன்வீட்டாருக்கும் பழக்கமான ஒரு வயதான பெண்ணோடு வீதியின் ஒரு ஓரமாகக் கமலத்தை நிற்கவைத்தார்கள். பையனுக்கு பெண்ணைப் பார்க்க ஒரு சில நிமிஷ அவகாசம்தான் கிடைத்தது.

மாப்பிள்ளைப் பையன் வீடு திரும்பியதும் அவனுடைய தாய் மகனிடம் பெண்ணை மகனுக்குப் பிடித்ததா என்று கேட்டார். பையன் மென்று விழுங்கினான். பார்க்கக் கிடைத்த குறுகிய நேரத்தில் பெண்ணைத் தான் சரியாகப் பார்க்கவில்லை என்று எப்படித் தாயிடம் கூறுவது என்று தயங்கினான். அதற்குள் கமலத்தின் தாத்தா செய்தி அறிந்துவர ஒரு உறவினரை அனுப்பி விட்டார். பையனுக்குத் தன் பேத்தியைப் பிடித்திருக்கிறதா என்று தெரிந்து கொள்ள வேண்டும் என்ற ஆவலில் அவரால் வெகுநேரம் காத்திருக்க முடியவில்லை. வந்தவரிடம் என்ன சொல்வதென்று பையனின் தந்தைக்குத் தெரியவில்லை. பின்னால் சொல்லி அனுப்புகிறோம் என்று கூறி அப்போதைக்குச் சமாளித்துவிட்டார். பின்னால் சொல்லி அனுப்புகிறோம் என்றால் பொதுவாகப் பையனுக்குப் பெண்ணைப் பிடிக்கவில்லை என்றுதான் அர்த்தம்.

கமலத்தின் தாத்தாவுக்கு பையனைப் பிடித்துவிட்டது. எப்படி யாவது இந்தப் பையனுக்கே முடித்துவிட்டால் நன்றாக இருக்குமே என்று நினைத்தார். ஒரு காலத்தில் தனக்கு முதலாளியாக இருந்தவரின் பேரன் வேறு. பையனும் பார்ப்பதற்கு நன்றாக இருந்தான். இதைவிட நல்ல மாப்பிள்ளை தன் பேத்திக்குக் கிடைக்குமா என்று எண்ண ஆரம்பித்துவிட்டார். முதலில் பையன் தங்கள் வீட்டிற்கு வந்து பெண்ணைப் பார்ப்பதற்கு ஒத்துக் கொள்ளாத அவர் இப்போது ஒரு பொது உறவினர் மூலம் வேண்டுமானால் பையன் தன் வீட்டிற்கே வந்து பெண்ணைப் பார்க்கட்டும் என்று கூறினார். பையன்வீட்டாருக்கும் இது நல்ல யோசனையாகப் பட்டது. ஒரு வழியாகப் பையனையும் அதற்குச் சம்மதிக்க வைத்து விட்டனர்.

கமலத்தை விட அழகில்லாத பெண்களாக, அதாவது அவளைவிட நிறம் கம்மியானவர்களாக, கமலத்தைச் சுற்றி உட்காரவைத்து மறுபடி கமலத்தை மாப்பிள்ளைப் பையனுக்குக் காட்டினார்கள். நிறம் அதிகமில்லாத பெண்களைப் பையன்வீட்டார் பார்க்க வரும்போது நிறத்தில் அவளைவிடக் குறைந்தவர்களையே அவள் பக்கத்தில் உட்கார வைப்பார்கள். நல்ல நிறமான பெண்களை அருகில்கூட இருக்கவிடமாட்டார்கள். நிறமான பெண் அருகில் இருந்தால்

திருமணத்திற்குத் தயாராக இருக்கும் பெண் இன்னும் நிறம் குறைவாகத் தெரிவாளாம்.

இரண்டாம்முறை பெண்ணைப் பார்க்க வந்தபோதும் பையனுக்கு ஓரிரு நிமிடங்களே கிடைத்தன. இந்த முறையும் பையனுக்குக் கமலத்தைப் பிடிக்கவில்லை. அவர்களுடைய சிறிய வீட்டைப் பார்த்த பிறகு அவர்களுடைய சம்பந்தம் தனக்கு ஏற்றதுதானா என்று நினைக்க ஆரம்பித்துவிட்டான். கமலத்தின் தாத்தாவுக்கு மிகுந்த வருத்தம். இப்படி இரண்டுமுறை பார்த்துவிட்டுத் தன் பேத்தியைப் பிடிக்கவில்லை என்று பையன் சொல்லிவிட்டானே என்று கோபம். இதற்கு யாரிடம் போய் நியாயம் கேட்க முடியும்?

பையனின் பெயர் பாலையா. இவனுக்கு மற்ற இடங்களில் பெண் தேட ஆரம்பித்தார்கள். கமலத்தைவிட அழகாகவும் அதிகச் சீதனம் கொண்டுவருபவளாகவும் இருந்த ஒரு பெண் அமைந்தது. இந்தப் பெண் வீட்டாருக்கும் பாலையாவைப் பிடித்துப் போய் விட்டது. உடனேயே அந்தப் பெண்ணுக்கும் பாலையாவுக்கும் திருமணம் செய்வதென்று தீர்மானித்து நிச்சயதார்த்தத்தையும் முடித்துவிட்டார்கள். இடையில் யாராவது ஏதாவது சொல்லி திருமணத்தைக் கலைத்துவிடலாம் என்பதற்காக நிச்சயதார்த்தத்தை முடித்த கையோடு சீக்கிரமே திருமணத் தேதியையும் அந்தக் காலத்தில் குறித்துவிடுவார்கள். பாலையா விஷயத்திலும் அப்படித்தான். திருமண ஏற்பாடுகளைக் கவனிக்கத் தேவையான ஒரு மாதம் முடிந்ததும் திருமணத்தை முடித்துவிடுவது என்று முடிவு செய்யப் பட்டது. ஆனால் எது நடக்கக் கூடாது என்று எல்லோரும் பயந்தார் களோ அது நடந்தேவிட்டது. பாலையாவுக்குக் கொஞ்சம் காது கேட்காது என்று பெண் வீட்டாரிடம் யாரோ வத்திவைக்க, பெண்வீட்டார் நிச்சயதார்த்தத்தை முறித்துக்கொண்டனர். பாலையாவுக்கு சிறு வயதில் காதில் வலி ஏற்பட்டு சென்னையில் உள்ள ஒரு நிபுணரிடம் காட்டப்போக, அவருடைய வைத்தியத் திற்குப் பிறகு பாலையாவுக்குக் காது கேட்பது கொஞ்சம் மந்தமாகி விட்டது. இப்படி ஏற்பட்டது வைத்தியர் செய்த தவறு என்று பாலையாவின் குடும்பத்தினர் முடிவுசெய்தனர். இனி யாரும் காது சம்பந்தமாக வைத்தியம் செய்துகொள்ள டாக்டரிடம் போக வேண்டாம் என்று உறவினர்கள் பலரிடம் யோசனையும் கூறினர். வைத்தியம் செய்து கொண்ட பிறகு பாலையாவின் கேட்கும் திறன் கொஞ்சம் குறைந்தது என்பது உண்மைதான். ஆனால் அது டாக்டர் செய்த தவறினாலா என்று உறுதியாகக் கூற முடியாது.

திருமணத்தை நிச்சயம் செய்த பிறகு அதை முறிப்பதென்பது சாதாரணமாக நடப்பதில்லை. அப்படி நடந்துவிட்டால் பெண்ணின் மதிப்பையும் பையனின் மதிப்பையும் அது திருமணச் சந்தையில் குறைத்துவிடும். பாலையாவின் தந்தைக்கும் தாய்க்கும் இந்தச் சம்பவம் மிகுந்த சோகத்தைக் கொடுத்தது. இனி மறுபடி மகனுக்குப் பெண் தேட வேண்டும். சில இடங்களில் தேடினார்கள். ஆனால் ஒன்றும் சரியாக அமையவில்லை. கமலத்திற்கும் இதுவரை திருமணம் அமையாததால் அவளையே மறுபடி பார்க்கலாமா என்று யோசித்தனர். முதலில் இந்த யோசனையை ஏற்க மறுத்த பாலையா வேறு எந்தப் பெண்ணும் அமையாததால் வேண்டா வெறுப்பாக அதற்கு ஒத்துக்கொண்டான். அவனுக்கு இருபத்தைந்து வயது முடிந்துவிட்டதும் இதற்கு ஒரு காரணம்.

மறுபடி ஒரு உறவினர் மூலம் கமலத்தின் தாத்தாவை அணுகினர். இரண்டுமுறை பார்த்துவிட்டு வேண்டாம் என்று கூறிச் சென்றவர்கள் இப்போது வலிய வருகிறார்களே என்று அவர் நினைத்தார். தான் இப்போது சம்மதித்தால் தன் மரியாதை கெட்டுவிடும் என்று சம்மதம் கொடுக்கவில்லை. இருவருக்கும் பொதுவான, ஊரில் செல்வாக்குள்ள உறவினர் ஒருவர் தாத்தாவை எப்படியும் சம்மதிக்க வைக்க வேண்டும் என்று முடிவுசெய்தார். இந்த உறவினரைப் பொறுத்தவரை எல்லோரும் எவ்வளவு சீக்கிரம் திருமணம் செய்து கொள்ளலாமோ அவ்வளவு சீக்கிரம் செய்துகொள்ள வேண்டும். திருமணத்தை மட்டும் யாரும் தள்ளிப் போடக்கூடாது. எப்படியும் கமலத்தின் தாத்தாவைச் சரிக்கட்டி விடலாம் என்ற நம்பிக்கை அவருக்கு இருந்தது.

தாத்தாவை அணுகினார். ‘உங்களுக்கு இந்தச் சம்பந்தத்தில் விருப்பம் இருந்ததுதானே? வேண்டாம் என்று கூறிவிட்டு மறுபடி வந்திருப்பதால் தானே இப்போது தயங்குகிறீர்? இதை யெல்லாம் திருமண விஷயத்தில் பார்த்துக்கொண்டிருக்க முடியாது. உங்களுக்கும் வயதாகிவிட்டது. பேத்தி கல்யாணத்தை முடித்து அவள் வயிற்றுப் பிள்ளைகளைப் பார்க்க வேண்டாமா?’ என்று கூறி அவரைச் சம்மதிக்கவைக்க முயன்றார். கமலத்தின் தாத்தாவுக்கு அவர் சொன்னவை எல்லாம் சரியென்றே தோன்றினாலும் தன்னுடைய சுயமரியாதையையும் கவனிக்க வேண்டியதாக இருந்தது. ‘வேண்டு மானால் சகுனம் பார்ப்போம். அது எப்படிக் கிடைக்கிறதோ அப்படியே செய்வோம்’ என்ற யோசனையை அந்த உறவினர் கூறியதும் தாத்தாவுக்கு அந்த யோசனையை ஏற்பதைத் தவிர வேறு வழி இருக்கவில்லை.

அதையடுத்து வந்த ஒரு நல்ல நாளில் இரு தரப்பாரும் கோவிலில் கூடி சகுனம் பார்க்கும் படலத்தைத் தொடங்கினர். சகுனம் பார்ப்பது என்பது தங்களால் முடிவு செய்ய முடியாத காரியத்தில் இறைவனின் யோசனையைக் கேட்பது. இறைவன் நேரில் வந்து தீர்வு சொல்லப் போவதில்லை. அதனால் கோவிலில் நல்ல நேரத்தில் இறைவன் சன்னதி முன் அமர்ந்து தங்கள் கோரிக்கையை மனதில் நினைத்துக்கொண்டு உட்கார்ந்திருப்பார்கள். ஒரு குறிப்பிட்ட நேரத்திற்குள் அப்போது எங்காவது கோவிலில் இருக்கும் பல்லி குரல் எழுப்பினால் இறைவன் சம்மதம் கொடுத்ததாக வைத்துக் கொள்வார்கள். அப்படிக் குரல் எழுப்பவில்லை என்றால் சம்மதம் கொடுக்கவில்லை என்று முடிவு செய்வார்கள்.

இன்னொரு வகையாகச் சகுனம் பார்ப்பதும் இருக்கிறது. இந்த ஊரில் கழுகைப் போன்ற ஒரு பறவை உண்டு. அதன் கழுத்தில் வெள்ளை நிறம் இருக்கும். இதைக் கிருஷ்ணசாமி அல்லது கருடன் என்று அழைப்பார்கள். இந்தப் பறவை கண்ணில் தென்பட்டால் அது அதிர்ஷ்டம் என்ற ஒரு நம்பிக்கை இந்த ஊர் ஜனங்களிடையே உண்டு. தங்கள் கோரிக்கையை மனதில் நினைத்துக்கொண்டு குறிப்பிட்ட தூரம் நடப்பார்கள். அந்த தூரத்திற்குள் இந்தப் பறவை அவர்களைக் கடந்து பறந்து சென்றால் அதைத் தங்களுடைய கேள்விக்குப் பதிலாக எடுத்துக்கொள்வார்கள்.

இந்த இரண்டு சோதனைகளிலும் இரு தரப்பாரும் கலந்து கொண்டார்கள். இரண்டிலும் இறைவன் சம்மதம் கொடுத்து விட்டான். அதாவது கோவிலில் பல்லி குரல் கொடுத்தது; தெருவில் நடக்கும்போதும் கிருஷ்ணசாமி பறவை இவர்களைக் கடந்து பறந்து சென்றது. கமலத்தின் தாத்தாவுக்கு இதில் மிகவும் திருப்தி. இறைவனே தன் பேத்தி கல்யாணத்திற்கு சம்மதம் கொடுத்துவிட்டார் என்பதோடு தனக்குப் பிடித்த பையனே தன் பேத்திக்குக் கணவனாக வாய்க்கப் போகிறான் என்ற எண்ணமும் அவருக்கு மிகுந்த நிம்மதியைக் கொடுத்தது. பாலையா குடும்பத் தினருக்கும் இந்த ஏற்பாடுகளில் சம்மதமே. பாலையாவுக்கு மட்டும் இதில் முழுச் சம்மதம் இல்லை. தான் வேண்டாம் என்று கூறிய பெண்ணே கடைசியாகத் தனக்கு மனைவியாக வாய்க்கப் போகிறாளே என்று உள்ளூர வருத்தம் இருந்தது.

கமலத்திற்குப் பூ பூத்துவிட்டது, அதாவது திருமணம் கனிந்து விட்டது. இனி யாராலும் அதைத் தடுக்க முடியாது. இரு தரத்துப் பெரியவர்களும் இனியும் அதிக நாட்கள் தாமதிக்கக் கூடாது என்று

ஒரு மாதத்திற்குள் திருமணத்தை முடிவுசெய்தனர். இது திடீர் முடிவாதலால் நிச்சயதார்த்தத்தை எளிமையாக வைத்துக் கொண்டனர். சிறப்பாகச் செய்தால் நிறைய விருந்தினர்களைப் பெண்வீட்டார் அழைப்பார்கள். நேரமும் பணவசதியும் இருந்தால் இந்த வைபவத்திற்கும் உறவினர்களை நேரில் சென்று அழைப்பார்கள். பையன்வீட்டாரும் தங்கள் உறவினர்களை நேரில் சென்று அழைப்பார்கள். அந்த தினத்தன்று பையன்வீட்டார் தங்கள் உறவினர்களோடு பெண்ணின் வீட்டிற்கு வருவார்கள். பூ, பூமாலை, பழம், வெற்றிலை, பாக்கு, பல வகையான பழங்கள் ஆகியவற்றை ஒற்றைப்படை எண்ணில் - அதாவது மூன்று அல்லது ஐந்து அல்லது ஏழு - தட்டுகளில் கொண்டுவருவார்கள். பெண்ணிற்குப் பட்டுப் புடவையும் சட்டையும் *(பிளவுஸ்)* வைத்துக் கொண்டுவருவார்கள். பெண் இந்தச் சேலையையும் சட்டையையும் அணிந்துகொண்டு பூமாலையையும் போட்டுக்கொண்டு தன் வீட்டின் ஒரு அறையின் நடுவில் உட்காரவைக்கப்படுவாள். பெண்வீட்டார் இரண்டு நார்ப்பெட்டிகளில் உப்பை நிறைத்துவைத்திருப்பார்கள். இருதரப்பு உறவினர்கள் முன்னிலையில் பெண்ணின் தந்தையும் பையனின் தந்தையும் இரண்டு உப்புப் பெட்டிகளையும் ஒருவருக்கொருவர் மாற்றிக்கொள்வார்கள். பெண் வீட்டிலிருந்து எடுத்து வந்த உப்புப் பெட்டியிலிருந்த உப்பைத் திருமணத்தன்று செய்யும் சமையலில் பையன்வீட்டார் உபயோகிக்க வேண்டும். பெண்வீட்டாரும் மாப்பிள்ளை வீட்டாரின் பெட்டியிலிருக்கும் உப்பை அவர்கள் சமையலில் திருமணத்தன்று உபயோகிக்க வேண்டும். உப்பு மாற்றும் படலம் முடிந்த பிறகு பெண்வீட்டார் வந்த எல்லா உறவினர் களுக்கும் விருந்து படைப்பார்கள்.

கமலத்தின் திருமணம் வேகமாக முடிவானதால் நிச்சய தார்த்தத்தை எளிமையாக நடத்தினார்கள். உப்பு மாற்றும் வைபவம் பெண்ணின் வீட்டில் நடந்தது. கமலத்தின் வளத்தையாவும் (கமலம் தன் தாத்தாவை இப்படித்தான் அழைப்பார். வளர்த்தவர் வளத்தையாவாம்!) பாலையாவின் தந்தையும் மட்டும் கலந்து கொண்டனர். சீக்கிரமே திருமணத்தை முடிவுசெய்ததால் கமலத்தின் தாயின் நகைகளை விற்று கமலத்தின் பெயரில் வங்கியில் போட்டிருந்த பணத்தை வங்கியிலிருந்து எடுப்பதற்கு ஒரு மாதத்திற்கு மேல் அவகாசம் தேவைப்பட்டது. ஆனால் அதற்காகத் திருமணத்தை ஒத்திப்போட இருதரப்பாருக்கும் விருப்பமில்லை. பாலையாவின் வீட்டாரைப் பொறுத்தவரை ஏற்கனவே ஒரு முறை நிச்சயதார்த்தம் வரை போய் திருமணம் நின்றுவிட்டதால் சீக்கிரமே

இந்த முறை மகனின் திருமணம் முடிந்துவிட வேண்டும் என்பதில் குறியாக இருந்தனர். கமலத்தின் தாத்தாவுக்கும் பேத்தியின் கல்யாணத்தை சீக்கிரம் முடித்து அவள் வயிற்றுக் குழந்தைகளைப் பார்த்துவிட வேண்டும் என்ற அவசரம். வங்கியிலிருந்து கமலத்தின் பெயரில் இருக்கும் பணத்தை எடுப்பதற்கு அவகாசம் தேவைப் பட்டதால் அதுவரை காத்திருந்து அதன்பிறகு கமலத்திற்கு நகைகள் செய்து போட்டால் போதும் என்று பாலையாவின் வீட்டார் கூறிவிட்டனர். ரொக்கமாகக் கொடுக்கப் போகும் பணத்தையும் அதுவரை பொறுத்திருந்து பெற்றுக்கொள்வதாகக் கூறினர். சாதாரண மாகப் பெண்ணிற்கு நகைகள் எல்லாம் செய்துவிட்டாலும் நெருங்கிய உறவினர்கள் தங்கள் நகைகளையும் மணக்கோலத்தில் பெண்ணிற்குப் போட்டுவிடுவார்கள். குறிப்பாக வசதி அதிகம் இல்லாத பெண்களுக்கு நெக்லஸ் போன்ற நகைகள் இல்லாமல் இருக்குமாதலால் நெருங்கிய உறவினர்கள் யாரிடமாவது நெக்லஸ் இருந்தால் அதை மணப்பெண்ணுக்குப் போட்டுவிடுவார்கள். கமலத்தின் விஷயத்தில் நகைகள் செய்யத் தாமதமாகிவிட்டது. இருக்கவே இருக்கின்றன உறவினர்களின் நகைகள். கமலத்தின் பெரியம்மா மகள் பணக்கார வீட்டில் வாழ்க்கைப்பட்டிருந்தார். அவருடைய நகைகளை கமலத்திற்குத் திருமணத்தன்று அணி வித்தார்கள். திருமணத்திற்கு வரும் பெண் உறவினர்கள் மணப் பெண்ணின் நகைகளை அவள் அருகில்வந்து பார்ப்பதுண்டு. என்னென்ன நகைகள் மணப்பெண்ணிற்குச் செய்திருக்கிறார்கள் என்று அறியும் ஆவல் எல்லாப் பெண்களுக்கும் இல்லையென்றாலும் சிலருக்காவது உண்டு.

அந்தக் காலத்தில், ஏன் இப்போதும்கூட இந்தச் சமூகத்தில் திருமணத்திற்கு உறவினர்களை அவர்கள் வீடுகளுக்குச் சென்று நேரில் அழைக்கும் பழக்கம் இருந்துவருகிறது. ஐம்பது, அறுபது வருடங்களுக்குமுன் உறவினர்கள் எல்லோரும் ஒரே ஊரிலேயே இருந்தார்கள். அப்படி இல்லையென்றாலும் வெகு அருகில்தான் இருப்பார்கள். பெண்ணின் மற்றும் பையனின் பெற்றோர்கள் தங்கள் தங்கள் உறவினர்களை நேரில் அழைக்கச் செல்வார்கள். தாய் இறந்துவிட்டிருந்தால் தந்தை மட்டும் போவார். தந்தை இறந்து விட்டிருந்தால் தாய் போவதில்லை. மகன்களில் பெரியவனை அனுப்புவார்கள். இப்படி யாரும் கிடைக்கவில்லையென்றால் மூத்த மகள், மருமகனை அனுப்புவார்கள். யாருமே சரியாக இல்லை யென்றால் மாப்பிள்ளைப் பையனே போவதுண்டு. முக்கியமான உறவினர்களுக்கு முக்கியமானவர்கள் அழைப்பிதழ் கொடுக்க

வேண்டும். தூரத்து உறவினர்களுக்கும் நேரில் சென்று அழைப் பிதழைக் கொடுப்பார்கள். அப்படி அழைக்கப்போகும் சமயத்தில் திருமணத்திற்கு நிச்சயிக்கப்பட்டிருக்கும் பெண்ணைப் பற்றி மாப்பிள்ளை வீட்டாரிடமும் மாப்பிள்ளையைப் பற்றி பெண் வீட்டாரிடமும் விசாரித்துத் தெரிந்துகொள்வார்கள். பெண் வீட்டார் கொடுக்கப் போகும் நகை, ரொக்கம் பற்றியும் பையன் வீட்டார் பெண்ணிற்கு போடப் போகும் தாலியின் எடை பற்றியும் கேட்டுத் தெரிந்துகொள்வார்கள். திருமணத்தன்று பெண்ணின் நகைகளை இரு வீட்டு உறவினர்களும் பார்ப்பார்கள். எது பெண்ணின் சொந்த நகை, எது இரவல் வாங்கிப் போட்டது என்று நகைகளைப் பார்த்தாலே தெரிந்துவிடும். புதுப் பெண்ணின் நகைகள் புதுப்பொலிவுடன் இருக்குமல்லவா. கமலத்தின் பெரியம்மா - அவருடைய தாயின் தமக்கை - மகள் வசதியான குடும்பத்தில் வாழ்க்கைப்பட்டிருந்ததால் தன்னுடைய நகைகளில் சிலவற்றைக் கமலத்திற்கு அணிவித்திருந்தார். மணப்பெண் கோலத்தில் இருந்த கமலம் எல்லோரிடமும் அவை தன் பெரியம்மா மகளின் நகைகள் என்று சொல்ல வேண்டியதாயிற்று. ஏதோ ஒரு காரணத்தால் திருமணத்தன்று நகைகள் ரெடியாகாவிட்டாலும் பையனின் வீட்டார் அதைப் பெரிதாக எடுத்துக்கொள்வதில்லை. ஏனெனில் சாதாரணமாகப் பெண்வீட்டார் பேசியபடி நகைகளைக் கொடுத்து விடுவார்கள். மேலும் ரொக்கமாகப் பணம் கொடுத்தால் அதைப் பெண்ணின் தந்தை சில வருடங்களுக்காவது தன்னிடமோ அல்லது வங்கியிலோ தன் மகள் பெயரில் வைத்திருப்பார். இந்தப் பழக்கம் எல்லோராலும் ஒப்புக்கொள்ளப்பட்ட மரபாகி விட்டிருந்த படியால் எல்லோரும் அதைப் பின்பற்றினார்கள். கிட்டத்தட்ட எல்லோரும் அந்த ஊரிலேயே வசிப்பவர்கள் ஆதலால் அவர் களுடைய குணத்தைப் பற்றி ஊரில் எல்லோருக்கும் ஓரளவு தெரிந்திருக்கும்.

கமலம் தனது பெரியம்மா பெண்ணின் நகைகளைப் போட்டிருந்தது பாலையாவுக்கு அவ்வளவாகப் பிடிக்கவில்லை. கமலத்தின் நகைகள் இரண்டு வாரங்களுக்குள் தயாராகி வரும்வரை கமலம் அந்த நகைகளை அணிந்திருக்கும்படிச் செய்வதற்குள் தாத்தா விற்குப் போதும் போதும் என்றாகிவிட்டது. அழகு போதவில்லை என்பதால் கமலத்தை மணந்துகொள்ளத் தயங்கிய பாலையா, அவருடைய பெற்றோர் போட்ட தாலி, வளையல்களைத் தவிர இப்போது வேறு நகைகளே இல்லாமல் அவரைப் பார்த்தால் என்ன செய்வாரோ என்று தாத்தாவுக்குப் பயம்.

பேத்தியின் கல்யாணம் நல்லபடியாக முடிந்துவிட்டது என்ற சந்தோஷம் இருந்தாலும் பேத்தியின் கணவர் அவளை நூறு மைல் தொலைவிலுள்ள வேறு ஊருக்கு அழைத்துச் சென்றுவிடுவாரே என்ற கவலையும் தாத்தாவுக்கு ஏற்பட்டது. என்ன செய்வது? அதற்காக எத்தனை நாட்கள் பேத்தியை வீட்டிலேயே வைத்திருக்க முடியும்? பாலையா வீட்டில் சில நாட்கள், கமலத்தின் வீட்டில் இன்னும் கொஞ்சம் அதிக நாட்கள் என்று விருந்துச் சாப்பாடு சாப்பிட்டுவிட்டு திருமணம் முடிந்த மூன்று வாரங்களில் கமலமும் கணவனும் பாலையா வியாபாரம் செய்யும் ஊருக்குக் கிளம்பினர்.

சொந்த ஊரை விட்டுப் புதிய ஊருக்கு வந்த கமலத்திற்கு எல்லாமே புதுமையாக இருந்தது. சொந்த ஊரில் நிறையத் தீப்பெட்டித் தொழிற்சாலைகள் இருந்ததால் வசதியான வீடுகள் தவிர எல்லோர் வீடுகளிலும் தீப்பெட்டிகள் திண்ணைகளிலும் வீட்டிற்கு வெளியிலும் உலர்ந்துகொண்டிருக்கும். வந்திருக்கும் ஊரில் தொழிற்சாலைகள் எதுவும் இல்லை. அதைவிட வறுமை நிறைந்த ஊராகத் தெரிந்தது. சொந்த ஊரில் தெருக்கள் சின்னச் சின்ன சந்துகளாக இருக்கும். இந்த ஊரிலும் பாலையாவின் வீடு இருக்கும் ஊரின் முதன்மைச் சாலையைக் கடந்து சென்றால் அப்படி இருக்குமோ என்னவோ. பாலையாவின் வீடு இருந்த இடத்திலிருந்து கால் மைல் தொலைவில் ஊரின் மையப் பகுதி வந்துவிடும். காய்கறி விற்கும் மார்க்கெட், பலசரக்குச் சாமான்கள் விற்கும் கடைகள் எல்லாம் இங்குதான் மையம் கொண்டிருந்தன.

பாலையாவுக்கு ஒரு அண்ணன், ஒரு தம்பி. அண்ணனுக்குத் திருமணமாகி இரண்டு ஆண், ஒரு பெண் என்று மூன்று குழந்தைகள் இருந்தார்கள். தம்பிக்கு இன்னும் திருமணமாகவில்லை. பிறந்த வீட்டில் பாட்டி இறந்த பிறகு தாத்தாவோடு மட்டும் தினமும் பொழுதைக் கழித்துக்கொண்டிருந்த கமலத்திற்கு புகுந்த வீட்டில் இத்தனை பேரோடு எப்படி சேர்ந்து வாழ்வது என்று மலைப்பாக இருந்தது. கணவனின் அண்ணனை மச்சான் என்பார்கள். மச்சானின் பிள்ளைகள் எல்லாம் பத்து வயதிற்கு உட்பட்டவர்கள். இத்தனை சிறிய குழந்தைகளோடு இவர் ஒன்றாக வாழ்ந்ததில்லை. இவருக்கும் தம்பி, தங்கைகள் இருந்தார்கள். ஆனால் எல்லோரும் மாற்றாந்தாயின் குழந்தைகள். மேலும் அவர்கள் தனி வீட்டில் வசித்தார்கள். அதனால் இத்தனை குழந்தைகளோடு எப்படிச் சமாளிக்கப் போகிறோம் என்று பயந்தார். மச்சானின் மனைவிக்கு அடிக்கடி உடல்நலம் கெட்டுவிடும். அப்போது அவர்களுடைய குழந்தை களைத் தான் தான் கவனிக்க வேண்டுமா என்றெல்லாம் பலவாறாக யோசித்தார்.

இதற்கு மேல் கமலத்திற்குச் சமைக்கத் தெரியாது. பிறந்த வீட்டில் அவ்வளவு வசதியில்லை என்பது மட்டுமல்ல, நிறையச் சமைக்கவும் மாட்டார்கள். கமலம் தீப்பெட்டி ஒட்டும் வேலையை மட்டும் காலையிலிருந்து இரவு ஏழு மணிவரை செய்வார். சோறு மட்டும் ஆக்கி ஒரு குழம்பு வைப்பார்கள். கமலம் செய்தது போக மீதி இருக்கும் கொஞ்ச நஞ்ச வேலையையும் அவருடைய தாத்தாவே செய்துவிடுவார். பேத்தி திருமணம் செய்துகொண்டு கணவன் வீட்டிற்குச் சென்றுவிட்டால் அங்கு அவள்தானே சமைக்க வேண்டும் என்று அவர் ஒரு போதும் நினைக்கவில்லை. தேவை என்று வரும்போது பேத்தி படித்துக்கொள்வாள் என்று நினைத்திருக்கலாம். கமலத்திற்கு கணவன் வீட்டிற்கு வந்த புதிதில் சமையலைப் பற்றி ஒன்றும் தெரியவில்லை. இங்கு ஆட்களும் அதிகம். நிறையச் சமைக்கவும் செய்தார்கள். இவர்கள் அசைவப் பிரியர்கள். ஆட்டின் தலை, கால், குடல் என்று எல்லாவற்றையும் சமைப்பார்கள். அந்த ஊர் கடற்கரைக்கு சில மைல்கள் தூரத்திலேயே இருந்ததால் பக்கத்திலுள்ள மூன்று ஊர்களிலிருந்து கடல்மீன்கள் மார்க்கெட் டிற்கு வரும். அவை நல்ல ருசியாகவும் இருக்கும். விலையும் மலிவு. அடிக்கடி, கிட்டத்தட்ட தினமும் இரவில் மீன் சமைப்பார்கள். பெரிய குடும்பம் என்பதால் வீட்டிலேயே அதிரசம், முறுக்கு, உளுந்து வடை, ஆமவடை (இது மசால்வடை என்று மற்ற ஜாதியினர் பேச்சில் அழைக்கப்படும்), பக்கோடா, புட்டு, கொழுக்கட்டை என்று நிறையப் பலகாரங்கள் செய்வார்கள். அதனால் வேலையும் அதிகம். இவருடைய மச்சானின் மனைவி (இவரைக் கமலம் அக்கா என்று அழைப்பார். கணவனின் அண்ணனின் மனைவி அக்காமுறை வரும். நாமும் இதற்குப் பிறகு அவரை அக்கா என்றே குறிப்பிடுவோம்.) சிறுவயதிலேயே நன்றாகச் சமைக்கக் கற்றுக் கொண்டவர். கமலத்தைப் போலன்றி எல்லாப் பெண்களும் சிறு வயதிலேயே, அதாவது திருமணத்திற்கு முன்பே, சமையல் கற்றுக் கொண்டாலும் அக்கா அளவு சமையலில் நிறையத் திறமை பெற்றிருக்க மாட்டார்கள். இது வேறு கமலத்தின் பயத்தைக் கூட்டியது. அவருக்கு ஈடாகத் தான் எப்போது சமைக்கப் போகி றோம் என்ற பயம் ஏற்பட்டது.

முதலில் இப்படிப் பயந்தாலும் நாட்கள் செல்லச் செல்ல அப்படிப் பயப்பட்டிருக்கத் தேவையில்லை என்பதைக் கொஞ்ச காலத்தி லேயே கமலம் உணர்ந்தார். அக்கா சமையலில் தனக்குத் தான் எல்லாம் தெரிந்த மாதிரி நடந்துகொள்ளவில்லை. சமையலில் மட்டுமல்ல, அக்கா மொத்தத்தில் நல்ல புத்திசாலி. அவள் குடும்பமும்

கமலத்தின் குடும்பத்தைவிட வசதியான குடும்பம். அக்காவின் அண்ணன்மார்கள், அக்காமார்கள் வசதியாக வாழ்ந்துவந்தார்கள். இப்படி இருந்தும் அக்கா கமலத்தை அச்சுறுத்துவது போல் நடந்து கொள்ளவில்லை. அவர் கொஞ்சம் நல்ல மாதிரி. மேலும் அவருக்கு அடிக்கடி உடல்நலம் கெடுவதால் வீட்டுவேலைகளைப் பகிர்ந்து கொள்ள இன்னொரு பெண்வீட்டில் இருக்கிறார் என்ற எண்ணம் வேறு. பாலையாவின் அண்ணனுக்குக் கமலத்தின் மேல் ஒரு விதப் பிரியம் ஏற்பட்டது. அதற்கு ஒரு முக்கிய காரணம் உண்டு. பாலையாவும் அவருடைய சகோதரர்களும் சேர்ந்து நடத்திவந்த வியாபாரம் ஓரளவு நன்றாகப் போய்க்கொண்டிருந்தாலும் திருமணமாகிக் கமலம் வந்த ஆண்டில் கணிசமான லாபம் கிடைத்தது. கமலத்தின் அதிர்ஷ்டத்தினால்தான் வியாபாரம் செழித்தது என்று அவருடைய மச்சான் (பாலையாவின் அண்ணன்) உறுதியாக நம்பினார். அவருக்கு இதிலெல்லாம் நம்பிக்கை உண்டு. குடும்பத்திற்கு அதிர்ஷ்டம் கொண்டுவந்த பெண் என்று அவருக்குக் கமலத்தின் மேல் மிகவும் பிரியம். மேலும் மனைவி நோயுறும் போதெல்லாம் வீட்டைக் கவனிக்க இன்னொரு ஆள் இருக்கிறது என்ற எண்ணம் இவருக்கும் இருந்தது. மச்சானும் அக்காவும் தன்மீது பிரியம் காட்டியது கமலம் புதிய இடத்தில் தன்னைப் பழக்கப்படுத்திக் கொள்ள உதவியாக இருந்தது. இவரும் அவர்கள் மேல் அன்பு செலுத்தினார். அவர்களுடைய பிள்ளைகளையும் அரவணைத்து வாழக் கற்றுக்கொண்டார்.

பாலையாவின் தம்பிக்கும் - இவர் பெயர் சின்னச்சாமி - திருமணம் நடந்து முடிந்தது. புதிதாக வீட்டிற்கு வந்த பெண் உறவினப் பெண்ணாகையால் கமலத்திற்கு அவளிடம் ஏற்கனவே பழக்கம் இருந்தது. அதனால் அவளிடமும் கமலத்தால் நன்றாகப் பழக முடிந்தது. அக்காவிடமிருந்து கொஞ்சம் கொஞ்சமாகச் சமையல் கற்றுக்கொண்டார். மச்சானின் பிள்ளைகளும் இவர் மேல் பிரியமாக இருந்தனர். கமலமும் மூன்று குழந்தைகளைப் பெற்றுக் கொண்டார். பாலையாவின் தம்பிக்கும் இரண்டு குழந்தைகள் பிறந்தன. ஒரு ஆண், ஒரு பெண்.

கமலத்தின் மாமியாருக்கு, அதாவது பாலையாவின் தாய்க்கு, கமலம் தன்னுடைய தந்தையின் கடையில் வேலைபார்த்தவரின் பேத்தி என்பதால் தன்னுடைய மூத்த மகனும் அவருடைய மனைவியும் கமலத்தை நன்றாக நடத்த மாட்டார்களோ, தங்கள் நலன்களுக்குப் பயன்படுத்திக்கொள்ளுவார்களோ என்ற எண்ணம் இருந்தது. கமலம் வசதி அதிகம் இல்லாத இடத்திலிருந்து வந்தவர்

என்பதாலேயே அவர் மேல் ஒரு இரக்கம் ஏற்பட்டு அது பிரியமாக வளர்ந்தது. மேலும் மாமியாருக்கு முதல் மருமகளைச் சுத்தமாகப் பிடிக்காது. அவர் கொஞ்சம் வசதியான இடத்திலிருந்து வந்தது ஒரு காரணம். இரண்டாவது அவர் மிகவும் அழகாக இருப்பார். கமலத்தின் மாமியார் நல்ல கருப்பாதலால் அவருக்குத் தாழ்வு மனப்பான்மையும் இருந்தது. கமலம் அப்படி ஒன்றும் அழகில்லை என்பதால் அவர் விஷயத்தில் இந்தத் தாழ்வுமனப்பான்மை ஏற்படவில்லை. மேலும் தன் தந்தையின் கடையில் வேலை பார்த்தவரின் பேத்தி என்பதால் கமலம் தனக்கு உறவுக்காரப் பெண் என்பது போன்ற எண்ணமும் அவருக்கு உண்டு. கமலத்தின் மாமியார் அவர்களுடைய சொந்த ஊரில் வசித்துவந்தாலும் பிள்ளைகளின் குடும்பத்திற்கு உதவுவதற்காக இந்த ஊருக்கு அடிக்கடி வந்து விடுவார். கமலத்தை யாரும் குறை கூறினால் அவருக்குப் பொறுக்காது. இந்த மருமகளை மட்டும் அவருக்குப் பிடிக்கும். தன் பெண் போலவே நடத்துவார்.

கமலமும் மாமியாரின் இந்த நடத்தையைத் தனக்குச் சாதகமாகப் பயன்படுத்திக்கொண்டார். சின்னச்சாமிக்கும் தாயைப் போல் மூத்த அண்ணன் மனைவியைப் பிடிக்காது. ஆனால் இந்த அண்ணன் மனைவியைத் தாய்க்குப் பிடித்ததாலேயே அவருக்கும் பிடிக்கும். இப்படிப் பலரின் அன்புக்கும் கமலம் ஆளானார்.

யார் என்ன வேலை செய்வது என்ற கணக்கெல்லாம் இந்தக் கூட்டுக் குடும்பத்தில் கிடையாது. எல்லோரும் தோதுபோடாமல் எல்லா வேலைகளையும் பார்ப்பார்கள். சாப்பாட்டு விஷயத்திலும் 'இது எனக்குக் கிடைக்கவில்லை, அது எனக்குக் கிடைக்கவில்லை' என்ற சண்டையெல்லாம் கிடையாது. இதற்கு மூன்று சகோதரர்களும் அவர்களுக்கு வாய்த்த மனைவிமார்களும் காரணம் என்று சொன்னால் அது மிகையாகாது. மேலும் அவர்களுடைய கூட்டு வியாபாரம் தொடர்ந்து செழித்து வளர்ந்ததால் தாராளமாகச் செலவழிப்பதற்குத் தோதாக வருமானமும் கிடைத்துக் கொண்டிருந்தது.

கமலத்திற்கு இரண்டு குழந்தைகள் பிறந்த பிறகு அவருடைய அக்காவுக்கு - பாலையாவின் அண்ணன் மனைவிக்கு - ஒரு பெண் பிறந்தது. தான் திருமணமாகி வந்தபோது மச்சானுக்கும் அக்காவுக்கும் ஏற்கனவே இருந்த குழந்தைகள் மேல் கமலத்திற்குப் பிரியம் இருந்தது என்னவோ உண்மை. ஆனால் இப்போது பிறந்திருக்கும் பெண் குழந்தையைக் கமலம் தன் குழந்தைகளுக்குப்

போட்டியாக நினைத்தார். அந்தப் பெண் குழந்தைக்கும் இவருடைய குழந்தைகளுக்கும் இடையே சண்டை வரும்போதெல்லாம் அந்தக் குழந்தைமேல் கமலத்திற்குக் கோபமாக வந்தது. மச்சானின் பெரிய பிள்ளைகளுக்கு எல்லா உதவிகளும் செய்வார். ஆனால் அவருடைய கடைசிக் குழந்தைக்கு உதவி செய்யாதது மட்டுமல்ல, அவளுக்கு நல்லது எது நடந்தாலும் இவருக்குப் பிடிக்காது. தன்னுடைய கடைசிக் குழந்தையின் மீது கமலம் பாரபட்சம் காட்டினாலும் மச்சானுக்கு என்னவோ தொடர்ந்து கமலத்தின் மேல் பிரியம் இருந்தது.

உடல்நலம் கெட்டதால் அக்கா அடிக்கடி படுத்துக்கொள்வார். அதனால் சமையல் போன்ற வீட்டுவேலைகள் கமலத்தின் மீதும் அவருக்கு அடுத்த மருமகள் மேலும் விழுந்தன. கடைசி மருமகள் செய்த சில காரியங்கள் நல்ல பலனைக் கொடுக்காததால் அவள் துரதிருஷ்டசாலி என்று கருதப்பட்டார். அதனால் எல்லா சுபகாரியங் களுக்கும் கமலத்தைத்தான் கூப்பிடுவார்கள். பாலையாவின் சகோதரர்களுக்கு விவசாயம் செய்ய வேண்டும் என்ற ஆசை ஏற்பட்டது. ஊருக்குப் பக்கத்தில் பத்து ஏக்கரா நிலம் வாங்கி விவசாயம் செய்தனர். முதல்முதலாக நிலத்தை உழுது, விதை விதைக்கும்போது கமலம்தான் விதைநெல்லை எடுத்துக் கொடுக்க வேண்டும். இப்படி வீட்டில் எந்த சுபகாரியங்கள் என்றாலும் அதைக் கமலம்தான் துவக்கிவைக்க வேண்டும். வீட்டில் கமலத்திற்கு இருக்கும் கிராக்கியைப் பார்த்தது மட்டுமல்லாமல் அவர் நன்றாகச் சமைக்கக் கற்றுக்கொண்டது, நான்கு ஆண் குழந்தைகளைப் பெற்றெடுத்தது என்று பல காரணங்களால் பாலையாவுக்கு கமலத்தைப் பிடிக்க ஆரம்பித்துப் பின் மிகவும் பிடித்துப் போய் விட்டது. தன் அண்ணன் மனைவி போல் அடிக்கடி உடல்நலம் கெட்டு வீட்டில் எந்த வேலையும் செய்ய முடியாமல் கமலம் படுத்துவிடவில்லை. எந்நேரமும் ஏதாவது வேலைசெய்து கொண்டு இருப்பார். மச்சானின் பெண்ணின் திருமணத்தின்போது இவர்தான் முன்னின்று எல்லாவற்றையும் செய்தார். தன் மனைவி அதிர்ஷ்டசாலி, எல்லோருக்கும் அவளைப் பிடிக்கிறது, தனக்கு நிறைய ஆண் குழந்தைகளைப் பெற்றுக் கொடுத்திருக்கிறாள் என்று அவளைப் பற்றிச் சொந்தக்காரர்களிடம் பீற்றிக்கொள்வார். ஆண் குழந்தைகளைப் பெறுவது பெண்ணின் கையில் இல்லை, ஏன் யார் கையிலும் இல்லை என்பதை உணர்ந்திருந்தாலும் ஆண் குழந்தை பெற்றுக்கொண்ட பெண்களைப் பாராட்டத்தான் செய்தார்கள்.

கணவன் உட்பட எல்லோரின் பாராட்டுதலையும் பெற்ற கமலத்திற்குத் தலைக்கனம் கூடவில்லை. தொடர்ந்து எல்லோருக்கும்

தன்னால் முடிந்த அளவு உதவுவது, வீட்டு வேலைகளைப் பிறரோடு தோதுபோடாமல் செய்வது, மச்சானின் பெண்ணிற்குத் திருமண ஏற்பாடுகள் நடந்தபோது அவற்றில் எந்தவிதப் பொறாமையும் இல்லாமல் கலந்துகொண்டதோடு உற்சாகமாக எல்லா வேலைகளையும் செய்வது என்று எப்போதும் போல்தான் இருந்தார். அவருடைய வளத்தையா அவருக்கு வாழ்க்கையில் சில நல்ல விஷயங்களைச் சொல்லிக் கொடுத்திருந்தார். அவற்றை அவ்வப்போது மச்சானின் குழந்தைகளிடம் சொல்லுவார். கூட்டுக் குடும்பத்தில் எப்போதாவது சாப்பாட்டுப் பற்றாக்குறை ஏற்பட்டுத் தனக்குக் கிடைக்காமல் போய்விட்டால் தனக்குக் கிடைக்கவில்லையே என்று கோபப்பட மாட்டார்; சலித்துக்கொள்ளமாட்டார். 'நாக்குக்கு அங்கிட்டுப் போனால் நரகல்' என்று அவருடைய வளத்தையா சொன்னதைச் சொல்லிக் கொள்வார். யாருக்காவது நாம் நன்மை செய்தால் நமக்கு எப்படியும் அது பிறர் மூலமாவது வந்துசேரும் என்று அவருடைய வளத்தைய்யா அடிக்கடி ஒரு உதாரணத்தை வைத்துச் சொல்வாராம். ஒரு முறை வளத்தையா ஒரு பெண்ணையும் அந்தப் பெண்ணின் குழந்தையையும் ஒரு இக்கட்டிலிருந்து காப்பாற்றியதால் இவருடைய மனைவியையும் குழந்தையையும் இன்னொருவர் இன்னொரு முறை காப்பாற்றினாராம்.

இந்த நல்ல விஷயங்களைத் தாத்தாவிடமிருந்து கற்றுக் கொண்டது மட்டுமல்ல, கமலம் இயற்கையிலேயே நல்ல சுபாவம் உள்ளவர். பிறர் கெட்டுப் போக வேண்டும் என்று எண்ண மாட்டார். எல்லோருக்கும் உதவுவதைத் தன் கடமையாக நினைத்துச் செய்வார். இதுவே கூட்டுக் குடும்பத்தில் எல்லோரிடமும் இவருக்கு நல்ல பெயரை வாங்கித் தந்தது. மேலும் எல்லோரிடமும் வெகு சாமர்த்தியமாக நடந்துகொள்வார். கணவனின் உறவினர்கள் உட்பட - அவர்கள் தூரத்து உறவினர்கள் என்றாலும் - எல்லோரையும் மச்சான், மதினி, அக்கா என்று முறை வைத்து வாய் நிறையக் கூப்பிடுவார். ஒரு முறை கணவனின் எழுபது வயதைத் தாண்டிவிட்ட பெரியப்பா மகன் இறந்தபோது இவருடைய சொந்தச் சகோதரனே இறந்துவிட்டதுபோல் விழுந்துவிழுந்து அழுதார். உறவினர்கள் யார் இறந்தாலும் தனக்கு வயதாகிய பிறகும் கண்டிப்பாக அவர்கள் வீட்டிற்குப் போக வேண்டும் என்று நினைப்பார். எல்லா உறவினர்களிடமும் மனதில் நினைப்பதை வெளியே காட்டிக்கொள்ளாமல் சமர்த்தாகப் பழகுவார்.

பாலையா-கமலம் தம்பதியரின் பிள்ளைகள் வளர்ந்து பெரியவர்கள் ஆனார்கள். பாலையாவின் அண்ணனின் பிள்ளைகள் உள்ளூரில்

பள்ளிப் படிப்போடு படிப்பை முடித்துக்கொண்டார்கள். அதனால் அவர்களுடைய படிப்புச் செலவு அதிகமாகவில்லை. பாலையாவின் பிள்ளைகள் இருவர் வெளியூரில் கல்லூரியில் விடுதியில் தங்கிப் படித்ததால் விடுதிச் செலவு, படிப்புச் செலவு என்று நிறையச் செலவாகியது. இந்தச் செலவுகளை பாலையா தன் கணக்கில் எழுதிக்கொள்ள வேண்டும் என்று பாலையாவின் அவர் நினைத்தார். அப்படிச் செய்யாதது மட்டுமல்ல, கடையை நடத்துவதில்தான் அதிகம் உழைப்பதாக பாலையா நினைக்க ஆரம்பித்தார். சகோதரர்களுக்குத் தெரியாமல் கடையிலிருந்து பணத்தைக் கொஞ்சம் கொஞ்சமாக எடுத்துக் கொள்ள ஆரம்பித்தார். இது கமலத்திற்குத் தெரிய வந்தபோதும் அவர் அதைக் கண்டுகொள்ளவில்லை. கணவர் செய்வது தவறு என்று நினைக்கவில்லை. தன் கணவருக்கும் அவருடைய அண்ணனுக்கும் இது பற்றிச் சச்சரவு எழுந்தால் தன் கணவர் செய்வதுதான் சரி என்று கமலம் நினைத்துக் கொண்டார். தன் சொந்தத் தங்கை போல் தன்னை மச்சான் நடத்தியது எல்லாம் இந்தச் சமயத்தில் மறந்துவிட்டது.

கூட்டுக் குடும்பத்தில் எல்லோராலும் மிகவும் போற்றப் பட்டாலும் தனிக் குடித்தனம் நடத்த வேண்டும் என்ற ஆசை கமலத்திற்கு அவ்வப்போது ஏற்படும். பின்னால் கூட்டுக் குடும்பம் பிரிந்தபோது அவருக்கு எந்த விதக் கவலையும் இல்லை. அவருக்கு அது ஒருவித சந்தோஷத்தையே கொடுத்தது. தன்னுடைய ஒரே மகளுக்கு சகோதரிகள் இல்லையே என்று கவலைப்படுவார். தன்னுடைய மகள், தன்னுடைய பெரியப்பா மகளையும் சித்தப்பா மகளையும் ஏன் சகோதரிகளாகப் பாவிக்கக் கூடாது என்று அவர் எண்ணியதில்லை.

அதோடு மச்சானின் கடைசிப் பெண்ணிற்கும் இவருடைய ஒரே மகளுக்கும் இரண்டு வயது வித்தியாசம்தான். தன் பெண்ணிற்குப் போட்டியாக அவள் இருக்கிறாளே என்று அந்தப் பெண்ணின் மேல் பொறாமை ஏற்பட்டது. மச்சானின் மூத்த பெண்ணிற்குத் திருமணமானபோது அவற்றில் சந்தோஷமாகப் பங்கெடுத்துக்கொண்ட கமலத்திற்கு, அவருடைய கடைசி பெண்ணிற்குத் திருமணம் நிச்சயமானபோது தன்னுடைய மருமகனைவிட மச்சானின் கடைசிப் பெண்ணின் கணவன் நல்ல திறமைசாலியாக இருக்கிறானே என்ற பொறாமை ஏற்பட்டது. அவளுடைய திருமணத்தில் ஏனோ தானோவென்று கலந்துகொண்டார். அவருடைய வளத்தையா சொல்லிக் கொடுத்த எந்த நல்ல விஷயங்களும் அப்போது அவருடைய மனதிற்கு வரவில்லை.

சச்சரவுகள் பெருகப் பெருக கூட்டுக் குடும்பம் கலைந்தது. போதிய பணம் இருந்ததால் தனித்தனி வீடுகள் வாங்கி மூவரும் தனித்தனியாகக் குடும்பம் நடத்தத் தொடங்கினர். முதலில் அவரவர் வீட்டுச் செலவுகள் அவரவருடையது என்றது போய் வியாபாரமும் பிரிந்தது.

பாலையாவின் விதவையாகிவிட்ட தங்கை தன் கடைசிப் பெண்ணைப் பாலையாவின் மூத்த பையனுக்குக் கல்யாணம் செய்துகொள்வார்கள் என்று நம்பிக்கொண்டிருந்தார். அவருடைய மூத்த இரண்டு பெண்களின் திருமணச் செலவுகளால் அவர் பங்கிற்கு அவருடைய கணவன் வீட்டார் கொடுத்திருந்த சொத்துக் களில் பெரும் பகுதி தீர்ந்துவிட்டிருந்தது. கடைசிப் பெண்ணை அண்ணன் மகனுக்கே திருமணம் செய்தால் திருமணச் செலவை எப்படியாவது சமாளித்துவிடலாம் என்று நினைத்தார். ஆனால் தங்களுடைய தகுதிக்கு தன் மகனுக்குப் பெரிய இடமாகப் பார்க்கலாம் என்று கணக்குப் போட்டிருந்த கமலத்திற்கு இது கொஞ்சம்கூடப் பிடிக்க வில்லை. எச்சில் கையால் காக்காயை விரட்டாதவன் என்ற ரகத்தைச் சேர்ந்தவர் பாலையா. இருந்தாலும் தங்கை பட்ட கஷ்டங்களைக் கண்டு தங்கையின் மகளைத் தன் மகனுக்கு முடித்துவிடலாமே என்ற எண்ணம் அவருக்கு இருந்தது. ஆனால் நாத்தனாரின் பெண் வேண்டாம் என்று கமலம் ஜாடை மாடையாகக் கணவனிடம் கூறிவிட்டார். திருமணம் ஆகி இந்த முப்பது வருஷத்திற்குள் பாலையா 'மனைவி சொல்லே மந்திரம்' என்று குடும்ப விஷயத்திலாவது எண்ண ஆரம்பித் திருந்தார். அதனால் மனைவியின் விருப்பப்படி தங்கையின் ஆசையை நிராகரித்துவிட்டார். சொந்தக்காரர்களில் இன்னும் இரண்டு பெண்கள் பாலையாவின் மகனின் வயதுக்கு ஏற்றாற் போல் இருந்தார்கள். சொந்த நாத்தனார் பெண்ணையே தன் மகனுக்கு முடிக்காத கமலம் அவர்களையா முடிக்கப் போகிறார். சொந்தத்திற் குள்ளேயே பெண் எடுக்கப் போவதில்லை என்று சாமர்த்தியமாக மொட்டையாக் கூறிவிட்டுப் பிறகு மகனுக்கு சொந்தத்திற் குள்ளேயே வசதியான பெண்ணைத் தேர்ந்தெடுத்தார். இந்த விஷயத்தில் பாலையா தன் மனைவியின் சொல்லைத் தட்டாமல் ஏற்றுக்கொண்டார்.

பாலையாவுக்கு வயதாகி நோய்வாய்ப்பட்டார். சில வருடங்கள் தானாகக் காரியங்களைச் செய்ய முடியாமல் கஷ்டப்பட்டார். கமலத்திற்குக் கணவனைக் கவனித்துக்கொள்ளும் பொறுப்பை யாரிடமும் விடப் பிடிக்கவில்லை. தானே தன் கணவனைக்

கவனித்து நல்ல விதமாக வழியனுப்ப வேண்டும் என்று விரும்பினார். இந்த எண்ணத்தால் தன் கணவனின் நலத்தை நன்றாகக் கவனித்துக் கொண்டார். கணவருக்கு வேண்டிய எல்லாப் பணிவிடைகளையும் தன் கடமை போல் செய்தார். கணவருடைய இறப்பு 'தன் துணை போய்விட்டது. இனி என்ன செய்யப் போகிறோம்?' என்ற வகையில் இவரைப் பாதிக்கவில்லை. கணவருக்கான தன் கடமையைத் தான் சிறப்பாகச் செய்து முடித்துவிட்டோம் என்ற மாதிரியான நிம்மதியைத்தான் இவருக்குக் கொடுத்தது.

முதலில் இரண்டு முறை நிராகரித்த பெண்ணை வேறு வழியில்லாமல் மணந்துகொண்ட பாலையாவுக்குக் காலப்போக்கில் மனைவியை மிகவும் பிடிக்க ஆரம்பித்துவிட்டது. அது மட்டுமல்ல மனைவிதான் மிகுந்த அதிர்ஷ்டக்காரி, சமையலில் கெட்டிக்காரி, நான்கு ஆண் குழந்தைகளைப் பெற்றவள் என்ற பெருமைகளை எல்லாம் மனைவிக்கு ஏற்றிக் கூற ஆரம்பித்தார். கணவனே மனைவியின் ஆதாரம் என்ற கலாச்சாரத்தில் வளர்ந்த கமலமும் கணவனுக்கு வாழ்க்கையில் உறுதுணையாக இருந்தார். கடைசிவரை நல்ல மனைவியாக இருந்து அவருக்கு வேண்டிய பணிவிடைகள் செய்தார். ஆனாலும் கணவன் இறந்த பிறகு அதைப் பெரிய இழப்பாகக் கருதவில்லை.

10

பச்சைக்கிளி

பச்சைக்கிளியின் கதை சோகம் நிறைந்தது என்று கூற முடியா விட்டாலும் சந்தோஷமாக நடந்து முடிந்தது என்று கூற முடியாது. இவர் பிறந்தது 1932இல். பிறந்த சில வருஷங்களில் தாய் இறந்து விட்டார். அதன் பிறகு ஒன்றிரண்டு வருடங்களில் தந்தையும் இறந்துவிட்டார். தந்தை உயிரோடு இருந்திருந்தாலும் அவரால் குழந்தைகளை வளர்த்து ஆளாக்கியிருக்க முடியாது. அந்தக் காலத்தில் ஆண்களுக்குச் சமைக்கத் தெரியாது. அநேகமாக இரண்டாவது திருமணம் செய்துகொள்வார்கள். மாற்றாந்தாய்தான் மூத்த தாரத்துப் பிள்ளைகளை வளர்த்து ஆளாக்குவாள். கிட்டத் தட்ட எல்லாக் குடும்பங்களிலும் மாற்றாந்தாய் மூத்த தாரத்துக் குழந்தைகளை சரியாக நடத்த மாட்டார்களாதலால் தாய்வழிப் பாட்டியாவது தந்தைவழிப் பாட்டியாவது குழந்தைகளை வளர்க்கும் பொறுப்பை எடுத்துக்கொள்வார்கள். அநேகமாக தாய்வழிப் பாட்டிக்குத்தான் தன்னுடைய மகளின் குழந்தைகள் மேல் அதிக அன்பும் அக்கறையும் இருக்குமாதலால் அவர்தான் அந்தப் பொறுப்பை எடுத்துக்கொள்வார். ஏதாவது காரணத்திற்காக அவரால் முடிய வில்லையென்றால் தந்தைவழிப் பாட்டி அந்தப் பொறுப்பை எடுத்துக்கொள்வார். இருவராலும் முடியவில்லையென்றால்தான் மாற்றாந்தாயின் பொறுப்பில் வளர்வார்கள். பச்சைக்கிளியின் தந்தை சிறுவயதாக இருக்கும்போதே அவருடைய தாய் - அதாவது பச்சைக்கிளியின் தந்தைவழிப் பாட்டி - இறந்து விட்டிருந்தார். அதனால் தாய்வழிப் பாட்டியின் பொறுப்பில் வளர்ந்துவந்தாள். பச்சைக்கிளிக்குப் பின்னால் பிறந்த இன்னும் இரண்டு பிள்ளைகளும் பாட்டியின் பொறுப்பில் வளர்ந்து வந்ததால் பாட்டிக்கு எப்போது அந்தக் குழந்தைகளை வளர்த்து ஆளாக்கித் திருமணம் செய்து வைத்துத் தன் பொறுப்புகளை முடிப்போம் என்றிருக்கும். அந்தக் காலம் அப்படிப்பட்டது. பெண்கள் என்றால் பெரிய மனுஷி

ஆனவுடன் மாப்பிள்ளை பார்த்துத் திருமணத்தை முடித்துவிட வேண்டும். இது அவர்களைப் பெற்றோர்களின் அல்லது வளர்ப்பவர்களின் கடமை. பையன்களை ஓரளவு படிக்க வைத்தாலும் அவர்களுக்கும் உரிய காலத்தில் திருமணம் செய்துவைப்பதும் அவர்களின் கடமை. பின்னால் அவர்களுக்கு அமையப் போகும் வாழ்க்கை அவர்களுடைய அதிர்ஷ்டத்தைப் பொறுத்தது. முடிந்தவரை சந்தையில் இருப்பவற்றில் நல்லதைப் பெண்களுக்கும் சரி ஆண்களுக்கும் சரி தேர்ந்தெடுப்பார்கள். அதன் பிறகு அவர்கள் வாழ்க்கை இறைவனின் திட்டப்படி நடக்கும் என்று நம்புவார்கள்.

பச்சைக்கிளிக்கு நன்றாகப் படித்து நல்ல மதிப்பெண்கள் வாங்க வேண்டும் என்றெல்லாம் பாட்டி அறிவுரை வழங்கவில்லை. தினசரி பள்ளிக்குச் சென்று முடிந்தளவு படித்தால் போதும், பிறகு திருமணம் என்றுதான் பாட்டி நினைத்தார். இத்தனைக்கும் பாட்டி நல்ல புத்திசாலி. ஆனாலும் சமூகத்தின் பழக்க வழக்கங்களை எதிர்த்துப் போராடும் அளவுக்கு அவருக்குத் துணிச்சல் இல்லை. எல்லோரும் போகும் வழியில்தான் அவரும் போக விரும்பினார்.

பதிமூன்று வயதில் பெரிய மனுஷி ஆன பிறகு ஒரு வருடத்தில் பச்சைக்கிளிக்கு மாப்பிள்ளை தேடும் படலத்தைப் பாட்டி ஆரம்பித்தார். பாட்டிக்கு மகன்கள் இருந்தாலும் பச்சைக்கிளியின் திருமணத்தைப் பொறுத்தவரை பாட்டியின் தலையில்தான் அந்தப் பொறுப்பு விழுந்தது. பச்சைக்கிளியின் தாயும் - அதாவது பாட்டியின் மகள் - அதே ஊரில்தான் வாழ்க்கைப்பட்டிருந்தார். பாட்டிக்குத் தன் பேத்தியும் அந்த ஊரிலேயே வாழ்க்கைப்பட்டால் நல்லது என்றிருந்தது. அதற்கேற்றாற்போல் சுமாரான ஒரு குடும்பத்திலிருந்து பச்சைக்கிளியைப் பெண் கேட்டு வந்தனர். பச்சைக்கிளியின் சரும நிறம் கருப்பு என்றாலும் அவள் ஓரளவு முகவாக்காக இருந்தாள். இருந்தாலும் சரும நிறம் கருப்பு என்றால் அந்தப் பெண்ணை யாரும் அழகு என்று ஒப்புக்கொள்ள மாட்டார்கள். தன் பேத்திக்குத் தகுந்த மாப்பிள்ளைதான் என்று பாட்டியும் முடிவு செய்து திருமணத்தை நடத்த ஏற்பாடுகளைச் செய்தார்.

இன்னும் ஒரு வாரத்தில் நிச்சயதார்த்தத்தை வைத்துக் கொள்ளலாம் என்று முடிவுசெய்த பிறகு திடீரென்று ஒரு நாள் பையனின் வீட்டாரிடமிருந்து பட்டாளத்திற்குப் போயிருந்த பையனின் அண்ணன் ஒருவன் வீடுதிரும்பிவிட்டதாகவும் மூத்த பையன் இன்னும் திருமணமாகாமல் இருக்கும்போது இளையவனுக்குத் திருமணம் முடிப்பது அவ்வளவு உசிதமல்ல என்று அவர்கள்

நினைப்பதாகவும், அதனால் பட்டாளத்திலிருந்து திரும்பியிருக்கும் பையனுக்குப் பாட்டி பேத்தியைக் கொடுப்பாரா என்று கேட்டும் செய்தி வந்தது. பாட்டிக்கு முதலில் ஒன்றும் யோசிக்க முடிய வில்லை. ஒரு நாள் அவகாசம் கேட்டுப் பையன்வீட்டாரை அனுப்பிவிட்டார்.

பட்டாளத்துக்குப் போனவன் வீட்டாரோடு சரியான தொடர்பு வைத்துக்கொள்ளவில்லை. அதனால் தாய்க்கு அவன் எப்போது திரும்புவான் என்று சரியாகத் தெரியாதலால் இளைய மகனுக்குப் பெண்பார்த்துத் திருமணம் முடிக்கலாம் என்று முடிவுசெய்திருந்தார்.

பாட்டி கொஞ்சம் யோசனை செய்து பார்த்தார். நெருங்கிய உறவினர்களைக் கேட்டுப் பார்த்தார். சொத்து சுகங்களைப் பொறுத்தவரை இரண்டு பையன்களின் தகுதியும் ஒன்றுதான். படிப்பும் கிட்டத்தட்ட ஒன்றுதான். மேலும் இந்த சம்பந்தத்தை வேண்டாம் என்று கூறிவிட்டால் பேத்திக்கு ஒரு மாப்பிள்ளை அமைய இன்னும் நாட்கள் ஆகலாம் என்பதைப் பற்றியும் யோசனை செய்தார். பட்டாளத்திற்குப் போய்வந்தவன் கொஞ்சம் முரடனாக இருப்பானோ என்றும் கொஞ்சம் யோசித்தார். ஆனாலும் இதைப் பற்றியெல்லாம் யோசித்துக்கொண்டிருக்க முடியாது என்று எண்ணி மறுநாளே பையன்வீட்டார் கேட்டபடி மூத்த பையனுக்கே தன் பேத்தியைக் கொடுப்பதாகச் செய்தி சொல்லி அனுப்பினார். பையனுக்குச் சொந்த வீடு பாட்டியின் வீட்டிற்கு இரண்டு தெருக்கள் தள்ளி இருந்ததும் பாட்டிக்குப் பிடித்திருந்தது. பேத்திக்கு முதலில் பார்த்த இளைய மகன் வெளியூரில் வேலைபார்த்து வந்தான். இந்த மூத்த பையன் உள்ளூரிலேயே, அதிலும் பாட்டியின் வீட்டிற்கு அருகிலேயே வசிக்கப் போகிறான் என்பதும் பாட்டிக்குப் பிடித்தன. பாட்டி அதே அளவு சீதனம் கொடுப்பது என்றும் பையன்வீட்டாரும் பச்சைக்கிளிக்கு அதே அளவு தங்கத்தில் தாலிக்கொடி செய்வ தென்றும் முதலில் நிச்சயித்த நாளிலேயே திருமணத்தை முடிப்ப தென்றும் முடிவாகியது. இளைய மகன் மறுப்பு எதுவும் தெரிவிக்க வில்லை. திருமணம் முடிந்ததும் பாட்டியைப் பொறுத்தவரை ஒரு பெரிய சுமை இறங்கியதுபோல் இருந்தது.

பச்சைக்கிளியும் அவருடைய கணவர் வேலனும் சொந்த வீட்டில் குடித்தனம் நடத்தத் தொடங்கினர். பச்சைக்கிளிக்கு மாமனார், மாமியார் தொந்தரவு இல்லை. மாமனார் ஏற்கனவே இறந்து விட்டிருந்தார். மாமியார் இன்னொரு சிறிய வீட்டில் தனியாகக் குடியிருந்தார். பச்சைக்கிளிக்கு பாட்டி அருகிலேயே இருந்தது ஒரு

ஐந்து தலைமுறை: நாடார் பெண்களின் கதை ❋ 143

தெம்பைக் கொடுத்தது. தினமும் சாயங்காலம் ஒரு முறையாவது வந்து பாட்டியைப் பார்த்துவிட்டுப் போவார். அந்த ஊரில் உள்ளூரில் வாழ்க்கைப்பட்ட பெண்கள் தினமும் தாய்வீட்டிற்குப் போவது வழக்கம். பிள்ளைகள் பெரியவர்கள் ஆன பின்னும் போய்க்கொண்டிருப்பார்கள். அநேகமாக எல்லோர் வீட்டிலும் இரவு உணவு பால் சாதம் மற்றும் உள்ளூரில் கிடைக்கும் பக்கோடா என்பதால் பல பெண்கள் தாய்வீட்டிலிருந்தே சாதத்தையும் காய்ச்சிய பாலையும் எடுத்து வந்துவிடுவார்கள். பச்சைக்கிளியும் பாட்டியிடமிருந்து சாதத்தையும் பாலையும் கொண்டுவந்து விடுவார். வெளியூரில் வியாபாரம் செய்துவந்த அவருடைய மகனிடமிருந்து கிடைக்கும் பணத்தைத் தவிர பாட்டிக்கு வேறு வருமானம் இல்லையாதலால் பச்சைக்கிளி சாதத்திற்கும் பாலுக்கும் பணம் கொடுத்துவிடுவார். பச்சைக்கிளியின் தங்கைக்கும் பச்சை கிளிக்குத் திருமணம் ஆகி இரண்டு வருடங்கள் கழிந்த பிறகுதான் திருமணம் நடந்ததால் பச்சைக்கிளி பாட்டிவீட்டிற்கு வருவது அவளுக்கும் நன்றாக இருந்தது.

பட்டாளத்தில் இருந்ததால் வேலனுக்கு உலக விவகாரம் நன்றாகத் தெரிந்திருந்தது. ஐரோப்பாவில் சில நாடுகளில் இருந்த அனுபவமும் உண்டு. பட்டாளத்திலிருந்து வந்த பிறகு திருமணம் செய்துகொண்டதால் ஏதாவது ஒரு தொழிலைத் தொடங்க வேண்டிய நிர்ப்பந்தம் வேலனுக்கு ஏற்பட்டது. பல தினசரிப் பத்திரிகைகளுக்கும் வாராந்திரப் பத்திரிகைகளுக்கும் ஏஜென்சி எடுத்தார். பட்டாள அனுபவத்தை வைத்து இந்த ஏஜென்சிகளை அவரால் எடுக்க முடிந்தது. வீட்டிற்கு அருகிலேயே ஒரு கடையை வாடகைக்கு எடுத்து அதில் தொழிலை ஆரம்பித்தார். இந்தத் தொழிலில் நஷ்டம் வராததோடு லாபமும் ஓரளவு நன்றாகக் கிடைத்தது. கடையில் மற்ற சில சாமான்களும் விற்க ஆரம்பித்தார். நல்ல லாபம் கிடைத்தாலும் அவருடைய செலவுகள் அதிகம். பட்டாளத்தில் இருந்ததால் எளிமையான உணவுக்குப் பதில் அவர் தினமும் வகைவகையான உணவை மனைவியிடம் எதிர்பார்த்தார். ஆனால் அதற்கு நிறையச் செலவு ஆகுமே, மனைவியிடம் அதற்குரிய பணத்தைக் கொடுக்க வேண்டுமே என்று அவர் நினைக்கவில்லை. மனைவிக்குத் தான் கொடுக்காமல் பணம் எங்கிருந்து வரும் என்று அவர் ஒருபோதும் உணர்ந்ததில்லை. தான் வீட்டிற்கு வரும்போதெல்லாம் நல்ல உணவாக மனைவி சமைத்துவைக்க வேண்டும் என்று எதிர்பார்த்தார். மனைவி எளிய வாழ்க்கைக்கே பழக்கப்பட்டவள் என்பதும் தான் மனைவிக்குப் பணம் கொடுத்தாலொழிய அவளால் பல வகையான

உணவைச் சமைக்க முடியாது என்பதும், ஒருபோதும் அவருக்கு உறைக்கவில்லை.

பட்டாளத்திலிருந்து திரும்பி வந்த வேலன் தன் தாய் தன் தம்பிக்கு மணமுடிக்க ஏற்பாடு செய்திருப்பார் என்று எதிர்பார்க்க வில்லை. தன் தம்பிக்கு முன்னால் தனக்குத் திருமணம் செய்து வைக்கும்படி தாயிடம் கேட்டபோது தன் தம்பிக்கு முடிவு செய்திருந்த பெண்ணையே தனக்குத் தன் தாய் முடிவு செய்வார் என்று எதிர்பார்க்கவில்லை. மேலும் தான் பெண்ணைப் பார்க்க வேண்டும் என்று தாயிடம் கேட்க வேண்டும் என்றும் அவருக்குத் தோன்றவில்லை. பையன் பெண்ணைப் பர்க்கும் வழக்கம் அப்போது இந்த ஜாதியில் வந்திருக்கவில்லை. திருமணம் முடிந்த பிறகுதான் மனைவி கருப்பாக இருக்கிறாளே என்ற எண்ணம் தோன்றி மனைவி மேல் எரிச்சலை ஏற்படுத்தியது.தன் தாய் கருப்பான பெண்ணைத் தனக்கு ஏன் மணமுடித்தார் என்று அவ்வப்போது அவருக்குத் தன் தாயின் மேல் கோபம் வரும். ஆனால் தாயிடம் தன் கோபத்தைக் காட்ட முடியாதே. அதனால் தன் மனைவியிடம் தான் அவரால் தன் கோபத்தைக் காட்ட முடிந்தது. அது சரியில்லை, இது சரியில்லை என்று அடிக்கடி மனைவியைக் கடிந்துகொள்வார். பச்சைக்கிளிக்கு பாட்டி ஒருவர்தான் ஆறுதல். அவரைத் தினமும் பார்ப்பதால் அவரிடம் ஆற்றிக்கொள்வார்.

மனைவி மேல் கோபம் இருந்தும் பெரிய பாசம் இல்லாமல் இருந்தும் மூன்றே வருடங்களில் பச்சைக்கிளி இரண்டு ஆண் குழந்தைகளுக்குத் தாயானாள். மற்ற எல்லா ஆண்களையும் போல் வேலனும் வீட்டில் மனைவிக்கு எந்தவித உதவியும் செய்யத் தேவை யில்லை என்று நினைத்தார். நல்ல வேளை பச்சைக்கிளிக்கு பாட்டி அருகிலேயே இருந்தார். குழந்தைகளை வளர்ப்பதில் பச்சைக் கிளிக்குப் பாட்டி மிகவும் உதவிசெய்தார். வேலன் கடையை மூடிவிட்டு வருவதற்கு இரவு பத்து மணியாகும். அதனால் சினிமாவுக்குப் போவதென்றால் பச்சைக்கிளி பாட்டியிடம் தன் குழந்தைகளை, அவர்கள் கைகுழந்தைகளாக இருக்கும்போதே விட்டுவிட்டுச் சென்றுவிடுவார். பாட்டியும் அவர்களை நன்றாகப் பார்த்துக்கொள்வார். சினிமா விட்டுத் திரும்பி வந்து பாட்டி வீட்டில் சாப்பிட்டுவிட்டுக் குழந்தைகளைத் தூக்கிக்கொண்டு தன் வீட்டிற்குச் செல்வார். வேலனுக்கு எளிமையான உணவான பால் சாதமும் பக்கோடாவும் போதாதாகையால் அவர் அடிக்கடி வெளியில் சாப்பிட்டுவிடுவார். இரவுச் சாப்பாட்டை வீட்டில் எதிர்பார்ப்பதில்லை. மதியச் சாப்பாடும் வேலனுக்குப் புதிது புதிதாக

இருக்க வேண்டும். அந்த ஊரில் மத்தியதரக் குடும்பங்களில் தினமும் மதியச் சாப்பாடு பருப்பு, ரசம், ஒரு பொரியல். மோர்கூட எல்லார் வீட்டிலும் எல்லா நாட்களிலும் இருக்கும் என்று சொல்ல முடியாது. இந்தச் சாப்பாடுதான் அந்த ஊருக்கே உரிய மதியச் சாப்பாடு. சனி, புதன் மட்டும் கொஞ்சம் வசதியான வீடுகளில் மாமிசம் சமைப் பார்கள். விசேஷ நாட்களில் கோழியை வீட்டிலேயே அறுத்துச் சமைப்பார்கள். மருமகன் வந்தால் கோழி அடித்துச் சமைக்கத் தவற மாட்டார்கள். இந்த ஊரில் குளத்துமீன் மட்டுமே கிடைக்கு மாதலால் விலை கொஞ்சம் அதிகமாக இருக்கும். அதுவும் விசேஷ தினங்களுக்குத்தான். கடல்மீன் அறுபது மைல் தொலைவிலுள்ள தூத்துக்குடியிலிருந்து ஐஸ் போட்டுப் பதப்படுத்தப்பட்டு இந்த ஊருக்குக் கொண்டுவரப்படும். விரும்புபவர்கள் அதையும் வாங்கு வார்கள். ஆனால் இவையெல்லாம் பச்சைக் கிளிக்கு அவர் கணவர் வீட்டுச்செலவுக்குக்கொடுக்கும் பணத்தில் வாங்க முடியாதவை.

பச்சைக்கிளி விடுதிகளில் மாணவ, மாணவிகளுக்கு உணவு சமைப்பதுபோல் வாரத்தின் ஒவ்வொரு நாளும் இது, இது சமைக்க வேண்டும் என்று திட்டம் போட்டு அவற்றை மட்டுமே சமைப்பார். பச்சைக்கிளி மிகவும் சிக்கனம். அவருடைய சிக்கனத்தைப் பற்றிப் பாராட்டும் அவருடைய உறவினர்கள் அவர் கணவர் தான் சம்பாதிக்கும் பணத்தை எல்லாம் மனைவியிடம் கொடுத்தால் பச்சைக்கிளி விளக்குமாற்றைக்கூட பொன்னாக்கிவிடுவாள் என்பார்கள். அந்த அளவுக்குப் பணத்தைப் பார்த்துப் பார்த்துச் செலவழிப்பதில் கெட்டிக்காரர். பல வகையான உணவுகளைச் சாப்பிட விரும்பும் வேலனுக்கு பச்சைக்கிளியின் சமையல் அவ்வப்போது பிடிக்காமல் போகும். அதனால் அடிக்கடி வெளியில் சாப்பிட்டுவிடுவார். பச்சைக்கிளிக்கு அப்படிக் கணவன் செல வழிப்பது கொஞ்சம்கூடப் பிடிக்கவில்லை. கணவன் ஓட்டலில் செலவழிக்கும் பணத்தைத் தன்னிடம் கொடுத்தால் எவ்வளவோ தான் சேமிக்கலாமே என்று நினைப்பார். ஆனால் இதை எப்படிக் கணவனிடம் கூறுவது? கூறினாலும் கேட்கக் கூடியவரா தன் கணவர் என்று நினைத்துச் சும்மா இருந்துவிடுவார். வீட்டுச் செலவுக்குக் கணவன் கொடுக்கும் பணத்தை வைத்து எப்படியோ குழந்தைகளை வளர்த்தார் பச்சைக்கிளி. வேலனுக்கு பச்சைக் கிளியின் உறவினர்களையும் அவ்வளவாகப் பிடிக்காது. காலையில் கடைக்கு வரும் பத்திரிகைகளை உடனேயே வாடிக்கையாளர் களுக்கு வினியோகம் செய்ய வேண்டும் என்ற சாக்கைச் சொல்லி எந்த வீட்டுத் திருமணங்களுக்கும் போகமாட்டார். வெளியூரில்

நடக்கும் திருமணங்கள் என்றால் சாக்குச் சொல்வது அவருக்கு எளிது. உறவினர்களும் அவருடைய குணம் தெரிந்து தங்கள் வீட்டு விசேஷங்களுக்கு அவரை எதிர்பார்க்க மாட்டார்கள்.

அவருக்கும் அவருடைய தம்பிக்கும் பொதுவாக இருந்த சொத்தான வீட்டைப் பங்கு போட்டுக்கொள்ளும் நேரம் வந்தபோது நெருங்கிய உறவினர் ஒருவர் வேலனுக்கும் பச்சைக்கிளிக்கும் மிகவும் உதவியாக இருந்தார். அவர்களுக்குத் தேவைப்பட்ட பண உதவியும் செய்தார். அந்த நிகழ்ச்சிக்குப் பிறகு வேலன் அந்த உறவினர் வீட்டு விசேஷங்களுக்கு மட்டும் போய்வருவார்.

வேலன் பட்டாளத்தில் வேலைசெய்து பல நாடுகளுக்கும் சென்றிருந்ததால் கல்வியின் அருமையை உணர்ந்திருந்தார். ஒரே மகளைத் தவிர மகன்கள் நால்வரையும் நன்றாகப் படிக்கவைத்தார். இவரும் மகள் விஷயத்தில் மட்டும் எல்லோரையும்போல் நடந்து கொண்டார். மகளைப் பள்ளி இறுதிவரை படிக்கவைத்துவிட்டுத் திருமணம் செய்து கொடுத்துவிட்டார். எல்லாப் பையன்ளையும் முதுநிலைக் கல்விவரை படிக்கவைத்தார். முதல் இரண்டு பையன் களும் வங்கியிலும் உள்ளூரில் இருந்த கல்லூரியிலும் வேலை தேடிக்கொண்டனர். கடைசி இரண்டு பையன்கள் அவருடைய தொழிலைத் தொடர்ந்தனர்.

முதல் பையனுக்குத் திருமணத்திற்குப் பெண்ணைத் தேடிய போது பள்ளிப் படிப்பை மட்டுமே முடித்திருந்த, அதிகம் சீதனம் கொண்டுவரக் கூடிய உள்ளூர் பெண்களை விடுத்து, மிகக் குறைந்த நகைகளே சீதனமாகக் கொண்டுவந்த, பக்கத்து ஊரைச் சேர்ந்த எம்.ஏ. படித்திருந்த பெண்ணைத் தேர்ந்தெடுத்தார். அந்தத் திருமணம் முடிந்து அந்தப் பெண் இவர்கள் ஊருக்கு வந்ததும் முதல் வேலையாக அந்தப் பெண்ணை உள்ளூரில் உள்ள கல்லூரியில் விரிவுரையாளராக வேலைக்குச் சேர்த்தார். இரண்டு வருடங்களுக்கு முன்புதான் அந்த ஊரில் பெண்கள் கல்லூரி ஒன்று ஆரம்பிக்கப்பட்டிருந்தது. இரண்டாவது பையன் வங்கியில் வேலை பார்த்ததால் அவனுக்கு வங்கியில் வேலைபார்க்கும் பெண்ணாகப் பார்த்து மணம் முடித்து வைத்தார். அப்போது அந்த ஊரில் பெண்கள் வேலைக்குப் போவது கொஞ்சம் பழகிக்கொண்டு வந்தது. இந்த இரண்டு பையன்களுக்கும் ஓரளவு பணக்கார இடத்தில் பெண் பார்த்திருக்கலாம். பணக்காரப் பெண் கொண்டுவரும் சீதனத்தைவிட அவள் மாதாமாதம் கொண் டுவரும் சம்பளம் குடும்பத்திற்கு கூடுதல் நன்மை பயக்கும் என்பதை நன்றாக உணர்ந்திருந்தார். ஆனால் பச்சைக்கிளிக்குத்தான் இது ஒன்றும் சரியாகப் படவில்லை. என்றைக்குத்தான் இவரால்

கணவனை எதிர்த்து எதுவும் செய்ய முடிந்தது? மகன்கள் திருமண விஷயத்திலும் அவரால் எதுவும் செய்ய முடியவில்லை. ஆனால் போகப்போக மகன்கள் வாழ்வு வசதியாக அமைந்ததைப் பார்த்துக் கணவன் செய்தது சரியோ என்று எண்ண ஆரம்பித்தார். இருப்பினும் மருமகள்கள் தங்களுக்கென்று சில கருத்துகள் வைத்திருந்தது இவருக்கு அவ்வளவாகப் பிடிக்கவில்லை. தான் கணவனிடம் முழுமையாக அடங்கிப் போனது போல் தன்னுடைய மருமகள்கள் அடங்கிப் போகாதது இவரிடம் கொஞ்சம் பொறாமையையும் தோற்றுவித்தது. வேலனைப் பொறுத்தவரை இந்தப் பிரச்சினைகள் அவருக்கு ஏற்படவில்லை. என்ன இருந்தாலும் அவர் ஆண் அல்லவா? அவரை எதிர்த்து அவருடைய மகன்களோ மருமகள்களோ எதுவும் சொல்வதில்லை, செய்வதில்லை.

தான் செய்வதே சரி என்று நினைத்த வேலன் கடைசிவரை அவர் விரும்பியபடிதான் வாழ்க்கையை அமைத்துக்கொண்டார். மனைவி என்பவள் தன் வாழ்க்கையைப் பகிர்ந்துகொள்ள வந்தவள், அவளுக்கு என்று ஒரு மனம் உண்டு, அதையும் மதித்து நடக்க வேண்டும் என்று ஒருபோதும் அவர் நினைத்ததில்லை. பச்சைக் கிளிக்கு கணவனின் அன்பு கடைசிவரை கிடைக்கவில்லை. கொஞ்சம் அன்பு செலுத்தியிருந்தால்கூட அவருடைய வாழ்வு இன்னும் சந்தோஷமாக அமைந்திருக்கும்.

11

கமலா

கமலா பிறந்தது 1933இல். கணவர் இவருக்கு எட்டு வயது மூத்தவர். அந்தக் காலத்தில் கணவனுக்கும் மனைவிக்கும் இடையில் வயது வித்தியாசம் பத்து, பன்னிரெண்டு வரையில்கூட இருக்கலாம். அதைப் பற்றி கொஞ்சமும் நினைத்துப் பார்ப்பதில்லை. இவருடைய கணவர் சொந்த தாய்மாமன் என்பதாலும் எட்டு வயது வித்தியாசத்தைப் பற்றி இவருடைய பெற்றோர்கள் எதுவும் நினைக்கவில்லை. பெண் கரையேறினால் போதும் என்று நினைத்த காலம் அது.

கமலா தன்னுடைய பெற்றோருக்கு இரண்டாவது பிள்ளை; பெண் களில் மூத்தவள். இவளுக்கு ஒரு அண்ணன் இருந்தார். இவளுக்குப் பின்னால் இரண்டு தங்கைகள், இரண்டு தம்பிமார்கள். இவளுடைய தந்தை அந்த ஜாதியின் கூட்டங்களில் இரண்டாவது இடத்தில் இருந்த கூட்டத்தைச் சேர்ந்தவர். அதுவே தனக்கு ஒரு பெரிய அந்தஸ்தைக் கொடுத்துவிட்டதாக நினைத்தார். அதைத் தவிர இவளுடைய தந்தைக்குப் பெரிய தகுதி எதுவுமில்லை. இவருக்கும் இவருடைய அண்ணன்மார்களுக்கும் பொதுவான சொந்த வீடு ஒன்று இருந்தது. இவர் ஏதோ வீட்டுத் தரகு வேலைபார்த்துக் கொஞ்சம் பணம் சம்பாதித்து வந்தார். இவருக்குத் திருமணத்திற்கு முன்பே சில கெட்ட பழக்கங்கள் இருந்தாலும் கமலாவின் பாட்டனார் தன் மகளை இவருக்கு மணமுடிக்க முன்வந்தார். திருமணமானால் எல்லாம் சரியாகப் போய்விடும் என்று வேறு பெண்ணின் பெற்றோர்கள் சமாதானம் செய்துகொள்வார்கள். ஆனால் எல்லார் விஷயத்திலும் அப்படி நடப்பதில்லை. விதியை நொந்துகொண்டு பெற்றோர் பேசாமல் இருந்துவிடுவார்கள்.

கமலாவின் தாயையும் விதி வெகுவாக சோதித்தது. கமலாவின் தந்தை எப்போதும் ஊர் சுற்றிக்கொண்டிருந்தார். எப்போதாவது சம்பாதிக்கும் கொஞ்சநஞ்ச பணத்தையும் மனைவியிடம் சரியாகக்

கொடுப்பதில்லை. இவரைப் பொறுத்தவரை மனைவி என்பவள் கணவனுடைய எல்லாத் தேவைகளையும் பூர்த்தி செய்வதற்காகவே படைக்கப்பட்டிருகிறாள், அவளுக்கென்று ஒரு மனம் இல்லை, தேவைகள் எதுவும் இல்லை என்பதே. கணவனால் கமலாவின் தாய்க்குக் கிடைத்ததெல்லாம் ஆறு குழந்தைகள்தான். இரண்டு குறைப்பிரசவங்கள் வேறு. இவை அன்பில் மலர்ந்த மலர்கள் அல்ல; காமத்தில் விளைந்தவை. இவர்கள்தான் கமலாவின் தந்தை அவளுடைய தாய்க்குக் கொடுத்த வாழ்க்கைப் பரிசு. பதினைந்து வயதில் திருமணமாகி இருபது வயதிற்குள் இரண்டு குழந்தைகளைப் பெற்றெடுத்த கமலாவின் தாய் தன்னுடைய மூத்த மகளான கமலாவுக்குத் தன் முப்பத்தைந்து வயதில் மாப்பிள்ளை தேட ஆரம்பித்தார்.

தான் பெற்ற பிள்ளைகளுக்குத் தான்தான் பொறுப்பு என்பதை கமலாவின் தந்தை ஒருபோதும் உணரவில்லை. அதனால் கமலாவின் தாய்மாமனும் பாட்டனாரும் அவளுக்கு மாப்பிள்ளை தேடுவதில் தீவிரமாக ஈடுபட்டனர். எல்லாத் திருமணங்களிலும் பெற்றோர்தான் பிள்ளைகளின் திருமணங்களை நிச்சயிப்பார்கள். கமலாவின் விஷயத்தில் தந்தை பொறுப்பின்றி இருந்ததால் தாய்மாமனும் தாய்வழிப் பாட்டனாரும் அவளுக்கு மாப்பிள்ளை தேடுவதில் கமலாவின் தாய்க்கு உதவினர். கமலா கொஞ்சம் நிறம் என்றாலும் அவள் கொண்டுவரப்போகும் சீதனம் அவ்வளவு அதிகம் இல்லை. அதனால் அவளுக்குச் சரியாக மாப்பிள்ளை அமையவில்லை. எப்படியோ ஒரு பையனைப் பிடித்து நிச்சயம் செய்த பிறகு அவன் ஒரு காசநோயாளி என்று தெரிந்தது. நிச்சயதார்த்தம் எல்லாம் முடிந்த பிறகுதான் விஷயம் தெரியவந்ததால் கமலாவின் தாய்மாமன் எப்படியோ அந்தத் திருமணத்தை நிறுத்திவிட்டார். அந்தக் காலத்தில் நிச்சயதார்த்தம் முடிந்த பிறகு திருமணம் நின்றுபோவது சாதாரணமாக நடக்காத ஒன்று. எப்படியாவது மகனின் நோயை மறைத்துத் திருமணத்தை முடித்துவிட எண்ணிய பையனின் தந்தைக்கு நிச்சயதார்த்தத்தை நிறுத்திய கமலாவின் தாய்மாமன்மேல் மிகுந்த கோபம். அவர் கமலாவின் வீட்டிற்கு வந்து, கலாட்டா பண்ணினார். இருந்தாலும் காச நோயாளி என்று தெரிந்தும் எப்படிப் பெண்ணைக் கொடுப்பது என்று கமலாவின் தாய்மாமனும் பாட்டனாரும் அதை நிறுத்துவதில் உறுதியாக இருந்தனர்.

திருமணம் நின்றுபோனால் பெண்ணிற்கும், ஏன் பையனுக்கும் கூட, கல்யாண மார்க்கெட்டில் மவுசு கொஞ்சம் குறையும். ஏற்கனவே கமலாவிற்குச் சரியாக மாப்பிள்ளை அமையவில்லை.

இப்போது நிச்சயதார்த்தத்திற்குப் பிறகு திருமணம் நின்றுவிட்ட குறையும் சேர்ந்துகொண்டு கமலாவின் திருமணத்தைப் பற்றி அவளுடைய தாயும் மாமனும் பாட்டனாரும் அதிகம் கவலைப் பட்டனர். கமலாவின் பாட்டனார் மகளின் கஷ்டங்களைக் கண்டு மிகவும் நொந்துபோனார். தன்னுடைய கடைசி மகனுக்குக் கமலாவைவிட அதிகம் சீதனம் கொண்டுவரும் பெண் அமையும் என்பதால் இதுவரை தன் பேத்தியைத் தன் மகனுக்குத் திருமணம் செய்வது பற்றி யோசிக்கவில்லை. இப்போது அவருடைய எண்ணம் வேறு விதமாக ஓடியது. கமலாவைத் தன் கடைசி மகனுக்குத் திருமணம் செய்துகொள்வதன் மூலம் மகளின் பாரத்தைக் கொஞ்சமாவது குறைக்கலாம் என்று நினைத்தார். பொதுவாகப் பையனுக்கும் பெண்ணுக்கும் எல்லா வகைப் பொருத்தங்களும் இருந்தால்தான் திருமணம் முடிவுசெய்வார்கள். சொந்தம் என்பதற்காக திருமணத்தை முடிவு செய்வதில்லை. அப்படியே ஏதாவது காரணத்திற்காக சொந்தத்தில் முடிவு செய்தாலும் வசதியில்லாத பெண்ணைத் தங்கள் பையனுக்கு எடுக்க முடிவு செய்தாலும் தங்கள் பெண்ணை வசதி இல்லாத பையனுக்குக் கொடுக்க முடிவு செய்ய மாட்டார்கள். வசதி இல்லாத குடும்பத்திலிருந்து பெண் வசதிபடைத்த குடும்பத்திற்கு வந்தால் அவள் சீதனம் குறைவாகக் கொண்டுவருவாள் என்பதைத் தவிர பெரிய கஷ்டம் யாருக்கும் இல்லை. ஆனால் பெண் வசதி இல்லாத இடத்திற்குப் போனால் அவளால் அங்கு வாழ்க்கை நடத்துவது கஷ்டம். இந்த ஜாதியில் அக்கா மகளை அக்காவின் உடன்பிறந்தவன் - அநேகமாக தம்பி - மணந்துகொள்ளும் பழக்கம் இருந்தது. கமலாவின் பாட்டனாரின் உடல்நலம் பாதிக்கப்பட்டதால் கமலாவைத் தன் கடைசி மகனுக்குத் திருமணம் செய்து வைக்கும்படி தன் மூத்த மகனிடம் கூறிவிட்டு அவர் இறந்துபோனார்.

அவர் இறந்த பிறகுதான் தெரிந்தது கமலாவின் கடைசி மாமனுக்கு அவளைத் திருமணம் செய்துகொள்வதில் கொஞ்சமும் விருப்பம் இல்லையென்பது. தனக்குக் கமலாவின் குடும்பத்தைவிடப் பெரிய இடத்திலிருந்து பெண் வரும் என்று நினைத்திருந்த முத்துக்குமாருக்கு - அதுதான் அவருடைய பெயர் - இந்தச் சம்பந்தத்தில் எந்தவிதப் பிடிப்பும் இல்லை. ஆனாலும் தனக்குப் பத்து வயது மூத்த அண்ணனிடம் - அதுவும் அவர்தான் இப்போது குடும்பத் தலைவர் - தனக்குத் தன் அக்காள் மகள் வேண்டாம் என்று சொல்லு மளவிற்குத் துணிச்சல் வரவில்லை. அந்தக் காலத்தில் ஆண்கள்கூட தங்களுக்கு வரப் போகும் மனைவி எப்படி இருக்க வேண்டும் என்று பெற்றோரிடமோ குடும்பப் பொறுப்பை ஏற்றுக்கொள்பவர்

களிடமோ வெளிப்படையாகச் சொல்லுவதில்லை. சிலர் வேண்டு மானால் கொஞ்சம் குறிப்புக் காட்டுவார்கள். கமலாவின் பாட்டனார் முடிவுசெய்த திருமணத்தை முடிக்க அவளுடைய மூத்த தாய்மாமன் - அதாவது முத்துக்குமாரின் மூத்த அண்ணன் - முடிவுசெய்துவிட்ட பிறகு முத்துக்குமாரால் எதுவும் செய்ய முடியவில்லை.

தன்னுடைய வாழ்நாள் பூராவும் முத்துக்குமாரால், தான் தன் அக்காள் மகளை மணமுடிக்க நேர்ந்ததின் கட்டாயத்தை மறக்க முடியவில்லை. கமலாவின் மீதுதான் அவர் தன்னுடைய கோபத்தைக் காட்டினார். அவருடைய இரண்டு அண்ணன்மார்களின் மனைவி மார்கள் கொஞ்சம் வசதியான இடத்திலிருந்து வந்தவர்கள். அவர்களுக்கு எப்போதும் மாமனார் வீட்டிலிருந்து ஏதாவது சீர் வந்துகொண்டிருக்கும். வீட்டில் எந்த விசேஷம் என்றாலும் அவர்களுடைய குடும்பத்தார்களின் பங்கு அதிகம் இருக்கும். முத்துக்குமாரின் அக்காவால் தன் சொந்தத் தம்பியான மருமகனுக்குத் திருமணத்தின்போது பெரிய அளவில் சீதனம் கொடுக்க முடிய வில்லை. அதன் பிறகும் ஏதாவது சீர் கொடுத்துக் கொண்டும் இருக்க முடியவில்லை. நாலு பேர் கூடும் இடத்தில் தனக்கு இது ஒரு பெரிய அவமதிப்பாகப் பட்டது முத்துக்குமாருக்கு.

முத்துக்குமாருக்குச் சிறு வயதிலேயே பள்ளிக்குப் போவது, படிப்பது என்றாலே ஒரு அலர்ஜியாகி விட்டது. அவருடைய மூத்த அண்ணன் அவரைப் பள்ளிக்கு அழைத்துச்சென்று பதினோராவது வகுப்பு வரையாவது படிக்கவைத்துவிட வேண்டும் என்று எவ்வளவோ முயன்றும் பலன் இல்லாமல் போயிற்று. முத்துக்குமார் பள்ளிக்குச் செல்ல விரும்பாத போதெல்லாம் அண்ணன் அவரைத் தரதரவென்று பள்ளிக்கு இழுத்துச் செல்வார். முத்துக் குமாரின் தாய்க்கே இது அவ்வளவாகப் பிடிக்கவில்லை. தன்னுடைய கடைசி மகனைத் தன் மூத்த மகன் இப்படி நடத்துவது அவருக்குப் பெரிய எரிச்சலைக் கொடுத்தது. மூத்த மகனை அவருக்கு அவ்வளவாகப் பிடிக்காது. அதற்கு ஒரு காரணமும் உண்டு. மூத்த மகன் தந்தையைப் போல் கொஞ்சம் நிறமாக இருப்பான். மற்ற இரண்டு மகன்களும் கருப்பு. அதனாலேயே அவர்களுடைய தந்தைக்கு அவர்கள் இருவர் மேலும் மூத்த மகன் மேல் இருந்த அளவிற்கு பாசமோ அன்போ இல்லையென்று கூறலாம். அதனாலேயே அந்த இரண்டு மகன்கள் மேலும் முத்துக்குமாரின் தாய்க்கு அதிகப் பாசம். முத்துக்குமாரின் பெரிய அண்ணன் தன் கடைசித் தம்பியைப் படிக்கவைத்துவிட வேண்டும் என்று எவ்வளவோ முயற்சி செய்தார். அதற்குத்

தம்பியும் ஒத்துழைக்கவில்லை. தன் தாய்க்கும் அது - அந்தத் தம்பியைத் தான் பள்ளிக்கு வெகுவாகக் கண்டித்து அழைத்துச் செல்வது - அவ்வளவாகப் பிடிக்கவில்லை என்பதைக் கொஞ்ச நாட்களில் உணர்ந்த பிறகு தம்பி எப்படியாவது போகட்டும் என்று விட்டு விட்டார். அண்ணன் தன்னை வெகுவாகக் கண்டித்துப் பள்ளிக்கு அழைத்துச் செல்வதை மிகவும் வெறுத்த முத்துக்குமாருக்கு இப்போது நிம்மதியாகப் போயிற்று. ஆனால் பின்னால் அண்ணன்மார் இருவரும் படித்திருப்பதால் தங்கள் வியாபாரத்தை எப்படி நடத்த வேண்டும் என்று தங்களுக்குள் பேசி முடிவெடுக்கும்போது இவரால் அதில் கலந்துகொள்ள முடியாமல் போனபோது தானும் படித் திருக்கலாமோ என்று எப்போதாவது நினைத்துக்கொள்வார். ஆனாலும் தான் படிக்க வேண்டும் என்று அண்ணன் எவ்வளவு முயற்சி செய்தார், தானும் தன் தாயும் அந்த முயற்சிகளை எப்படி முறியடித்து விட்டோம், அண்ணன் சொல்படி கேட்டிருந்தால் இப்போது தானும் படித்தவர்கள் மத்தியில் பயமில்லாமல் இருக்கலாமே என்று ஒருபோதும் நினைத்ததில்லை. அண்ணன் மேல் அவருக்கு அவர் தன்னைச் சிறு வயதில் பள்ளிக்குப் போகாததால் கண்டித்ததுதான் ஞாபகம் இருந்தது. அண்ணன் மேல் பாசம் எதுவும் அவருக்கு இல்லை; ஆனால் வெறுப்பும் கோபமும் நிறையவே இருந்தன. அவருடைய இரண்டாவது அண்ணன் மேல் மட்டும் ஓரளவு பாசம், அன்பு உண்டு.

முத்துக்குமார் சரியாகப் படிக்காததால் அவருக்குக் குடும்பத்தின், கடையின் பொறுப்புகளையும் கொடுப்பதில்லை. கடை திறந்திருக்கும் போதெல்லாம் கடையில் இருந்து வாடிக்கையாளர் களைக் கவனிப்பதுதான் அவருடைய ஒரே வேலை. கடைக்கு வேண்டிய சரக்குகளை வாங்குவதற்கு மற்ற ஊர்களுக்கு அவரை அனுப்புவது இல்லை. கணக்கு வழக்குகளைப் பார்ப்பதற்கும் அவரை அனுமதிப்ப தில்லை. இந்த வேலைகளையெல்லாம் அவரால் செய்ய முடியாது என்பதே அதற்கு முக்கிய காரணம். ஆனால் முத்துக்குமாருக்கோ தன்னை எல்லோரும் ஒதுக்கிவைக்கிறார்கள் என்று கோபம். அதிலும் மூத்த அண்ணன் மேல் அவருக்கு அளவிட முடியாத கோபம். ஆனாலும் தந்தை இறந்தபிறகு அண்ணன்தான் வீட்டின் மூத்த தலைவர்போல் செயல்பட்டு வந்ததால் அவர் மேல் தனக்கிருந்த கோபத்தையோ வெறுப்பையோ இவரால் காட்ட முடியவில்லை. தன் அக்காள் மகள் கமலாவை இவருக்குத் திருமணம் முடிக்க வேண்டும் என்று இவர் தந்தைதான் முடிவுசெய்தார் என்றாலும் அது நிறைவேற்றப்பட்டது அவர் இறந்த பிறகுதான்.

அப்போது குடும்பத் தலைமை பீடத்தில் இருந்தது அவருடைய மூத்த அண்ணன் என்பதால் அவருக்கு அண்ணன் மேல்தான் எரிச்சலும் கோபமும் ஏற்பட்டன. அண்ணன்மேல் காட்ட முடியாத கோபத்தையும் எரிச்சலையும் தன் மனைவி கமலாவின் மேல் காட்டினார்.

திருமணம் ஆகி நாலைந்து வருடங்கள் ஆகியும் கமலா குழந்தை பெறவில்லை. இது வேறு கமலாவின் மீது முத்துக்குமாருக்கு வெறுப்பு அதிகமாகக் காரணமாக இருந்தது. அந்தக் காலத்தில் தம்பதிகள் குழந்தை பெற்றுக்கொள்ளவில்லை என்றால் அது அவர்கள் தேர்ந்தெடுத்த முடிவு என்று யாரும் நினைப்பதில்லை. அவர்களால் பிள்ளை பெற்றுக்கொள்ள முடியவில்லை என்ற முடிவிற்குத்தான் வருவார்கள். அதிலும் முதலில் மனைவியின் மேல்தான் சந்தேகம் வரும். அவள்தான் மலடி என்பதுபோல் பேசுவார்கள். கணவனும் மலடனாக இருக்கலாம் என்பது அவர்களுக்கு உறைப்பதே இல்லை. ஏன் தம்பதிகளால் பிள்ளை பெற்றுக்கொள்ள முடியவில்லை, அதற்குப் பரிகாரமாக மருத்துவர் களால் ஏதாவது செய்ய முடியுமா என்றெல்லாம் யோசிப்பதில்லை. அந்த மாதிரி வசதிகளும் அப்போது இல்லை. கோவில்களுக்குப் போய் ஏதாவது நேர்த்திக்கடன் செலுத்துவதாகக் கடவுளிடம் வாக்களித்துவிட்டு வருவார்கள். அப்படியும் குழந்தை பிறக்க வில்லையென்றால் கடைசியாக மனைவிதான் பழிக்கு ஆளாவார்.

முத்துக்குமார் விஷயத்திலும் இப்படித்தான். மனைவிதான் குழந்தை இல்லாமைக்குக் காரணம் என்று மனைவியை இன்னும் கொஞ்சம் வெறுக்க ஆரம்பித்தார். ஐந்து வருஷங்களுக்குப்பிறகு கமலம் ஒரு பெண்குழந்தையைப் பெற்றெடுத்தாள். குழந்தை பிறந்த சந்தோஷத்தோடு அது பெண் குழந்தையாகப் போயிற்றே என்ற ஏமாற்றமும் சேர்ந்துகொண்டது முத்துக்குமாருக்கு. அடுத்ததும் பெண்குழந்தையாகப் போனதும் முத்துக்குமாருக்கு மனைவி மேல் மிகுந்த எரிச்சல் ஏற்பட்டது. இரண்டு பெண்குழந்தைகள் பிறந்தது ஏதோ மனைவியின் தவறு என்பதுபோல் அவளை ஏதாவது குத்திக் கொண்டே இருப்பார்.

கூட்டுவியாபாரத்திலும் முத்துக்குமாருக்கு விருப்பம் இல்லை. எப்போது பெரிய அண்ணனை விட்டுப் பிரிந்து தனியாக வியாபாரம் செய்வோம் என்ற ஆசையும் இருந்தது. திடீரென்று ஒரு நாள் பெரிய அண்ணன் இறந்த பிறகு அவருடைய இரண்டு மகன்கள் வியாபாரத் தைப் பிரித்துத் தாங்கள் தனியாக வியாபாரம் செய்யப்

போவதாகக் கூறியதும் இரண்டாவது அண்ணனும் தானும் தனியாக வியாபாரம் செய்யலாம் என்று முத்துக்குமார் நினைத்தார். அதிகம் படிக்காத தால் தனியாக வியாபாரம் செய்வதற்குக் கொஞ்சம் பயமாகவும் இருந்தது. பெரிய அண்ணனைத்தான் அவருக்குக் கொஞ்சம்கூடப் பிடிக்காது. ஆனால் சின்ன அண்ணனையும் அவருடைய மனைவியையும் பிடிக்கும். அதனால் அவரோடு சேர்ந்து வியாபாரம் செய்தால் என்ன என்று நினைத்தார். அந்த எண்ணம் அவருடைய சின்ன அண்ணனுக்கும் பிடித்ததால் அவரோடு சேர்ந்துகொண்டார்.

ஏற்கனவே நன்றாக வளர்ந்திருந்த வியாபாரமாதலால் அதைத் தொடர்ந்து நடத்துவதில் இருவருக்கும் சிரமம் எதுவும் இருக்கவில்லை. கொஞ்ச நாட்கள் கழிந்த பிறகுதான் அண்ணன் வியாபாரத்தில் நாணயமாக நடந்துகொள்ளவில்லையோ என்று முத்துக்குமாருக்குத் தோன்ற ஆரம்பித்தது. இவருக்கு வியாபாரத்தில் கணக்கு வழக்குகள் பார்க்கத் தெரியாது. சரக்குகளை வாடிக்கையாளர்களுக்கு விற்பதில் இவர் கைதேர்ந்தவர். ஆனால் வரவு செலவுகளைக் கணக்கில் வைப்பது பற்றி ஒன்றும் தெரியாது. மூத்த அண்ணன் உயிரோடு இருக்கும்போது இவருக்கு அது பற்றிய கவலை இருந்ததில்லை. அவர் மிகவும் நாணயமானவர். அவர்தான் அப்போது எல்லா கணக்கு வழக்குகளையும் பார்ப்பார். லாபத்தில் மூன்று பேருக்கும் சமமான பங்கு கிடைக்கும்படி எல்லாக் காரியங்களும் செய்வார். ஆனால் சின்ன அண்ணன் லாபத்தில் தனக்கு சமபங்கு கொடுப்பது போல அவருக்குத் தெரியவில்லை. எப்போதுமே தனக்குப் பிடித்த அண்ணன் என்று இவர் கருதியவர் தனக்குத் துரோகம் இழைப்ப தாகக் கருதினார். யாரிடம் போய் முறையிடுவது என்றும் தெரிய வில்லை. உள்ளுக்குள்ளேயே மனம்புழுங்கிக் கொண்டிருந்தார்.

இதற்கிடையில் அவருடைய இரண்டாவது மகள் ஒரு பஸ் விபத்தில் இறந்துபோனாள். என்னதான் பெண்பிள்ளைகள் என்று இவர் தன் மக்களை அவ்வளவாக செல்லம் கொடுத்து வளர்க்க வில்லை என்றாலும் இரண்டு மகள்களில் ஒரு மகள் இறந்துபோனது இவரைப் பாதித்தது. கமலாவைப் பற்றிக் கேட்கவே வேண்டாம். கணவனின் அன்பை ஒருபோதும் அனுபவத்தறியாத கமலா மிகவும் துவண்டுவிட்டார். அவருடைய இரண்டு பெண்களும் திருமணம் புரிந்துகொண்டு பேரக் குழந்தைகளைப் பெற்றுக் கொடுத்து அவர்களைத் தான் வளர்ப்பதுதான் கமலத்திற்குத் தன் எதிர்கால மாகத் தெரிந்தது. இப்போது ஒரு பெண் இறந்துவிட்டதால் வாழ்க்கை அர்த்தமில்லாமல் போய்விட்டதுபோல் இருந்தது.

இருந்தாலும் இன்னொரு பெண் இருக்கிறாளே, அவளுக்காகவாவது தொடர்ந்து வாழ்க்கையை வாழ வேண்டும் என்று நினைத்தார்.

மிச்சமிருந்த ஒரே பெண்ணுக்கு முத்துக்குமார்-கமலா தம்பதிகள் மாப்பிள்ளை பார்க்க ஆரம்பித்தனர். பெண் கருப்பு என்பதால் நல்ல மாப்பிள்ளை அமையவில்லை. ஆனாலும் ஒரே பெண் என்பதால் அவள் கொண்டுவரப்போகும் சொத்துக்களுக்காக ஒரு பையனின் குடும்பத்தினர் தங்கள் மகனுக்குக் கமலாவின் மகளை மணம் செய்ய முன்வந்தனர். முத்துக்குமாருக்கும் கமலாவிற்கும் இந்த சம்பந்தத்தில் அவ்வளவு விருப்பமில்லை. இருந்தாலும் இன்னும் அதிக நாட்கள் காத்திருக்க விரும்பாமல் அந்த மாப்பிள்ளையையே முடிவு செய்தனர்.

கணவனின் அன்பு கிடைக்கவில்லை; ஆண்குழந்தை பெற்றுக் கொள்ள முடியவில்லை; இரண்டு பெண்களில் ஒன்று இறந்து விட்டது. இத்தனை சோதனைகளுக்கிடையேயும் கமலா தன் ஒரே மகளின் திருமணத்தையும் அதன் பிறகு தனக்குக் கிடைக்கப் போகும் பேரக்குழந்தைகளையும் எதிர்பார்த்து வாழ்க்கையை ஓட்டிக்கொண்டிருந்தார். கமலாவின் மகளை திருமணம் முடிந்த கையோடு மருமகன் அழைத்துக்கொண்டு தங்கள் ஊருக்குச் சென்றுவிட்டான். மகளும் போய்விட்ட பிறகு கமலாவிற்கு ஒரே சூனியமாக இருந்தது. இருப்பினும் பேரக் குழந்தைகளின் வரவை எதிர்பார்த்து நாட்களைக் கடத்திக் கொண்டிருந்தார்.

கமலாவின் மகளின் திருமணம் முடிந்து ஒரு வருஷம் ஆயிற்று. இன்னும் பேரக் குழந்தைகள் கிடைக்கவில்லை. ஆனாலும் அதற்குள் ஆயாசப்படக் கூடாது என்று கமலா பொறுமையாக இருந்தார். ஒன்று, இரண்டு என்று ஐந்து வருடங்கள் ஓடிவிட்டன. கமலாவின் மகளோடு திருமணம் செய்து கொண்டவர்கள் இரண்டு குழந்தைகளுக்குத் தாயாகி விட்டனர். இதையெல்லாம் எண்ணிப் பார்த்தாலும் நம்பிக்கையைத் தளரவிடாமல் கமலா பேரக் குழந்தை களின் வரவுக்காகக் காத்திருந்தார். முத்துக்குமாரும் தன்னுடைய சொத்துக்களுக்காகவாவது பேரக் குழந்தைகள் வேண்டும் என்று நினைத்தார்.

முத்துக்குமாருக்கு வியாபார விஷயத்திலும் சோதனை ஏற்பட்டது. தன் அண்ணன் லாபத்தில் பங்கு கொடுப்பதை வெகுவாகக் குறைத்த மாதிரி இருந்தது. சரக்குகளை விற்று அவர் மொத்தக் கணக்கில் சேர்க்காமல் தன் சொந்தக் கணக்கில் வைத்துக்கொண்ட மாதிரி இருந்தது. அண்ணன் தனக்குத் துரோகம் இழைக்கிறாரோ

என்று சந்தேகப்பட்டது நாட்கள் செல்லச் செல்ல உறுதியாயிற்று. அண்ணனும் அண்ணன் மகனுமாகச் சேர்ந்து தன்னை ஏமாற்று கிறார்கள் என்று உறுதியாகத் தெரிந்தவுடன் முத்துக்குமாருக்கு மிகவும் வேதனையாகப் போயிற்று.

அறுபதுக்கு மேல் வயதாகும் தனக்கு இன்னும் பேரக் குழந்தைகள் இல்லை. வியாபாரத்திலோ அண்ணனும் அவருடைய மகனும் கணக்கு வழக்குகளைப் பார்க்கத் தெரியாது என்பதால் தன்னை ஏமாற்றுகிறார்கள். இந்த மாதிரி விஷயங்கள் எல்லாம் அவர் மனதை வெகுவாகப் பாதித்தன. தானும் சின்ன வயதிலேயே படித்திருந்தால் தனக்குக் கொஞ்சம் பணக்கார இடத்திலிருந்து பெண் கிடைத் திருக்கும், அதற்குமேல் இப்படி அண்ணனும் அவருடைய மகனும் தன்னை ஏமாற்ற முடிந்திருக்காது என்று எண்ணிப் பலவாறாக மனம் புழுங்கினார். மனைவியிடமாவது மகளிடமாவது தன் கவலை களைச் சொல்லி மனதை ஆற்றிக்கொள்ளும் பழக்கமும் அவரிடம் கிடையாது. மனைவி தன் வாழ்க்கையில் பங்கேற்க வந்தவள் என்று ஒரு போதும் அவர் நினைத்ததில்லை. அவரைப் பொறுத்தவரை மனைவி என்பவள் கணவனுக்கு சமைத்துப்போட்டு அவனுடைய மற்ற தேவைகளையும் கவனித்து வாரிசுகள் பெற்றுக் கொடுக்க மட்டுமே வந்தவள் என்ற எண்ணம்தான். அதிலும் முதலிலிருந்தே கமலா தன் தகுதிக்கேற்ற மனைவியாக இல்லாமல் இருந்ததால் அவருக்குக் அவள்மீது எந்தவிதப் பாசமும் ஏற்பட வில்லை. பலவாறாக உழன்றுகொண்டு வாழ்க்கையை ஓட்டிக் கொண்டிருந்த முத்துக் குமாருக்கு மூளைக் காய்ச்சல் ஏற்பட்டது. சில நாட்களி லேயே அது அவருக்கு எமனாக வாய்த்தது. அவர் உயிரோடு இருக்கும்போதே அவருடைய அண்ணனும் அவருடைய மகனும் முத்துக்குமாரின் பங்கைத் திருடிக்கொண்டிருந்தார்கள். அவர் இறந்த பிறகு வியாபாரத்தில் அவருக்குச் சேர வேண்டிய ரொக்கப் பணத்தையும் கடையில் இருந்த சரக்குகளுக்குரிய பணத்தையும் சரியாகக் கமலாவிடம் ஒப்படைக்கவில்லை.

கணவன் இறந்தது கமலாவைப் பெரிதாகப் பாதிக்கவில்லை. ஆனால் குடும்ப விவகாரங்களையும் சொத்துக்களைப் பராமரிப் பதையும் எப்படித் தானாகச் செய்யப் போகிறோம் என்ற மலைப்புத் தான் அவளை வெகுவாகப் பாதித்தது. முத்துக்குமாரின் அண்ணன் (அவரும் இவருக்குத் தாய்மாமன்தான்) முத்துக்குமாரைத் தொடர்ந்து ஏமாற்றிக்கொண்டிருந்தது கமலாவுக்கும் ஓரளவு தெரியும். ஆனாலும் கணவரிடம் அது பற்றிப் பேச அவர் ஒருபோதும் முயன்றதில்லை. தன் கணவர் தன்னிடம் அது பற்றி விரித்து மடக்கிப் பேசமாட்டார்

என்பது கமலாவுக்கு நன்றாகத் தெரியும். மேலும் தானாகத் தன் கணவரிடம் அந்தப் பேச்சை எடுத்தால் அது அவருக்குப் பிடிக்காது என்பதை கமலா நன்றாகவே உணர்ந்திருந்தார். இப்போது கணவர் இறந்துவிட்டார். இனியாவது தங்கள் சொத்துக்களை நாணய மானவர்களிடம் ஒப்படைத்து அதைப் பாதுகாக்க வேண்டுமே என்று நினைத்தார்.

இந்த நினைப்பு ஏற்பட்டதும் அவருக்குத் தன் மருமகனின் ஞாபகம்தான் வந்தது. மருமகனிடமே எல்லாவற்றையும் ஒப்படைக்கும்படி தன் கணவரின் அண்ணனிடமும் அவருடைய மகனிடமும் கூறினார். அவர்கள் இருவரும் ஒழுங்காகப் பிரித்து எல்லாவற்றையும் இவருடைய மருமகனிடம் கொடுக்கவில்லை என்றாலும் ஏதோ கொஞ்சம் கொடுத்தார்கள். தன்னுடைய கணவனையே அவருடைய அண்ணனும் அவருடைய மகனும் ஏமாற்றிக்கொண்டிருந்தார்கள் என்பது கமலாவிற்குத் தெரிந்தது தான். இருந்தாலும் வேறு வழியில்லை. இவர்கள் இருவரும் தன் கணவரின் பங்காக வியாபாரத்திலிருந்து கொடுத்ததைத்தான் பெற்றுக்கொள்ள வேண்டியிருந்தது. கமலா கொஞ்சம் புத்திசாலி என்றாலும் ஐந்தாவது வகுப்புவரை மட்டுமே படித்திருந்தார். அந்தப் படிப்பு கொடுத்த அறிவையும் அனுபவத்தையும் வைத்துக்கொண்டு அவரால் என்ன செய்ய முடியும்? ஒரு வக்கீலைப் பார்த்து அவரால் கணவனுடைய அண்ணன்மீதும் அவரது மகன்மீதும் வழக்குத் தொடர்ந்திருக்க முடியுமா என்ன? அப்படியே துணிந்து செய்திருந் தாலும் அவர்கள் இருவரிடமிருந்தும் கணக்குப் புத்தகங்களையும் மற்ற ஆவணங்களையும் பெற்றிருக்க முடியாது. அவர்கள் இருவரிட மிருந்து இப்போது பெற்ற பணத்தையாவது நல்லபடியாகக் காப்பாற்ற வேண்டுமே என்று மிகவும் கவலைப்பட்டார்.

இப்போது மருமகன் மேலும் அவருக்கு அவ்வளவு நம்பிக்கை இல்லை. தன் காலத்திற்குப் பிறகு அந்தப் பணம் முழுவதும் தன் மகளுக்குக் கிடைத்தாலும் மருமகன்தான் அதை நிர்வகித்து வருவார் என்பதை அவர் நன்றாகவே உணர்ந்திருந்தார். இருந்தாலும் தன் ஆயுள் உள்ளவரை தன்னிடமே அது இருக்க வேண்டும் என்று விரும்பினார். இதற்குள் தனக்குப் பேரக்குழந்தைகள் பிறந்திருந்தா லாவது மருமகன் தன் பணத்தை அவர்களுக்காகச் செலவழித்து விட்டுப் போகட்டும் என்று நினைத்திருப்பார். இதுவரை பேரக் குழந்தைகளும் இல்லாததால் தன்னுடைய கணவரின் பணம் தன்னிடமே இருக்க வேண்டும் என்று விரும்பினார். ஆனால் தனக்கு கணக்கு வழக்கு வைக்கத் தெரியாததால் வேறு வழியில்லாமல் தன்

மருமகனிடம் கொடுத்துத் தன் பெயரில் வங்கியில் சேமித்து வைக்கும்படிக் கூறினார்.

கமலாவின் மகள் கல்லூரியில் இரண்டு வருடங்கள் படித்திருந் தாலும் அவளுக்கும் வங்கியில் பணத்தைச் சேமிப்பது பற்றி ஒன்றும் தெரியாது. அதனால் அவளுடைய கணவனிடமே - அதாவது கமலாவின் மருமகனிடமே - அந்தப் பொறுப்பு ஒப்படைக்கப் பட்டது. வங்கியில் சேமிக்கப்பட்ட பணம் கமலாவின் பெயரிலும் அவருடைய மகள் பெயரிலும் இருந்தது. அவ்வப்போது தன் செலவுகளுக்கு வேண்டிய பணத்தை மருமகனிடம் தன் வங்கிக் கணக்கிலிருந்து வரும் வட்டியிலிருந்து பெற்றுக்கொள்வார். வங்கியில் இருக்கும் பணம் தன் தேவைகளுக்கு மட்டுமே செலவிடப்படுவதாக கமலா நினைத்துக்கொண்டிருந்தார்.

ஆனால் தன் மருமகன் தன் தங்கையின் திருமணச் செலவுகளுக்குத் தன் கணக்கிலிருந்து பணம் எடுப்பது அவருக்குத் தெரிய வந்தது. தன் மருமகன் தன் மகளிடமே கையெழுத்துப் பெற்றுத் தன் கணக்கி லிருந்து பணம் எடுத்துக்கொண்டிருக்கிறான் என்பது தெரிந்ததும் கமலா மிகவும் மனம் நொந்துபோனார். தனக்குப் பேரக் குழந்தைகள் பிறந்து அவர்களுக்காகத் தன் மருமகன் தன் வங்கிக் கணக்கிலிருந்து பணம் எடுத்தாலும் பரவாயில்லை. ஆனால் அவர் தங்கைக்காக அல்லவா தன் பணத்தை எடுத்துச் செலவழிக்கிறார்? இதை எப்படித் தடுப்பது என்று தெரியவில்லை. கமலாவின் மகளுக்கும் கணவன் தன் தங்கையின் திருமணச் செலவுகளுக்காகத் தன் தாயின் பணத்தை எடுப்பதை ஒப்புக்கொள்ள முடியவில்லை. ஒருமுறை கணவனிடம் அது பற்றிக் கேட்ட போது அவன் அவள்மீது எரிந்து விழுந்தான். மேலும் கமலாவிற்குப் பிறகு தன் மனைவிக்கும் தனக்கும்தானே அந்தப் பணம் கிடைக்கப் போகிறது, அதை இப்போதே செலவிட்டால் என்ன என்ற வாதத்தையும் மனைவி யிடம் கூறினான். அதன் பிறகு அதைப் பற்றிப் பேச்சை எடுக்கவே மகள் பயப்பட்டாள். மருமகன் எப்போதுமே அதிகமாகச் செலவழிப்பான். இப்போது மாமனார் விட்டுச் சென்ற பணம் எப்படியும் மாமியார் காலத்திற்குப் பிறகு தனக்குத்தானே வரும் என்ற தைரியம் வேறு. தாறுமாறாகச் செலவழிக்க ஆரம்பித்தான்.

கமலாவின் மருமகனின் வியாபாரமும் நன்றாக நடக்கவில்லை. தங்கையின் திருமணத்திற்குச் செலவழித்ததோடு தன் தேவைகளுக் காகவும் மாமியாரின் பணத்தை எடுத்துச் செலவழிக்கத் தொடங் கினான். கமலாவாலும் அவருடைய மகளாலும் இதைத் தடுக்க முடியவில்லை. ஒருமுறை கமலாவின் மகள் வங்கியிலிருந்து

பணத்தை எடுப்பதற்குத் தன் கையொப்பத்தைப் போட மறுத்த போது மருமகன் தன் மனைவியைக் கைநீட்டி அடித்துவிட்டான். கமலா மிகவும் மனம் நொந்துபோனார். தன் காலத்திற்குப் பிறகு மகள் தன் கணவனிடம் என்ன பாடுபடப் போகிறாளோ என்று மனம் வருந்தினார். தன்மீது அன்பு செலுத்தாத கணவர் இறந்து போனார். அவர் வைத்துவிட்டுச் சென்ற பணத்தில் பெரும் பகுதியை அவரின் அண்ணன் திருடிக்கொண்டார். மிச்சமிருந்த பணத்தையும் மருமகன் திருடிக்கொண்டிருக்கிறார். இதற்கு மேலும் அவரால் வாழ்வைத் தொடர முடியவில்லை. சிறுகச் சிறுக செத்துக் கொண்டிருந்த அவர் ஒருநாள் நிரந்தரமாக உலகத்தைவிட்டே பிரிந்துவிட்டார்.

12

பொன்மணி

பொன்மணி பிறந்தது 1934இல். இந்தக் காலத்தில் இந்த ஊரில் பெண்களைப் பள்ளிக்கு அனுப்புவது கொஞ்சம் கூடியிருந்தது. அப்படிப் பள்ளிக்குச் சென்ற பெண்களில் பெரும்பாலோர் ஓரளவிற்கு வசதியான குடும்பத்தைச் சேர்ந்தவர்கள். பெரிய பணக்காரக் குடும்பங்களைச் சேர்ந்தவர்கள் உள்ளூரிலேயே தங்கள் பெண்களைப் பள்ளிக்கு அனுப்புவதில்லை. சுமார் நாற்பது மைல் தொலைவிலுள்ள கிறிஸ்தவ மிஷினரிகள் நடத்தும் பள்ளிக்கு அனுப்பிவிடுவார்கள். தினமும் பள்ளிக்குச் சென்று பிற ஆண்களின் கண்களில் படவேண்டாம் என்பதற்காகத்தான் இந்த ஏற்பாடு. வெளியூருக்கு அனுப்பிப் படிக்க வைக்கும் அளவிற்கு வசதி யில்லாதவர்கள் அல்லது அதில் விருப்பம் இல்லாதவர்கள் உள்ளூரி லேயே தங்கள் பெண்களைப் பள்ளிக்கு அனுப்பிவந்தார்கள். ஆனால் பொன்மணி போன்ற வசதியில்லாத குடும்பங்களைச் சேர்ந்தவர்களிடையே பெண்களைப் பள்ளியின் கடைசி வகுப்பு வரை படிக்க வைக்கும் பழக்கம் இருந்த போதிலும் பொன்மணிக்கு அந்த அதிர்ஷ்டம் கிடைக்கவில்லை.

பொன்மணியின் தாய் அவளுக்கு இரண்டு வயதாக இருக்கும் போதே அடுத்த பிரசவத்தின்போது இறந்துவிட்டார். அவளுக்குப் பிறகு பிறந்த பெண்குழந்தை நாலைந்து மாதங்களிலேயே இறந்து விட்டது. பொன்மணிக்கு இரண்டு அக்காமார்கள். பொன்மணியையும் அவளுடைய அக்காமார்களையும் வளர்த்து ஆளாக்க வேண்டிய பொறுப்பு இவருடைய தாய்வழிப் பாட்டியின் தலையில் விழுந்தது. பாட்டிக்கு ஐந்து குழந்தைகள். எல்லோருக்கும் திருமணம் முடித்து விட்டு இனிப் பெரிய பொறுப்பு எதுவும் இல்லை என்று நிம்மதிப் பெருமூச்சு விட்டபோது பொன்மணியின் தாய் இறந்துவிட இந்தப் பிள்ளைகளை வளர்க்கும் பொறுப்பு அவருக்கு ஏற்பட்டது. பொன்மணியின் தந்தை தன்னுடைய மனைவி மேல் மிகவும் பிரியம் வைத்திருந்தார். பதினைந்து வருடங்கள் மனைவியோடு வாழ்ந்துவிட்டு நான்கு குழந்தைகளையும் பெற்றெடுத்த பிறகு

ஐந்து தலைமுறை: நாடார் பெண்களின் கதை ✦ 161

இன்னொரு திருமணம் செய்துகொள்வதற்கு அவர் விரும்பவில்லை. ஆனால் குழந்தைகளை வளர்க்கும் பொறுப்பை யார் ஏற்பார்கள் என்று கவலைப்பட்டுக் கொண்டிருந்த போது தன்னுடைய மாமியார் அதைச் செய்ய முன்வந்தது அவருக்கு மிகுந்த நிம்மதியைக் கொடுத்தது. அந்தக் காலத்தில் இரண்டாவது திருமணம் செய்து கொள்ள வேண்டாம் என்று அவர் நினைத்தது ஒரு பெரிய விஷயம் தான். எந்த வயதிலும் ஆண்கள் மட்டும் திருமணம் செய்து கொண்டார்கள். பெண்கள் கணவனை இழந்தால் அதன் பிறகு வாழ்க்கை முழுவதும் - கணவனை இழக்கும்போது எவ்வளவு சிறிய வயது என்றாலும் - தனியாகத்தான் வாழ்க்கையைக் கழிக்க வேண்டும்.

தாய் இறந்ததும் தாயின் நகைகளை விற்றுப் பிள்ளைகள் பெயரில் வங்கியில் போட்டு அவர்கள் பெரியவர்கள் ஆனதும் அவர்களுடைய திருமணச் செலவிற்கு அந்தப் பணத்தை உபயோகித்துக் கொள்வது இந்த ஜாதியில் அந்தக் காலத்தில் இருந்து வந்த பழக்கம். தந்தை அதன் பிறகு நிறையச் சம்பாதித்தால் தாயின் நகைகளை விற்று வந்த சேமிப்போடு தந்தையினுடைய பங்கும் சேர்ந்து திருமணத்திற்கு நிறையப் பணம் கிடைக்கும். தந்தை இன்னொரு திருமணம் செய்து கொண்டு இன்னும் சில குழந்தைகளைப் பெற்றுக் கொண்டாலும் மூத்த மனைவியின் குழந்தைகளின் பெயரில் இருக்கும் வங்கிச் சேமிப்பு அந்தக் குழந்தைகளுக்கு மட்டுமே போகும். மனைவி இறந்த பிறகு மனைவியின் நகைகளை அவளுடைய புருஷன் தொலைத்து விடாமல் இருக்கவும் மூத்த மனைவியின் குழந்தைகளுக்கு திருமணங் களுக்கு ஆகும் செலவைச் சமாளிப்பதற்கும் இந்த ஏற்பாடு. மேலும் இப்போதுபோல் தங்கத்தின் விலை விஷம் போல் நாளுக்கு நாள் ஏறிக்கொண்டிருக்கவில்லை. தங்கத்தைத் தங்கமாக வைத்திருப்பதை விட விற்றுப் பணமாக்கி அதை வங்கியில் கணக்கு வைத்தால் பல வருடங்களுக்குப் பிறகு அது வட்டியோடு நன்றாகப் பெருகியிருக்கும்.

பொன்மணியின் தந்தை வெளியூரில் வேலை பார்த்தார். மாதாமாதம் தன் சம்பாத்தியத்தில் ஒரு பங்கைத் தன் குழந்தைகளின் செலவிற்காகத் தன் மாமியாருக்கு அனுப்பி வந்தார். அவருடைய மாமியார் சிறு வயதாக இருக்கும்போது ஐந்து குழந்தைகளைப் பெற்று வளர்த்தவர்தான். ஆனாலும் இப்போது வயது கூடி விட்டதால் முன்னைப் போல் வீட்டில் எல்லா வேலைகளையும் செய்ய முடியவில்லை. தான் குழந்தைகளை வளர்க்க ஒப்புக் கொள்ளாமல் மருமகன் இன்னொரு திருமணம் செய்து கொண்டால் அதன் பிறகு தன்னுடைய பேரக் குழந்தைகள் மாற்றாந்தாயிடம்

வளர வேண்டியிருக்கும், அது மிகவும் கொடுமை என்று நினைத்துத் தன் கஷ்டங்களைப் பொறுத்துக்கொண்டார். மருமகன் இன்னொரு திருமணம் வேண்டாம் என்று முடிவு செய்திருந்தாலும் அவருடைய உறவினர்கள் யாராவது அவருடைய மனதைக் கலைத்து விடுவார் களோ என்று மாமியாருக்குப் பயம். பொன்மணியும் அவருடைய சகோதரிகளும் ஓரளவு வளர்ந்ததும் பாட்டிக்கு வீட்டு வேலைகளில் உதவ ஆரம்பித்தனர். இதனாலும் பொன்மணியின் படிப்பு ஐந்தாவதோடு நின்றுவிட்டது. பாட்டிக்கு வீட்டு வேலைகளில் உதவுவது போக மற்ற நேரங்களில் தீப்பெட்டி செய்யும் வேலையைப் பார்த்து வந்தனர்.

பொன்மணிக்கும் அவரது தமக்கைகளுக்கும் தீப்பெட்டி செய்வது, வீட்டுவேலைகளைப் பார்ப்பது இவற்றை விட்டால் வேறு எந்தவிதப் பொழுதுபோக்கும் கிடையாது. எப்போதாவது உறவினர்கள் வீட்டில் விசேஷம் என்றால் பாட்டி அவர்களை அங்கு கூட்டிச் செல்வார். அவ்வளவுதான். அதுவும் பெரிய மனுஷி ஆகிவிட்டால் அப்படிப் போவதும் நின்றுவிடும். இதனால் எப்போது தங்களுக்குத் திருமணம் ஆகும், வெளியேயாவது தாராளமாகப் போய்வரலாம் என்று நினைக்க ஆரம்பித்து விடுவார்கள். பொன்மணியும் இதற்கு விலக்கல்ல. அவளுடைய தந்தையின் சம்பளம் அவ்வளவு அதிகம் இல்லை. அதனால் தாயின் நகைகளை விற்றுப் பணமாக்கி, வங்கியில் வைத்திருக்கும் பணத்தில்தான் அவருடைய சீதனம் எல்லாம் அடங்க வேண்டும். பொன்மணி கருப்பு இல்லையென்றாலும் புதுநிறம்தான். சீதனமும் அப்படி யொன்றும் அதிகமில்லை. பிறகு அவளுக்கு எப்படி 'நல்ல மாப்பிள்ளை' அமையும்? அவளுடைய பாட்டிக்கும் தந்தைக்கும் இந்தக் கவலை இருந்தாலும் நிறையச் சீதனம் பெற்றுக்கொண்டு திருமணம் செய்துகொண்டவர்கள் எல்லோரும் பெரிதாக வாழ்ந்து விடவில்லை, குறைந்த சீதனம் பெற்றுக்கொண்டு திருமணம் செய்து கொண்ட பெண்கள் பின்னால் பெரிதாக வசதியாக வாழ்ந்திருக் கிறார்கள் என்று பலரைப் பார்த்து அறிந்திருந்ததை நினைத்து பொன்மணிக்கும் வாழ்க்கை நன்றாக அமையும் என்று நம்பிக் கொண்டனர். நம்பிக்கைதானே வாழ்விற்கு ஆணிவேர்!

பொன்மணியின் அக்காமார்கள் இருவருக்கும் திருமணம் முடிந்த பின் பொன்மணிக்கு மாப்பிள்ளை தேடும் படலம் ஆரம்பித்தது. பொன்மணி கொண்டு போகப்போகும் சீதனத்திற்கும் அவளின் நிறத்திற்கும் தகுந்தாற்போல் மாப்பிள்ளை தேடினர். மாப்பிள்ளை தேடும் படலம் சீக்கிரமே முடிந்துவிட்டது. ஒரு சாதாரணக்

குடும்பத்தைச் சேர்ந்த, அதிகச் சம்பளமில்லாத ஆனந்தனை மாப்பிள்ளையாக பொன்மணிக்குத் தேர்ந்தெடுத்தனர். மாப்பிள்ளைப் பையன் அவ்வளவு அழகும் இல்லை.

திருமணம் முடிந்த பிறகு பெண்ணையும் மாப்பிள்ளையையும் சாரட்டு என்னும் இரண்டு குதிரைகள் இழுக்கும் வண்டியில் ஊர்வலமாக ஊரின் முக்கிய தெருக்கள் வழியாக அழைத்துச் செல்வார்கள். உறவினர்களின் சிறு குழந்தைகள் அந்தச் சாரட்டு வண்டியில் மணமக்களோடு அமர்ந்து ஊர்வலம் செல்வார்கள். சாரட்டிற்கு முன்னால் திருமண கோஷ்டியைச் சேர்ந்த ஆண்களும் பின்னால் பெண்களும் ஊர்வலத்தோடு நடந்து செல்வார்கள். பெண்வீட்டார் கொடுத்த பண்டம் பாத்திரங்களைத் தூக்கிச் சுமந்து செல்வோர் ஊர்வலத்தோடு நடந்து செல்வர். பணக்காரர் வீட்டுத் திருமணம் என்றால் இந்த ஊர்வலம் இரவிலும் நடக்கும். அப்போது பெண்வீட்டார் பெண்ணிற்குக் கொடுத்த பண்டம், பாதிரங்களைச் சுமந்துகொண்டு ஊர்வலத்தில் கலந்து கொள்பவர் களை ஊரார் நன்றாகப் பார்க்கும் பொருட்டு பெட்ரோமாக்ஸ் விளக்குகளைச் சிலர் சுமந்து செல்வார்கள். ஊரார் எல்லோரையும் திருமணத்திற்கு அழைக்க முடியாதாகையால் திருமணத்திற்கு வராதவர்களும் புதுமணத் தம்பதிகளைப் பார்த்துக் கொள்வதற்காக இந்த ஊர்வலம். இப்படிச் சாரட்டு வண்டிகளை சொந்தமாக வைத்துக்கொண்டு திருமணங்களுக்கு வாடகைக்கு விடுவதற்கென்று அந்த ஊரில் சிலர் இருந்தார்கள்.

பொன்மணியும் ஆனந்தனும் கலந்துகொண்ட அவர்களது திருமண ஊர்வலமும் எல்லோருடைய ஊர்வலத்தையும் போல் நடந்து முடிந்தது. அந்த ஊர்வலத்தில்தான் பொன்மணி முதல் முதலாக ஆனந்தனைப் பார்த்தார். மணமக்கள் உட்கார்ந்திருக்கும் சீட்டுக்கு எதிரே ஒரு பெரிய கண்ணாடி பொருத்தப்பட்டிருக்கும். அதில் இருவரும் ஒருவரை ஒருவர் பார்த்துக்கொள்ளலாம். ஆனந்தனைக் கண்ணாடியில் பார்த்த பொன்மணி தன் கணவர் கொஞ்சம்கூட அழகில்லாமல் இருக்கிறாரே என்று பார்த்தவுடன் நினைத்தாலும் சில நிமிடங்களில் சுதாரித்துக்கொண்டார். கட்டிய மனைவியை நேசிக்க வேண்டும் என்று ஆண்களுக்குக் கற்பிக்கப் படாவிட்டாலும் கட்டிய கணவனை நேசிக்க வேண்டும் என்று பெண்களுக்குக் கற்றுக்கொடுத்த சமூகம் அது. கணவன் அழகு பற்றி மனதில் ஒரு கணத்தில் ஏற்பட்ட எண்ணத்தை உடனேயே அகற்றி விட்டு அந்தக் கணம் முதல் கணவனை நேசிக்கக் கற்றுக்கொண்டார் பொன்மணி.

ஆனந்தனுக்கு இரண்டு அண்ணன்மார்கள். எல்லோரும் சுமாரான வசதியோடுதான் வாழ்ந்து வந்தார்கள். ஆனந்தனுக்கென்று ஒரு சிறிய வீடு அவருடைய பங்கிற்காக கிடைத்திருந்தாலும் அவர் பக்கத்து ஊரில் வேலை பார்த்ததால் அங்கு ஒரு சிறிய வாடகை வீட்டில் தங்கள் வாழ்க்கையைத் தொடங்கினர். ஆனந்தனுக்குச் சொற்ப சம்பளம் என்றாலும் அதைப் பகிர்ந்துகொள்வதற்குத் தாயோ தந்தையோ சகோதரிகளோ இல்லை. அதனால் அவருடைய சம்பளத்தைக் கொண்டு குடும்பம் நடத்துவது அவ்வளவு சிரமமாக இருக்கவில்லை பொன்மணிக்கு. அதிலும் பொன்மணிக்குச் சிக்கனமாகக் குடும்பம் நடத்துவது கைவந்த கலை. அரிசி, பருப்பு, காய்கறிகள் எதுவென்றாலும் எந்தக் கடையில் விலை குறைவாக இருக்கிறதோ அந்தக் கடையிலிருந்து வாங்கி வருவார். அந்தக் கடை தூரத்தில் இருந்தாலும் அங்கு செல்லத் தயங்க மாட்டார். கணவன் கொண்டு வரும் சொற்பச் சம்பளத்தில் செலவுகள் போகக் கொஞ்சம் பணம் மிச்சம் பண்ணவும் கற்றுக்கொண்டார். ஆனந்தன் மனைவியின் இந்தச் சாமர்த்தியத்தைப் புரிந்துகொண்டு அதைப் பாராட்டவும் செய்தார்.

வாழ்க்கை வசதிகள் பெரிதாக இல்லையென்றாலும் ஒருவரை ஒருவர் நேசித்துக்கொண்டு சிறப்பாகவே குடும்பம் நடத்தினர் இந்தத் தம்பதிகள். திருமணம் ஆன மறு வருடம் இவர்களுக்கு ஒரு ஆண்குழந்தை பிறந்தது. அதனால் செலவும் கூடியது. சொந்த ஊரில் இருந்திருந்தால் தீப்பெட்டித் தொழில் செய்து ஓரளவு பணம் சம்பாதித்திருப்பார். ஆனால் ஆனந்தன் வேலை பார்க்கும் ஊரில் தீப்பெட்டித் தொழிற் சாலைகள் இல்லை. பொன்மணி வீட்டிலேயே வேலை செய்து பணம் சம்பாதிக்கக்கூடிய மாதிரி வேறு எந்த வேலையும் புதிய ஊரில் இல்லை. இன்னொரு குழந்தையும் பெற்றுக்கொண்டபோது வாழ்க்கையை ஓட்டுவது இவர்களுக்குச் சிரமமாக இருந்தது. இரண்டாவது பெண்குழந்தையாகவும் போய் விட்டதால் அந்தக் குழந்தையின் திருமணத்திற்குச் சேமிக்க வேண்டுமே என்ற கவலையும் இவர்களைத் தொற்றிக்கொண்டது.

ஆனந்தன் வேலை பார்க்கும் கடையில் வருடத்திற்கு ஒரு முறை அவருக்குக் கொஞ்சம் சம்பளம் கூட்டினார்கள். ஆனால் கூடிவரும் செலவுகளை இதைக் கொண்டு சமாளிக்க முடியவில்லை. ஆனந்தனின் சகோதரர்களும் பெரிதாக சம்பாதிக்கவில்லை. பொன்மணியின் பாட்டிக்கும் அவருடைய மகன் மாதாமாதம் செலவிற்குக் கொடுத்து வந்த பணம் மட்டுமே அவருடைய வருமானம். பொன்மணி பாட்டியைப் பார்க்கப் போனால் ஏதாவது

ஐந்து தலைமுறை: நாடார் பெண்களின் கதை ♦ 165

பொன்மணிக்கு உதவி செய்வார். அவரால் அதிகமாக எதுவும் செய்ய முடியவில்லை.

ஒருநாள் ஆனந்தன் கையில் கொஞ்சம் பணத்தோடு வீட்டிற்கு வந்தார். எங்கிருந்து அந்தப் பணம் அவருக்குக் கிடைத்தது என்று பொன்மணி நினைத்தார். வழக்கத்திற்கு அதிகமாகவே மனைவி யிடம் பிரியம் காட்டிய ஆனந்தன் அன்று தான் வேலைபார்க்கும் கடையில் அந்தப் பணத்தைத் திருடியதாகக் கூறினார். இதைக் கேட்டு பொன்மணிக்கு மிகவும் அதிர்ச்சியாக இருந்தது. என்னதான் பணத் தேவையென்றாலும் கணவர் இப்படிச் செய்திருக்கக்கூடாது என்று நினைத்தார். கணவரிடம் இதை எப்படிச் சொல்லுவது என்று சிந்தித்துக்கொண்டே இருந்தார். வறுமையிலும் செம்மையாக வாழ வேண்டும் என்று பாட்டி சொல்லிக் கொடுத்திருந்தது அடிக்கடி ஞாபகத்திற்கு வந்தது. பாட்டி சொல்லிக் கொடுத்த போதனையை கணவரிடம் எப்படிச் சொல்லுவது என்று உழன்றுகொண்டே இருந்தார்.

ஆனந்தன் மறுநாளும் கடையில் இன்னும் கொஞ்சம் பணம் திருடிக்கொண்டு வரவும் பொன்மணிக்கு இனி மேலும் தான் சும்மா இருப்பது சரியாகப் படவில்லை. கணவரிடம் மெதுவாகப் பேச்சை ஆரம்பித்தார். 'வேண்டுமானால் சம்பளத்தைக் கூட்டிக் கேளுங்கள். உங்கள் முதலாளிக்குத் தெரியாமல் பணத்தை எடுக்காதீர்கள்' என்று கணவனிடம் மெதுவாகக் கூறினார். சாதாரணமாகக் கோபப்படாத ஆனந்தனுக்கு அன்று கோபம் வந்தது. 'நான் எங்கள் முதலாளிக்கு எவ்வளவோ லாபம் சம்பாதித்துக் கொடுக்கிறேன். அவர் எனக்குக் கொடுக்கும் சம்பள உயர்வு மிகவும் குறைவு. அந்த சம்பளத்தை வைத்துக்கொண்டு நாம் எப்படிக் குடும்பம் நடத்துவது?' என்றார். 'என்னதான் சம்பளம் குறைவு என்றாலும் கடையிலிருந்து திருடுவது குற்றமல்லவா? நான் இன்னும் கொஞ்சம் சிக்கனமாக இருந்து பணம் சேமிக்கிறேன். ஒரு சிறு வியாபாரம் நடத்தும் அளவிற்குப் பணம் சேர்ந்ததும் நீங்களாக ஒரு வியாபாரத்தைத் தொடங்குங்கள். நமக்கு அதிர்ஷ்டம் இருந்தால் அது பெருகி நாம் வசதியாக வாழலாம்' என்றார்.

அந்தக் காலத்தில் கணவரிடம் இந்த அளவிற்குக்கூட மனைவி பேசுவதில்லை. கல்லானாலும் கணவன், புல்லானாலும் புருஷன் என்று பெண்களுக்குப் போதித்தது போல் திருடனானாலும் அவனை எதிர்த்துப் பேசுவது தவறு என்றுதான் பெண்களுக்குப் போதிக்கப் பட்டது. மனைவியின் யோசனைக்குச் செவிமடுத்தது போல

ஆனந்தன் சில நாட்கள் எதுவும் செய்யாமல் இருந்தார். பொன் மணிக்குக் கணவர் தன் சொல்லைக் கேட்டுத் திருந்திவிட்டாரே என்று நிம்மதியாக இருந்தது.

குழந்தைகள் பெரியவர்கள் ஆகிக்கொண்டு போனார்கள். அவர்களின் செலவும் கூடிக்கொண்டு போனது. பாட்டிக்கும் வயதாகிக்கொண்டே போனதால் அவருடைய செலவுகள் அதிகரித்ததால் அவராலும் பொன்மணிக்கு எந்த விதப் பண உதவியும் செய்ய முடியவில்லை. பொன்மணி தன் தேவைகளை இன்னும் குறைத்துக்கொண்டார். எப்போதுமே எளிமையான உணவு தயாரித்தவர் இன்னும் எளிமையான உணவைத் தயாரித்தார். கணவரிடம் தன் தேவைக்கு என்று எப்போதும் பணம் கேட்பதில்லை.

பொன்மணி இப்படிச் சிரமப்பட்டுக் குடும்பம் நடத்திக் கொண்டிருந்தபோது மறுபடி ஆனந்தன் திருட ஆரம்பித்தார். இதை எப்படி நிறுத்துவது என்று பொன்மணிக்குத் தெரியவில்லை. மீண்டும் மீண்டும் கணவரிடம் மன்றாடினார். ஆனால் அவர் கேட்பதாக இல்லை. மனைவிமீது கோபப்பட ஆரம்பித்தார். மனைவிக்குத் தெரியாமல் திருட முயற்சி செய்தார். ஆனால் பொன்மணிக்கு எப்படித் தெரியாமல் போகும்? பொன்மணி கணவரிடம் அழுது கெஞ்சுவதும் அவர் இவரிடம் கோபமாக நடந்துகொள்வதும் தொடர்ந்தது. வீட்டில் நிலைமை மிகவும் இறுக்கமாகியது.

ஆனந்தன் கடையிலிருந்து பணத்தைத் திருடுவதைக் கடைசியில் ஒரு நாள் அவருடைய முதலாளி கண்டுபிடித்துவிட்டார். அவர் தன்னைக் காவலரிடம் ஒப்படைக்கலாம் என்று உணர்ந்த ஆனந்தன் ஒரு நாள் தலைமறைவாகிவிட்டார். கணவர் வீடு திரும்பவில்லை என்றதும் பொன்மணிக்கு வாழ்க்கையே சூனியமாகிவிட்டது போல் இருந்தது. அழுது புலம்பினார். இவரது தமக்கைமார்கள் கொடுத்து உதவிய பணத்தைக் கொண்டு சில நாட்களைக் கடத்தினார்.

ஆனால் எத்தனை நாட்களை இப்படியே கழிக்க முடியும்? இரண்டு குழந்தைகளையும் வைத்துக்கொண்டு பொன்மணி எங்கு செல்வார்? சொந்த ஊருக்கே திரும்பிப் போய்விடுவதென்று முடிவு செய்தார். அங்கு ஆனந்தனுக்குச் சொந்தமான சிறிய வீட்டில் இருந்துகொண்டு தீப்பெட்டி செய்யும் வேலையில் மறுபடி ஈடுபட்டார். பெண்குழந்தைக்கு எட்டு வயதாகிவிட்டிருந்ததால் அவளும் பள்ளிக்குச் செல்லுமுன் தாய்க்கு உதவியாகக் கொஞ்சம் தீப்பெட்டி செய்வாள். பெண்குழந்தைகளும் படிக்க வேண்டியதன்

அவசியத்தை உணர்ந்திருந்த அந்த ஊர் மக்கள் எல்லோரும் பெண் குழந்தைகளையும் பள்ளிக்கு அனுப்ப ஆரம்பித்திருந்தனர்.

சில மாதங்கள் சென்ற பிறகு ஒரு நாள் ஆனந்தன் வீடு திரும்பினார். பொன்மணிக்குக் கணவரைப் பார்த்ததும் அவர் மீதிருந்த கோபம் எல்லாம் பறந்துவிட்டது. தங்களுடனேயே கணவர் இருந்தால் போதும் என்று நினைக்க ஆரம்பித்தார். சில நாட்கள் கழித்து உள்ளூரிலேயே ஒரு கடையில் வேலை தேடிக்கொண்டார் ஆனந்தன். அவர் வெளியூரில் ஒரு கடையில் திருடிவிட்டுத் தலைமறைவாகி விட்டது அவருடைய புதிய முதலாளிக்குத் தெரிந்திருந்தும் அவர் திறமையானவர் என்பதால் வேலைக்கு வைத்துக்கொண்டார்.

மறுபடி கணவர் சம்பாதிக்க ஆரம்பித்ததும் பொன்மணிக்கு ஒரே சந்தோஷம். தன் கவலைகளெல்லாம் மறைந்துவிடும், கணவர் கொண்டுவரும் சம்பளத்திலும் தான் வீட்டிலிருந்தே செய்யும் வேலையில் கிடைக்கும் பணத்திலும் குடும்பத்தை ஓரளவு நடத்தி விடலாம் என்று நினைத்தார். சொந்த ஊருக்கு அப்போதே வந்திருக்கலாமோ என்றும் எண்ணத் தொடங்கினார்.

சொந்த ஊரில் கொஞ்ச காலம் எந்தத் தொந்தரவும் இல்லாமல் வாழ்க்கை ஓடிக்கொண்டிருந்தது. ஆனால் மறுபடி ஆனந்தன் கடையில் பணத்தைத் திருடும் வேலையை ஆரம்பித்தார். மறுபடி கணவரிடம் பொன்மணி மன்றாட ஆரம்பித்தாள். ‘நீங்கள் சம்பாதித்துக் கொண்டுவரும் பணம் நமக்குப் போதும். நான் வேலை பார்ப்பதால் வரும் பணமும் சேர்ந்து எப்படியோ குடும்பத்தை நடத்தி வருவோம். மகனுக்குப் பத்து வயது ஆகிவிட்டது. அவன் பள்ளிப் படிப்பை முடித்ததும் வேலைக்குப் போனால் அவனும் கொஞ்சம் பணம் கொண்டுவருவான். மகளுக்கு எப்படியாவது திருமணம் செய்துவிடலாம்’ என்று கூறிப்பார்த்தாள். என்ன சொல்லியும் ஆனந்தனால் திருடும் பழக்கத்தைவிட முடியவில்லை. புதிதாக வேலைக்குச் சேர்ந்த இடத்திலும் அவருக்கு வேலை போய்விட்டது. வேலையை விட்டு நீக்கியதோடு புதிய முதலாளி விட்டுவிட்டதால் ஊரைவிட்டு ஓடிப்போகும் தேவை ஆனந்தனுக்கு ஏற்படவில்லை.

திருமணம் ஆன புதிதில் கணவர் இப்படித் திருட்டுக் காரியங் களில் ஈடுபடவில்லையே, இப்போது மட்டும் ஏன் இப்படி நடந்து கொள்கிறார் என்று எண்ணிப் பார்த்த பொன்மணிக்கு விடை ஒன்றும் தெரியவில்லை. இனி கணவர் வேலைக்குப் போகா விட்டாலும் பரவாயில்லை, இப்படித் திருடும் பழக்கத்தை விட்டுவிட்டால் நல்லது என்று எண்ணிக்கொண்டார். ஆனால்

ஆனந்தனுக்கோ ஏதாவது சுயமாகத் தொழில் செய்து பணம் பண்ண வேண்டும் என்ற ஆசை ஏற்பட்டது. இரண்டு இடங்களில் திருடிய பிறகு இனி யாரும் தன்னை வேலைக்கு வைத்துக்கொள்ள மாட்டார்கள் என்பது அவருக்குத் தெரிந்தே இருந்தது.

பொன்மணிக்கு இந்த யோசனை பிடிக்கவில்லை என்றாலும் கணவர் நினைப்பது மாதிரி அவராகத் தொழில் செய்து பணம் சம்பாதித்தால் நல்லதுதானே என்று நினைத்துக்கொண்டார். இனி யாரிடமும் வேலைக்குச் சேர முடியாதாகையால் திருட்டுப் பழக்கத்தையாவது கணவர் தொடர மாட்டார். என்று திருப்திப் பட்டுக்கொண்டார். மனைவியிடம் இருந்த கொஞ்ச நகைகளை அடகு வைத்து இரண்டு மெஷின்களை வாங்கி வீட்டிலேயே உள்ளூர் தீப்பெட்டித் தொழிற்சாலைகளுக்கு லேபில்கள் தயாரிக்கும் தொழிலைச் செய்ய ஆரம்பித்தார் ஆனந்தன். அதில் கொஞ்சம் வருமானமும் வந்தது. இன்னும் சில வருடங்களில் மகனும் தந்தையோடு தொழில் செய்ய வந்துவிடுவான், தனக்குக் கவலை யில்லை என்று பொன்மணி வாழ்வில் கொஞ்சம் நிம்மதி அடைந்தார்.

பிறரிடம் வேலை செய்தபோது அவர்கள் பணத்தைக் கையாண்டு அதில் ஒரு பகுதியை வைத்துக்கொண்ட கணவர் இப்போது சுயமாகத் தொழில் செய்து குடும்பத் தேவைகளைக் கவனித்துக் கொள்ளு மளவிற்கு சம்பாதிக்கிறார் என்று நிம்மதியாக இருந்த நேரத்தில் பொன்மணியின் வாழ்க்கையில் இன்னொரு இடி விழுந்தது. இவருடைய கணவருக்கும் இன்னொரு பெண்ணுக்கும் தொடர்பு இருக்கிறது என்று தெரிய வந்தது. இதற்கு மேல் பொன்மணியால் தாங்க முடியவில்லை. தன் வாழ்வில் நிம்மதியே இருக்காதா என்று எண்ண ஆரம்பித்தார். ஆனாலும் கணவனை விட்டுவிட்டு எங்கு செல்ல முடியும்? பொன்மணியின் உடல்நலம் கெட ஆரம்பித்தது. தன் மகள் திருமணம் முடியும் வரையிலாவது தான் உயிரோடு இருக்க வேண்டும் என்று மனதைத் தளரவிடாமல் இருந்தார்.

முதலாளியின் கடையிலிருந்து பணத்தைத் திருடுவதிலிருந்தே கணவரைத் திருத்த முடியவில்லை. இப்போது அந்தப் பெண்ணின் சகவாசத்தை விட்டுவிடும்படி கூறினால் கணவர் அந்த அறிவுரையை ஏற்றுக்கொள்வாரா என்பது பொன்மணிக்குச் சந்தேகமாகவே இருந்தது. இருந்தாலும் ஒவ்வொரு சமயம் அது பற்றிக் கணவரிடம் கூறுவார். 'நம் பெண்ணிற்குத் திருமண வயது நெருங்கிக் கொண் டிருக்கிறது. இப்போது நீங்கள் நடந்துகொள்ளும் விதம் அவளுடைய திருமண வாய்ப்புகளைப் பாதிக்குமே' என்று கூறிப்பார்த்தார்.

இப்போதும் தனக்கு அவர் எவ்வளவு துரோகம் இழைக்கிறார் என்று பொன்மணி கூறவில்லை. கணவன் அப்படி நடந்துகொண்டால் அதையெல்லாம் கண்டுகொள்ளக்கூடாது என்று அவருக்குப் போதிக்கப்பட்டிருக்கிறதே. அவர் என்ன செய்வார்? அதையெல்லாம் மீறிச் சிந்திக்கும் பழக்கத்தை அவர் வளர்த்துக் கொள்ளவில்லை.

ஆனந்தனின் தொழில் பெரிதாக வளரவில்லை என்றாலும் ஓரளவிற்கு வருமானம் வந்தது. மகனும் தந்தையோடு சேர்ந்து அந்தத் தொழிலைச் செய்து வந்தான். பெண்ணிற்குத் திருமணம் முடித்துவிட்டு மகனுக்கும் திருமணம் செய்து வைத்தார்கள். ஆனந்தனின் உடல்நிலை சீர்கெட ஆரம்பித்தது. இறப்பதற்குமுன் இரண்டுமாதங்கள் படுத்த படுக்கையாக இருந்தார். அவருடைய எல்லாத் தேவைகளையும் கவனிக்கும் பொறுப்பு பொன்மணி யுடையதாயிற்று. தான் விரும்பாத காரியத்தில் கணவர் ஈடுபட்டாலும் பின் தனக்குத் துரோகம் இழைத்தாலும் பொன்மணி கணவருக்கு சிசுருட்சை செய்யத் தவறவில்லை. மனம் விரும்பிச் செய்தாரா என்பது கேள்விக்குரிய விஷயம்தான். இருந்தாலும் அவருடைய தேவைகளைக் கவனித்துக்கொண்டது என்னவோ உண்மைதான். ‘மனைவி தனக்கு இத்தனை சிசுருட்சை செய்கிறாள். அவளுக்கு நான் என்ன சுகத்தைக் கொடு ந்தேன்?’ என்று ஒருபோதும் ஆனந்தன் நினைத்து வருந்தவில்லை. தனக்குச் சிசுருட்சை செய்வது அவள் கடமை என்பது போலவும் அதை ஏற்றுக்கொள்வது தன் உரிமை போலவும்தான் நடந்துகொண்டார். கணவர் சில மாதங்கள் நோய்வாய்ப்பட்டு, பிறகு இறந்ததால் அவருடைய மறைவு பொன்மணியின் மனதில் எந்த வித இழப்பையும் ஏற்படுத்தவில்லை. தன் கடமை முடிந்தது என்று மட்டும்தான் அவரால் நினைக்க முடிந்தது. இனி படுக்கையில் மல, ஜலம் கழிக்கும் கணவனுடைய படுக்கையைச் சுத்தப்படுத்தும் சிரமம் தனக்கு இல்லை என்ற எண்ணம் ஓரளவு நிம்மதியைக் கொடுத்தது என்றுகூடக் கூறலாம்.

கணவன் இறந்த பிறகு மகனின் தயவில் வாழ வேண்டிய நிலைமை பொன்மணிக்கு ஏற்பட்டது. மனைவி, குழந்தைகள் என்று மகனின் குடும்பமும் வளர்ந்துவந்ததால் மகனாலும் தாய்க்கு அதிகம் உதவ முடியவில்லை. ஏதோ வாழ்ந்தோம் என்று வாழ்ந்துவிட்டு விரைவில் வாழ்க்கைப் பயணத்தை முடித்துக் கொண்டார் பொன்மணி.

13

பானுமதி

பானுமதி 1936இல் பிறந்தவள். ஊரில் ஒரு பணக்காரக் குடும்பத்தில் பிறந்தவள். அவள் தாயும் பெரிய பணக்காரக் குடும்பத்தில் பிறந்தவர். ஆனால் கருப்பு. அவளுக்கு நிறைய இடங்களில் மாப்பிள்ளை பார்த்தார்கள். அந்தக் காலத்தில் பெண்ணுக்குப் பதினாறு வயது நிரம்பிவிட்டால் இவ்வளவு வயதாகியும் இன்னும் கல்யாணம் ஆகவில்லையே என்று பெற்றோர் துடித்துப் போவார்கள். பானுமதியின் பாட்டியும் தாத்தாவும் அப்படியே வருந்த ஆரம்பித் தார்கள். நல்லவேளை கடைசியில் அவர்களுடைய மகளுக்கு - அதாவது பானுமதியின் தாய்க்கு - ஒரு பணக்கார வீட்டில் மாப்பிள்ளை அமைந்தது. மாப்பிள்ளை கொஞ்சம் குட்டை, கருப்பு. பானுமதியின் தாயைவிட பையனின் உயரம் குறைவாக இருந்தது பானுமதியின் பாட்டிக்கும் தாத்தாவுக்கும் கொஞ்சம் ஏமாற்றத்தைக் கொடுத்தாலும் பையனுக்கு வசதி இருக்கிறது என்று மனதைத் தேற்றிக்கொண்டார்கள். இப்படித்தான் பெண்ணைப் பெற்றவர்கள் மகளுக்கு மாப்பிளையாக வரப்போகிறவன் அவர்களுக்கு முழு திருப்தி அளிக்கவில்லை என்றாலும் மகளுக்குத் திருமணம் ஆகப் போகிறதே என்று ஆறுதல் அடைவார்கள்.

இவர்களுக்கு முதலில் ஒரு பெண் குழந்தை பிறந்தது. அதுதான் பானுமதி. அவளுடைய நிறம் அப்பா, அம்மாவைப்போல் கருப்பு. பானுமதிக்குப் பிறகு ஒரு ஆண் குழந்தை. ஏனோ அந்தக் குழந்தை பிறந்த ஒரு மாதத்திலேயே இறந்துவிட்டது. பானுமதியின் பெற்றோர்களுக்கு ஒரே சோகமாகப் போயிற்று. அந்தக் காலத்தில் ஒரு ஆண் குழந்தையை இழப்பது என்பது அவர்கள் வாழ்க்கையையே மாற்றக் கூடிய செயலாக இருந்தது. இருப்பினும் பானுமதியின் பெற்றோர்கள் தங்களுக்குக் குழந்தை பெற்றுக்கொள்ளும் வாய்ப்பு இன்னும் இருக்கிறது என்று எண்ணி மனதைத் தேற்றிக் கொண்டனர். மூன்றாவது முறை பானுமதியின் தாய் பிள்ளை பெற்றுக்கொண்ட

போது அதுவும் பெண் குழந்தையாகப் போயிற்று. அதன் பிறகு அவர்களுக்குக் குழந்தைகள் பிறக்கவே இல்லை. அந்தக் காலத்தில் நிறையக் குழந்தைகள் பெற்றுக்கொள்ள வேண்டும் என்று எல்லாத் தம்பதிகளும் விரும்பியதால், இவர்கள் குழந்தைகள் போதும் என்று நினைத்துக் குழந்தை பெற்றுக்கொள்வதை நிறுத்தவில்லை. கடவுள் தங்களுக்குக் கொடுத்த குழந்தைச் செல்வங்கள் அவ்வளவுதான் என்று மனதைத் தேற்றிக்கொண்டனர்.

இருக்கும் இரண்டு பெண் குழந்தைகளையும் தங்களின் நிறைந்த சொத்துக்களுக்கு வாரிசுகளாக வளர்த்துவந்தனர். பானுமதிக்குப் பத்து வயதானதும் உள்ளூரில் படிப்பை நிறுத்திவிட்டுப் பக்கத்து ஊரிலுள்ள கிறிஸ்தவ மிஷன் பள்ளியில் படிப்பைத் தொடர்ந்தனர். வீட்டில் வசதியாக வளர்ந்த பானுமதிக்கு விடுதி உணவு ஒத்துக் கொள்ளவில்லை. வாரம் ஒரு முறை மகளின் பள்ளிக்குச் செல்லும் போதெல்லாம் பெற்றோர் தங்களோடு நிறைய நொறுக்குத் தீனிகள் கொண்டுசென்றனர். விடுமுறை இருக்கும்போதெல்லாம் மகளை வீட்டிற்கு அழைத்து வந்துவிடுவர். பானுமதி வளர்ந்து வரும்போதே அவளுடைய பெற்றோர்களிடம் கார் இருந்தது. அதனால் நினைத்த நேரம் - பள்ளியில் மகளைப் பார்க்கப் பெற்றோர்களை அனுமதிக்கும் நேரம் - மகளைப் போய்ப் பார்த்து வந்துவிடுவார்கள். இப்படி அடிக்கடிப் பெற்றோர் வந்து பார்ப்பதால் பானுமதியும் எப்படியோ பதினொன்றாம் வகுப்புவரை - அப்போது பள்ளிப் படிப்பை முடிப்பதற்கு பதினொரு வருடங்கள் படிக்க வேண்டும் - முடித்து விட்டாள். அதற்கு மேல் பானுமதியைப் படிக்கவைக்க வேண்டும் என்ற எண்ணம் அவளுடைய பெற்றோருக்குக் கிஞ்சித்தும் இல்லையாதலால் பள்ளிப் படிப்போடு அவர் படிப்பு முடிந்தது. இதற்குள் பானுமதிக்கு பதினாறு வயது முடிந்துவிட்டது. நடுத்தரக் குடும்பங்களிலும் வசதி குறைந்த குடும்பங்களிலும் இதற்குள் பெண்களுக்குத் திருமணத்தை முடித்திருப்பார்கள். பானுமதி வசதி படைத்த பெற்றோர்களின் பெண்ணாதலால் இதுவரை - அதாவது அவளுடைய பள்ளிப் படிப்பு முடியும்வரை - திருமணத்தைத் தள்ளிப் போட்டிருந்தார்கள்.

பானுமதிக்கு மாப்பிள்ளை பார்க்கும் படலம் ஆரம்பித்தது. உறவினர்களில் சில பையன்கள் பானுமதிக்கு வயதையும் படிப்பையும் பொறுத்தவரை பொருத்தமானவர்களாக இருந்தார்கள். ஆனால் செல்வப் பொருத்தம் யாருக்கும் இல்லை. அதனால் உறவினர் அல்லாதவர்களிடையே மாப்பிள்ளை பார்த்தனர். அதில் ஒரே ஒரு பையனை மட்டும் பானுமதியின் பெற்றோருக்குப் பிடித்தது.

அவனையே முடிவு செய்யலாம் என்று நினைத்தனர். ஆனால் அதற்குள் பையனின் பெற்றோர்களுக்கு அவர்கள் விரும்பியபடியே நல்ல நிறத்தில் பெண் அமைந்தது. அதனால் அந்த சம்பந்தம் முடியாமல் போயிற்று. பையனின் வீட்டாரிடம் பானுமதியைப் பற்றி யாரோ கூட்டி குறைத்துச் சொல்லிவிட்டார்கள் என்றும் ஒரு வதந்தி இருந்தது. உண்மை என்னவென்று தெரியவில்லை. இப்படித் தாங்கள் தேர்ந்தெடுக்கப் போன பையனுக்கு வேறு இடத்தில் திருமணம் நிச்சயமானதும் பானுமதியின் பெற்றோர் மிகத் தீவிரமாக பானுமதிக்கு மாப்பிள்ளை பார்க்க ஆரம்பித்தனர். இதற்கு இன்னொரு காரணமும் உண்டு. பானுமதியின் பெரியப்பா மகளுக்கு - இருவரும் ஒரே வயதினர் - இரண்டு வருடங்களுக்கு முன்பே திருமணம் ஆகிவிட்டிருந்தது. அண்ணன் மகளுக்குத் திருமணம் ஆகி ஒரு குழந்தையும் பிறந்துவிட்டிருந்ததால் பானுமதியின் தந்தைக்கும் தாய்க்கும் இருப்புக் கொள்ளவில்லை. மகளுக்குச் சீக்கிரமே திருமணத்தை நடத்திவிட வேண்டுமென்று தீவிரமாக இருந்தனர்.

இச்சமயத்தில் கல்யாணத் தரகர் ஒருவர் பக்கத்து ஊரிலிருந்த ஒரு பையனைப் பற்றிக் கூறினார். பையனின் பெயர் குமார். குமாரின் ஊர் செல்வந்தர்கள் நிறைந்த ஊரல்ல. அவரின் பெற்றோர்கள் அந்த ஊரில் ஓரளவு வசதி படைத்தவர்கள் என்றாலும் பானுமதியின் தந்தையின் சொத்துக்கள் அவர்களுடையதைவிட பல மடங்கு அதிகம். பையனின் பெற்றோர்கள் தங்களளவு வசதிபடைத்தவர்கள் இல்லையென்றாலும் பையன் சட்டப்படிப்புப் படித்திருந்தது பானுமதியின் தந்தைக்கு மிகவும் பிடித்திருந்தது. அவருடைய செல்வத்தாலும் அப்போது அவருக்குத் தமிழ்நாட்டு அரசில் இருந்த செல்வாக்காலும் தனக்கு மருமகனாக வரப் போகிறவருக்கு நல்ல பதவி ஒன்று வாங்கிவிடலாம் என்று கணக்குப் போட்டார். மேலும் பானுமதியின் குடும்பத்தில் பணக்காரர்கள் நிறைய இருந்தாலும் படித்தவர்கள் அதிகம் இல்லை. அதிலும் சட்டக் கல்லூரிக்குச் சென்று படித்துப் பட்டம் வாங்கியவர்கள் இல்லை. பலர் வியாபாரி களாக இருந்த இந்த ஜாதியில் படித்தவர்கள் அதிகம் இல்லை. அதனால் படித்த பையன்களுக்கு நிறைய கிராக்கி உண்டு. பானுமதியின் தந்தைக்குப் பையனைப் பிடித்துப் போனதற்கு இன்னொரு காரணம் குமாரின் சரும நிறம் பானுமதியைவிடக் கொஞ்சம் அதிகம். 'பையன் மகளைவிடக் கொஞ்சம் நிறமாக இருக்கிறான். சட்டப்படிப்புப் படித்திருக்கிறான். பையன் மகளைப் போல் சுத்த சைவம்' என்றெல்லாம் தான் குமாரைத் தேர்ந்தெடுத்த

தற்குக் காரணங்களாகக் கூறிக்கொண்டார் பானுமதியின் தந்தை. எப்படியோ பெண்ணின் திருமணம் முடியவேண்டுமே. இப்படி யெல்லாம் நினைத்துத்தான் அந்தக் காலத்தில் பெற்றோர்கள் சமாதானம் செய்துகொண்டார்கள். மகளுக்குச் சரியான மாப்பிள்ளை அமையவில்லையென்றால் மகள் திருமணமாகாமலே இருந்துவிட்டுப் போகட்டும் என்று எந்தப் பெற்றோரும் அந்தக் காலத்தில் நினைக்க வில்லை. ஆணானாலும் பெண்ணானாலும் திருமணம் செய்து கொள்ளாமல் இருப்பதில்லை. ஆண்களாவது அங்கொன்று இங்கொன்று என்று திருமணம் செய்துகொள்ளாமல் இருப்பார்கள். ஆனால் பெண்களுக்கு அந்த வாய்ப்பு முற்றிலும் இல்லை.

ஆனால் பையனின் பெற்றோர்களோ தங்கள் மகனுக்குத் தங்களைவிட வசதியான இடத்தில் பெண் அமைந்தாலும் தங்களை விட அது பெரிய சம்பந்தம் என்று ஒத்துக்கொள்ளுவதில்லை. தாங்களும் பெரியவர்கள், அதனால்தான் பெண்வீட்டார் தங்களிடம் சம்பந்தம் செய்துகொள்ள வந்திருக்கிறார்கள் என்பதுபோல் பேசுவார்கள். குமாரின் பெற்றோர்களும் இதற்கு விதிவிலக்கல்ல. இந்தச் சமூகத்தில் பலர் அசைவ உணவை விரும்பிச் சாப்பிடுபவர்கள். சைவ உணவை மட்டும் உண்பவர்கள் எங்காவது ஒரு சிலர்தான் இருப்பார்கள். அதனால் குமார் சைவம் என்று தெரிந்ததும் பானுமதியின் சொந்தக்காரர்களில் ஒருவர் குமார் வீட்டாருக்குப் பானுமதியும் சைவம் என்றால் நன்றாக இருக்கும் என்று எண்ணி 'எங்கள் பானுமதியும் சைவம்' என்று குமாரின் பெற்றோர்களிடம் கூறினார். 'அப்படியா? கணவனும் மனைவியும் சைவம் என்றால் மிகவும் நல்லது' என்று கூறுவதற்குப் பதில் குமாரின் பெற்றோர், 'பெண்ணைக் கொடுப்பதற்கு எதையும் பெரிதாகக் கூறுவார்கள்' என்றார்கள். இப்படித்தான் பெண்ணைப் பற்றிய எதையும் பையன் வீட்டார் பெரிதாகக் கூறமாட்டார்கள். இது எல்லாக் குடும்பங் களிலும் நடக்கும் விஷயம்.

பானுமதியின் பெற்றோர்கள் பெரிய பணக்காரர்கள் ஆதலால் திருமணத்தைத் தடபுடலாக நடத்தினார்கள். குமாரின் பெற்றோர் களுக்கு அவர்களளவு திருமணத்திற்குச் செலவழிக்க விருப்ப மில்லை. அது தேவையில்லை என்று நினைத்ததோடு அவ்வளவு அதிகமாகச் செலவழிக்க அவர்களிடம் வசதியும் இல்லை. பெண் வீட்டாரிடமிருந்து திருமணச் செலவிற்காகப் பணம் பெற்றுக் கொள்வதோ அவர்களையே முழுச் செலவையும் ஏற்றுக்கொள்ளச் சொல்வதோ அந்தக் காலத்தில் இல்லை. திருமணச் செலவின் சுமை பூராவையும் பெண் வீட்டாரின் தலையிலேயே போடுவது

அப்போது வழக்கத்திற்கு வந்திருக்கவில்லை. எவ்வளவு வசதி இல்லாதவர்களாக இருந்தாலும் அவர்கள் தகுதிக்குத் தக்கவாறு செலவு செய்து திருமணத்தை முடிப்பார்களே தவிர பெண் வீட்டாரிடம் எதையும் எதிர்பார்ப்பதில்லை. உதாரணமாக பெண்ணுக்குத் திருமணப் பட்டுப் புடவை வாங்கும்போது குறைந்த விலையில் வாங்குவார்கள். திருமணப் பட்டுப்புடவையின் விலை பெண்வீட்டார் பெண்ணுக்குக் கொடுக்கும் சீதனத்தின் அளவைப் பொறுத்து இருக்க வேண்டும் என்று பொதுவாக ஒரு விதி உண்டு. ஆனால் அந்த விதியின்படி நடக்க வேண்டும் என்று பெண்வீட்டார் பையன்வீட்டாரை வற்புறுத்துவதில்லை. எல்லா உறவினர்களும் கூடும் திருமண நாளன்று மகளுக்குப் பையன்வீட்டார் நல்ல திருமணச் சேலையாக வாங்கினால் பெண்வீட்டாருக்கு மகிழ்ச்சி யாக இருக்கும். அப்படி வாங்காவிட்டால் கொஞ்சம் ஏமாற்றமாக இருக்கும். ஆனால் அவர்களால் ஒன்றும் செய்ய முடியாது. இதுதான் பெண்வீட்டாருக்கும் பையன்வீட்டாருக்கும் மிகப் பெரிய வித்தியாசம். பையன்வீட்டார் பெண் வீட்டாரிடம் 'இதைச் செய்யுங்கள், அதைச் செய்யுங்கள்' என்று அதிகாரத்தோடு கேட்கலாம். ஆனால் பெண்வீட்டாருக்கு இந்தச் சலுகை இல்லை. பொதுவாக பையன்வீட்டார் பெண்ணிற்கு எப்படிப்பட்ட திருமணச்சேலை வாங்க வேண்டும் என்பது போன்ற பழக்க வழக்கங்கள் பல குடும்பங்களால் பின்பற்றப்படும். அதுவும் அதே ஊரைச் சேர்ந்தவர்கள் என்றால் பலர் இவற்றைப் பின்பற்றுவார்கள். குமாரின் பெற்றோர்களைப்போல் வேறு ஊரைச் சேர்ந்தவர்கள் என்றால் அதைப் பற்றி அவ்வளவு அக்கறை செலுத்துவதில்லை.

குமாரின் பெற்றோர்களுக்கு மணமகளுக்கு விலை உயர்ந்த திருமணப் பட்டுப் புடவை வாங்குவதில் அவ்வளவு பிரியம் இல்லை. பானுமதியின் ஊரின் வழக்கப்படி பெண்ணின் தந்தை தன் மகளுக்கு அவளுடைய திருமணத்திற்கு வாங்கும் புடவையைவிட மணமகனின் தந்தை மணமகளுக்கு வாங்கும் திருமணப் பட்டுப்புடவை விலை உயர்ந்ததாக இருக்க வேண்டும் என்று எதிர்பார்க்கப்படும். குமாரின் தந்தை பெண்ணின் பெற்றோர் எதிர்பார்த்த மாதிரி விலை உயர்ந்த புடவை வாங்கவில்லை. அவர்கள் ஊர் வழக்கப்படி தான் வாங்கினார். பானுமதியின் பெற்றோர்களுக்கு இது கொஞ்சம் ஏமாற்றத்தைக் கொடுத்தது. ஆனாலும் என்ன செய்ய முடியும்? திருமணச் செல வினங்கள் எல்லாவற்றிலும் குமாரின் பெற்றோர்கள் கொஞ்சம் சிக்கன மாகவே நடந்துகொண்டார்கள். குமார் அவர்களுடைய கடைசிப் பையன். இதற்கு முன் மூன்று பெண்களுக்கும் மூன்று ஆண்களுக்கும்

திருமணம் செய்திருந்தார்கள். அவற்றிற்கு நிறையச் செலவழித்தாகி விட்டது. இப்போது கடைசிப் பையனின் திருமணத்திற்கு இதற்கு மேல் அவர்களுக்குச் செலவழிக்கப் பிடிக்கவில்லை.

பானுமதியின் பெற்றோர்களுக்கோ இது அவர்கள் வீட்டின் முதல் கல்யாணம். மேலும் அவர்கள் செல்வந்தர்கள். மகள் கல்யாணத்தைத் தங்கள் உறவினர்களின் முன்னிலையில் சீரும் சிறப்புமாக நடத்த விரும்பினார்கள். ஊரார் வியக்கும் வண்ணம் மகளுக்கு விலையுயர்ந்த புடவைகளாக வாங்கினார்கள். நிறைய நகைகள் செய்தார்கள். பானுமதியின் பெற்றோர்களுக்கு அவளும் அவளுடைய தங்கையுமாக இரண்டு பெண்குழந்தைகள்தான். அவர்கள் காலத்திற்குப் பிறகு அவர்களுடைய செல்வம் பூராவும் இரு பெண்களுக்கிடையேதான் பகிர்ந்து கொடுக்கப்படும். இது குமார் வீட்டாருக்குத் தெரிந்திருந்தாலும் திருமண சமயத்தில் பெண் வீட்டார் எவ்வளவு சீதனம்கொடுப்பார்கள் என்று ஒரு தொகையைப் பேசி முடிவு செய்தார்கள். அதேபோல் குமாரின் பெற்றோரும் பானுமதிக்கு தாங்கள் எவ்வளவு நகை போடுவோம் என்றும் கூறினார்கள். பின்னால் ஆண்குழந்தை இல்லாத பெண்ணின் பெற்றோர்கள் தங்கள் சொத்து முழுவதையும் தங்கள் பெண்களுக் கிடையே பகிர்ந்து கொடுத்தாலும், திருமணத்திற்கு முன் தங்கள் பெண்ணுக்கு எவ்வளவு சீதனம்கொடுப்பார்கள் என்று உறுதி செய்துகொள்வது ஒரு சம்பிரதாயம். திருமணத்திற்குப் பிறகு பெண்ணின் தந்தையின் வியாபாரம் நொடித்து அவருடைய பொருளாதார நிலை நலிந்துவிட்டால் அவரால் தன் மகளுக்குப் பெரிதாக எதுவும் கொடுக்க முடியாது. பானுமதியின் பெற்றோருக்கு ஏகப்பட்ட சொத்துக்கள். அவர்களுடைய பொருளாதார நிலை குறைந்து போவதற்கு வாய்ப்புகள் இல்லை என்றே சொல்லலாம். ஒரு சில குடும்பங்களில் சகோதரன் ஒருவனுக்கு ஆண் குழந்தை இல்லையென்றால் அவன் தன்னுடைய சொத்துக்களைத் தன்னுடைய பெண் குழந்தைகளுக்குக் கொடுக்காமல் - திருமணத்தின் போது கொடுத்ததைத் தவிர மீதியை - தன் சகோதரனின் ஆண் மக்களுக்குக் கொடுக்கலாம். இருந்தாலும் இது மிகவும் அரிது.

திருமணம் முடிந்தவுடனே மணப்பெண்ணும் மாப்பிள்ளையும் குதிரைகள் இழுக்கும் சாரட்டு வண்டியில் ஊரின் முக்கிய தெருக்கள் வழியாக ஊர்வலமாக அழைத்துச் செல்லப்பட்டனர். செல்வந்தர் களாதலால் இரவு மறுபடியும் இந்த ஊர்வலம் நடந்தது. இரவாதலால் நிறையப் பேர் பெட்ரோமாஸ் விளக்குகளைச் சுமந்துகொண்டு சாரட்டின் முன்னும் பின்னும் சென்றனர். சாரட்டிற்குப் பின்னே

நிறையப் பேர் பானுமதிக்கு அவருடைய பெற்றோர் கொடுத் திருக்கும் பண்டம் பாத்திரங்களைச் சுமந்துகொண்டு சென்றனர். பானுமதிக்கு அவளுடைய பெற்றோர் நிறைய வெள்ளிச் சாமான் களும் சீதனமாகக் கொடுத்தனர். பலவிதமான தின்பண்டங்களைப் பெண்வீட்டார் பையன்வீட்டாருக்குக் கொடுப்பதும் இந்த ஜாதியில் வழக்கம். பானுமதியின் திருமணத்தன்றும் பெண் வீட்டார் பெண்ணுக்குக் கொடுக்கும் சீதனத்தில் அந்த ஊருக்கே சிறப்பான பக்கோடா, மிக்ஸர், வெள்ளைமிட்டாய், கருப்பட்டி மிட்டாய் போன்ற பலகாரங்களும் இருந்தன. இவற்றையும் சுமந்துகொண்டு சிலர் சென்றனர். குமாரின் பெற்றோர் வேறு ஊரைச் சேர்ந்தவர்களாதலால் பானுமதியின் பெற்றோருக்குச் சொந்தமான ஒரு தீப்பெட்டித் தொழிற்சாலையில் அவர்களும் அவர் களுடைய உறவினர்களும் தங்குவதற்கு ஏற்பாடு செய்யப்பட்டது. இந்த ஊர்வலம் மணமகனின் குடும்பத்தார் தங்கியிருந்த இடம்வரை சென்று அங்கு எல்லா சீதனங்களையும் இறக்கி வைத்து விட்டுப் பின் பெண் வீட்டிற்குத் திரும்பிவிட்டது. ஊர்வலத்தோடு சென்ற பெண் வீட்டாரும் பெண் வீட்டிற்குத் திரும்பிவிட்டார்கள். இரவு விருந்தில் கலந்துகொண்டு பின் தங்கள் தங்கள் வீடுகளுக்குத் திரும்பினார்கள்.

திருமணம் நடந்தபோது குமார் ஒரு வழக்கறிஞரிடம் ஜூனியராக வேலைசெய்து வந்தார். அந்தக் காலத்தில் ஜூனியர்களுக்கு சீனியர் வழக்கறிஞர்கள் நிறையச் சம்பளம் கொடுப்பதில்லை. தங்களிடம் அவர்களை வேலைக்கு வைத்துக்கொள்வதே பெரிய காரியம் என்று நினைத்தார்கள். சட்ட நெளிவுசுளிவுகளைக் கற்றுக்கொள்வதற்கு ஜூனியர்களுக்கு வாய்ப்புக் கிடைப்பதால் அவர்களும் தாங்களாக வழக்குகளை நடத்தும் அளவிற்கு அவர்களுக்குத் தன்னம்பிக்கையும் தைரியமும் வரும்வரை சீனியர்களிடம் தொடர்ந்து வேலை பார்ப் பார்கள். சீனியர்களும் அவர்களை நன்றாக வேலை வாங்குவார்கள்.

குமாரும் இப்படி ஜூனியராக இருந்ததால் அவருடைய வருமானம் அவ்வளவு அதிகம் இல்லை. மனைவியோடு குடும்பம் நடத்தும் அளவிற்கு வருமானம் இல்லையென்றே சொல்லலாம். அதுவும் செல்வச் சூழ்நிலையில் வளர்ந்த பானுமதியால் ஜூனியராக வேலை பார்க்கும் கணவன் கொண்டுவரும் பணத்தை வைத்துக் கொண்டு எப்படி குடும்பம் நடத்த முடியும்? குமாருக்கு இது கொஞ்சம் சங்கடத்தைக் கொடுத்தது. தன்னுடைய தந்தையிடம் உதவி கேட்கலாம் என்று நினைத்துக் கேட்டபோது குமாரின் தந்தை 'நீதான் வீட்டில் கடைசிப் பிள்ளை. உன்னை நிறையச் செலவழித்துப்

படிக்கவைத்துவிட்டேன். இனிமேலும் என்னால் உனக்கு எந்தவிதப் பண உதவியும் செய்ய முடியாது' என்று கூறிவிட்டார்.

திருமணத்திற்கு முன் வரப்போகும் மருமகளின் தேவைக்கு ஏற்ற மாதிரி மகனின் வருமானம் இருக்கிறதா என்று எந்தப் பெற்றோரும் நினைத்துப் பார்ப்பதில்லை. அதுவும் செல்வச் செழிப்பில் வளர்ந்த பானுமதியின் தேவைகளுக்கேற்பக் குமாரின் வருமானம் இல்லை யென்றாலும் அதைப் பற்றியெல்லாம் குமாரின் பெற்றோர்கள் நினைக்கவில்லை. எவ்வளவு பெரிய இடத்திலிருந்து பெண் கொடுப்பதாகப் பெண்ணின் பெற்றோர்கள் முன்வந்தாலும் பையனின் பெற்றோர்கள் கல்யாணத்திற்குப் பிறகு வரக்கூடிய நிதி நிலைமைகளைப் பற்றிக் கொஞ்சமும் நினைப்பதில்லை. குமாரின் பெற்றோர்களும் இதற்கு விதிவிலக்கல்ல. சட்டம் படித்தவர்கள் அதிகம் இல்லாத தங்கள் சமூகத்தில் மகன் சட்டப் படிப்புப் படித்திருக்கிறான், அதனால்தான் பணக்கார இடத்திலிருந்து பெண் கொடுத்திருக்கிறார்கள், அதற்குப் பிறகு மகனைப் பொறுத்தவரை தன் கடமை முடிந்துவிட்டது என்றுதான் குமாரின் தந்தையால் நினைக்கமுடிந்தது. மேலும் மருமகளின் பெற்றோர்களிடம் நிறையப் பணம் இருக்கிறது, அவர்களுக்கு இரண்டே பெண்கள் தான், அவர்களின் சொத்து பூராவும் இந்த இரண்டு பெண்களுக்கும் தான், அதனால் இப்போதே மகளுக்குத் தேவையானதைச் செய்வதில் என்ன தயக்கம் இருக்கப் போகிறது என்று நினைத்தார்.

திருமணம் நிச்சயம் செய்யப்பட்டபோது பானுமதியின் பெற்றோர்கள் இதை ஒரு வேளை யோசித்துப் பார்த்திருந்தாலும் இப்போது நிஜமாகவே அது நடக்கும்போது அதை ஏற்றுக் கொள்வது கொஞ்சம் கஷ்டமாகத்தான் இருந்தது. அதனால் மகள் கஷ்டமில்லாமல் குடும்பம் நடத்துவதற்குத் தேவையான பணத்தை இவர்களே கொடுப்பதென்று முடிவுசெய்தனர். அதை அவர்கள் ஒரு பாரமாகவும் நினைக்கவில்லை. குமார் வேலை பார்த்தது பக்கத்து ஊர்தான் என்பதால் மகளை அடிக்கடி வந்து பார்த்துச் செல்வதும் மகளுக்குத் தேவையானவற்றைக் கொண்டுவந்து கொடுப்பதும் அவர்களுடைய கடமைகளில் ஒன்றாயிற்று.

பல பெண்களைப் போலவே பானுமதியும் திருமணமாகி வருடம் திரும்புவதற்குள் ஒரு குழந்தையைப் பெற்றெடுத்தாள். முதலில் பிறந்த பேரக் குழந்தையும் ஒரு பெண்ணாகப் போயிற்றே என்று பானுமதியின் பெற்றோர்களுக்குக் கொஞ்சம் ஏமாற்றம் என்றாலும் முதல் பேரக் குழந்தை என்பதால் அக்குழந்தையின் மீது

அன்பைப் பொழிந்தனர். அதே சமயம் மகளுடைய வீட்டுச் செலவுகளும் அதிகமாகிக்கொண்டு போனதையும் உணர்ந்தனர். மகளுக்கு இன்னும் அதிகப் பணம் கொடுத்து உதவினர். மேலும் மருமகனுக்கு நல்ல சம்பளத்தோடு ஒரு நல்ல வேலை வாங்கிக் கொடுக்கவும் முயற்சி மேற்கொள்ளத் தொடங்கினர்.

பானுமதியின் தந்தை தமது செல்வாக்கினால் குமாருக்கு எப்படியாவது மாவட்ட மாஜிஸ்டிரேட் பதவியை வாங்கிக் கொடுக்கத் தீர்மானித்தார். ஊழல் நிறைந்த இந்தியாவில் அது ஒன்றும் சிரமம் இல்லை. அப்போது ஆட்சியில் இருந்த கட்சியைச் சேர்ந்த ஒரு அரசியல் பிரமுகரைப் பிடித்து அவர் மூலம் மாஜிஸ்டிரேட் களைத் தேர்ந் தெடுக்கும் குழுவில் இருந்த ஒரு உறுப்பினரிடம் குமாரை மாஜிஸ்டிரேட் டாகத் தேர்ந்தெடுக்கும்படி கேட்டுக் கொண்டனர். அவர் கேட்ட பணத்தைக் கொடுப்பதற்கு பானுமதியின் தந்தையிடம் தான் நிறையப் பணம் இருந்ததே. அதனால் எந்தவிதச் சிரமமுமின்றி குமாருக்கு மாஜிஸ்டிரேட் வேலை கிடைத்தது.

இப்படி ஒரு வகையான குறுக்கு வழியில் குமாருக்கு வேலை கிடைத்தாலும் அவர் மாஜிஸ்டிரேட் உடைகளை அணிந்துகொண்டு கோர்ட்டுக்குச் செல்வதைப் பானுமதியின் பெற்றோர்கள் வெகுவாக ரசித்தனர். மருமகன் எதைச் செய்தாலும் அதை ரசிக்கும் மாமனார், மாமியார்கள் இருக்கும்போது கோர்ட்டுக்கு அதுவும் மாஜிஸ்டிரேட் டாகக் கோர்ட்டுக்குப் போகும் மருமகனை ரசிக்காமல் இருப்பார் களா? குமாரின் பெற்றோர்களுக்கும் மகன் மாஜிஸ்டிரேட் ஆகி விட்டதில் ஒரே பெருமை. குமாரின் பெற்றோர்களும் உடன் பிறந்தவர்களும் குமார் தன் சொந்த முயற்சியால் அந்தப் பதவியைப் பெற்றதைப்போல் நினைத்தனர். அதைப் பற்றி மற்ற உறவினர் களிடம் பெருமையாகக் கூறிக்கொண்டனர். மாமனார் வீட்டிலிருந்து தங்கள் மகனுக்கு எல்லா உதவிகளும் கிடைக்க வேண்டும் என்று விரும்பும் குடும்பத்தினர்களும் மகனின் மாமனார் குடும்பத்தைப் பற்றி நன்றியுடன் நினைப்பதில்லை. மருமகனுக்குச் செய்ய வேண்டியது அவர்கள் கடமை என்பதுபோல் நடந்து கொள்வார்கள்.

மாஜிஸ்டிரேட் வேலை கிடைத்ததும் குமாரின் வருமானம் அவருக்குக் கிடைக்கப் போகும் லஞ்சப் பணத்தையும் சேர்த்து வெகுவாகக் கூடும் என்று அவருடைய பெற்றோர், மாமனார், மாமியார், மற்ற உறவினர்கள் எதிர்பார்த்தது போல் கூடவில்லை. குமாருக்கு லஞ்சம் வாங்குவதில் கொஞ்சமும் விருப்பமில்லை.

அது தவறு என்று மிகத் தீவிரமாகக் கருதினார். இதற்குள் அவருடைய பெற்றோர்களும் இறந்துவிட்டிருந்தனர். பானுமதியின் பெற்றோர்களும் குமாருக்கு அந்த வகையில் எந்த நிர்ப்பந்தமும் கொடுக்கவில்லை. ஆனால் குமாரின் வருமானம் அவருடைய வளர்ந்து வரும் குடும்பத்திற்கு இப்போதும் போதவில்லை. பானுமதி நல்ல வேளையாக இரண்டாவது ஒரு ஆண் குழந்தையைப் பெற்றாள். தங்களுக்கு இல்லாத ஆண் குழந்தை பாக்கியம் தங்கள் மகளுக்காவது கிடைத்ததே என்று பானுமதியின் பெற்றோர்கள் மகிழ்ந்து போயினர்.

இதற்கிடையில் பானுமதியின் தங்கைக்குத் திருமணம் ஆயிற்று. இவர் பானுமதியைவிடக் கருப்பாதலால், குமாரின் குடும்பத்தை விடப் பணக்காரக் குடும்பம் என்றாலும் அவருக்கு வாய்த்த கணவர் குமாரைப் போல் வித்தியாசமான படிப்புப் படித்திருக்கவில்லை. அதனால் அவர் தன்னுடைய தந்தையின் வியாபாரத்தைத்தான் தொடர்ந்து செய்துவந்தார். அவருக்குப் பெரிய உத்தியோகம் வாங்கிக் கொடுக்க பானுமதியின் தந்தைக்குத் தேவையில்லாமலும் வாய்ப்பில்லாமலும்போயிற்று. அதனால் குமாரின் செல்வாக்கு மாமனார் வீட்டில் குறையாமல் இருந்தது. ஒரு மருமகன் பெரிய உத்தியோகம் பார்க்கிறார், இன்னொரு மருமகன் வியாபாரம் செய்து நிறையப் பணம் சம்பாதிக்கிறார் என்று பானுமதியின் பெற்றோருக்கு இரண்டு மகள்கள் விஷயத்திலும் சந்தோஷம்தான்.

பானுமதிக்கு மூன்றாவதாகப் பெண் பிறந்தது. மொத்தம் அவருக்கு இரண்டு பெண்குழந்தைகள், ஒரு ஆண் என்று மூன்று குழந்தைகள். என்னதான் கோர்ட் உத்தியோகம் என்றாலும் குழந்தைகளுக்கு ஆகும் செலவைக் குமாரின் சம்பளத்தால் ஈடுகட்ட முடியவில்லை. பானுமதியின் தந்தைதான் எல்லாச் செலவுகளையும் கவனித்துக்கொண்டார். அவருடைய எல்லாச் சொத்துக்களுக்கும் பானுமதியின் பிள்ளைகளும் அவருடைய தங்கைகளின் பிள்ளைகளும்தானே வாரிசுகள். அவர்களுக்குச் செலவிடாமல் வேறு யாருக்குச் செலவிடப் போகிறார்? அவர்களுக்கு விலையுயர்ந்த உடைகளாக வாங்குவார். குமாரின் உடன்பிறந்தவர்களின் குழந்தைகள் குமாரின் குழந்தைகள் அளவு விலையுயர்ந்த உடைகள் அணிவதில்லை. எந்த ஒரு திருமணத்திலும் குமாரின் பிள்ளைகள் அணிந்திருக்கும் உடை எல்லோர் கவனத்தையும் கவரும். பானுமதிக்கும் அவர் தந்தை நிறைய விலையுயர்ந்த பட்டுச் சேலைகள் வாங்கிக் கொடுத்ததால் அவருடைய உடைகளும் எல்லோர் கவனத்தையும் கவரும். பானுமதிக்கும் அவருடைய குழந்தைகளுக்கும் அவருடைய தந்தை நிறையச் செலவழித்து

உடைகள் வாங்குவதால்தான் அவர்கள் அப்படி உடைகள் உடுத்து கிறார்கள் என்று குமாரின் சகோதரர்களோ சகோதரிகளோ நினைத்துப் பார்ப்பதில்லை. தங்கள் தம்பியின் வருமானத்தில்தான் அவ்வளவு செலவு செய்யப்படுகிறது என்று அவர்களாக நினைத்துக் கொண்டார்கள். குமாரின் சகோதரர்களின் மனைவிமார்களுக்கு மட்டும் குமாரின் மேலும் பானுமதியின் மேலும் பொறாமை ஏற்படும். அதை வெளியில் சொல்லவா முடியும்? அவர்களுடைய பெற்றோர் அவர்களுக்கு இப்படிக் கொடுத்துக்கொண்டே இருக்க வில்லை. அவர்கள் பானுமதியின் பெற்றோர் மாதிரி பெரும் பணக்காரர்களாக இருந்தாலல்லவா திருமணமாகிப் பல ஆண்டு களாகியும் இப்படி மகளுக்குக் கொடுத்துக்கொண்டே இருக்க முடியும்? அதிலும் குமாரின் மூத்த அண்ணன்கள் இருவருக்கும் திருமணமாகிப் பல ஆண்டுகள் ஆகிவிட்டன. அவர்களுடைய மனைவிமார்களின் தந்தையின் சொத்தை அனுபவிக்க அவர்களுக்குக் கூடப் பிறந்த சகோதரர்கள் இருந்தனர். அதனால் அவர்களுக்கு மாமனார் வீட்டிலிருந்து சீர்வரிசை வருவதெல்லாம் எப்போதோ நின்றுவிட்டது.

ஆனால் குமாருக்கு மாத்திரம் அவருடைய மாமனார் தொடர்ந்து செலவழித்துக்கொண்டிருந்தார். அவர் பெரிய பணக்காரர் என்பது ஒரு காரணம். பானுமதியையும் அவருடைய தங்கையையும் விட்டால் அவருடைய பணத்தைச் செலவழிப்பதற்கு வேறுயாரும் இல்லையென்பது இன்னொரு காரணம். பானுமதியின் பெற்றோர்கள் பானுமதிக்கும் குமாருக்கும் அவர்களுடைய பிள்ளைகளுக்கும் நிறையச் செல்வழிக்கும்போது குமாரின் பெற்றோர்கள் குமாரின் குடும்பத்திற்கு எதுவும் செய்யவில்லை. அவருக்குத் திருமணமாகிச் சில வருடங்களில் அவர்கள் இருவரும் ஒருவர் பின் ஒருவராக இறந்துவிட்டனர். குமாரின் பெயருக்கு ஒரு வீட்டை மட்டும் விட்டுச் சென்றனர்.

பானுமதியின் குழந்தைகள் வளர்ந்து பெரியவர்கள் ஆயினர். அவர்களின் படிப்புச் செலவுகளை எல்லாம் பானுமதியின் தந்தை தான் ஏற்றுக்கொண்டார். பானுமதியின் பெற்றோர் வாழ்ந்துவந்த ஊருக்குப் பக்கத்து ஊரில்தான் பானுமதியின் பெண்குழந்தைகள் கல்லூரியில் படித்தனர். பானுமதியை அவர் படித்த பள்ளியில் அடிக்கடி போய்ப் பார்த்தது போலவே பானுமதியின் மகள் களையும் அவர்கள் படித்த கல்லூரியில் அடிக்கடி அவருடைய பெற்றோர் போய்ப் பார்த்துவந்தனர். போகும் போதெல்லாம் நிறைய முறுக்கு, அதிரசம் போன்ற தின்பண்டங்களைத் தங்களோடு

ஐந்து தலைமுறை: நாடார் பெண்களின் கதை ❋ 181

கொண்டு சென்றனர். விடுமுறைக்கு அவர்கள் இருவரும் பாட்டி, தாத்தா வீட்டிற்கே சென்றனர். பானுமதியின் பெற்றோர் பானுமதியின் ஒரே மகனை எம்பிஏ படிப்பில் பணம் கொடுத்துச் சேர்த்தனர். குமார்-பானுமதியின் அன்றாடச் செலவுகளை மாத்திரம் குமாரின் சம்பளத்தில் அவர்கள் கவனித்துக்கொண்டனர். மற்ற எல்லாச் செலவுகளும் பானுமதியின் பெற்றோருடையதே.

பானுமதியின் மகள்கள் கல்லூரியில் நான்கு ஆண்டுப் படிப்பை முடித்துப் பட்டம் பெற்றதும் இருவர் படிப்பும் நிறுத்தப்பட்டது. பெண்கள் அதிகம் படித்து வேலைக்குப் போவது இந்த ஜாதியில் இந்தக் காலத்திலும் - ஆயிரத்துத் தொள்ளாயிரத்து எழுபதுகளில் - வந்திருக்கவில்லை. அதிலும் வசதியான வீட்டுப் பெண்கள் அதைப் பற்றி நினைப்பதுகூட இல்லை. வாங்கிய பட்டத்தை தங்கள் பெயருக்குப் பின்னால் அலங்காரமாகப் போட்டுக்கொள்வார்கள். மேலும் பெண்களின் திருமண வயதும் இப்போது கூடியிருந்தது. இதனால் பானுமதியின் பெண்மக்கள் பட்டப் படிப்பைப் படிக்க அனுமதிக்கப்பட்டாலும் அதன் பிறகு படிப்பைத் தொடரவில்லை.

பானுமதியின் பெண் மக்கள் திருமண வயதை நெருங்கியபோது பானுமதியின் தந்தை இறந்துவிட்டார். ஒரு பேத்தியின் திருமணத்தைக் கூடப் பார்க்க அவர் உயிரோடு இல்லை. குமாரின் மூத்த மகளுக்கு மாப்பிள்ளை தேடும் படலம் ஆரம்பித்தது. குமாரின் மாமனாரிடம் அத்தனை சொத்துக்கள் இருந்தபோதிலும் அதில் பாதிப் பங்கு பானுமதிக்கும் குமாருக்கும் கிடைத்தபோதிலும் தன் மகளுக்கு அதிகச் சீதனம் கொடுத்து நல்ல மாப்பிளையாகத் தேட குமார் முயலவில்லை. தன்னுடைய மகனுக்கே தன்னுடைய மாமனாரின் சொத்தின் பெரும் பகுதி கிடைக்க வேண்டும் என்று நினைத்தார். பானுமதிக்கோ தன் தந்தையின் சொத்தில் தன் பெண் மக்களுக்கும் நல்ல பங்கு கிடைக்க வேண்டும் என்று விருப்பம். அந்தச் சமயங்களில் தான் பானுமதிக்கும் குமாருக்கும் இடையே வாக்குவாதம் வரும். எல்லாக் கணவன்மார்களையும் போல் குமாரும் தன் மகளுக்கு மாப்பிள்ளை பார்க்கும்போது தன் மனைவியிடம் எந்தக் கருத்தும் கேட்கவில்லை. மகளின் சீதனத்தின் பெரும் பகுதி பானுமதியின் தந்தையின் சொத்திலிருந்து வந்த போதிலும் குமார் மனைவியிடம் எந்தக் கருத்தும் கேட்கவில்லை. எல்லாக் கணவன்மார்களையும் போல் தன் இஷ்டத்திற்கே செயல்பட்டார். தன்னுடைய மாமனார் தன்னுடைய தகுதிக்கு தனக்கு எவ்வளவு சீதனம் கொடுத்தார், தானும் தன் மகளுக்கு அதைப் போல் நிறையச் சீதனம் கொடுக்க வேண்டும் என்று ஏனோ குமாருக்குத் தோன்றவில்லை. தன்னுடைய

அடுத்த மகளுக்கும் அப்படித்தான் செய்தார். எவ்வளவு சீதனம் கொடுக்க வேண்டும் என்பதைக் குமார் மட்டுமே முடிவு செய்தாலும் கல்யாண வேலைகளைக் கவனிப்பது பானுமதியின் உறவினர்களும் அவருடைய பெற்றோர்களின் தொழிற்சாலையில் வேலை பார்த்தவர்களும்தான். மாமனாரின் சொத்தின் பெரும்பகுதி குமாரின் மகனுக்கே வந்ததால் மகனுக்குப் பெரிய இடத்தில் பெண் தேடினார். அப்படியே பெண்ணும் அமைந்தது.

பானுமதியின் பெற்றோர் தங்கள் குழந்தைகளை வளர்த்துப் பெரியவர்களாக்கித் திருமணம் செய்துகொடுத்தது போலவே பேரப் பிள்ளைகளையும் கவனித்துக்கொண்டனர். பானுமதியின் மகன் எம்பிஏ படித்து முடித்ததும் பானுமதியின் தந்தை தன் வியாபாரத்திலேயே பேரனைப் பழக்கினார். பானுமதியின் தங்கையின் இரண்டு மகன்களும் தங்களுடைய தந்தையின் தொழிலைப் பார்த்துக்கொண்டதால் பானுமதியின் மகனை அவர் தன் தொழிலில் சேர்த்துக்கொண்டார்.

குடும்பச் செலவுகள் அனைத்தையும் தன் தந்தையே ஏற்றுக் கொண்டாலும் பானுமதி அது பற்றிக் கணவரிடம் எதுவும் கூறியதில்லை. தன் தந்தை வாங்கிக் கொடுத்த உத்தியோகத்தைக் கணவர் சிறப்பாகச் செய்து வருகிறார். அவர் அந்த உத்தியோகத்தை வகிப்பதைப் பார்த்துத் தன்னுடைய பெற்றோர்களுக்கு மிகவும் பெருமையாக இருக்கிறது. கணவருடைய சம்பளம் குடும்பச் செலவுகளுக்குப் போதவில்லையாதலால் தந்தை எல்லாச் செலவு களையும் ஏற்றுக்கொள்கிறார். இந்த ஏற்பாட்டில் எல்லோருக்கும் சந்தோஷம். அதனால் வசதியாகத் தாய்வீட்டில் வளர்ந்த பானுமதிக்குக் கணவரின் சம்பளம் போதவில்லையென்ற குறை ஒருபோதும் தோன்றியதில்லை. எதையாவது வாங்கிக் கொடுக்கு மாறு கணவரை நச்சரித்ததில்லை. எல்லாவற்றிற்கும் தந்தை இருக்கிறாரே. அவர் தன் மகள்களின் தேவைகளை நன்றாகவே கவனித்துக் கொண்டார். அதனால் பானுமதிக்கோ அவரின் தங்கைக்கோ தங்கள் கணவன்மார்களிடம் எதையும் கேட்டுப் பெற வேண்டும் என்ற தேவையோ கட்டாயமோ வரவில்லை. குமாரும் தான் உண்டு, தன் வேலை உண்டு என்று இருந்தார். குடும்பச் செலவுகளுக்குப் பணம் போதவில்லையென்றோ வேறு ஏதாவது தேவையென்றோ மனைவியிடமிருந்து ஒரு போதும் கோரிக்கை எழுந்ததில்லை. பிள்ளைகள் பெரியவர்கள் ஆனதும் அவர்களுடைய தேவைகளையும் மாமனார் கவனித்துக்கொண்டதால் அவருக்குப் பெரிய பொறுப்புக்கள் எதுவும் இல்லை.

தான் இறந்த பிறகு தன்னுடைய சொத்துக்களுக்கு நிறைய மரண வரி வரலாம் என்பதால் தன் மகள்கள் இருவருக்கும் தன் சொத்தில் பெரும் பகுதியை பானுமதியின் தந்தை இறப்பதற்கு முன்பே எழுதிவைத்துவிட்டார். இதனாலும் எந்தச் சமயத்திலும் குமாருக்கோ பானுமதிக்கோ பண விஷயத்தில் எந்தத் தட்டுப்பாடும் ஏற்பட வில்லை. இரண்டு பெண்குழந்தைகளில் ஒருவராகப் பிறந்த பானுமதிக்கு தந்தையிடம் நிறையப் பணம் இருந்ததால் வாழ்க்கை ஓரளவு சுமுகமாகப் போனது.

ஆனால் பானுமதியின் பெண் மக்களின் வாழ்க்கை அவ்வளவு சிறப்பாக அமையவில்லை. பாட்டி, தாத்தா இருக்கும்வரை அவர்களுடைய தேவைகளை அவர்கள் நன்றாகக் கவனித்துக் கொண்டனர். திருமணமாகி கணவன் வீட்டிற்குச் சென்ற பிறகு வாழ்க்கை அவ்வளவு சுமுகமாகப் போகவில்லை. பானுமதிக்கு அவருடைய வாழ்வின் கடைசிவரை அவருடைய பெற்றோர் உதவியதுபோல் அவருடைய பெண் மக்களுக்கு அவரால் உதவ முடியவில்லை. பானுமதி-குமார் தம்பதிகளுக்கு ஒரு மகன் - அதாவது ஆண் வாரிசு - இருந்ததால் குமார் தன் பெண் மக்களுக்கு எப்போதும் அள்ளி, அள்ளிக் கொடுத்துக்கொண்டே இருக்க விரும்பவில்லை. தந்தையின் சொத்தில் பாதி தனக்குக் கிடைத்தது போல் தன் பெண் மக்களுக்கும் நிறையக் கிடைக்க வேண்டும் என்று பானுமதி விரும்பினாலும் குமார் ஒத்துழைக்காததால் பானுமதியால் ஒன்றும் செய்ய முடியவில்லை. இந்தச் சமூக வழக்கப் படி தந்தையிடமிருந்து பெற்ற எல்லாச் சீதனமும் மனைவி யுடையதே. ஆனாலும் நடைமுறையில் குமார்தான் மாமனாரின் அத்தனை சொத்துக்களையும் நிர்வகித்து வந்ததால் பானுமதியால் தன்னுடைய பெண் மக்களுக்கு தான் விரும்பிய அளவு சீதனம் கொடுக்க முடியாதது மட்டுமல்ல, அதன் பிறகும் கொடுத்துக் கொண்டே இருக்க முடியவில்லை. இது ஒன்றுதான் அவருக்குப் பெரிய குறையாக இருந்தது.

14

அனுசுயா

அனுசுயா 1937இல் பிறந்தவள். செல்வக் குடும்பத்தில் பிறந்த இவளுக்கு ஒரு அண்ணன் உண்டு. இவளுக்கு எட்டு வயதாக இருக்கும்போது பெற்றோர்கள் இவளையும் இவளுடைய அண்ணனையும் கூட்டிக்கொண்டு பழனிக்கு இறைவனைத் தரிசிக்கச் சென்றனர். அந்தப் பயணத்தின்போதே இவளுடைய அண்ணனுக்கு காய்ச்சல் வந்துவிட்டது. வீட்டிற்குத் திரும்பிய பிறகுதான் டாக்டர்கள் இவனுக்கு வந்திருப்பது டைபாய்ட் என்றனர். ஆயிரத்துத் தொள்ளாயிரத்து நாற்பதுகளில் டைபாய்ட் வந்தவர்கள் எல்லோரும் இறக்கவில்லை. என்றாலும் அனுசுயாவின் அண்ணனை டைபாய்ட் காய்ச்சல் அவருடைய பெற்றோரிடமிருந்து பிரித்துவிட்டது. அனுசுயாவின் பெற்றோருக்குப் பிறந்ததே இரண்டு குழந்தைகள் தான். அந்தக் காலத்தில் எத்தனை பிள்ளைகள் பெற்றுக்கொள்ள முடியுமோ அத்தனை பிள்ளைகள் பெற்றுக் கொள்வார்கள். பிறந்த குழந்தைகள் எல்லாம் உயிரோடு இருப்பார்கள் என்ற உத்திரவாதம் இல்லாததால் - மருத்துவ வசதிகள் இப்போதளவு இல்லையாதலால் - எல்லோரும் நிறையக் குழந்தைகள் பெற்றுக்கொள்வார்கள். கருத்தடை சாதனங்களும் புழக்கத்தில் அவ்வளவாக இல்லை.

ஆஸ்திக்கு ஒரு ஆண் ஆசைக்கு ஒரு பெண் என்று தங்களுடைய இரண்டு குழந்தைகளையும் சீராட்டிப் பாராட்டி பெற்றோர்கள் வளர்த்துவந்த அந்த நிலையில்தான் அனுசுயாவின் அண்ணனை எமன் அவர்களுடைய பெற்றோர்களிடமிருந்து பறித்துக் கொண்டான். இனி இதற்குமேல் அநேகமாகத் தங்களுக்குக் குழந்தைகள் பிறக்கப் போவதில்லை என்று முடிவுசெய்துவிட்ட நிலையில் இருந்த குழந்தைகளில் ஒன்றை இறைவன் தங்களிட மிருந்து பிரித்துவிட்டான் என்ற சோகம் அனுசுயாவின் பெற்றோர் களை வெகுவாகப் பாதித்தது. அழுதுபுரண்டனர். ஆயினும்

இறந்தவர்கள் எப்போது மறுபடியும் உயிர் பெற்று வந்தார்கள்? நாட்கள் செல்லச் செல்ல அனுசுயாவின் பெற்றோர்களின் துக்கம் கொஞ்சம் கொஞ்சமாகக் குறைந்து மீதியிருக்கும் மகள்மீது அவர்களுடைய முழுக்கவனமும் திரும்பியது.

அண்ணன் இறக்கும்போது அனுசுயா இரண்டாவது வகுப்புப் படித்துக்கொண்டிருந்தாள். இப்போது அவளுடைய பெற்றோர்களின் இலக்கு எல்லாம் அவளை வளர்த்துப் பெரியவளாக்கி திருமணம் செய்துவைத்துத் தங்களுக்கு வாரிசுகள் பெற்றுக் கொடுக்கத் தயார் செய்ய வேண்டும் என்பதுதான். ஒரு குழந்தை, அதுவும் ஆண் குழந்தை அநியாயமாக இறந்துபோனதால் இருக்கும் பெண் குழந்தையையாவது எந்தவிதக் குறையுமின்றி வளர்க்க வேண்டும் என்று முடிவுசெய்தனர். அனுசுயாவின் அண்ணன் உயிரோடு இருக்கும்போது இருவரையும் பாராட்டி வளர்த்ததை விட அனுசுயாவை அதிகமாகச் சீராட்டி வளர்த்தனர். அனுசுயாவின் பள்ளி வீட்டிலிருந்து அரை மைல் தூரம்தான் என்றாலும் அவளுடைய தாய் அவளைத் தினமும் தானே பள்ளிக்கு அழைத்துச் செல்வார். மறுபடி சாயங்காலம் திரும்ப வீட்டிற்கு அழைத்துவருவார். அவர்களுடைய வீட்டில் வேலைக்கு ஒரு பெண் இருந்தாலும் அனுசுயாவைப் பள்ளிக்குக் கூட்டிச்செல்லும் பொறுப்பையும் மறுபடி அழைத்துவரும் பொறுப்பையும் அனுசுயாவின் தாய்க்கு அந்தப் பெண்ணிடம் விடப் பிடிக்கவில்லை. அனுசுயா பள்ளியில் இருக்கும் நேரம் தவிர மற்ற நேரங்களில் அனுசுயாவைத் தன்னோடேயே வைத்துக் கொண்டார் அவர் தாய். உறவினர் வீடுகளுக்கு எந்தக் காரியமாகச் சென்றாலும் மகளையும் தன்னோடு அழைத்துச் செல்வார். மகளின் மீது ஒரு துரும்பு பட்டால்கூட அனுசுயாவின் தாயால் அதைத் தாங்கிக்கொள்ள முடியாது. ஒரு முறை அவள் காய்ச்சல் என்று படுத்ததும் தாயும் தந்தையும் துடிதுடித்துப் போயினர். மறுநாள் அனுசுயா காய்ச்சல் விட்டு எழுந்த பிறகுதான் அவர்களுக்கு உயிர் வந்தது. ஏற்கனவே ஒரு குழந்தையைப் பறிகொடுத்தவர்கள் அல்லவா? இழப்பின் வேதனை அவர்களுக்குத்தான் தெரியும்.

அனுசுயாவை அதிகம் படிக்கவைக்க வேண்டும் என்று அவருடைய பெற்றோர்கள் ஒருபோதும் நினைக்கவில்லை. அப்போது வசதியான குடும்பத்துப் பெண்கள் பள்ளிப் படிப்பு முடியும் வரையாவது - அதாவது பதினோராவது வகுப்பு முடியும் வரையாவது- படித்தார்கள். ஆனால் அனுசுயாவின் பெற்றோர்கள் அவ்வளவுகூட அவள் படிக்க வேண்டும் என்று நினைக்கவில்லை.

எப்போது அவள் பெரிய மனுஷி ஆவாள் என்று காத்திருந்தார்கள். குழந்தைத் திருமணங்கள் இந்த ஜாதியில் இல்லையாதலால் அவள் பெரிய மனுஷி ஆவதற்கு முன்பே அவளுடைய திருமணம் பற்றிப் பெற்றோர் யோசிக்கவில்லை. பெரிய மனுஷி ஆனவுடனேயே திருமணத்தை முடித்துவிடுவது என்று திட்டமிட்டிருந்தனர். ஆனாலும் அதற்கு முன்பே அனுசுயாவின் தந்தைக்கு மகளுக்கு எப்படிப்பட்ட பையனைப் பார்க்க வேண்டும் என்ற எண்ணம் உண்டாகத் தொடங்கியது.

அனுசுயாவின் தந்தைக்கு ஜோசியத்தில் நம்பிக்கை உண்டு. இந்த ஜாதியில் திருமணம் செய்துகொள்ளப் போகும் பையனுக்கும் பெண்ணுக்கும் ஜாதகப் பொருத்தம் பார்க்கும் வழக்கம் இல்லை. இருந்தாலும் தன்னுடைய மகளுக்கு வரப்போகும் கணவனுக்கு ஆயுள் எப்படி இருக்கிறது என்று பையனுடைய ஜாதகத்தின் மூலம் தெரிந்துகொள்ள விரும்பினார். உயிரோடு இருக்கும் தன்னுடைய ஒரே மகள் நிறையக் குழந்தைகள் பெற்றுக்கொள்ள வேண்டும், கடைசிவரை சுமங்கலியாக வாழ வேண்டும் என்று அந்தத் தந்தை விரும்பினார். தன்னுடைய மூன்று அக்காமார்களில் ஒருவரின் மகனுடைய ஜாதகம் இவருடைய கவனத்தைக் கவர்ந்தது. அவன் தீர்க்காயுளாக இருப்பான் என்று அவனுடைய ஜாதகத்திலிருந்து தெரிந்துகொண்டார். அக்காவின் கணவர் ஏற்கனவே இறந்து விட்டிருந்தார். அக்காவின் குடும்பமும் செல்வச் செழிப்பில் திளைக்கவில்லை. இவருடைய அந்தஸ்திற்குத் தகுந்தமாதிரி அக்காவின் அந்தஸ்து நிச்சயமாக இல்லை. இருந்தாலும் பையனின் ஆயுள் நன்றாக இருக்கிறது என்பதால் அந்தப் பையனையே தன் மகளுக்கு மணமுடிக்க விரும்பினார். இப்படி இவர் விரும்பியது பையன் கல்லூரியில் இளங்கலைப் படிப்பு படித்துக் கொண்டிருக்கும் போதும் மகளுக்குப் பத்து வயது நடக்கும்போதும்.

இவருடைய முடிவுக்கு ஊக்கம் அளிப்பதுபோல் இவருடைய அக்கா மகன் அந்த வருட அரசுத் தேர்வில் கணிதத்தில் நல்ல மதிப்பெண்கள் வாங்கியிருந்தான். இவருடைய அக்காவிற்குத் தன் மகனை இதற்குமேல் படிக்கவைக்க விருப்பமில்லை. தன் மகன் ஏதாவது ஒரு வேலைக்குச் சென்று சம்பாதித்துக் குடும்ப வருமானத்தைக் கூட்ட வேண்டும் என்பதே அவருடைய ஆசை. ஆனால் அனுசுயாவின் தந்தையின் எண்ணமோ வேறாக இருந்தது. இந்தப் பையனைப் பொறியியல் படிப்புப் படிக்கவைத்துத் தன் மகளுக்கு மணமுடித்துவைத்தால் பையனுக்கு நல்ல உத்தியோகமும் கிடைக்கும், பையனின் அந்தஸ்தும் கொஞ்சம் உயரும், மற்ற

எல்லாச் செலவுகளுக்கும் தன்னுடைய பணம் தேவைக்கு அதிக மாகவே இருக்கிறது என்றும் கணக்குப் போட்டார். இவருடைய அக்காவும் தம்பியின் பண உதவியோடு மகன் மேல்படிப்புப் படிக்கப் போகிறான், தம்பியின் மகளும் தனக்கு மருமகளாக வரப் போகிறாள் என்பதை நினைத்து மகிழ்ந்துபோனார். அவருக் கென்ன, கரும்பு தின்ன கூலியா கேட்கப் போகிறார்?

அனுசுயாவின் அத்தை மகனின் பெயர் கண்ணன். இவன் பொறியியல் கல்லூரியில் சேர்ந்து தன் தாய்மாமனின் பண உதவியோடு படிப்பைத் தொடர்ந்தான். அனுசுயாவின் தந்தைக்கு எல்லாம் ஒழுங்காக நடக்க வேண்டுமே என்ற பதற்றம் இருந்து கொண்டுதான் இருந்தது. அனுசுயாவுக்கு இது பற்றியெல்லாம் சரியாகத் தெரியாது. பள்ளியில் முடிந்த அளவு மதிப்பெண்கள் வாங்கினால் போதும் என்று பெற்றோர்கள் கூறியதால் ஏனோ தானோவென்றுதான் படித்துவந்தாள். அவள் பள்ளியில் நல்ல மதிப்பெண்கள் வாங்க வேண்டும் என்பதைவிட ஆரோக்கியமாக இருந்து நல்ல விதமாகப் பெரிய மனுஷி ஆகித் திருமணம் புரிந்துகொண்டு தங்களுக்குப் பேரக் குழந்தைகளைப் பெற்றுக் கொடுக்க வேண்டும் என்பதுதான் அவளுடைய பெற்றோர்களின் ஆசை. இது அனுசுயாவுக்கு முழுவதுமாகப் புரியவில்லை என்றாலும் நல்ல மதிப்பெண்கள் வாங்க வேண்டும் என்று அவளும் மெனக் கெடவில்லை.

வருடங்கள் ஓடின. கண்ணன் தன்னுடைய பொறியியல் படிப்பை வெற்றிகரமாக முடிக்கும்போது அனுசுயாவுக்கு பதினான்கு வயது. பெரிய மனுஷி ஆகிவிட்டாள், மகளுக்குக் கணவனாக வரப் போகிறவன் தன் படிப்பை முடித்துவிட்டான், இதற்கு மேல் எதற்காகக் காத்திருக்க வேண்டும் என்று அனுசுயாவின் பெற்றோர்கள் நினைத்தனர். அந்தக் காலத்தில் பெண்களுக்குத் திருமண வயது பதினெட்டு என்ற சட்டம் இல்லை. இருந்திருந்தாலும் பெண்ணுக்கு வயது பதினான்குதான் என்று யாரும் போலீஸில் புகார் கொடுத் திருக்கப் போவதில்லை. திருமணம் நடப்பது ஒவ்வொரு பெண்ணின் வாழ்க்கையிலும் நடக்க வேண்டிய முக்கியமான நிகழ்ச்சி என்றும் அதைத் தடுப்பது பெரிய பாவம் என்றும்தான் பலர் நினைத் திருப்பார்கள். அப்படியே யாராவது புகார் கொடுத்திருந்தாலும் அனுசுயாவின் தந்தை போலீஸ் எதுவும் நடவடிக்கை எடுக்காமல் பார்த்துக்கொண்டிருப்பார். ஏனெனில் ஊரில் அவருக்கு நிறைய செல்வாக்கு உண்டு.

தன் ஒரே மகளின் திருமணத்தை வெகு விமரிசையாக நடத்த அனுசுயாவின் தந்தை முடிவுசெய்தார். ஐந்து நாள் கல்யாணம் நடத்துவது அனுசுயா காலத்தில் ஓரளவு குறைந்திருந்தது. கல்யாணத்திற்கு முந்திய நாளும் கல்யாணத்தன்றும் அதற்கு மறு நாளும் உறவினர்கள் எல்லோருக்கும் விருந்துபசாரம் நடக்கும். ஆனால் அனுசுயாவின் தந்தை மகளின் திருமணத்தைப் பழைய பாணியில் ஐந்து நாள் நிகழ்ச்சியாக நடத்த விரும்பினார். அந்த ஐந்து நாட்கள் முழுவதும் ஒரு பேருந்தை வாடகைக்கு எடுத்திருந்தார். அது ஊரின் பல முக்கிய வீதிகள் வழியாக காலை ஏழு மணி முதல் இரவு எட்டு மணிவரை ஓடிக்கொண்டிருந்தது. திருமணம் நடந்த மண்டபத்திற்கு உறவினர்களை அழைத்து வந்தது. இரவில் அவர்களை அவர்களுடைய வீட்டிற்குத் திரும்ப அழைத்துச் சென்றது. திருமண மண்டபம் என்று அப்போது தனியாக இல்லை. அனுசுயாவின் தந்தைக்கு ஒரு பெரிய அச்சுத் தொழிற்சாலை இருந்தது. அதைத்தான் திருமண மண்டபமாக மாற்றியிருந்தார்கள்.

திருமண மண்டபம் மிகச் சிறப்பாக அலங்கரிக்கப்பட்டிருந்தது. சிறப்பான உணவுகள் ஒவ்வொரு வேளையும் பரிமாறப்பட்டன. திருமணத்திற்கு வந்த பெண்கள் அனைவருக்கும் தினசரி தலையில் சூடிக்கொள்ள மல்லிகை மலர்கள் தொடுத்த பூச்சரங்கள் வழங்கப் பட்டன. இந்த ஜாதியில் திருமணத்திற்கு எல்லா உறவினர்கள் வீடுகளுக்கும் நேரில் சென்று பத்திரிகை கொடுப்பார்கள். அப்போது நெருங்கிய உறவினர்கள் பலர் உள்ளூரிலேயே இருந்தார்கள். சிலர் மற்ற ஊர்களில் வசிக்க ஆரம்பித்த பிறகும் அவர்களை நேரில் சென்று திருமணத்திற்கு அழைக்கும் பழக்கம் தொடர்ந்தது. வெளிஊர்களில் வசிக்கும் நெருங்கிய உறவினர்களை நேரில் சென்று அழைத்தாலொழிய அவர்கள் திருமணத்திற்கு வருவதில்லை. ஆனால் நேரில் சென்று அழைத்தால் கண்டிப்பாக வந்துவிட வேண்டும் என்ற எழுதப்படாத விதியும் உண்டு.

திருமணத்திற்குப் பல நாட்களுக்கு முன்பே அனுசுயாவைத் தினமும் ஒரு பட்டுச் சேலை உடுத்தச் சொல்லி அவளுடைய தாய் அழகுபார்ப்பார். அப்போதே விருந்தினர்களும் அடிக்கடி வீட்டிற்கு வருவார்கள். அவர்கள் வரும்போதெல்லாம் அனுசுயா பூரண அலங்காரத்துடன் இருப்பாள். அனுசுயாவைச் சுற்றி வீட்டில் இத்தனை நிகழ்ச்சிகள் நடந்தாலும் அனுசுயாவுக்கு அவை தன் வாழ்க்கையின் முக்கிய பகுதியின் ஆரம்பம் என்பது சரியாகப் புலப்படவில்லை.தனக்குக் கணவனாக வரப் போகிறவன் எப்படிப் பட்டவன், தன்னை அன்பாக நடத்துவானா என்பது பற்றியெல்லாம்

அந்தக் காலத்துப் பெண்களுக்கு சிந்திக்கத் தெரியாது. இவற்றை யெல்லாம் பார்த்துக்கொள்வது பெற்றோரின் பொறுப்பு. திருமண மண்டபத்தில் மணவறையில் உட்கார்ந்து தாலி கட்டிக்கொள் என்றால் கட்டிக்கொள்ள வேண்டியதுதான்.

இருபத்தாறு வயது நிரம்பிய கண்ணனுக்கும் பதினான்கே வயது நிரம்பிய அனுசுயாவுக்கும் திருமணம் இனிதே நடந்து முடிந்தது. பணக்காரர்கள் வீட்டுக் கல்யாணம் என்றால் தூரத்து உறவினர்களும் வந்துவிடுவார்கள். திருமண மண்டபம் நிரம்பி வழிந்தது. இரவு நடந்த ஊர்வலத்தில் அனுசுயாவுக்கு அவளுடைய பெற்றோர் கொடுத்த சீதனங்கள் அடங்கிய ஊர்வலம் நடந்தது. ஊரே வியக்கும் வண்ணம் அனுசுயாவின் பெற்றோர் அனுசுயாவின் திருமணத்தை நடத்தி முடித்தனர்.

அனுசுயாவுக்குத் திருமணம் முடிந்தபோது அவள் வயதில் சிறியவள் என்பதோடு அவளுடைய தாயும் அவளை மிகவும் செல்லமாக வளர்த்ததால் எந்தவிதமான வீட்டு வேலைகளுக்கும் அவளைப் பழக்கவில்லை. திருமணம் நடந்தபோது கண்ணன் சென்னையில் வேலைபார்த்து வந்தார். அதனால் அனுசுயாவும் கண்ணனும் சென்னையில் குடும்பம் நடத்தத் துவங்கினர். வீட்டைப் பராமரிப்பது, சமைப்பது என்பது பற்றி ஒன்றுமே தெரியாததால் அனுசுயாவோடு அவர் தாயாவது அத்தையாவது உடன் இருப்பதென்று முடிவாகியது. அனுசுயாவின் தாய் அவரோடு இருக்கும் போது அனுசுயாவின் தந்தைக்குச் சாப்பாட்டுப் பிரச்சினை ஏற்பட்டது. அவருடைய அண்ணன்கள் இருவர் அந்த ஊரிலேயே வசித்ததால் அவர்கள் வீட்டிற்கு வாரத்தில் ஓரிரு முறை சென்று அங்கு உணவருந்துவார். அடிக்கடி ஓட்டல்களில் உணவருந்தும் பழக்கத்தை ஏற்படுத்திக்கொண்டார். அனுசுயாவின் நலனுக்காக அவருடைய பெற்றோர் எந்தவிதத் தியாகமும் செய்யத் தயாராக இருந்தனர். கண்ணனின் தாயும் வருஷத்தில் பல மாதங்கள் அனுசுயாவோடு தங்கிக்கொண்டு வேலைக்காரியின் உதவியோடு வீட்டு வேலைகள் முழுவதையும் அவரே செய்துவந்தார். கண்ணன் கடைசிப் பிள்ளையாதலால் அவருடைய அண்ணன்களும் அக்காமார்களும் திருமணம் ஆகி செட்டில் ஆகிவிட்டிருந்தனர். அதனாலும் கண்ணனின் தாயால் பல மாதங்களை மகன் வீட்டில் கழிக்க முடிந்தது. அது மட்டுமல்ல, அவருக்கு அது பிடித்தும் இருந்தது. ஏனெனில் அதுவரை அதிக வசதிகள் இல்லாமல் வாழ்ந்திருந்த அவருக்கு இப்போது நிறைய வசதிகள் கிடைத்தன. அனுசுயாவின் தந்தை மகளுக்கு எந்தவிதக் குறைகளும் இல்லாமல் பார்த்துக்

கொண்டார். சென்னையில் மகளுக்குப் பெரிய வாடகை வீடு பார்த்துக் கொடுத்தார். வீட்டிற்கு வேண்டிய எல்லாச் சாமான்களின் செலவும் அவருடையதுதான். அனுசுயாவின் தாயோ அத்தையோ அவரோடு எப்போதும் இருப்பார்கள். கண்ணனுக்கு அரசு உத்தியோகம் என்பதால் அடிக்கடி மாற்றல் இருக்குமாதலால் சென்னையில் மகளுக்கு அனுசுயாவின் தந்தை வீடுகட்டிக் கொடுக்க வில்லை. ஒரே இடத்தில் கண்ணன் வேலை பார்த்திருந்தால் ஒரு வீடும் அங்கு கட்டிக் கொடுத்திருப்பார். அனுசுயாவுக்கு மாமியார் என்றாலும் திருமணத்திற்கு முன்பே அவருக்கு அத்தை என்பதாலும் தம்பியின் செல்வத்தில் ஒருபங்கை தன் மகன் மூலம் அனுபவிப்ப தாலும் கண்ணனின் தாய், தான் அனுசுயாவின் மாமியார் என்ற குணத்தைக் காட்டவில்லை. அதனால் அனுசுயா செய்ய வேண்டிய தெல்லாம் அவருடைய பெற்றோருக்கு வாரிசுகள் பெற்றுக் கொடுப்பதுதான்.

அனுசுயா முதலாவதாக ஒரு ஆண் குழந்தையைப் பெற்றெடுத்தாள். அவளுடைய பெற்றோருக்கு மிகவும் மகிழ்ச்சி. இரண்டாவதாகவும் அனுசுயா ஒரு ஆண்குழந்தையைப் பெற்றெடுக்கவும் அவளுடைய பெற்றோரின் மகிழ்ச்சிக்கு அளவே இல்லாமல் இருந்தது. தாங்கள் பெற்ற ஒரே ஆண்குழந்தை இறந்து போனதால் இருண்டு போயிருந்த அவர்கள் வாழ்க்கையில் மறுபடி ஒளி ஏற்பட்டதுபோல் இருந்தது. மூன்றாவதாக ஒரு பெண் குழந்தையைப் பெற்ற பிறகு கண்ணன் குழந்தைகள் போதும் என்று கருத்தடை செய்துகொண்டார். மனைவியிடம்கூட இதுபற்றி அவர் கலந்தாலோசிக்கவில்லை. இதை அறிந்த அனுசுயாவின் பெற்றோர் மிகுந்த சோகத்தில் ஆழ்ந்தனர். மகளுக்கு மூன்று குழந்தைகள் இருந்தாலும் இன்னும் இரண்டு குழந்தைகள் பெற்றுக் கொள்ளலாமே என்பதுதான் அவர்களுடைய வருத்தத்திற்குக் காரணம்.

கண்ணனுக்குத் தொடர்ந்து உத்தியோக மாற்றல் இருந்ததால் பிள்ளைகளின் படிப்பை முன்னிட்டு அனுசுயாவும் குழந்தைகளும் சென்னையிலேயே தங்கிக்கொண்டனர். சென்னையில் ஒரு நல்ல வீட்டையும் அனுசுயாவின் தந்தை மகளுக்குக் கட்டிக்கொடுதார். அனுசுயாவின் அத்தையாவது - அதாவது அவருடைய மாமியாராவது - தாயாவது எப்போதும் அவருடனே இருந்து வீட்டில் எல்லா வேலைகளிலும் அவருக்கு உதவுவது மாத்திரம் தொடர்ந்தது. வயது ஆக, ஆக அனுசுயாவும் சமையல் செய்யக் கற்றுக்கொண்டார். வீட்டைப் பராமரிப்பதிலும் தேர்ச்சி அடைந்தார். அவருடைய அத்தைக்கு அவ்வப்போது வயதின் நிமித்தமாகச் சோர்வு ஏற்பட்டது.

உடல்நிலையும் பாதிக்கப்பட்டது. அவரால் அதிகம் வீட்டு வேலை களில் உதவ முடியவில்லை. அடிக்கடி நோய்வாய்ப்படும் மாமியாரைத் தனியாகக் கவனித்துக்கொள்ள அனுசுயாவால் முடியவில்லை. அவர்களுடைய சொந்த ஊரில் வசித்துவரும் கண்ணனுடைய அண்ணன் வீட்டிற்கு அவரை அனுப்பிவிட்டார்கள். கண்ணனுடைய அண்ணனுக்கு இது மிகுந்த வருத்தத்தைக் கொடுத்தது. தன்னுடைய தாய் நல்ல உடல்நலத்தோடு இருக்கும் போது அவள் உழைப்பை அனுபவித்தவர்கள் இப்போது தாயால் முடியாது என்னும்போது அவரைப் பார்த்துக்கொள்ளும் பொறுப்பைத் தன்னிடம் விட்டுவிட்டார்களே என்று மிகுந்த கோபம். ஆனால் தாயாரின் வைத்திய செலவுகளுக்கெல்லாம் கண்ணன் பொறுப் பேற்றுக்கொள்வதாகக் கூறியதும் அந்தக் கோபம் கொஞ்சம் குறைந்தது. இருந்தாலும் தாயின் கடைசி காலத்தில் தன்னிடம் இந்தப் பொறுப்பை விட்டு விட்டார்களே என்ற ஆதங்கம் அவரிட மிருந்து போகவில்லை. தாய்க்குரிய வைத்தியச் செலவுகளுக்கான பணத்தைக் கொடுத்து விட்டபடியால் கண்ணனுக்கு தன் கடமை முடிந்துவிட்டதாக எண்ணம். எல்லாம் கண்ணனின் மாமானாரின் பணம் என்பதால் கண்ணனின் அண்ணன் தன்னுடைய தம்பி எதுவும் பெரிதாகச் சாதித்துவிட்டதாக நினைக்கவில்லை.

கண்ணனின் வீட்டில் இருக்கும் அத்தனை பொருட்களும் அனுசுயாவின் தந்தை அவருக்கும் கண்ணனுக்கும் கொடுத்தவை. கண்ணன்-அனுசுயாவின் வாழ்க்கையில் அவருடைய பங்கு அவ்வளவு என்றாலும் இந்த ஜாதியில் ஆண்தான் குடும்பத் தலைவர் என்பதால் வீட்டில் நடக்கும் சடங்குகள் எல்லாம் கண்ணனின் அண்ணன் பெயரில்தான் நடக்கும். அனுசுயாவின் தந்தை அவருக்கு வீடு கட்டிக்கொடுத்தபோது அந்த வீட்டின் கிருகப்பிரவேச அழைப்பிதழ் கண்ணனின் அண்ணனின் பெயரில்தான் அச்சிடப் பட்டது. அனுசுயாவின் பிள்ளைகளின் கல்யாணத்திற்கும் பத்திரிகைகள் கண்ணனின் அண்ணனின் பெயரில்தான் அச்சிடப் பட்டன. அனுசுயா வீட்டில் கண்ணனின் அண்ணனின் படம் தான் அவர் இறப்பதற்கு முன்னும் அவர் இறந்த பின்னும் முக்கிய இடத்தில் இருந்தது. அனுசுயாவின் தந்தை, தாயின் படம் ஏதோவொரு மூலையில் இருந்தது. அனுசுயாவின் பெற்றோரைவிட அனுசுயா வுக்குத் தான் இந்த மாதிரி விஷயங்கள் பெரிய சங்கடத்தைக் கொடுத்தன. ஆனாலும் என்ன செய்ய முடியும்? அவர்களுடைய சமூகப் பழக்க வழக்கங்களை எளிதில் மாற்ற முடியுமா என்ன? இது பற்றி அவர் தன் கணவனிடம் ஒருபோதும் கேட்டதில்லை. நன்றாக

மூளைச் சலவை செய்யப்பட்ட பெண் அல்லவா? தன்னுடைய சங்கடத்தையும் வருத்தத்தையும் தன் மனதிற்குள் வைத்துக் கொண்ட தோடு சரி. அதுமட்டுமல்ல, தன் தந்தையின் பணத்தால்தான் தானும் தன் கணவரும் நிறைய வாழ்க்கை வசதிகளை அனுபவிக்க முடிந்தது என்பதை ஒருபோதும் கணவரிடம் சொன்னதில்லை. தான் பணக்காரி என்பதை உணர்த்தும் வகையில் எப்போதுமே நடந்து கொண்டதில்லை. கணவருக்கு சிசுருட்சைகள் செய்வதிலும் ஒரு குறையும் வைத்ததில்லை.

அனுசுயாவின் பையன்கள் எப்போதாவது தாத்தாவைப் பார்க்க அவர்களுடைய சொந்த ஊருக்குச் சென்றால் அவர்களுக்கு நிறையப் பணம் கொடுத்து அவர்கள் செலவழிப்பதைப் பார்த்து மகிழ்வார் அனுசுயாவின் தந்தை. தன்னுடைய ஒரே மகன் இறந்த பிறகு மிகுந்த விரக்தி அடைந்து அனுசுயாவின் தந்தை எளிமையைக் கடைப் பிடித்தாலும் மகளோ அவருடைய குடும்பத்தாரோ எளிமையைக் கடைப்பிடிக்க வேண்டும் என்று ஒருபோதும் நினைக்கவில்லை. மகளுக்குத் தேவைக்கு மேலேயே துணிமணிகள், அணிகலன்கள் வாங்கிக் கொடுத்தார். எல்லா வகையிலும் வசதியான வாழ்க்கை அமைத்துக் கொடுத்தார். மகள் எந்த அசௌகரியத் திற்கும் துன்பத்திற்கும் ஆளாகக் கூடாது என்பதே அவருடைய கொள்கையாக இருந்தது.

தாய், தந்தையால் பாராட்டிச் சீராட்டி வளர்க்கப்பட்ட அனுசுயாவுக்கு உடன்பிறப்புகளோடு வளரவில்லை என்பதைத் தவிர வாழ்க்கையில் வேறு எந்தக் குறையும் இல்லை. மகன்கள் வளர்ந்து வரும்போது கண்ணனும் தன் உத்தியோகத்தை ராஜினாமா செய்து விட்டு சுயதொழில் ஆரம்பித்தார். மகன்கள் ஓரளவு படித்ததும் அவர்களையும் தன்னோடு அதில் சேர்த்துக்கொண்டார். அவர்களுக்குத் தகுதியான இடத்தில் திருமணமும் செய்து வைத்தார். மகள் கல்யாணமும் அனுசுயா-கண்ணன் விருப்பம் போலவே நல்ல இடத்தில் முடிந்தது. ஆனால் மகள் பெற்றது இரண்டும் பெண் குழந்தைகளாகப் போயிற்று. அதைக்கூட அனுசுயாவால் தாங்கிக் கொள்ள முடிந்தது. ஆனால் அந்தப் பெண்குழந்தைகளில் ஒன்று உடல் ஊனத்தோடு பிறந்துவிட்டது. என்னென்னவோ வைத்தியம் பார்த்தும் ஒன்றும் பலிக்கவில்லை. கண்ணனைவிட அனுசுயாவைத் தான் இது வெகுவாகப் பாதித்தது. வாழ்க்கையில் எந்தவொரு குறையும் இல்லாமல் வாழ்ந்துவிட்ட அனுசுயாவுக்கு இது ஒரு பெரிய குறையாயிற்று. யார் வீட்டிற்கு வந்தாலும் பேத்திக்கு ஏதாவது வைத்தியம் செய்ய முடியுமா என்றுதான் கேட்பார். பல

தெய்வங்களை வேண்டிக்கொண்டார். அவருடைய இந்த ஒரு வேண்டுகோளை மட்டும் இறைவன் நிறைவேற்றி வைக்கவேயில்லை. கடைசிவரை இந்தக் கவலையை மனதில் வைத்துக் கொண்டே வாழ்ந்த அனுசுயா பேத்தியின் ஊனத்திற்கு நிவர்த்தி காணாமலே இறந்து போனார்.

15

சுந்தரி

சுந்தரி 1938இல் தன் பெற்றோருக்கு பதினான்காவது குழந்தையாகப் பிறந்தாள். குழந்தைச் செல்வங்கள்தான் ஒரு குடும்பத்திற்கு உண்மையான செல்வம் என்று நினைக்கும் காலத்தில் வாழ்ந்த தம்பதிகளுக்குப் பிறந்தவள். மேலும் குழந்தைகளின் எண்ணிக்கையைக் கட்டுப்படுத்தலாம் என்ற தெளிவான எண்ணமும் இல்லாதவர்கள் அந்தத் தம்பதிகள். அவ்வளவு வசதியில்லாத குடும்பம். எப்படியோ அத்தனை குழந்தைகளையும் வளர்த்து ஆளாக்கினார்கள் பெற்றோர்கள். வளர்த்து ஆளாக்கினார்கள் என்றால் எல்லோரையும் படிக்க வைத்து உத்தியோகங்களுக்கு அனுப்பினார்கள் என்று அர்த்தமில்லை. பையன்களை மாத்திரம் பள்ளி இறுதிவரை படிக்கவைத்துவிட்டு உள்ளூரிலேயே உள்ள தீப்பெட்டித் தொழிற் சாலைகளிலும் அச்சுத் தொழிற்சாலைகளிலும் வேலை தேடிக் கொள்ளும் அளவிற்கு அவர்களைத் தயார்ப்படுத்தினார்கள் என்று வேண்டுமானால் சொல்லலாம்.

பெண் குழந்தைகளைப் பள்ளி இறுதிவரைகூட பள்ளிக்கு அனுப்பவில்லை. தீப்பெட்டித் தொழிற் சாலைகலிருந்து வேண்டிய பொருட்களை வாங்கிவந்து வீட்டிலேயே தீப்பெட்டிகளைத் தயாரித்து மீண்டும் அவற்றைத் தொழிற்சாலையில் கொடுத்துத் தங்கள் வேலைக்குரிய கூலியைப் பெற்றுக்கொள்ளும் வழக்கம் இருந்ததால், பெண் குழந்தைகள் ஆறேழு வகுப்பு முடித்தவுடனேயே அவர்களின் படிப்பை நிறுத்திவிட்டுத் தீப்பெட்டி செய்யும் வேலையில் பழக்கி விடுவார்கள். பின் திருமணம் ஆகிக் கணவன் வீடு செல்லும்வரை இதைத்தான் வீட்டில் செய்வார்கள். உள்ளூரிலேயே திருமணம் செய்துகொண்டு அங்கேயே தொடர்ந்து வாழ்க்கையைத் தொடருபவர்கள் இந்த வேலையை வாழ்க்கை முழுவதும் தொடருவார்கள். உடல்நிலை பாதிக்கப்பட்டாலோ கணவனின் வருமானம் அதிகமாக உயர்ந்துவிட்டாலோ இந்த வேலையை விட்டுவிடுவார்கள். சில மத்தியதரக் குடும்பத்தைச் சேர்ந்த பெண்கள் கூட தங்கள் ஆசைக்காக அவ்வப்போது இதைச் செய்வதுண்டு.

தாங்கள் இப்படிச் சம்பாதிக்கும் பணத்தைத் தங்கள் மகள்களுக்கு அதிகப்படி சீர் கொடுப்பதற்கு வைத்துக்கொள்வார்கள். அப்படிச் செய்வதில் அவர்களுக்கு ஒரு சந்தோஷம் கிடைத்தது. அந்தப் பணம் தங்கள் சொந்த சம்பாத்தியம் என்பதிலும் அவர்களுக்கு மகிழ்ச்சி.

இடையிடையே சமையலில் தாய்க்கு உதவுவதைத் தவிர மற்ற நேரங்களில் தீப்பெட்டி செய்யும் வேலைதான் பெண்பிள்ளை களுடைய அன்றாட வேலை, பொழுதுபோக்கு எல்லாம். வெளியூரில் வசிக்கும் பையன்களுக்கு வாழ்க்கைப்பட்டால் தவிர திருமணத்திற்குப் பின்னும் இந்த வேலையைத் தொடர்ந்து செய்வார்கள். தீப்பெட்டித் தொழிற்சாலைகளுக்கு ஞாயிறன்று விடுமுறை என்றாலும் சனிக்கிழமையே ஞாயிற்றுக் கிழமைக்கும் தேவையான பொருள் களை வாங்கிவைத்துக்கொள்வார்கள். அதனால் ஞாயிறன்றும் அவர்களுக்கு விடுமுறை இல்லை. சில சமயங்களில் அன்றைக்கும் சேர்த்து வாங்கிவைத்திருக்கும் பொருள்கள் முடிந்துவிட்டால் சாயங்காலம் ஆறு மணிக்கெல்லாம் வேலை முடிந்துவிடும். அன்று சில மணி நேரங்கள் கொஞ்சம் ஓய்வு கிடைக்கும். அப்போது டிவி கிடையாது. ரேடியோவும் சில வசதி படைத்த வீடுகளில்தான் இருக்கும். இரவு சமைக்கும் வேலையும் அதிகம் இருக்காது. ஏனெனில் இந்த ஊர்க் குடும்பங்களில் இரவு உணவு சோறும் பாலும் உள்ளூரிலேயே கிடைக்கும் பலகாரமான பக்கோடாவும் தான். சோற்றில் பாலை ஊற்றிக்கொண்டு பக்கோடாவை துணைக் கறியாக வைத்துக் கொள்வார்கள். வசதி அதிகமில்லாத குடும்பங் களில் உணவு மிகவும் எளிமையாக இருக்கும். அவர் களுடைய குழந்தைகள் எப்படி எல்லா உணவுச் சத்துக்களும் பெற்றார்கள் என்று புரியவில்லை.

இந்தச் சூழ்நிலையில் வளர்ந்த சுந்தரிக்கு சிறு வயது முதலே தீப்பெட்டி வேலையைச் செய்ய வேண்டிய கட்டாயம் ஏற்பட்டது. தான் எப்போதும் ஏன் இதைச் செய்ய வேண்டும் என்ற கேள்விகள் எல்லாம் அவள் மனதில் ஒருபோதும் எழுந்ததில்லை. சுந்தரி நல்ல புத்திசாலிப் பெண். ஆனால் வித்தியாசமாகச் சிந்திப்பதற்கு அவளுக்கு அவகாசமே கிடைத்ததில்லை. பிறந்ததி லிருந்து தாய், தந்தை பேச்சைத் தட்டாமல் கேட்க வேண்டும், அவர்கள் சொல்வதற்கு மறு பேச்சு பேசக் கூடாது என்பது போன்ற போதனைகளை அவள் மற்றவர்கள் - அவளுடைய அக்கா, அண்ணன்மார்கள் - நடந்து கொள்வதைப் பார்த்துக் கற்றுக் கொண்டாள். 'எல்லா உடன் பிறந்தவர்களும் சிறு வயதிலேயே இந்தத் தீப்பெட்டி வேலையைச் செய்தார்கள். அண்ணமார் பெரிய வகுப்புகளுக்குப் போக

ஆரம்பித்ததும் இந்த வேலையை விட்டுவிட்டார்கள். அக்காமார் திருமணம் ஆகும்வரை இதைச் செய்துகொண்டு இருந்தார்கள். 'இப்போது நானும் இதைச் செய்கிறேன்' என்ற நினைப்புதான் அவள் மனதில் எழுந்ததே யொழிய வேறு எந்த விதமான மாற்று எண்ணங்களும் எழவில்லை. அப்படி எண்ணங்கள் வந்து தான் கண்டிப்பாக நிறையப் படிக்க வேண்டும் என்று அழுது அடம் பிடித்திருந்தாலும் ஒன்றும் ஆகியிருக்காது. அவள் பெரிய மனுஷி ஆகும்வரை, அதாவது இன்னும் ஒன்றிரண்டு வருடங்கள் வேண்டு மானால் அவளுடைய படிப்பு தொடர்ந்திருக்கலாம். சுந்தரி வளர்ந்து வரும் காலத்தில் பணக்காரர்கள் வீடுகளில் பெண்களைப் படிக்க வைத்தார்கள். சிலர் வெளியூரில் உள்ள பள்ளிகளில் விடுதிகளில் சேர்த்துப் படிக்க வைத்தார்கள். அதிகம் வசதி இல்லாதவர்கள் உள்ளூரிலேயே தங்கள் பெண்களைப் படிக்கவைத்தார்கள். வசதியே இல்லாதவர்கள் ஐந்து ஆறாவது வகுப்போடு நிறுத்திவிட்டு வீட்டில் தீப்பெட்டி செய்யும் வேலையைத் தொடரச் செய்தார்கள். அவர்கள் இப்படி தீப்பெட்டி செய்து சம்பாதிக்கும் பணம் ஓரளவு குடும்பச் செலவைச் சமாளிக்க உதவியது. இந்தப் பெண்கள் காலையில் எழுந்ததும் தீப்பெட்டி செய்வதை ஆரம்பித்து விடுவார்கள். எட்டு எட்டரைக்கு வீட்டில் இருக்கும் பழைய சோற்றை ஊறுகாயுடனோ தெருவில் கூவி விற்றுக் கொண்டு போகும் ஆட்களிடமிருந்து வாங்கும் வடையுடனோ சாப்பிடு வார்கள். இதுதான் அவர்களுடைய காலை உணவு. மறுபடி தாய் சமைக்கும் எளிய மதிய உணவைப் பகல் ஒரு மணிக்கு உண்பார்கள். இடையே பசித்தால் கொஞ்சம் அரிசியை நனைய வைத்துச் சிறிய மரச்சில்லால் - இது தீப்பெட்டி செய்வதற்குத் தேவையான பொருள்களில் ஒன்று - வாயில் அள்ளிப்போட்டுக் கொள்வார்கள். இதுதான் அவர்களுடைய நொறுக்குத் தீனி. தீப்பெட்டி செய்ய உட்கார்ந்துவிட்டால் கைகள் இரண்டும் தீப்பெட்டி செய்ய உபயோகிக்கும் பசையால் - இது மைதா மாவையும் துத்தத்தையும் சேர்த்துத் தண்ணீர் கலந்து காய்ச்சிய கலவை - அழுக்காகியிருக்கும். அன்றைய தீப்பெட்டி செய்யும் வேலை முடிந்த பிறகு கைகளை நன்றாக - வெறும் தண்ணீரில்தான் - கழுவிக்கொள்வார்கள்.

எப்போதாவது உறவினர் வீட்டுக் கல்யாணம் போன்ற விஷேசங் களுக்குப் போகும்போது இருக்கும் விடுப்பைத் தவிர விடுமுறை என்று இந்தப் பெண்களுக்கு எதுவும் இல்லை. வருஷத்தில் 365 நாட்களும் இதே வேலைதான். இப்படித் தீப்பெட்டி செய்வதி லேயே பொழுது பூராவும் கழிந்துவிடுவதால் பலர் சமையலைக்கூட

நன்றாகக் கற்றுக்கொள்வதில்லை. திருமணம் ஆன பிறகு தாங்களா கவோ கூட்டுக் குடும்பமாக இருந்தால் அங்குள்ள மற்ற யாரிட மிருந்தோ கற்றுக்கொள்வார்கள்.

ஒரு வழியாக சுந்தரிக்கும் திருமண ஏற்பாடுகளை அவளுடைய பெற்றோர் செய்யத் துவங்கும் தருணம் வந்தது. உள்ளூரிலேயே மாப்பிள்ளை அமைந்தது. பையன் பெரிய சாமர்த்தியசாலி இல்லை என்பதும் உள்ளூரிலுள்ள ஒரு தீப்பெட்டித் தொழிற்சாலையில் சொற்பச் சம்பளத்திற்கு வேலை பார்க்கிறான் என்பதும் தெரிந்திருந் தாலும் பையன் பெயரில் ஊரின் முக்கிய பகுதியில் ஒரு பெரிய வீடு இருக்கிறது என்பதும் அவனுக்கு இரண்டு அக்காமார்களைத் தவிர வேறு சகோதரர்கள் இல்லை என்பதும் அதனால் அந்த வீடு முழுவதும் அவனுக்கே கிடைக்கும் என்பதும் சுந்தரியின் பெற்றோர்கள் சந்திரனைத் தங்கள் மகளுக்குத் திருமணம் செய்ய முடிவுசெய்ததற்குக் காரணங்களாக அமைந்தன என்று கூறலாம். தாங்கள் தங்கள் மகளுக்குக் கொடுக்கப் போகும் ஆயிரம் ரூபாய் சீதனத்திற்கு (அப்போது தங்கம் பவுணுக்கு 60 ரூபாய்) மகளுக்கு சொந்தமாக ஒரு பெரிய வீடு இருக்கும் மாப்பிள்ளை கிடைத்திருக்கிறாரே என்று சுந்தரியின் பெற்றோர்களுக்கு இந்த சம்பந்தத்தில் திருப்தி தான். சுந்தரியே வசதியான வீட்டில் பிறந்திருந்தால் அவளுடைய நிறத்திற்கு இன்னும் நல்ல மாப்பிள்ளை கிடைத்திருக்கும்.

சந்திரனின் தாய், தந்தை இருவரும் சிறு வயதிலேயே இறந்து போனார்கள். அவனுடைய தாய்வழிப் பாட்டிதான் அவனை வளர்த்தார். பாட்டிக்குத்தான் பேரனுக்குப் பெண் பார்க்கும் பொறுப்பு வந்தது. சுந்தரியின் உறவினர் பெண் ஒருத்தி திருமணம் செய்துகொண்டு சமர்த்தாகக் குடும்பம் நடத்துவது பற்றி பாட்டிக்குத் தெரிந்திருந்து. ஆதலால் அந்த உறவினப் பெண்ணைப்போல் சுந்தரியும் தன் பேரனுக்கு நல்ல மனைவியாக அமைவாள் என்று பாட்டி நினைத்தார். ஒரு குடும்பத்தில் ஒருவரிடம் இருக்கும் குணம் மற்றவர்களுக்கும் இருக்கும் என்று பலர் நம்பினார்கள். அது பலர் விஷயத்தில் உண்மையாக இருப்பதில்லை. ஒரு குடும்பத்திலேயே ஒவ்வொருவர் குணமும் திறமையும் வெவ்வேறாக இருக்கும். இத்தனைக்கும் சுந்தரிக்கு அந்தப் பெண் தூரத்து உறவுதான். இது ஏன் பாட்டிக்குத் தெரியவில்லை என்று புரியவில்லை.பேரனுக்குத் திருமணமாகி இனி அவனைக் கவனித்துக்கொள்ள ஒருத்தி வரப் போகிறாள் என்பதும் தன்னுடைய சுமை இனி இறங்கிவிடும் என்பதும் அந்தத் திருமணத்தில் பாட்டிக்கு ஏற்பட்ட சந்தோஷத்திற்குக் காரணங்களாக இருக்கலாம்.

திருமணம் ஆகி இரண்டு வாரங்களிலேயே சுந்தரி தன் கணவரோடும் கணவரின் பாட்டியோடும் குடும்பம் நடத்தத் தொடங்கினார். சந்திரனுக்கிருந்த வீட்டை அதுவரை வாடகைக்கு விட்டிருந்ததால் ஆறு மாதங்கள் கழித்துத்தான் அது கிடைப்பதாக இருந்தது. பாட்டியோடு குடும்பம் நடத்துவது சுந்தரிக்குக் கஷ்டமாக இல்லை. பாட்டி பேரனைக் கண்ணுக்குக் கண்ணாக வளர்த்தவர். பேரனின் மனைவியையும் அவருக்குப் பிடித்தே இருந்தது. தன் பேரன் அவ்வளவு சாமர்த்தியசாலி இல்லை என்றாலும் பேரனின் மனைவி புத்திசாலி என்பதைப் புரிந்துகொண்டார் பாட்டி. சுந்தரி சாமர்த்தியசாலி என்பதால் பேரன் அவ்வளவு சாமர்த்தியசாலி இல்லை என்றாலும் அவனுடைய குறை ஈடுகட்டப்பட்டுவிடும் என்று எண்ணினார். அந்த எண்ணமே அவருக்குப் பெருத்த நிம்மதியைக் கொடுத்தது. ஆறு மாதங்கள் ஆனதும் சந்திரனுடைய வீட்டை அதில் குடியிருந்தவர்கள் காலிபண்ணிக் கொடுத்த பிறகு சுந்தரியும் சந்திரனும் அங்கு குடிபெயர்ந்தனர்.

இதற்குள்ளேயே கணவன் அவ்வளவு சாமர்த்தியசாலி இல்லை என்பது சுந்தரிக்குப் புரிந்துவிட்டது. இருந்தாலும் என்ன செய்ய முடியும்? தன் கணவன் அவ்வளவு புத்திசாலியில்லை என்று பெற்றோரிடம்கூட அவரால் கூற முடியவில்லை. தனக்குக் கிடைத்தது அவ்வளவுதான் என்று சமாதானம் செய்துகொண்டு வாழ்க்கையை ஓட்டத் தொடங்கினார். அதிகமாகச் சம்பாதிக்காவிட்டாலும் சம்பாதிப்பதை மனைவியிடம் முழுவதுமாகக் கொடுத்துவிட வேண்டும் என்ற எண்ணம்கூட சந்திரனுக்கு இல்லை. மற்ற கணவன்மார்களைப் போல் மனைவியிடம் தன்னுடைய சம்பளத்தைக் கொடுக்கக்கூடாது என்ற எண்ணம் சந்திரனுக்கு இல்லை. மனைவியிடம் கொடுக்க வேண்டும், தானும் அவளுக்குப் பணம் கொடுக்கவில்லையென்றால் குடும்பம் நடத்த அவள் என்ன செய்வாள் என்ற எண்ணம்கூட பாவம் சந்திரனுக்குத் தெரியவில்லை. ஓட்டல்களில் பலகாரம் சாப்பிடுவது அவருக்கு ரொம்பப் பிடிக்கும். அதனால் அடிக்கடி நிறையப் பணம் செலவழித்து ஓட்டல்களில் சாப்பிட்டுவிட்டு வருவார். இப்படிச் செலவழித்தது போக மீதியை மனைவியிடம் கொடுத்தார். கணவன் கொடுக்கும் இந்தப் பணத்தில் குடும்பச் செலவுகளை எப்படிச் சமாளிப்பது?

திருமணத்திற்குமுன் தான் செய்த தீப்பெட்டி செய்யும் வேலையைத் தொடர்ந்து சுந்தரி செய்தார். அதில் கொஞ்சம் பணம் கிடைத்தது. ஒன்றின் பின் ஒன்றாக நான்கு குழந்தைகளுக்குத் தாயானார் சுந்தரி. நான்கு குழந்தைகளில் ஒன்றாவது ஆணாகப்

போயிற்றே என்று கொஞ்சம் நிம்மதி. நான்கு குழந்தைகளை வைத்துக்கொண்டு குடும்பத்தை நடத்துவது மிகவும் சிரமமாக இருந்தது அவளுக்கு. சுந்தரிக்குக் குழந்தைகள் பெற்றுக்கொள்வதை நிறுத்த வேண்டும் என்றுதான் இருந்தது. இருந்தாலும் அதற்குரிய வழிவகைகள் சரிவரப் புரியவில்லை. மேலும் தான் குடும்பக்கட்டுப் பாடு ஆபரேஷன் செய்து கொண்டால் வீட்டுவேலைகளில் அவருக்கு உதவிபுரிய யாராவது ஒருவர் வேண்டும். குழந்தைகள் சிறுவர்களாக இருந்தார்கள். அவர்களைக் கவனித்துக்கொள்வதையும் வீட்டுவேலை களையும் ஆபரேஷன் செய்துகொண்டால் தனியாகச் சமாளிக்க முடியாது.

சந்திரனுடைய உறவினர்களில் பலர் நல்ல நிலையில் இருந்தனர். அவர்கள் வீட்டு விசேஷசங்களுக்குப் போகும் போதெல்லாம் தான் சிறிய பரிசாகக் கொண்டு போகிறோமே என்று சுந்தரிக்கு என்னவோ போல் இருக்கும். ஆனாலும் அதற்கு மேல் அவரால் செலவழிக்க முடியவில்லை.

இதற்குமேல் சுந்தரி குழந்தைகள் பெற்றுக்கொண்டால் இனித் தாங்காது என்று பாட்டி தன் பேரனைக் குடும்பக் கட்டுப்பாடு ஆபரேஷன் செய்துகொள்ளத் தூண்டினார். சுந்தரி அந்த ஆபரேஷனை செய்துகொள்வதைவிடத் தன் பேரன் செய்து கொண்டால் வீட்டு வேலைகளுக்கு வேறு யாரையும் தேட வேண்டியதில்லை என்பதை உணர்ந்த பாட்டி பேரனுக்கு அறிவுரை வழங்கினார். சந்திரனும் அந்த அறிவுரையை ஏற்று நடந்து கொண்டார். சுந்தரியின் பெற்றோர் களுக்கு இது கொஞ்சமும் பிடிக்கவில்லை. தாங்கள் பதினாலு குழந்தைகள் பெற்றுக் கொண்டதுபோல் மகளும் பெற்றுக் கொள்ளட்டும் என்று நினைத்தார்கள் போலும். தங்களுடைய பதினாலாவது குழந்தை படும் கஷ்டத்தைப் பார்த்த பிறகும் அவர்களுக்குக் குழந்தைகளின் எண்ணிக்கையைக் கட்டுப்படுத்த வேண்டும் என்ற எண்ணம் எழுந்ததாகத் தெரியவில்லை. சுந்தரி குடும்பம் நடத்துவதற்குப் படும் கஷ்டத்தை உணர்ந்த பாட்டி அவர்கள் வசித்துவந்த அவர்களுடைய சொந்த வீட்டின் ஒரு பகுதியை வாடகைக்கு விடுவதற்கு ஏற்பாடு செய்தார். அதில் வந்த வருமானத்தையும் சேர்த்து சுந்தரி எப்படியோ குடும்பத்தை நடத்திக் கொண்டு போனார்.

இந்தக் கட்டத்தில் சந்திரன் மஞ்சள்காமாலை நோயால் பாதிக்கப்பட்டுப் படுக்கையில் விழுந்தார். சந்திரன் குடும்பக் கட்டுப்பாடு ஆபரேஷன் செய்துகொண்டதால்தான் இப்போது

அவருக்கு மஞ்சள் காமாலை நோய் வந்திருக்கிறது என்று சுந்தரியின் பெற்றோர்களுக்குப் பாட்டியின் மீது கோபம். அதற்கும் இதற்கும் சம்பந்தமில்லை என்று பாட்டிக்குத் தெரிந்ததுகூட சுந்தரியின் பெற்றோர்களுக்குத் தெரியவில்லை. மனித உடம்பில் ஈரல்தான் மனிதன் சாப்பிடும் உணவிலுள்ள கொழுப்புச் சத்துக்களைச் செரிக்கிறது. மஞ்சள்காமாலை நோய் வந்திருப்பர்களின் ஈரல் சரியாக வேலை செய்வதில்லை. அப்போது ஈரலுக்கு நல்ல ஓய்வு கொடுத்தால் சீக்கிரமே வியாதி சரியாகிவிடும் என்பார்கள். சுந்தரியும் சந்திரனை நன்றாகக் கவனித்துக்கொண்டு அவருக்கு எந்தவிதக் கொழுப்பும் இல்லாத எளிய உணவாகக் கொடுத்து வந்தார். சுந்தரி கணவனை நன்றாகக் கவனித்துக்கொண்டதால் சந்திரன் சில வாரங்களிலேயே நோயிலிருந்து விடுபட்டார். இனி வேலைக்குச் செல்லலாம் என்று டாக்டர்கள் சொன்னவுடன் சந்திரன் வேலைக்குச் செல்ல ஆரம்பித்தார். வேலைக்குச் செல்ல ஆரம்பித்த பின் மனைவி இதுவரை இவரைக் காப்பாற்றுவதற்காக வீட்டில் இவருக்குக் கொடுக்காமல் இருந்த பண்டங்களை ஓட்டல் களில் சாப்பிட்டார். அப்போதுதான் ஓய்வு எடுத்துத் தேறியிருந்த ஈரல் இந்தச் சுமையைத் தாங்காமல் மறுபடியும் செயலிழக்கத் தொடங்கியது. இம்முறை எவ்வளவோ முயன்றும் டாக்டர்களால் சந்திரனைக் காப்பாற்ற முடியவில்லை. பாட்டியைத் துயரத்தில் ஆழ்த்திவிட்டுச் சந்திரன் இறந்துபோனார்.

தனக்கு ஏற்பட்டது துக்கமா அல்லது ஒரு வகையான நிம்மதியா என்று சுந்தரிக்கே புரியவில்லை. கணவர் இறந்துவிட்டார் என்ற நிதர்சனம் உறைத்தவுடன் இனி தான் கைம்பெண், கைம்பெண் களுக்குரிய உடைகள்தான் அணிய வேண்டும், எந்த சுப காரியங் களிலும் முன்னிலையில் இருக்கக்கூடாது போன்ற எண்ணங்கள் அவள் மனதில் தோன்றின. அந்த ஜாதியில் கடைப்பிடித்துவந்த கைம்பெண்கள் வெள்ளைச் சேலை, வெள்ளைச் சட்டை மட்டும் அணிந்துகொண்டு எந்த அணிகலன்களும் பூணாமல் இருக்கும் பழக்கம் கொஞ்சம் மாறிக்கொண்டு வந்தது. சுந்தரியைப் போன்ற இளம்பெண்கள் இளம் வயதிலேயே கணவனை இழந்துவிட்டால் கலர்ச் சேலைகளை அணிந்துகொள்ள ஆரம்பித்திருந்தார்கள். கலர்ச் சேலைகள் என்றாலும் பருத்திச் சேலைகள்தான்; பகட்டான பட்டுச் சேலைகள் அணியக்கூடாது. தலையில் பூ சூட்டிக் கொள்வது, நகைகள் போட்டுக்கொள்வது, சுபகாரியங்களில் முன்னிலை வகிப்பது போன்றவை கைம்பெண்களுக்கு விலக்கப் பட்டவை.

நாட்கள் செல்லச் செல்ல சுந்தரி ஒன்றை உணர ஆரம்பித்தார். தன் கணவர் தன் வாழ்க்கையிலிருந்து மறைந்துவிட்டது அவருக்கு ஒரு பெரிய, நிரப்ப முடியாத இழப்பாகத் தோன்றவில்லை என்பதே அது. அவர் பெரிதாக வருமானம் எதுவும் கொண்டுவராததால் குடும்ப வருமானத்தில் பெரிய துண்டு விழவில்லை. வீட்டின் ஒரு பகுதியிலிருந்து வரும் வருமானமும் இவரும் இவருடைய பெரிய பெண்கள் இருவரும் தீப்பெட்டி செய்வதிலிருந்து வரும் பணமும் எப்போதும்போல் வந்துகொண்டிருந்தன. சந்திரன் இவருக்கு ஒரு நல்ல வாழ்க்கைத் துணைவனாக இருந்திருந்தால் அது ஒரு பெரிய இழப்பாக இருந்திருக்கும். அந்த வகையிலும் இவருக்கு இழப்பு எதுவும் இல்லை. அதனால் கணவரைப் பற்றி நினைத்துக் கொண்டிருக்காமல் தன் குழந்தைகளுக்குரிய கடமைகளைச் செய்யத் தயாரானார்.

தாய் இறந்த பின் தாயின் நகைகளை விற்றுப் பணமாக்கி அந்தப் பணத்தை பிள்ளைகளின் பெயரில் வங்கியில் போட்டுவைப்பதைப் போல் தகப்பன் இறந்த பின்னும் தாயின் நகைகளை விற்றுப் பணமாக்கித் தாயின் பெயரில் போட்டுவைப்பார்கள். கணவன் இறந்த பிறகு மனைவி நகைகள் எதையும் அணிய மாட்டாள் என்பதால் அவளுடைய நகைகள் பணமாக மாற்றப்படும். சுந்தரி உறவினர்கள் மூலம் தன் நகைகளை விற்றுப் பணமாக்கி வங்கியில் போட்டார். தன் கணவனுடைய ஆன்ம நலத்திற்காக வருஷம் தோறும் செய்ய வேண்டிய சடங்குகளைத் தவறாமல் செய்தார். தன் கணவருடைய போட்டோவையும் தான் பார்த்தேயிராத தன் மாமியார், மாமனார் போட்டோக்களையும் வீட்டில் எல்லோர் கண்களுக்கும் படும் வகையில் மாட்டிவைத்தார். இத்தனை கஷ்டத்திலும் தான் ஏதாவது விசேஷமாகச் சமைத்தால் கணவரின் பாட்டிக்குக் கொடுக்கத் தவறுவதில்லை. பாட்டியின் உடல்நலம் பாதிக்கப்பட்டு இரண்டு மாதங்கள் படுத்த படுக்கையாக இருந்த போது சுந்தரி அடிக்கடி பாட்டிவீட்டிற்குப் போய், அவரைக் குளிப்பாட்டுவது போன்ற சிசுருட்சைகளைச் செய்தார். தன் கணவனை வளர்த்து ஆளாக்கியவர் என்ற நன்றி இவருக்குப் பாட்டி மேல் எப்போதும் இருந்தது. பாட்டி இறந்தபோது மற்ற உறவினர் களைப்போல் அல்லாமல் சுந்தரி உண்மையாகவே வருத்தப் பட்டார்.

சுந்தரியின் பெண்கள் பெரியவர்களாகியதும் இவருடைய படித்த பெண் உறவினர் ஒருவர் பெண்களை மேலும் படிக்கவைத்து வேலைக்கு அனுப்புமாறு சுந்தரிக்கு எவ்வளவோ புத்திமதி கூறினார்.

அப்போது இந்த ஜாதியில் வசதி அதிகம் இல்லாத குடும்பங் களிலாவது பெண்களைப் படிக்கவைத்து வேலைக்கு அனுப்பும் வழக்கம் வந்து கொண்டிருந்தது. பள்ளிப் படிப்பை முடிக்கவைத்துப் பள்ளிகளில் ஆசிரியை வேலைக்காவது பெண்களை அனுப்ப ஆரம்பித்திருந்தார்கள். ஆனால் சுந்தரியைப் பொறுத்தவரை பெண்களைப் படிக்க வைத்து வேலைக்கு அனுப்புவது அப்போது துணிந்து தனித்துச் செல்ல வேண்டிய புதிய பாதை. அதில் செல்வதற்கு சுந்தரிக்குத் துணிச்சல் இல்லை. ஒரு வேளை பெண்களை அப்படிப் படிக்க வைத்த பிறகு அவர்களுக்குத் திருமணம் ஆகவில்லை யென்றால் என்ன செய்வது என்று எண்ணிப் பார்க்கவே அவரால் முடியவில்லை. அதனால் பெண்களுக்குத் திருமணம்தான் முக்கியம் என்று அந்த ஜாதியில் பலர் நினைத்ததுபோல் இவரும் நினைத்தார். அதனால் பெண் குழந்தைகளைச் சீக்கிரமே திருமணம் செய்து கொடுத்தார். திருமணத்தின்போது ஏற்படும் அதிகச் செலவுகளைச் சரிக்கட்ட நெருங்கிய உறவினர் ஒருவரிடமிருந்து கொஞ்சம் கடன் பெற்றுக் கொள்வார். அப்படி வாங்கிய கடனைத் திருப்பிக் கொடுப்பதாகச் சொன்ன நாளில் கண்டிப்பாகத் திருப்பிக் கொடுத்து விடுவார். அதனால் அந்த உறவினர் சுந்தரி கடன் கேட்கும் போதெல்லாம் பணம் கொடுத்து உதவுவார். இவர் கொடுத்த சீதன நகைகளுக்கு மகள்களுக்கு மாப்பிள்ளைகள் ஏனோதானோ வென்றுதான் அமைந்தனர். ஆனால் அவர் அதைப் பொருட் படுத்தவில்லை. சில உறவினர்கள் வீட்டை விற்று மகள்களுக்கு நல்ல இடங்களாகப் பார்த்துத் திருமணம் செய்துவைக்குமாறு அறிவுரை கூறினர். ஆனால் இவரோ கணவன் வழியில் வந்த ஒரே வீட்டை விற்கத் தயாராக இல்லை. அதை விற்காமல் பாதுகாப்பது தன் கடமை போல் எண்ணி எல்லோரிடமும் தான் அந்த வீட்டைக் காப்பாற்றி விட்டதாகப் பெருமையாகக் கூறிக்கொண்டார். அந்த வீட்டை விற்று அதிலிருந்து கிடைக்கும் பணத்தைக் கொண்டு பெண் பிள்ளைகளுக்கு நல்ல மாப்பிள்ளைகளாகப் பார்த் திருக்கலாம். பெண்களுக்கும் தகப்பன் சொத்திலிருந்து கொஞ்ச மாவது பங்கு கிடைத்திருக்கும். ஆனால் சுந்தரி அப்படிக் கருதவி ல்லை. கணவனுடைய ஒரே சொத்தையும் இவர் தொலைத்து விட்டார் என்று மற்ற உறவினர்கள் தன்னைத் தூற்றுவார்கள் என்று எண்ணிப் பெண் குழந்தைகளின் வாழ்க்கையைச் சரிவர அமைத்துக் கொடுக்கவில்லை.

மகனை நிறையப் படிக்கவைக்க ஆசைப்பட்டார். ஆனால் மகனுக்குச் சரியாகப் படிப்பு வரவில்லை. பிளஸ் 2 வரைதான்

படித்தான். பிறகு அந்த ஊரிலேயே ஒரு தீப்பெட்டித் தொழிற் சாலையில் வேலைக்குச் சேர்ந்தான். நேரம் வந்தபோது அவனுக்கும் சுந்தரி மணமுடித்து வைத்தார். சுந்தரிக்குத் திருமணம் நிச்சயித்த போது சுந்தரியின் பெற்றோர் சந்திரனுக்கு ஒரு பெரிய வீடு இருக்கிறது என்ற பலத்தைக் கொண்டுதான் சுந்தரியைச் சந்திரனுக்கு மணமுடித்து வைக்க முடிவு செய்தனர். இப்போது அதே வீட்டின் பலம்தான் சுந்தரியின் மகனுக்கும் ஓரளவு நல்ல இடத்தில் பெண்ணைத் தேடிக் கொடுத்தது.

கணவன் வழியில் வந்த வீட்டை விற்காமல் மூன்று பெண் களுக்கும் மகனுக்கும் திருமணம் முடித்துவிட்டதைத் தன்னுடைய பெரிய சாதனையாகக் கருதினார் சுந்தரி. அந்த ஊரில் யாரும் எத்தனை பணக்கஷ்டம் வந்தாலும் சொந்த வீட்டை விற்பதில்லை. அந்த ஊரைச் சேர்ந்தவர்கள் அந்த ஊரை விட்டுப் போய் வேறு ஊர் களுக்குச் சென்று உத்தியோகம் பார்த்தோ வியாபாரம் செய்தோ வாழ்க்கையைத் தொடர்ந்தாலும் தங்களை அந்த ஊரைச் சேர்ந் தவர்கள் என்று சொல்லிக்கொள்ளுவதில் பெருமை அடைவார்கள். பிழைப்பைத் தேடிக்கொண்டு வெளியூருக்குப் போய் அங்கு வசதியாக வாழ்ந்தாலும் பாகம் பிரிக்கும்போது சொந்த ஊரில் உள்ள தங்களது பூர்விக வீட்டில் தங்களுடைய பங்கைத் தங்கள் சகோதரர் களிடமிருந்து பெற்றுக்கொள்வார்கள். அநேகமாகப் பலர் அதைப் பூட்டியே வைத்திருப்பார்கள். தங்கள் குலதெய்வத்தை வழிபட வரும் போது அதில் தங்கிக்கொள்வார்கள். சிலர் தங்களுடைய வீட்டை வாடகைக்கு விடுவார்கள். பொதுவாகவே தமிழ்நாட்டில் சொந்த வீட்டை விற்பதை யாரும் விரும்புவதில்லை. ஊரில் சொந்த வீட்டை வைத்துக்கொள்ளுவது அவர்கள் அந்த ஊரைச் சேர்ந்தவர்கள் என்ற அடையாளத்திற்குப் பயன்பட்டது. அதனால் லேசில் சொந்த வீட்டை யாரும் விற்பதில்லை. அதையேதான் சுந்தரியும் செய்தார்.

வீட்டை விற்றிருந்தால் பெண் பிள்ளைகளுக்கு இன்னும் நிறைய சீதனம் கொடுத்து நல்ல பையன்களாகப் பார்த்துத் திருமணம் முடித்திருக்கலாமே என்று அவர் நினைக்கவில்லை. வீட்டை விற்காததுதான் அவருக்குப் பெரியதாகத் தெரிந்ததே தவிர பெண் பிள்ளைகளின் வாழ்க்கை சிறப்பாக அமையவில்லை என்பதைப் பெரிதாக நினைக்கவில்லை.

சுந்தரியுடைய மருமகளுக்குத் தன் கணவன் தன்னைவிட புத்திசாலித்தனத்தில் குறைந்தவன் என்ற எண்ணம் ஏற்பட்டது. அடுத்த தலைமுறையைச் சேர்ந்தவள் அல்லவா? அவள் கணவனைச் சரியாகக் கவனித்துக்கொள்ளவில்லை. மகனையும் மருமகளையும்

தனிக்குடித்தனம் வைத்தாலாவது தன்னுடைய மருமகள் மகனை நன்றாகக் கவனித்துக்கொள்ளலாம் என்று நம்பி, சுந்தரி வீட்டின் ஒரு பகுதியில் குடியிருந்தவர்களை வெளியேற்றிவிட்டு அங்கு மகனையும் மருமகளையும் குடியேற்றினார். அந்தப் பகுதியை வாடகைக்கு விட்டிருந்தபோது இவரும் இவருடைய மகனும் மருமகளும் வசித்துவந்த பகுதியில் இவர் மட்டும் வசிக்கத் தொடங்கினார்.

சுந்தரியின் இந்தத் திட்டமும் பலன் அளிக்கவில்லை. மருமகள் வெளியூரிலிருந்து இந்த ஊரில் வாழ்க்கைப்பட்டவளாதலால் வீட்டை விற்றுவிட்டு வேறு எங்காவது போய்விட வேண்டும் என்று நினைத்தாள். சுந்தரி பார்த்துப் பார்த்துப் பாதுகாத்த வீட்டை மருமகள் விற்க முற்பட்டது அவருக்குப் பெரிய அதிர்ச்சியைக் கொடுத்தது. அவருடைய பெண் மக்கள் மூவரும் வறுமையில் வாடினர். அவர்களுடைய திருமணத்திற்கு வீட்டைப் பயன்படுத்தாத சுந்தரி இப்போது வீட்டின் ஒரு பகுதியாவது அவர்களுக்குப் போய்ச் சேர வேண்டும் என்று நினைத்தார். வீட்டில் இவர் வசித்துவந்த பகுதி இவருடைய காலத்திற்குப் பிறகு தன் பெண் மக்கள் மூவருக்கும் சேர வேண்டும் என்று ஆசைப்பட்டார். ஆனால் சுந்தரியின் மருமகளுக்கு இது அறவே பிடிக்கவில்லை. வீடு முழுவதும் தன் கணவனுக்கு மட்டும் உரியது என்று நினைத்துத்தானே தன் பெற்றோர்கள் தன் கணவருக்குத் தன்னை மணமுடித்தார்கள் என்ற விவாதம் மருமகளுடையது. சட்டப்படிப் பெண் பிள்ளைகளுக்கும் பூர்வீக வீட்டில் பங்கு உண்டு என்றாலும் எந்தக் குடும்பமும் அதைப் பின்பற்றவில்லை. பெண் பிள்ளைகளுக்குச் சீதனம் கொடுத்துத் திருமணம் செய்துவைப்பார்கள். பையன்களுக்கு வீடு உட்பட எல்லா அசையாச் சொத்துக்களும் கிடைக்கும். இதைப் பின்பற்றித்தான் சுந்தரியின் மருமகளும் வீடு முழுவதும் தன் கணவருக்கும் தனக்கும் என்று வாதாடினாள். வீட்டை விற்றுவிடப் போவதாக அவ்வப்போது பயமுறுத்தவும் செய்தாள். சுந்தரியின் கையொப்பமும் இவருடைய பிள்ளைகள் அனைவரின் கையொப்பமும் இல்லாமல் வீட்டை விற்க முடியாது என்பது சுந்தரிக்கும் தெரியவில்லை; அவருடைய மருமகளுக்கும் தெரியவில்லை. ஆனாலும் உறவினர்கள் தலையிட்டு மருமகளின் வீட்டை விற்கும் முயற்சியை முறியடித்தனர்.

வாடகைக்கு விட்டிருந்த இடத்தில் தன் மகனையும் மருமகளையும் குடியேற்றிவிட்டதால் அந்தப் பகுதியிலிருந்து வந்த வாடகையும் சுந்தரிக்கு வராமல் போய்விட்டது. வசதி அதிகம் இல்லாத வீட்டில் சம்பந்தம் செய்த சுந்தரியின் பெண்மக்களும் இன்னும் வசதி இல்லாமல்தான் வாழ்க்கை நடத்துகிறார்கள். அவர்களாலும் சுந்தரிக்கு

எந்த உதவியும் செய்ய முடியவில்லை. அதனால் சுந்தரி தான் குடியிருந்த வீட்டின் பகுதியில் ஒரு சிறு பகுதியை மட்டும் தனக்காக வைத்துக்கொண்டு மீதிப் பகுதியை வாடகைக்கு விட்டார். அதிலிருந்து வரும் சொற்ப வருமானம்தான் அவருக்கு இப்போது வாழ்க்கையை ஓட்ட உதவுகிறது. வயதாகிவிட்டதால் தீப்பெட்டி வேலை செய்ய முடியவில்லை.

மூன்று பெண்மக்களுக்கும் குழந்தைகள் இருக்கிறார்கள். மகனுக்கும் ஒரு பையன் இருக்கிறான். இந்தப் பேரப் பிள்ளைகளின் வளர்ச்சியைப் பார்த்து சந்தோஷப்பட்டுக்கொள்வதைத் தவிர வேறு எந்த சுகமும் சுந்தரிக்கு வாழ்க்கையில் இல்லை. தன் வாரிசுகள் யாரும் இன்னும் வசதியான வாழ்க்கையை எட்டவில்லையே என்று வருந்துகிறார். இவருடைய மகன் நன்றாகப் படித்திருந்தால் அவனை எப்படியாவது படிக்கவைத்திருப்பார். அதன்பின் அவனுக்கு ஒரு நல்ல வேலை கிடைத்து, இவருடைய கஷ்டங்களுக்கும் விடிவு கிடைத்திருக்கும். இந்தக் கால கட்டத்தில் இந்த ஜாதியில் பல குடும்பங்களில் பையன்கள் படித்து முன்னுக்கு வந்திருந்தார்கள். அவருடைய பெண் மக்கள் மூவரில் ஒருவருக்காவது வசதியான வாழ்க்கை அமைந்திருந்தால் அவருக்குக் கொஞ்சம் சந்தோஷம் கிடைத்திருக்கும். மூன்று பெண் மக்களில் ஒரு பெண் இவரைப் போல் புத்திசாலி. அவளைப் படிக்க வைத்திருந்தால் அவள் நன்றாகப் படித்து வேலைக்குப் போயிருப்பாள். ஆனால் அவள் பெண் என்பதால் அவளைப் படிக்கவைக்கும் எண்ணமே சுந்தரிக்கு ஏற்படவில்லை. அவளைப் படிக்க வைத்தால் அவளுக்குத் திருமணம் நடக்காமலே போய்விடலாம் என்பதுதான் சுந்தரியின் பயம். பெண்கள் திருமணம் செய்துகொண்டு வறுமையில் உழன்றாலும் பரவாயில்லை, தாங்களாகச் சம்பாதித்துக்கொண்டு திருமணம் ஆகாமல் இருந்துவிடக்கூடாது என்பதுதான் இந்த சமூகத்தின் அப்போதைய நிலைப்பாடு. 'தன் குடும்பம் மட்டும் இன்னும் எந்திரிக்கவில்லையே' என்று உறவினர்களிடம் புலம்புகிறார் தன்னுடைய சமூகத்தின் நியதிகளை எதிர்க்கத் துணியாத, அதனால் வாழ்க்கையில் எந்த சுகத்தையும் பெறாத சுந்தரி.

16

புஷ்பம்

புஷ்பம் ஓரளவு வசதியான குடும்பத்தில் 1937இல் இதே ஊரில் பிறந்தாள். அவருக்கு மூன்று தம்பிகள். இவள் வாழ்ந்த காலத்தில் பெண்களைக் கல்லூரிக்கு - அதிலும் வெளியூர்களில் இருக்கும் கல்லூரிகளுக்கு (அந்த ஊரில் அப்போது கல்லூரிகள் இல்லை.) - அனுப்பும் வழக்கம் இந்த ஜாதியினரிடையே அதுவரை வரவில்லை. ஆயினும் புஷ்பம் நன்றாகப் படித்ததால் அவளுக்குக் கல்லூரியில் சேர்ந்து படிக்க வேண்டும் என்ற ஆசை ஏற்பட்டது. அவளுடைய தந்தை பள்ளியில் படித்தபோது நல்ல மதிப்பெண்கள் வாங்காததால் அடிக்கடி ஆசிரியர்களிடம் நிறையத் திட்டுகள் வாங்குவார். அதனால் பள்ளி ஆண்டின் கடைசி வகுப்பிலேயே படிப்பை நிறுத்திவிட்டு தன்னுடைய தந்தை நடத்திவந்த வியாபாரத்தில் பங்குகொள்ள ஆரம்பித்துவிட்டார். தன்னால் அதிகம் படிக்க முடியவில்லை என்ற குறை அவருக்கு எப்போதும் இருந்தது. அதனால் மகள் நன்றாகப் படிக்கிறாள் என்பதை அறிந்து மிகவும் சந்தோஷப்பட்டார். பெண்கள் நிறையப் படித்துவிட்டால் மாப்பிள்ளை கிடைப்பது கஷ்டம் என்பதை அவர் அறிந்தே இருந்தார். இருந்தாலும் பள்ளியில் நல்ல மதிப்பெண்கள் வாங்கும் மகளைத் தொடர்ந்து படிக்கும்படி ஊக்குவிக்காமல் இருக்க அவரால் முடியவில்லை. தங்களால் சாதிக்க முடியாததை அல்லது தங்களுக்குக் கிடைக்காததை தங்கள் பிள்ளைகள் மூலம் பெற விரும்புவது பெற்றோர்களின் இயல்புதானே. புஷ்பத்தின் தாய்க்குத் தான் இது எதில் போய் முடியுமோ என்று பயமாக இருந்தது. அவர் எல்லாத் தாய்மார்களையும்போல் மகளுக்குச் சீக்கிரமே திருமணத்தை முடித்துவிட வேண்டும் என்று விரும்பினார். ஆனால் அவரும் பள்ளிப் படிப்போடு மகளின் படிப்பை நிறுத்தும்படி தன் கணவரிடம் வற்புறுத்திக் கூறவில்லை.

இக்காரணங்களால் புஷ்பத்தின் பள்ளிப் படிப்பு முடிந்த பிறகு அவளுடைய தந்தை அவளைப் பக்கத்து ஊரில் இருந்த கல்லூரியில் சேர்த்தார். கல்லூரியில் படித்துக்கொண்டிருந்தபோது புஷ்பத்திற்கே இளங்கலைப் படிப்பை முடித்த பிறகு தான் முதுகலைப் படிப்பை தொடருவது பற்றி அவ்வளவு உறுதியான எண்ணம் இல்லை. அவளுடைய தந்தைக்கும் அப்படியே. கல்லூரியில் படித்துக் கொண்டிருந்தபோது புஷ்பம் அவளுடைய ஆசிரியைகளின் கவனத்தைக் கவர்ந்தாள். கணிதத்தில் அவள் நல்ல மதிப்பெண்கள் வாங்குவதைப் பார்த்து மேலும் படிப்பைத் தொடரும்படி அவளுடைய ஆசிரியைகள் அவளை வெகுவாக ஊக்குவித்தனர். அவர்களில் பலர் உயர்ந்த ஜாதியைச் சேர்ந்தவர்களாதலால் பலருக்குத் திருமணச் சந்தையில் ஜோடி தேடுவது எளிதானதாக இருந்தது. அதனால் அவர்களுக்கு புஷ்பத்தின் ஜாதியிலுள்ள பெண்களுக்கு மாப்பிள்ளை தேடுவதிலுள்ள கஷ்டங்கள் சரியாகப் புரியவில்லை. நன்றாகப் படித்து நல்ல வேலை பார்த்தால் அதற்கேற்ற மாப்பிள்ளை அமைவதில் என்ன கஷ்டம் என்று அவர்கள் நினைத்தனர். உயர் ஜாதியைச் சேர்ந்த பலர் பல தலைமுறைகளாக அரசுத் துறைகளிலும் தனியார் துறைகளிலும் பெரிய பதவிகளில் இருந்ததால் அந்த ஜாதியில் படித்த பெண்கள் பல படிகள் இறங்கி தங்களுடைய அந்தஸ்திற்குக் கீழ் உள்ள குடும்பங்களில் வாழ்க்கைப் படும் நிலை இல்லை. படித்த பையன்கள் அதிகம் இருந்ததால் படித்த பெண்களுக்கு மாப்பிள்ளை அமைவதில் கஷ்டம் இல்லை. புஷ்பத்தின் ஜாதியில் படித்த பையன்கள் அதிகம் இல்லாததால் அவர்களுக்குக் கிராக்கி அதிகம். எல்லாம் சப்ளை அண்ட் டிமாண்ட் தத்துவம்தான்.

புஷ்பத்தின் ஜாதியிலுள்ள நிலைமை முழுவதுமாகப் புரியாதலால் ஒரு நல்ல மாணவி முதுகலைப் படிப்பைத் தொடர வேண்டும் என்று அவளுடைய ஆசிரியைகள் விரும்பினர். அவர்கள் விரும்பி அவளை ஆசிர்வதித்ததாலோ அல்லது பிராப்தம் இருந்ததாலோ புஷ்பம் இளங்கலைப் படிப்பை முடித்து முதுகலைப் படிப்பில் சேர்ந்தாள். நல்ல வேளையாக முதுகலைப் படிப்பையும் அவள் அந்தக் கல்லூரியிலேயே படிக்கும் வாய்ப்புக் கிடைத்தது. முதுகலைப் படிப்பைப் படித்து முடித்ததும் அந்தக் கல்லூரியிலேயே ஆசிரியை யாகச் சேரும் வாய்ப்பும் புஷ்பத்திற்குக் கிடைத்தது.

புஷ்பத்தின் தம்பிகள் இருவரும் மருத்துவக் கல்லூரியிலும் பொறியியல் கல்லூரியிலும் சேர்ந்து படிக்க ஆரம்பித்தனர். தன் பிள்ளைகள் எல்லோரும் தன்னைப்போல் அல்லாமல் பள்ளிப்

படிப்பை முடித்துக் கல்லூரியிலும் சேர்ந்துவிட்டது புஷ்பத்தின் தந்தைக்கு மிகவும் சந்தோஷத்தைக் கொடுத்தது. படித்த பையன்கள் நிறையப் பேர் இந்த ஜாதியில் இல்லாததால் தன் மகன்களுக்கு பெண்ணைப் பெற்றவர்களிடையே நல்ல மவுசு இருக்கும் என்று அவருக்கு நன்றாகத் தெரிந்தது. ஆனால் அதே சமயம் மகளுக்கு மாப்பிள்ளை பார்ப்பதில் உள்ள சிரமத்தையும் அவர் சீக்கிரமே உணர ஆரம்பித்தார்.

மகளையொத்த மற்றப் பெண்களுக்கு ஏற்கனவே திருமண மாகிப் பல ஆண்டுகள் ஆகிவிட்டதை அவர் அறிந்தே இருந்தார். முதுகலைப் படிப்பை முடித்தவுடனேயே அவர் மகளுக்கு மாப்பிள்ளை பார்க்க ஆரம்பித்திருந்தார். மூன்று வருடங்களாக ஒன்றும் சரியாக அமையவில்லை. இனி சம்பந்தம் பேச வரும் பையன்கள் மகளைவிட வயதில் இளையவர்களாக இருப்பார்களே என்ற பயமும் அவருக்கு ஏற்பட ஆரம்பித்தது. வயதில் குறைந்த ஆண்களைப் பெண்கள் மணந்துகொள்வது என்பது அப்போது வழக்கத்தில் இல்லாத ஒன்று. (இப்போதும் இல்லையென்றே சொல்லலாம்.) ஏனெனில் பெண்களுக்கு பதினாறு, பதினேழு வயதிற்குள் மணமுடித்துவிடுவார்கள். பையன்களுக்கு இருபத்து ரெண்டு வயதிலிருந்து இருபத்து ஐந்து வயதிற்குள் திருமணம் முடித்துவிடுவார்கள். பையனுக்கும் பெண்ணிற்கும் நான்கு வயது வித்தியாசமாவது இருக்க வேண்டும் என்று நினைப்பார்கள். எங்கேயாவது ஒரு குடும்பத்தில் ஒரே பையனாக இருந்தால் சீக்கிரமே வாரிசுகள் வேண்டும் என்பதற்காக இருபது வயதிற்குள் மணம் முடிப்பார்கள். இப்படி இருபது வயதிற்குள்ளே பையன் களுக்குத் திருமணம் செய்துவைத்தது புஷ்பத்திற்கு இரண்டு தலைமுறைகளுக்கு முன்னால். அந்தத் தலைமுறைகளிலும் சரி, புஷ்பத்தின் காலத்திலும் சரி பையன்கள் உத்தியோகம் பார்த்துக் கொண்டிருக்கவில்லை. அதனால் படிப்பை முடித்து வேலை தேடிக்கொண்ட பிறகுதான் திருமணம் என்ற நிர்ப்பந்தமும் இல்லை. அநேகமாக தந்தையின் வியாபாரத்தைக் கவனித்துக் கொண் டிருப்பார்களாதலால் திருமணத்தைத் தள்ளிப் போடும் அவசியம் இல்லாமல் இருந்தது. புஷ்பத்தின் காலத்தில் இருபத்துரெண்டு வயதிலேயே பையன்களுக்குப் பெண் தேட ஆரம்பிப்பார்கள்.

புஷ்பத்தைப் பொறுத்தவரை அவளுக்கு இருபத்தைந்து வயதாகி விட்டது. அந்த ஜாதியில் எந்தப் பெண்ணும் படிக்காத அளவு படித்திருந்தாள். அவளுடைய வயதிற்கும் படிப்பிற்கும் ஏற்ற மாப்பிள்ளை கிடைக்க வேண்டுமே என்று அவளுடைய பெற்றோர்

கவலைப்படத் தொடங்கினர். அவர்களுடைய கவலை நியாய மானதே. ஏனெனில் அந்தக் காலத்தில் புஷ்பம் அளவிற்குப் படித்த பெண்கள் அவர்களுடைய உறவினர் வட்டாரத்தில் இல்லை. அவளைப்போல் இருபத்தைந்து வயது நிரம்பியும் திருமணம் ஆகாமல் இருந்த பெண்களும் இல்லை. நாட்கள் செல்லச் செல்ல பெற்றோரைக் கவலைப் பிடித்து வாட்டத் தொடங்கியது. புஷ்பத்தையும் பெற்றோர்களின் கவலை தொற்றிக்கொள்ளாமல் இல்லை. என்ன செய்வது? ஆனால் ஒரு வித்தியாசம். ஒரு வேளை தனக்குத் திருமணம் ஆகாமலே போய்விட்டாலும் அதற்காகத் தான் படித்தது தவறு என்று அவளால் நினைக்க முடியவில்லை. பெற்றோர் களோ ஒரு வேளை புஷ்பம் முதுகலைப் படிப்புவரை படிக்காமல் இருந்திருந்தால் எல்லாப் பெண்களையும்போல் அவளுக்கும் திருமணம் ஆகி இதற்குள் பெற்றோர் என்ற முறையில் தங்கள் கடமை முடிந்துவிட்டிருக்குமோ என்று எண்ண ஆரம்பித்தனர். இப்படிக் கவலைப்பட்டுக்கொண்டிருந்த பெற்றோர்களுக்கு புஷ்பத்திற்கு இருபத்தேழு வயது முடியும் தருவாயில் இருப்புக் கொள்ளவில்லை. இப்படி நம்பிக்கை இழந்த நிலையில் அவர்கள் இருக்கும்போதுதான் ராஜன் பற்றி அவர்களுக்குத் தெரியவந்தது.

ராஜன் அவனுடைய பெற்றோர்களுக்கு மூத்த மகன். அவனுக்குப் பின்னால் பத்துப் பேர் - நான்கு தங்கைகள், ஆறு தம்பிகள். இவனுடைய தந்தை ஏதோ ஒரு சிறிய வியாபாரம் செய்துவந்தார். நல்ல வருமானம் இல்லை. எப்படியோ குடும்பம் ஓடிக்கொண்டிருந்தது. ராஜனும் அவனுடைய தம்பியும் பி.காம். படித்துவிட்டு அரசு உத்தியோகம் தேடிக்கொண்டனர். அப்போது வேலை கிடைப்பது குதிரைக் கொம்பாக இல்லை. இளங்கலைப் படிப்பு முடித்ததும் சிலர் கொஞ்ச நாட்கள் வேலையில்லாமல் இருக்கலாம். ஆனால் சில காலத்திற்குப் பிறகு ஏதோ ஒரு வேலை - அவர்கள் படிப்பிற்குத் தகுந்த மாதிரிதான் - கிடைத்துவிடும். ராஜன் ஆடம்பரமாக வாழ ஆசைப்படுபவன். தந்தையின் வருமானம் அப்படியொன்றும் அதிகம் இல்லையென்றாலும் தான் சிக்கனமாக இருந்து தன் சம்பளம் முழுவதையும் தாயிடம் கொடுக்க வேண்டும் என்று நினைத்ததில்லை. தன்னுடைய சம்பளம் கைக்கு வந்தவுடன் துணிமணிகள் வாங்கக் கிளம்பிவிடுவான். மீதியுள்ளதைத் தாயிடம் வீட்டுச் செலவிற்குக் கொடுப்பான். ஆனால் அவனுடைய தம்பி அப்படியில்லை. வாழ்க்கையில் சிக்கனத்தைக் கடைப்பிடிப்பவன். தேவையென்றால் மட்டுமே சாமான்கள் வாங்குவான். தாய்க்குக் கொடுத்தது போக மீதியைத் தன் கணக்கில் வரவில் வைத்துக்கொள்வான்.

ராஜன் இந்த ஜாதியின் அளவீட்டின்படி ஆணழகன். நல்ல நிறம். நல்ல உயரம். அதற்கேற்ற பருமன். சுருக்கமாகச் சொன்னால் இவனுடைய அழகிற்காகவே பெண்களைப் பெற்ற பலர் இவனுக்குப் பெண் கொடுக்க முன்வருவர். ஆனால் இவனுடைய வீட்டின் நிலைமைதான் பலரை அப்படிச் செய்யவிடாமல் தடுத்தது. இவனுக்குப் பின் அத்தனை சகோதர, சகோதரிகள். மூத்த மகன் என்ற முறையில் அவர்களைப் படிக்கவைப்பதிலும் பின் அவர் களுக்குத் திருமணம் செய்துவைப்பதிலும் இவனுக்குக் கொஞ்ச மாவது பொறுப்பு உண்டு. இத்தனை பெரிய பொறுப்பு இருந்ததால் பலர் தயங்கினர். மேலும் இவனுக்கு இருந்தது போலவே இவனுடைய தாய்க்கும் செலவாளி என்ற பெயர் உண்டு. இவருடைய தந்தை கொண்டுவந்த கொஞ்ச வருமானத்தையும் இவனுடைய தாய் பார்த்துச் செலவழிக்கவில்லை என்ற பெயர் அவனுடைய தாய்க்கு உண்டு. இந்தக் குடும்பத்தில் போய்த் தங்கள் பெண்ணைக் கொடுத்து அவள் எப்படிச் சமாளிப்பாள் என்று பல பெற்றோர் பயந்தனர். ராஜனுக்கும் இருபத்தேழு வயது முடிந்துவிட்டது. அவருக்கு அடுத்ததற்கு அடுத்ததாக ஒரு தங்கை இருந்தாள். அவளுக்கும் இருபத்திரண்டு வயதாகிவிட்டது. அந்த ஜாதியைப் பொறுத்தவரை அவளுக்கும் எப்போதோ திருமணம் ஆகியிருக்க வேண்டும்.

இந்தத் தருணத்தில்தான் புஷ்பத்தின் பெற்றோருக்கு ராஜன் பற்றிய விபரங்கள் தெரிய வந்தன. வயதைப் பொறுத்தவரை ராஜன் தங்கள் மகளுக்குப் பொருத்தமானவன்தான். ஆனால் வேறு எந்த விஷயத்திலும் புஷ்பத்தை மணக்கும் தகுதி அவனுக்கில்லையே என்று எண்ணினர். ஆனால் ராஜன் நல்ல அழகு என்பதால் அது ஒரு பெரிய நல்ல அம்சமாகத் தோன்றியது. மகளைவிட, சில மாதங்களே ஆனாலும், வயதில் மூத்தவன். வயது, அழகு ஆகிய இரண்டு அம்சங் களைத் தவிர வேறு ஒன்றும் இல்லையே என்று எண்ணி மகளைக் கொடுக்கத் தயங்கினர். அத்தனை தம்பி, தங்கைகள் இருந்ததால் அவர்களுடைய படிப்பு, கல்யாணம் போன்றவற்றில் ராஜனுக்குக் கொஞ்சமாவது பொறுப்பு இருக்கிறதே என்ற எண்ணமும் அவர் களுக்கு இருந்தது. இரண்டு தலைமுறைகளுக்கு முன்னால் என்றால் ராஜனுடைய பொறுப்புகள் இன்னும் அதிகமாக இருந்திருக்கும்.

ராஜனுக்கும் அவனுடைய தம்பி, தங்கைகளுக்கும் திருமணம் செய்துவைக்க அவர்களுடைய பெற்றோர் பணம் எதுவும் சேர்த்து வைக்கவில்லை. எதிர்காலத்தைப் பற்றிச் சரியாகத் திட்டமிடா தவர்கள் அவர்கள். பையன்களை இளங்கலைப் படிப்பு வரையாவது

படிக்கவைப்பதில் மட்டும் கொஞ்சம் குறியாக இருந்தார்கள். எப்படியோ அவர்கள் பெற்றெடுத்த ஏழு பையன்களும் இளங்கலைப் படிப்பை முடித்துவிட்டார்கள். பெண்களைப் படிக்கவைக்கும் திட்டம் எதுவும் அவர்களிடம் இல்லை. இரண்டு பெண்கள் பள்ளி இறுதி வகுப்பை முடித்தார்கள்.இன்னும் இரண்டு பெண்கள் அவ்வளவுகூடப் படிக்கவில்லை. பெண்களைப் பொறுத்தவரை அவர்களின் சருமநிறமும் பெற்றோரிடமிருந்து பெறும் சீதனமும் தானே முக்கியம். அதில்கூட ராஜனின் பெற்றோர்கள் கவனம் செலுத்தவில்லை.

அந்த ஜாதியில் பையனின் பெற்றோர் பெண்ணிற்குத் தாலி, வளையல் ஆகிய நகைகள் போடுவதும் தங்கள் வீட்டுத் திருமணச் செலவுகளைத் தாங்களே ஏற்றுக்கொள்வதும் அப்போதிருந்த பழக்கங்கள். வசதி அதிகம் இல்லாதவர்கள் பெண்ணுக்குச் செய்ய வேண்டிய நகைகளைக் குறைத்துக்கொள்வார்கள். உதாரணமாக, தாலி மட்டும் அவர்கள் சக்திக்கேற்றவாறு செய்வார்கள். வளையல்கள் செய்வதில்லை. ஆனால் திருமணச் செலவுகளுக்குப் பெண் வீட்டாரிடம் பணம் வாங்குவதில்லை. ஆனால் ராஜன் குடும்பத்தார் அந்தப் பழக்கத்தை முதல் முதல் ஏற்படுத்தினார்கள்.

ராஜனின் பெற்றோரிடம் மகனுடைய திருமணத்தின்போது மணப்பெண்ணிற்கு நகைகள் செய்வதற்கும் திருமணச் செலவிற்கும் பணம் இல்லை. இது தெரிந்ததும் புஷ்பத்தின் பெற்றோர் இந்த மாப்பிள்ளை தங்களுக்கு வேண்டாம் என்று முடிவுசெய்தனர். தாங்கள் செய்த முடிவு சரிதானா என்று மனதிற்குள்ளேயே குமைந்துகொண்டிருந்தனர். இதற்கிடையில் ஒரு நாள் ராஜனைப் பார்க்கும் வாய்ப்பு புஷ்பத்தின் பெரியம்மாவிற்குத் தற்செயலாகக் கிடைத்தது. ராஜனைப் பார்த்த அவருக்கு எப்படியாவது தங்கை மகளான புஷ்பத்திற்கும் ராஜனுக்கும் திருமணம் செய்துவிட வேண்டும் என்ற எண்ணம் பிறந்தது. சாதாரணமாக, திருமண விஷயத்தில் பெற்றோரைத் தவிர மற்ற யாரும் தலையிட மாட்டார்கள். தந்தை உயிரோடு இருந்தால் அவர்தான் முடிவெடுப்பார். தந்தை இல்லையென்றால் தாய்க்குத்தான் அந்த முழுப் பொறுப்பும் உண்டு. வளர்ந்த மகன் இருந்தால் தாய் தன் மகனைக் கலந்தாலோசிப்பார். ஆனாலும் முடிவு தாயினுடையது தான். அது ஏனோ திருமணத்தைப் பொறுத்தவரை பெற்றோர் களிடம்தான் அந்தப் பொறுப்பு விடப்பட்டது. உறவினர்கள் தங்கள் கருத்துகளை மட்டும் எடுத்துச் சொல்வார்கள். கடைசி முடிவைப் பெற்றோர் களிடம் விட்டுவிடுவார்கள். புஷ்பத்தின் பெரியம்மாவுக்கு ராஜனை

ரொம்பப் பிடித்துவிட்டதால் தன் தங்கையிடம் ராஜனுக்கும் புஷ்பத்திற்கும் திருமணம் முடித்துவிடுமாறு கூறினாலும் 'உன் இஷ்டத்தையும் பார்த்துக்கொள்' என்றுதான் அவரால் கூற முடிந்தது. புஷ்பத்தின் தந்தை தன் மனைவிக்குக் கொஞ்சம் சுதந்திரம் கொடுப்பவர். அதனால்தான் புஷ்பத்தின் தாய் நிறைய யோசித்துத் தன் கணவரிடம் தன் தமக்கை கூறியது பற்றிக் கூறினார். இருவரும் நிறைய யோசித்தனர். ராஜனுக்கு அழகு இருக்கிறது, அரசு வேலை இருக்கிறது என்ற அம்சங்களைத் தவிர வேறு சிறப்பம்சங்கள் எதுவும் இல்லையென்றாலும் தங்கள் மகளுக்கு அவளுடைய படிப்பிற்கும் - ராஜன் இளங்கலைப் படிப்பு மட்டுமே படித்திருந்தாலும் - அவளுடைய வயதிற்கும் தாங்கள் கொடுக்கப் போகும் சீதனத்திற்கும் ஏற்ற மாப்பிள்ளை இனி கிடைக்குமா என்ற சந்தேகமும் அதனால் விளைந்த குழப்பமும்தான் ராஜனையே அவர்கள் தங்கள் மகளுக்கு மாப்பிளையாகத் தேர்ந்தெடுக்க உதவியது.

அவர்கள் தங்கள் மகளுக்குக் கொடுக்கப் போகும் சீதனத்திலிருந்து புஷ்பத்திற்கு ராஜனின் பெற்றோர் செய்ய வேண்டிய தாலிக்குரிய பணத்தையும் அவர்களுடைய திருமணச் செலவுகளுக்குரிய பணத்தையும் கொடுப்பதென்று முடிவாகியது. அதாவது புஷ்பத்தின் தந்தை தன் மகளுக்குக் கொடுக்கப் போகும் ஐயாயிரம் ரூபாய் பணத்தில் (இது நடந்தது 1963ஆம் ஆண்டு. அப்போது தங்கத்தின் விலை பவுனுக்கு அதாவது எட்டு கிராமுக்கு நூறு ரூபாய்) ராஜனின் பெற்றோரிடம் இரண்டாயிரம் ரூபாயைக் கொடுத்துவிடுவது என்று முடிவாகியது. அந்த இரண்டாயிரத்தில் ராஜனின் பெற்றோர் புஷ்பத்திற்கு வேண்டிய தாலி, திருமணப் பட்டுப்புடவை வாங்குவதோடு மற்றத் திருமணச் செலவுகளையும் கவனித்துக்கொள்ள வேண்டியது என்றும் முடிவானது. ராஜனின் தாய் செலவாளி என்பதால் இரண்டாயிரம் பணம்கூட அவருக்குப் போதுமானதாக இல்லை. ராஜனின் தந்தைவழி உறவினர்கள் சிலர் இன்னும் கொஞ்சம் பணம் செலவழித்து இரண்டாயிரத்தில் துண்டு விழுந்ததை இட்டு நிரப்பினர். ராஜனின் தந்தைவழிப் பாட்டிக்குத் தன் மகன் - அதாவது ராஜனின் தந்தை - வரப் போகும் சம்பந்திகளிடம் தன் மகன் திருமணத்திற்குப் பணம் வாங்கிச் செலவழிப்பது கொஞ்சம்கூடப் பிடிக்கவில்லை. தன்னுடைய அதிருப்தியைக் காட்டுவதற்குத் தன் மகனிடமே, 'உனக்கு வரப் போகும் மருமகள் படித்ததற்கு அடையாளமாக தானே திருமணப் புடவையை கட்டிக்கொண்டு தாலியையும் போட்டுக்கொண்டு வருகிறாளாக்கும்' என்று குறைபட்டுக்கொண்டார். ராஜனின் பாட்டி காலத்தில்

இந்த மாதிரி ஒருவரும் நடந்துகொண்டதில்லை. அதனால் தன் மகன் நடந்துகொண்டது அவருக்கு மிகுந்த எரிச்சலைக் கொடுத்தது.

புஷ்பம் கணக்கில் எம்ஏ படித்துக் கல்லூரியில் விரிவுரையாளராக வேலைபார்த்து வந்தாள். எப்போதுமே கணக்கில் பட்டம் பெற்றவர்களுக்கு பள்ளிகளிலும் சரி, கல்லூரிகளிலும் சரி எளிதாக வேலை கிடைக்கும். புஷ்பத்திற்கு ஒரு வேலை இருந்தது. நல்ல சம்பளமும் கிடைத்தது. அவள் விரும்பினால் திருமணம் செய்து கொள்ளாமலே இருந்திருக்கலாம். தன் காலிலேயே நிற்கும் தகுதி அவளுக்கிருந்தது. இருப்பினும் அவளுக்குக்கூட தன்னுடைய திருமணம் நிச்சயமானதும் ஒருவித நிம்மதியே ஏற்பட்டது. தன்னை இனி யாரும் திருமணம் ஆகாத பெண் என்று கூற மாட்டார்கள் என்ற எண்ணம்தான் மேலோங்கி நின்றது.

ராஜன்-புஷ்பம் திருமணம் நடந்த காலத்தில் இந்த ஜாதியில் பெண் வீட்டாரிடம் பணம் வாங்கித் தங்கள் செலவுகளைக் கவனித்துக் கொள்ளும் வழக்கம் இல்லையென்றாலும், ராஜனின் பெற்றோர்களுக்கு அது எந்தவித மன உளைச்சலையோ சமூக வழக்கிற்கு மாறாகச் செய்கிறோமே என்ற குற்ற உணர்வையோ கொடுக்கவில்லை. தங்கள் மகனின் அழகிற்கு பெண்ணைப் பெற்றோர் கொடுக்கும் விலை என்றே கருதினர். அதுவுமல்லாமல் பெண்பார்க்கும் சடங்கையும் ராஜனின் தாய் விட்டுவைக்கவில்லை. 'இத்தனை படித்த பெண் அதைவிடக் குறைவாகப் படித்த நம் பையனை மணப்பதற்கு அவளுடைய பெற்றோர் சம்மதிக்கிறார்கள், தங்களுக்கு ஆகும் திருமணச் செலவுகளையும் கொடுக்க முன்வருகிறார்கள்' என்றெல்லாம் அவர் நினைக்கவில்லை. அதனாலேயே பெண்ணிடம் ஏதாவது குறை இருக்கலாமோ என்ற எண்ணம்தான் அவரிடம் முதலில் ஏற்பட்டது. புஷ்பத்தை முறைப்படி பார்த்த பிறகுதான் திருமணத்திற்கு அவர் ஒப்புதல் அளித்தார். பெண்ணைப் பார்த்துச் சம்மதம் கொடுப்பது அநேகமாகப் பையனின் தாய்தான்.

ராஜன் ஆணழகன் என்றாலும் ராஜனின் தாய் நல்ல கருப்பு. அதாவது அந்த ஜாதியின் அளவீட்டின்படி அழகானவர் இல்லை. ராஜனின் தந்தைவழியில்தான் பலர் நல்ல நிறம். ராஜன் ஆணாகவும் ஆணழகனாகவும் இருந்ததால் அவருக்குப் பெரிய யோகம் அடித்தது. பெற்றோருக்கு எந்தச் செலவும் இல்லாமல் தன்னைவிட இரண்டு மடங்கு சம்பாதிக்கும் மனைவி தனக்குக் கிடைத்திருக்கிறாள் என்று ராஜன் மிகவும் மகிழ்ந்துபோனான்.

பல ஆண்களுக்கு மனைவி தன்னைவிட அழகாக இருந்தால் தாழ்வு மனப்பான்மை வருவதில்லை. தன்னைவிட புத்திசாலியாக இருந்தாலும் தாழ்வு மனப்பன்மை வருவதில்லை. அவளுடைய புத்திசாலித்தனத்திற்குத் தான் கடிவாளம் போட்டுக்கொள்ளலாம் என்ற நினைப்பு. ஆனால் அவள் தன்னைவிட அதிகம் சம்பாதித்தால் தாழ்வு மனப்பன்மை ஏற்படலாம் என்பதால் அதிகம் சம்பாதிக்கும் பெண்ணை மணக்க விரும்புவதில்லை. ராஜனுக்குத் தனக்கு வரப் போகும் மனைவி அதிகம் சம்பாதிப்பதால் தனக்குத் தாழ்வு மனப்பான்மை ஏற்படலாம் என்ற எண்ணமே எழவில்லை.

திருமணம் ஆனவுடனேயே புஷ்பம் தன் கணவரிடம் சில நிபந்தனைகள் போட்டார். அவருடைய சம்பளம் முழுவதையும் தன்னிடம் கொடுத்துவிட வேண்டும் என்பது அவற்றில் மிகவும் முக்கியமானது. தன் மாமியாரைப்போல் இல்லாமல் ஆரம்பத் திலேயே சேமிக்கும் பழக்கத்தைக் கணவரிடம் வளர்க்க வேண்டும் என்று புஷ்பம் நினைத்தார். ராஜனின் தாய் தன்னுடைய மகன், மருமகள் ஆகிய இரண்டு பேர் சம்பளமும் தனக்குக் கிடைக்கும் என்று எதிர்பார்த்ததற்கு மாறாக, கணவரின் குடும்பத்தாருக்கு தங்கள் இருவரின் சம்பளத்திலிருந்து ஐம்பது ரூபாய் மட்டும் கொடுப்பதென்று புஷ்பம் முடிவுசெய்தார். ராஜனின் பெற்றோர் தங்களுடைய சொந்த ஊரில் இருந்த ஒரு வீட்டைத் தவிர தாங்கள் வசித்துவந்த ஊரில் ஒரு வீடு கட்டிக்கொள்ள வேண்டும் என்று ஒருபோதும் நினைக்கவில்லை. ஆனால் புஷ்பம் சீக்கிரமே தனக்கும் தன் கணவருக்கும் ஒரு வீடு கட்டிக்கொள்ளவேண்டும் என்று திட்டமிட்டார். அதற்காக இப்போதே சேமிக்க வேண்டும் என்று கணவரிடம் கூறினார்.

முதலில் இந்த மாதிரி மனைவி போட்ட நிபந்தனைகள் ராஜனுக்கு அவ்வளவாகப் பிடிக்கவில்லை. மற்றவர்கள் போடும் நிபந்தனை களை ஏற்று நடக்கும் பழக்கம் ராஜனுக்கு ஒருபோதும் இருந்த தில்லை. என்றாலும் போகப் போக அதனுடைய அருமை புரிந்தது. புஷ்பம் பள்ளி இறுதிவரை மட்டும் படித்திருந்தால் ராஜன் குடும்பத்தைவிட வசதியான குடும்பத்தில் வாழ்க்கைப்பட்டிருப்பார். ஆனால் எம்ஏ வரை படித்திருந்ததனாலேயே பதினொரு குழந்தைகள் உள்ள குடும்பத்தின் மூத்த மகனை மணக்க வேண்டிய நிலைமை ஏற்பட்டது. ஆனாலும் தனக்குத் தன் உறவினர் களுக்குள்ளேயே அழகானவன் கிடைத்திருக்கிறான் என்பதை நினைத்து புஷ்பம் சந்தோஷப்பட்டுக்கொண்டார். அதிலும் தன் கணவன் தன்னுடைய நிபந்தனைகளை ஏற்றுக் கொண்டு தங்கள் இருவர் சம்பளத்தையும்

தன் தாயிடம் கொடுக்குமாறு வற்புறுத்தாமல் மனைவியின் சொல்படி நடந்துகொள்ள ஆரம்பித்தது புஷ்பத்திற்கு மிகுந்த நிம்மதியைக் கொடுத்தது. தன்னைவிடக் குறைவாகச் சம்பாதிக்கும் கணவனை மணந்தாலும் இனி தன் சம்பளத்தையும் தன் கணவனின் சம்பளத்தையும் தானே நிர்வகிக்கலாம் என்ற எண்ணம் கொடுத்த தெம்பு அவருக்குப் பெருத்த நிம்மதியைக் கொடுத்தது.

அவருடைய மாமியாருக்கோ தன் மகன், மருமகளுடைய சம்பளம் தன் கைக்கு வராதது மிகுந்த கோபத்தைக் கொடுத்தது. ஆனாலும் தன் மகனும் இந்த ஏற்பாட்டிற்கு உடந்தையாதலால் அவரால் அதற்கு மேல் எதுவும் செய்ய முடியவில்லை. மாதாமாதம் மாமியார் குடும்பத்திற்கு ஐம்பது ரூபாய் கொடுத்தது போக, அவ்வப் போது அவசரத் தேவை ஏதாவது ஏற்பட்டால் புஷ்பம் மாமியார் குடும்பத்திற்குக் கொடுத்து உதவுவார். ராஜனுக்குப் பின்னால் இருந்த தம்பிமார்களுக்கும் இப்படி மணமகள் வீட்டாரிடமிருந்துதான் பணம் பெற்றுக்கொண்டு அவர்கள் திருமணங்களை முடித்தார்கள் ராஜனின் பெற்றோர்கள். ஆனால் அதிகம் படிக்காத, உத்தியோகம் பார்க்காத பையனாகத் தங்கள் பெண்களுக்குப் பார்த்தாலும் சீதனம் எதுவும் கொடுக்காமல் திருமணம் செய்ய முடியாதே. சொந்த ஊரில் இருந்த ஒரே வீட்டை விற்று ராஜனின் முதல் இரண்டு தங்கைகளுக்கும் திருமணம் செய்தார்கள். இரண்டு மருமகன்மார் களும் உள்ளூர் தொழிற்சாலை ஒன்றில் கணக்கெழுதும் வேலை பார்த்து வந்தார்கள். இவர்கள் திருமணத்திற்கும் மற்ற இரண்டு தங்கைகளின் திருமணத்திற்கும் புஷ்பம் கொஞ்சம் பணம் கொடுத்து உதவினார். ராஜனின் தம்பியும் தன் பங்கிற்குக் கொஞ்சம் உதவினார். இந்த மாதிரி எப்படியோ தாங்கள் பெற்றெடுத்த மகள்களின் திருமணங்களை முடித்த ராஜனின் பெற்றோர்கள் மகன்களின் விஷயத்தில் பெண் வீட்டாரிடம் பணம் பெற்றுக்கொண்டே மகன்களின் திருமணங்களை முடித்தார்கள். அப்போது இந்த ஜாதியில் படித்த பையன்கள் அதிகம் இல்லாதது அவர்கள் அப்படி நடந்துகொள்ள உதவியது.

தன் மாமியாரைப் போல இல்லாமல் புஷ்பம் தன் சம்பளத்திலும் தன்னுடைய கணவர் சம்பளத்திலும் முறைப்படி ஒழுங்காகச் சேமித்தார். அவர்கள் ஜாதியைச் சேர்ந்த ஒரு பணக்காரர் அவர்கள் சொந்த ஊருக்குப் பக்கத்தில் ஒரு பெண்கள் கல்லூரியை ஆரம்பித்தார். அப்படிக் கல்லூரி ஆரம்பிப்பவர்கள் முடிந்தவரை தங்கள் ஜாதியைச் சேர்ந்தவர்களுக்கே வேலை கொடுப்பது வழக்கம். அவர்கள் ஜாதியில் குறைந்தபட்ச தகுதிகூட இருப்பவர்கள் இல்லை

யென்றால் தான் வேறு ஜாதியிலிருந்து ஆட்களைத் தேர்வு செய் வார்கள். புஷ்பம் அளவு எம்ஏ படித்திருந்தவர்கள் அப்போது இல்லை யாதலால் புஷ்பத்திற்கு கல்லூரியின் துணை முதல்வர் பதவி கிடைத்தது. அதனால் இன்னும் கொஞ்சம் சம்பளம் அதிகம் கிடைத்தது. அவருக்கென்றே அவர் அறை வாயிலில் ஒரு பியூன் நின்றுகொண் டிருப்பான். தன் மனைவி கொடுக்கும் உத்தரவுகளை உடனுக்குடன் செய்துமுடிக்க ஒரு ஆள் இருந்தது ராஜனுக்குப் பெருமையாக இருந்தது. உறவினர்களிடம் 'என் மனைவி மணி அடித்தால் உடனே ஒரு பியூன் வருவான்' என்று பெருமையாக கூறிக்கொள்வார்.

ராஜன்-புஷ்பம் தம்பதிகளுக்கு இரண்டு ஆண்கள், ஒரு பெண் என்று மூன்று குழந்தைகள். அவர்களைப் பார்த்துக்கொள்ள புஷ்பம் தூரத்து உறவினரான ஒரு விதவைப் பெண்ணை வீட்டோடு வைத்துக்கொண்டார். அப்போது பெண்கள் யாரும் வெளியில் வேலைக்குச் செல்லவில்லையாதலால் இப்படி வீட்டோடு ஒருவரை சமைக்கவும் பிள்ளைகளைப் பார்த்துக்கொள்ளவும் வைத்துக் கொள்வது புது மாதிரியான அனுபவம். மூன்று குழந்தைகளில் எதுவும் சோடைபோகவில்லை. மூன்று பேரும் நன்றாகப் படித்தனர். பையன் களில் ஒருவன் மருத்துவப் படிப்புப் படித்து அரசு உத்தியோகத்தில் சேர்ந்தான். இன்னொரு பையன் பொறியியல் படித்து நல்ல கம்பெனி ஒன்றில் வேலைக்குச் சேர்ந்தான். மகள் தந்தையைப் போலவே நிறமாக இருந்ததால் பெரிய பணக்காரக் குடும்பத்தில் வாழ்க்கைப்பட்டாள். தான் பெரிய படிப்புப் படித்து விட்டதால் தனக்கு மாப்பிள்ளை பார்க்கத் தன் தந்தை கஷ்டப்பட்டது நினைவிற்கு வந்ததாலோ என்னவோ மகளைப் புஷ்பம் அதிகம் படிக்க வைக்கவில்லை. அவருடைய மகள் காலத்தில் பெண்கள் கல்லூரிக்குப் போவது பாஷனாகிவிட்டிருந்தது. ஆனாலும் நிறையப் படிக்கவைத்து வேலைக்கு அனுப்பும் பழக்கம் அதுவரை வரவில்லை. இதனாலும் நிறையப் பணக்காரக் குடும்பங்களிலிருந்து பலர் புஷ்பத்தின் மகளைப் பெண்கேட்டு வந்ததாலும் புஷ்பமோ ராஜனோ அவர்களுடைய மகளை இளங்கலைப் படிப்பிற்கு மேல் படிக்க வைக்க நினைக்கவில்லை. அந்தப் பெண்ணுக்கும் நிறையப் படிக்க வேண்டும் என்ற அறிவுத் தாகம் எதுவும் இல்லை. பெற்றோர் சொல்படி திருமணம் செய்துகொண்டு குடும்பம் நடத்தத் தயாரானாள். புஷ்பத்தின் பையன்களுக்குக் கேட்கவா வேண்டும்? நல்ல பெண்களாக வெகு எளிதில் கிடைத்தார்கள். புஷ்பம்-ராஜன் தம்பதிகளின் குழந்தைகள் மூவரும் திருமணம் புரிந்துகொண்டு குடியும் குடித்தனமுமாக வாழ்ந்துகொண்டிருக்கிறார்கள்.

தான் படித்து முதுகலைப் பட்டம் பெற்றுவிட்டதால் தனக்கு சரியாக மாப்பிள்ளை அமையவில்லை என்பதெல்லாம் புஷ்பத்திற்கு மறந்தே போய்விட்டது. திருமணம் ஆகிவிட்டது, குழந்தைகள் பெற்றுக்கொண்டாகிவிட்டது, அவர்கள் வாழ்க்கை சீராகப் போய்க் கொண்டிருக்கிறது என்பதுதான் இப்போதைய நிதர்சனம். அது போதும் புஷ்பத்திற்கு. புஷ்பத்தின் மூலம் தனக்கு வாழ்க்கை வசதியாக அமைந்துவிட்டதால் ராஜனுக்கும் மகிழ்ச்சி. இவர்களுக்குக் குழந்தை வளர்ப்பிலும் வீட்டுவேலைகளிலும் உதவுவதற்குக் குறைந்த சம்பளத்தில் வேலைக்கு ஆள் வைத்துக்கொள்ள முடிந்தது. அதனால் வெளியே வேலைக்குப் போகும் மனைவி வாய்த்தாலும் வீட்டில் மனைவிக்கு எந்தவித உதவியும் செய்ய வேண்டிய தேவை ராஜனுக்கு ஏற்படவில்லை. அதனாலும் மனைவிமேல் ராஜனுக்கு அன்பு, மரியாதை எல்லாம் ஏற்பட்டது.

17

விமலா

பெற்றோர்களுக்கு முதல் மகனாகப் பிறந்துவிட்ட மாணிக்கம் சிறு வயதிலேயே பல பொறுப்புகளைச் சுமக்க வேண்டிய நிலைக்குத் தள்ளப்பட்டான். அவனுடைய தந்தை எந்தவிதக் குடும்பப் பொறுப்பும் இல்லாமல் இருந்தார். அவர் செய்ததெல்லாம் ஊர் சுற்றுவது, கண்ட பெண்களுடன் உடல் உறவு வைத்துக் கொள்வது, வீட்டிற்கு வந்தால் மனைவியைக் கண்டபடி திட்டுவது, அவள் சமைத்து வைத்திருந்தால் வயிறு புடைக்கச் சாப்பிடுவது, அப்படிச் சமைத்து வைக்கவில்லையென்றால் அவளுக்கு அடி, உதை கொடுப்பது போன்றவைதான். தனக்கு ஆறு குழந்தைகள் இருக் கிறார்கள், அவர்களை வளர்த்து ஆளாக்கி அவர்களுக்கு எதிர் காலத்தை அமைத்துக் கொடுப்பது என்பது பற்றியெல்லாம் மாணிக்கத்தின் தந்தை நினைக்கவேயில்லை. மாணிக்கத்தின் தாய்வழித் தாத்தா அவ்வப்போது ஏதாவது உதவிசெய்வார். பாவம் அவராலும் எவ்வளவு உதவிதான் செய்ய முடியும்? மாணிக்கத்தின் தாய்தான் அவருக்கு முதல் குழந்தை. மாணிக்கத்தின் தாய்க்குப் பின்னால் இரண்டு தங்கைகள், மூன்று தம்பிகள். அவர்களைக் கவனிக்க வேண்டிய பொறுப்பும் அவருக்கு இருந்தது. அவர் அதிக வசதி படைத்தவரும் இல்லை.

மாணிக்கத்தின் தாய்க்கு குடும்பச் சுமை தாங்க முடியாததாக இருந்தது. சிறு வயது முதலே இப்படி ஒரு சூழ்நிலையில் வாழ்ந்து விட்ட மாணிக்கத்திற்கு அப்போதிருந்தே தான் பெரியவனானதும் குடும்பச் சுமையைத் தாங்கிக்கொண்டு முடிந்த அளவு தன் தாய்க்கு ஓரளவாவது நிம்மதி கொடுக்க வேண்டும் என்ற எண்ணம் ஏற்பட்டது. தலைமகனாகப் பிறந்த பலருக்கு அவர்கள் விரும்பியோ விரும்பாமலோ இம்மாதிரியான பொறுப்பு வந்துவிடுவதுண்டு. குடும்பத்தைத் தூக்கிச் சுமப்பது தன் கடமை என்று மாணிக்கம் எண்ணினான்.

இவர் காலத்தில் பையன்களை மட்டும் எப்படியும் பள்ளி இறுதிவரையாவது படிக்கவைத்துவிடுவது பழக்கதிற்கு வந்திருந்தது. பெண்களைப் பற்றி யாரும் கவலைப்படுவதில்லை. பெண் மக்களுக்குப் பெற்றோருடைய கடமை எல்லாம் அவர்கள் பெரிய மனுஷி ஆகும்வரை அல்லது அதற்குப் பிறகு ஒன்றிரண்டு வருஷங்கள் வரை பள்ளிக்கு அனுப்பிவிட்டு அதன் பிறகு மாப்பிள்ளை தேடித் திருமணம் செய்துவைப்பதுதான். மாணிக்கம் ஆண் பிள்ளையா தலால், அதுவும் தலைமகனாதலால், பள்ளி இறுதிவரை படித்து விட்டு உள்ளூரிலேயே உறவினர் ஒருவரின் அச்சுத் தொழிற் சாலையில் கணக்கெழுதும் வேலையில் சேர்ந்தான். வீட்டில் போதுமான வசதி இல்லாததாலும் வீட்டுப் பொறுப்பைத் தாங்க வேண்டும் என்ற கட்டாயம் இருந்ததாலும் இவன் கல்லூரிப் படிப்பைத் தொடரவில்லை. அப்போது உள்ளூரில் கல்லூரி எதுவும் இல்லையாதலால் வெளியூருக்குச் சென்று படிப்பதற்கு அதிகமாகச் செலவாகியிருக்கும். அவ்வளவு பணம் இல்லாததால் இவன் கல்லூரியில் சேர்ந்து படிக்கவில்லை. வேலைக்குச் சேர்ந்த இடத்தில் இவன் ஒழுங்காக வேலைசெய்ததால் உறவினரும் இவனிடம் பொறுப்பான வேலைகளைக் கொடுத்தார். ஓரளவு நல்ல சம்பளமும் கொடுத்தார். இவன் கொண்டுவந்த சம்பளமும் இவனுடைய தங்கைகளும் தாயும் வீட்டிலேயே தீப்பெட்டிசெய்து சம்பாதித்த பணமும் குடும்பச் செலவுகளைச் சமாளிக்க உதவியது.

இவனுக்குப் பின் மூன்று தங்கைகள், அதற்குப் பிறகு இரண்டு தம்பிகள். இவனுக்கும் இவனுடைய மூன்றாவது தங்கைக்கும் எட்டு ஆண்டுகள் வயது வித்தியாசம். திருமண வயதில் தங்கை இருக்கும் போது அண்ணனுக்குச் சாதாரணமாகத் திருமணம் செய்வதில்லை. இவன் விஷயத்தில் இரண்டு தங்கைகளுக்குத் திருமணம் முடிந்த பிறகாவது இவனுக்குத் திருமணம் முடித்திருக்கலாம். அவனுடைய தாய் அப்படித்தான் அபிப்பிராயப்பட்டார். ஆனால் மாணிக்கத் திற்கோ தங்கைகள் மூவருக்கும் திருமணம் முடித்த பிறகுதான் தான் திருமணம் செய்துகொள்ள வேண்டும் என்ற எண்ணம் இருந்தது. இவன் இதில் விடாப்பிடியாக இருந்ததால் அவனுடைய தாயும் மகனுடைய போக்குப்படியே விட்டுவிட்டார்.

முதல் தங்கைக்கு உறவுப் பையன் ஒருவனைப் பார்த்து முடித்து விட்டனர். மாணிக்கத்தின் சித்திக்கு - அதாவது அவனது தாயின் தங்கைக்கு - இவனது தாய்க்குக் கொடுத்ததைவிட அவனுடைய பாட்டனார் (அவருடைய நிதிநிலைமை அப்போது கொஞ்சம் கூடியிருந்தது) அதிக சீதனம் கொடுத்திருந்ததால் இவனுடைய

தாய்க்கும் கொஞ்சம் பணம் பின்னால் கொடுத்தார். அதை வைத்து முதல் தங்கையின் திருமணத்தை கஷ்டப்படாமல் முடித்து விட்டனர். உறவுப் பையனின் குடும்பம் கொஞ்சம் வசதியான குடும்பம் என்பதால் அவர்கள் கேட்ட சீதனத்தைக் கொடுக்காமல் இருக்க முடியவில்லை. அதிகச் செலவாகும் என்றாலும் அந்தச் சம்பந்தத்தை விடுவதற்கு மாணிக்கத்திற்கும் அவனுடைய தாய்க்கும் மனம் வரவில்லை. மற்ற இரண்டு பெண்களுக்கு என்ன செய்வது என்று அப்போதைக்கு அவர்கள் எண்ணிப் பார்க்கவில்லை. உறவுப் பையன் என்பதால் திருமணத்திற்குப் பிறகு ஆகும் செலவுகளைக் கொஞ்சம் குறைத்துக்கொண்டாலும் சேமிப்பில் நிறையச் செலவழிந்து விட்டது.

மற்ற இரண்டு பெண்களும் அழகிலும் மூத்த பெண்ணைவிடக் கம்மி; அவர்களுக்குக் கொடுத்த சீதனமும் கம்மி. அதனால் அவர்களுக்கு வந்த பையன்களின் மொத்தத் தகுதியும் கம்மி. ஆனாலும் தங்கைகளுக்கான தன் பொறுப்பை நிறைவேற்றி விட்டதாக மாணிக்கம் வெகுவாகச் சந்தோஷப்பட்டுக் கொண்டான். இனித் தான் திருமணம் செய்துகொள்ளுவதில் எந்தத் தடையும் இல்லை என்று நினைத்தான். கடைசித் தங்கைக்குத் திருமணம் முடிந்து இரண்டு மாதங்களிலேயே தனக்குப் பெண் பார்க்குமாறு தன் தாயிடம் மறைமுகமாகக் கூற ஆரம்பித்தான். பையன்களாவது தங்களுக்குத் திருமணம் செய்துவைக்கும்படியோ எப்படிப்பட்ட பெண் வேண்டும் என்றோ பெற்றோரிடம், குறிப்பாகத் தாயிடம், கூறலாம். பெண்களுக்கு அந்த சுதந்திரமும் இல்லை. எப்போதாவது அப்படிக் கூற நேர்ந்துவிட்டால் உடனேயே அவளுக்குத் திருமணத்தில் இவ்வளவு ஆசையா என்று பழித்துக் கூற ஆரம்பிப்பார்கள். அவள் திருமணம் செய்துகொள்ள விரும்புவது அதீத செக்ஸ் ஆசையினால் தான் என்ற முடிவுக்குப் பெற்றோர்களும் மற்றவர்களும் வந்து விடுவார்கள். திருமணத்திற்குப் பிறகு தானாகவோ கணவனுடனோ வெளியில் செல்லும் வாய்ப்புகள், உறவினர்களின் திருமணங் களுக்குச் செல்லும் வாய்ப்புகள் போன்ற அவளுடைய மற்ற அபிலாஷைகள் நிறைவேறும் சாத்தியம் இருப்பதை மறந்து விடுவார்கள்.

மாணிக்கத்தின் ஆசையைப் புரிந்துகொண்ட அவனுடைய தாய் மகனுக்குத் தீவிரமாகப் பெண் தேட ஆரம்பித்தார். மாணிக்கம் இப்படி அவசரப்பட்டதால் அவனுக்குப் பெண்தேடும் படலத்தை அவனுடைய தாயால் நீட்டிக்க முடியவில்லை. அவர் தேர்ந்தெடுத்த பெண்ணின் தகுதி நிதானமாக மாணிக்கத்திற்குப் பெண் தேடி

யிருந்தால் கிடைத்திருக்கக் கூடிய பெண்ணின் தகுதியைவிடக் குறைவுதான். மாணிக்கத்திற்குத் தேர்ந்தெடுக்கப்பட்ட பெண் நகைகளும் ரொக்கப் பணமும் சேர்த்து 3500 ரூபாய் சீதனமாகக் கொண்டு வந்தாள். அப்போது தங்கம் பவுன் 80 ரூபாய். அவளுடைய சரும நிறம் என்னவோ கருப்பு. மேலும் அப்போதே அவள் உடல்நலம் பாதிக்கப்பட்டவள்போல் காட்சி அளித்தாள். திருமணம் செய்துகொள்ள வேண்டும் என்ற மிகுந்த அவசரத்தில் இருந்த மாணிக்கம் இதையெல்லாம் பொருட்படுத்தவில்லை. திருமணம் நடந்தால் போதும் என்று நினைத்த மாதிரி இருந்தது. சாதாரணமாக ஒரு குடும்பத்தில் ஒரு ஆணிற்கோ பெண்ணிற்கோ திருமணம் ஆகி ஒரு ஆண்டிற்குள் இன்னொரு திருமணத்தை நடத்துவதில்லை. அந்த இரண்டு திருமணங்களில் ஒன்று சரியாக அமையாது என்று ஒரு நம்பிக்கை இருந்தது. ஆனால் மாணிக்கம் போன்றவர்கள் திருமணத்திற்கு அவசரப்பட்டால் அந்த விதியையெல்லாம் மறந்து விடுவார்கள். மாணிக்கத்தின் கடைசித் தங்கைக்குத் திருமணமாகி நான்கு மாதங்களிலேயே மாணிக்கத்தின் திருமணம் நடந்தது.

மாணிக்கமும் அவருடைய மனைவி சரஸ்வதியும் மாணிக்கத்தின் பெற்றோர்களுடனேயே குடும்பம் நடத்தத் தொடங்கினர். சரஸ்வதி மாணிக்கத்திற்குத் தகுதியான மனைவி என்றாலும் சரஸ்வதியின் குடும்பம் மாணிக்கத்தின் குடும்பத்தைவிட கொஞ்சம் அதிக வசதி படைத்தது. சரஸ்வதிக்கு மூன்று அண்ணன்மார்கள். ஒரே தங்கை என்பதால் எல்லோருக்கும் அவள்மேல் பிரியம். கொஞ்சம் செல்லம் கொடுத்து வளர்த்தார்கள் எனலாம். அதனால் மாமியார் வீட்டின் சூழ்நிலைக்குத் தன்னைப் பழக்கப்படுத்திக்கொள்ள சரஸ்வதி கொஞ்சம் சிரமப்பட்டார். செல்லமாக வளர்ந்த அவருக்கு மாமியார் வீட்டில் காலையில் பழைய சாதம் உண்பது கொஞ்சம் சிரமமாக இருந்தது. மாமியார் வீட்டில் மதியச் சாப்பாடும் மிகவும் எளிமை யாக இருக்கும். இதற்கும் பழகிக்கொள்ள வேண்டியதாயிற்று. ஆனால் அந்த ஊர் வழக்கத்தையொட்டி சரஸ்வதி தினமும் தாய் வீட்டிற்குச் சென்றுவிடுவார். தனக்குப் பிரியமானவற்றைத் தாயிடம் சமைக்கச் சொல்லி சாப்பிட்டுக்கொள்வார். துணிமணிகளைப் பொறுத்தவரையும் இம்மாதிரிதான். அவருடைய அண்ணன்மார்கள் அவருக்கு நிறையச் சேலைகள் வாங்கிக் கொடுப்பார்கள்.

மாணிக்கத்திற்கு மனைவிக்கு நிறையச் செய்ய வேண்டும் என்று ஆசைதான். ஆனால் அவருடைய வருமானத்தில் பெரும்பகுதி வீட்டுச் செலவுகளுக்கும் அவருடைய தம்பிகளுக்கு ஆகும் படிப்புச் செலவுகளுக்கும் போயிற்று. அதனால் மனைவிக்குத் துணி மணிகள்

வாங்கவோ ஏதாவது தின்பண்டங்கள் கடையிலிருந்து வாங்கிக் கொண்டு வருவதற்கோ அவரிடம் பணம் அதிகம் மிஞ்சவில்லை. அப்படியே கையில் பணம் இருந்தாலும் கூட்டுக்குடும்பத்தில் இருக்கும்போது மனைவிக்கு என்று தனியாக வாங்குவது எளிதல்ல. தன்னால் பள்ளிப் படிப்புக்கு மேல் படிக்க முடியவில்லை என்பது இவருக்கு மிகுந்த ஏமாற்றத்தைக் கொடுத்திருந்தது. அதனால் தம்பிகளை அவர்கள் விரும்பும் அளவிற்குப் படிக்கவைக்க நினைத்தார். முதல் தம்பிக்குப் படிப்பில் ஆர்வம் இல்லை. அவனுக்கு ஏதாவது தொழில் செய்ய வேண்டும் என்று ஆசை. உறவினர்கள் இருவரிடமிருந்து கொஞ்சம் பணம் பெற்றுக்கொண்டு வெளியூரில் ஒரு ஷாப்கடையை ஆரம்பித்து வியாபாரத்தைத் தொடங்கினான். உறவினர்கள் இருவரும் முதல் போட்டவர்கள்; மாணிக்கத்தின் தம்பி அங்கு உழைக்கும் கூட்டாளி (working partner). மூன்று பேருக்கும் லாபத்தில் சமபங்கு. வியாபாரத்திற்கு முதலாகப் பணம் எதுவும் மாணிக்கத்தால் கொடுக்க முடியவில்லை. ஆனால் தன்னால் முடிந்த மற்ற எல்லா உதவிகளும் செய்தார். இரண்டாவது தம்பி பியுஸி வரை படித்துவிட்டுப் படித்தது போதும் என்று முடிவு செய்து அவனும் தொழில் செய்ய விரும்பினான். அவனுக்குக் கடனுதவி செய்ய யாரும் முன்வராததால் வெளியூரில் ஒரு பலசரக்குக் கடைக்காரரிடம் சிப்பந்தியாக வேலைக்குச் சேர்ந்தான். மாணிக்கத்திற்குத் தன் தம்பிகள் இருவரும் நிறையப் படிக்காமல் இப்படி வியாபாரத்தில் நுழைந்துவிட்டார்களே என்று மிகவும் ஏமாற்றம், வருத்தம்.

மாணிக்கம் முதலிலிருந்தே தங்கைகளைக் கரையேற்றுவது, தம்பிகளைப் படிக்கவைத்து ஆளாக்குவது போன்ற குடும்பப் பொறுப்புகள் எல்லாம் தன்னுடையதே என்பதுபோல் நடந்து கொண்டார். அதற்கேற்ற மாதிரிக் காரியங்களும் செய்தார். மாணிக்கத்திற்கு ஒரு விதவைச் சித்தி - அவருடைய தாயின் தங்கை - இருந்தார். அவர் பக்கத்து ஊரில்தான் வாழ்ந்து வந்தார். அவர் அடிக்கடி தமக்கையின் வீட்டிற்கு வருவார். அவருக்கு அவ்வளவு வசதி இல்லையாதலால் அக்கா வீட்டிற்கு வந்தால் சில நாட்கள் தங்கிவிடுவார். அவருக்கும் மாணிக்கம் ஏதாவது உதவி செய்வார். சரஸ்வதிக்கு இவையெல்லாம் எரிச்சலை மூட்டின. எல்லோருக்கும் உதவிசெய்வதே கணவனுடைய வேலை என்றாயிற்று என்று மனதிற்குள் பொருமுவார். ஆனால் மாணிக்கம் இதைக் கண்டு கொள்ளவே இல்லை. நெருங்கிய உறவினர்களுக்கு உதவி செய்வது தன்னுடைய கடமை என்பதுபோல் நடந்து கொண்டார்.

ஐந்து தலைமுறை: நாடார் பெண்களின் கதை ❋ 223

முதல் தங்கைக்குப் பிரசவம் பார்ப்பது போன்ற வேலைகள் முடிந்துவிட்டாலும் மற்ற இரண்டு தங்கைகளுக்கும் அம்மாதிரி யான கடமைகள் மாணிக்கத்திற்கு இன்னும் இருந்தன. முதல் தங்கையின் கணவன் பெரிய சோம்பேறி. சரியாகச் சம்பாதிக்க வில்லை. எந்நேரமும் மச்சினனிடமிருந்து ஏதாவது பண உதவி எதிர்பார்த்துக் கொண்டே இருப்பான். மாணிக்கத்தாலும் கொடுக்காமல் இருக்க முடியாது. இதெல்லாம் சரஸ்வதியின் எரிச்சலை அதிகப்படுத்தியது. அடிக்கடி உள்ளூரிலேயே இருந்த தாய் வீட்டிற்குப் போய்விடுவார். இதற்குள் சரஸ்வதி இரண்டு பெண் குழந்தைகளுக்குத் தாயாகிவிட்டார்.

எப்போதுமே நல்ல உடல்நலத்தோடு இல்லாமல் இருந்த சரஸ்வதி ஒரு நாள் காய்ச்சல் என்று படுத்தார். அதன் பிறகு சில நாட்களில் அவருக்கு காசநோய் வந்திருப்பது தெரிந்தது. மாணிக்கம் பதறிப் போனார். மனைவியைப் பல டாக்டர்களிடம் காட்டினார். சாதாரணமாக மனைவிக்குப் பெரிய வியாதி ஏற்பட்டு நிறையச் செலவானால் மனைவியின் வீட்டாரிடமும் உதவி எதிர்பார்ப் பார்கள். ஆனால் மாணிக்கம் அப்படி எதுவும் எதிர்பார்க்காமல் தன்னுடைய சிறுசேமிப்பிலிருந்து மனைவிக்கு வேண்டியதைச் செய்தார். டாக்டரின் அறிவுரையின்படி மனைவியை டீபி சானடோரியத்தில் சேர்த்தார். மாணிக்கத்தின் குழந்தைகளை வளர்க்கும் பொறுப்பு அவருடைய தாயின் தலையில் விழுந்தது. அவரும் வேறு வழியின்றி அந்தப் பொறுப்பை ஏற்றுக்கொண்டார்.

மாணிக்கத்தின் தம்பிகளுக்கும் திருமணமாகி அவர்கள் தொழில் நடத்திய ஊரிலேயே மனைவிமார்களோடு வாழத் தொடங்கினர். அவருடைய சின்னத் தம்பி தானாகப் பலசரக்குக் கடை ஒன்று ஆரம்பித்து அது நன்றாக ஓடிக்கொண்டிருந்தது. சரஸ்வதி சானடோரியத்திலிருந்து திரும்பி வந்தபின் வீட்டில் மாணிக்கம், அவரது மனைவி, தாய், குழந்தைகள் மட்டுமே இருந்தனர். சரஸ்வதியால் வீட்டில் ஓடியாடி வேலை செய்யக்கூட முடிய வில்லை. மாணிக்கத்தின் தாய்தான் எல்லா வீட்டு வேலைகளையும் செய்தார். மாணிக்கமும் தன் தாய்க்கு முடிந்த அளவு உதவி செய்வார். வீட்டில் இட்லி போன்ற பலகாரங்கள் செய்ய முடியாத நாட்களில் மாணிக்கம் மனைவிக்குக் கடையில் இருந்து பலகாரம் வாங்கிவந்து சரஸ்வதிக்குக் கொடுத்துவிட்டு, தான் பழைய சாதத்தைச் சாப்பிடுவார். காசநோய் இருந்ததால் சரஸ்வதியால் பழைய சாதம் சாப்பிட முடியாது. கடையில் இட்லிக்குக் கொடுத்த சட்னி, சாம்பாரில் மனைவி முடித்தது போக மீதியிருந்தால் அதைப் பழைய

சாதத்திற்கு வைத்துக்கொள்வார். மனைவியை எவ்வளவோ கண்ணும் கருத்துமாக மாணிக்கம் பார்த்துக்கொண்டாலும் அவரால் மனைவியைக் காப்பாற்ற முடியவில்லை. பத்து வருடங்கள் காச நோயோடு போராடிய சரஸ்வதி பெண்குழந்தைகள் இருவரும் பதின்ம வயதினர்களாக இருக்கும்போது இறந்துவிட்டார்.

மனைவி இறந்த சோகத்தைத் தாங்கிக்கொண்டு அதன் பிறகு ஒரு வருடத்திலேயே தன் மகள்களுக்கு மாணிக்கம் மாப்பிள்ளை தேட ஆரம்பித்தார். மூத்த பெண் அப்போதுதான் பள்ளிப் படிப்பை முடித்திருந்தாள். சீக்கிரமே அவளுக்குத் திருமணத்தை முடித்து விடுவது தன் கடமை என்று மாணிக்கம் நினைத்தார். மாணிக்கம் தன் மகள்களுக்கு மாப்பிள்ளை தேடும் படலத்தை ஆரம்பித்த போது சில உறவினர்கள் இவரை இன்னொரு திருமணம் செய்து கொள்ளும்படி அறிவுரை கூறினர். தாய் ஸ்தானத்தில் குடும்பத்தில் ஒரு பெண் இல்லையென்றால் திருமணச் சந்தையில் இவருடைய மகள்களின் தகுதி கொஞ்சம் குறைந்துவிடும் என்பது அவர்களுடைய வாதம். மாணிக்கத்திற்கு என்ன செய்வதென்று புரியவில்லை. உறவினர்களிலேயே வயதில் முதிர்ந்த ஒருவரைப் போய்ப் பார்த்தார். அவர், 'உனக்கு இப்போது நாற்பத்தைந்து வயதாகிவிட்டது. இரண்டு பெண்மக்கள் இருக்கிறார்கள். இந்த சூழ்நிலையில் திருமணம் செய்து கொண்டாலும் கஷ்டம், செய்துகொள்ளவில்லையென்றாலும் கஷ்டம்' என்று கூறினார். மாணிக்கத்திற்கு ஒரே குழப்பமாகிவிட்டது. சாதாரணமாக இந்த ஜாதியில் யாரும் ஜோஸியரைப் போய்ப் பார்க்க மாட்டார்கள். மிகுந்த குழப்பத்தில் இருந்த மாணிக்கத்திற்கு ஒரு ஜோஸியரைப் பார்த்துக் கலந்தாலோசித்தாலென்ன என்று தோன்றியது. அதன்படியே ஒருவரைப் போய்ப் பார்த்தார்.

இவருடைய ஜாதகத்தைப் பார்த்த ஜோஸியர், 'உனக்கு இப்போது திருமண ராசி இருக்கிறது. பேசாமல் திருமணம் செய்துகொள்' என்று ஆலோசனை கூறினார். ஓரளவிற்கு மாணிக்கத்திற்குக் குழப்பம் தெளிந்ததுபோல் இருந்தது. மாணிக்கத்தின் தாயும் இதற்குள் இறந்துவிட்டிருந்தார். உறவினர்களிடம் தனக்கு ஒரு பெண் பார்க்குமாறு மாணிக்கம் வேண்டிக்கொண்டார். ஒரு எளிய குடும்பத்திலிருந்து இருபத்தைந்து வயது ஆகியிருந்த ஒரு பெண்ணை - பெயர் விமலா - மாணிக்கத்திற்கு மணமுடிக்க அவளுடைய பெற்றோர் முன்வந்தனர். அந்தப் பெண்ணின் குடும்பம் மிகவும் வசதி இல்லாத குடும்பம் என்பதால்தான் இருபத்தைந்து வயதுவரை அவளுக்குத் திருமணம் ஆகாமல் இருந்தது. முதலில் பெற்றோர் சொல்படி மாணிக்கத்தை மணக்க ஒப்புக்கொண்ட அந்தப் பெண்

இரண்டு நாட்களில் மாணிக்கத்தை மணக்கத் தயங்கினாள். சாதாரணமாக மனைவி இறந்து ஆணிற்கு இரண்டாவது திருமணம் செய்ய முடிவுசெய்தால் அவனுக்கு வயது 35-40க்குள் இருந்து வசதியும் கொஞ்சம் இருந்தால் வசதியில்லாத எந்தப் பெற்றோரும் அவனுக்குப் பெண் கொடுக்க முன்வருவர். வயது நாற்பதுக்கு மேல் ஆகியிருந்தாலோ வசதி அதிகம் இல்லையென்றாலோ பெண் கொடுக்கத் தயங்குவார்கள்.

விமலாவின் பெற்றோர்களைப் பொறுத்தவரை மகளுக்கு வயது இருபத்தைந்து ஆகிவிட்டதால் இனி மகளுக்கு மாப்பிள்ளை தேடுவது கஷ்டம் என்று எண்ணி மாணிக்கத்தை மாப்பிள்ளையாக ஏற்கத் துணிந்தனர். பொதுவாக இரண்டாவது மனைவியாக வாழ்க்கைப்படப் போகும் பெண்ணிற்கும் கருத்துச் சுதந்திரம் இருப்பதில்லை. ஆனால் விமலா எப்படியோ பெற்றோரிடம் தன் மனதில் இருப்பதைச் சொல்லிவிட்டாள். விமலாவின் எண்ணம் பற்றி மாணிக்கத்திற்குத் தெரிய வந்தது. இவ்வளவு தூரம் வந்த பின் இது என்ன புதுத் தடங்கல் என்று ஆயாசமுற்ற மாணிக்கம் தானே அந்தப் பெண்ணைப் பார்த்துப் பேச முடிவுசெய்தார். இந்தச் சம்பவம் நடந்த காலத்தில் (1975) பையன் பெண்ணைப் பார்ப்பதோ பேசுவதோ கிடையாது. ஆனால் மாணிக்கத்திற்கு அந்தப் பெண்ணைப் பார்த்துப் பேசிவிட வேண்டும் என்றிருந்தது. அவளிடம் போய், 'நான் இப்படித்தான் இருப்பேன். விரும்பினால் என்னைக் கல்யாணம் செய்துகொள். இல்லையென்றால் விட்டுவிடு' என்று கூறியிருக்கிறார். அந்தப் பெண்ணிற்கு என்ன தோன்றியதோ மறுநாளே திருமணத்திற்கு ஒப்புக்கொண்டுவிட்டாள். அவளுடைய அத்தையும்- தந்தையின் தங்கை - இரண்டாவது மனைவியாக வாழ்க்கைப்பட்டிருந்தார். விமலாவின் பாட்டனாரிடம் வசதி இல்லாததால் இரண்டாவது மனைவியாக வாழ்க்கைப்பட்டிருந் தாலும் திருமணத்திற்குப் பிறகு கணவனுடைய வியாபாரம் செழித் தோங்கி நல்லநிலையில் இருந்தார். அந்த அத்தை விமலாவிற்குக் கொஞ்சம் எடுத்துச் சொல்லி அவளுடைய மனதை மாற்றியதாகக் கூறிக்கொண்டார்கள்.

சாதாரணமாக இரண்டாவது திருமணங்களை விமரிசையாகச் செய்வதில்லை. அதிலும் மணப்பெண்ணிற்கும் மாப்பிள்ளைப் பையனுக்கும் இடையில் நிறைய வயது வித்தியாசம் இருந்தால் இரவு நேரத்தில் ஒரு கோவிலில் வைத்து நெருங்கிய உறவினர்களை மட்டும் அழைத்து திருமணத்தை நடத்துவார்கள். மாணிக்கம்-விமலா திருமணமும் அப்படித்தன் நடந்தது. திருமணம் முடிந்து விமலா

மாணிக்கத்தின் வீட்டிற்கு வந்தபோது அவருக்கு இரண்டு மகள்கள் திருமணத்திற்குக் காத்திருந்தனர். இனி தன் மகள்களுக்குத் திருமணம் செய்துவைப்பதுதான் தன்னுடைய முதல் வேலை என்பது போல் மாணிக்கம் செயல்பட ஆரம்பித்தார். வேண்டா வெறுப்பாகவேனும் மாணிக்கத்தின் மகள்கள் மாற்றாந்தாயை ஏற்றுக்கொண்டனர். இனி சீக்கிரமே திருமணம் முடிந்து பெற்றோர் வீட்டைவிட்டுப் போய்விடப் போகிறோமே என்ற எண்ணமும் அவர்கள் ஓரளவு விமலாவோடு சுமுக உறவு வைத்திருந்ததற்குக் காரணமாக அமைந்தது. 1973இல் தங்கத்தின் விலை கிடுகிடுவென்று ஏற ஆரம்பித்திருந்தது. தனக்கு இரண்டு பெண்பிள்ளைகள் இருக்கிறார்கள் என்பதை மனதில் கொண்டு மாணிக்கம் அவ்வப்போது தன்னுடைய சிறு சேமிப்பைத் தங்கமாக மாற்றிக்கொண்டு வந்திருந்தார். அதனால் மகள்கள் இருவருக்கும் திருமணத்திற்கு நகைகள் செய்வது எளிதாக இருந்தது. பெட்ரோல் உற்பத்திசெய்யும் நாடுகள் பெட்ரோலின் விலையைக் கூட்ட முடிவுசெய்ததால் பெட்ரோல் விலை கூடிக் கொண்டே போனது. அதனால் தங்கத்தின் விலையும் கூடிக் கொண்டேபோனது. ஆனால் மாணிக்கத்திடம் தங்கம் இருப்பு இருந்ததால் அதிகம் சிரமப்படாமல் தன் மகள்களுக்குத் தன் தகுதிக்கேற்றவாறு மாப்பிள்ளை பார்த்துத் திருமணத்தை முடித்து வைத்தார்.

அதன் பிறகு தன் பொறுப்புகளை முடித்துவிட்டதாகக் கருதித் தான் பிள்ளைகள் பெற்றுக்கொள்ளத் தொடங்கினார். முதல் மனைவி பெறாத ஆண்குழந்தைகளை விமலா பெற்றுத் தந்தார். மூன்று ஆண்குழந்தைகளுக்கும் ஒரு பெண்குழந்தைக்கும் விமலா தாயானார். இரண்டாம் தாரமாக வாழ்க்கைப்பட்ட விமலாவின் அத்தையின் கணவரைப்போல் மாணிக்கம் பணக்காரர் ஆக வில்லையென்றாலும் முதலாளியான உறவினர் இவருடைய கடின உழைப்புக்கும் நாணயத்திற்கும் கொடுத்த சம்பள உயர்வால் குடும்ப வாழ்க்கை ஓரளவு கஷ்டமில்லாமல் ஓடியது. ஆண்கள் கல்லூரியும் பெண்கள் கல்லூரியும் இந்த ஊரிலேயே தொடங்கப் பட்டிருந்ததால் எல்லாப் பிள்ளைகளும் கல்லூரியில் படித்துப் பட்டம் வாங்கினர். ஆண்பிள்ளைகள் கணினி பற்றிய படிப்புப் படித்ததால் அமெரிக்காவில் வேலை கிடைத்து வசதியான வாழ்க்கையை அமைத்துக்கொண்டனர். இந்தியாவில் இருந்த ஒரு பையனும் நல்ல வேலை கிடைத்து வசதியாக வாழ்ந்து வருகிறான். மகளும் பொறியியல் படித்து ஒரு பொறியாளரை மணந்துகொண்டாள். படித்த பெண்களுக்குப் படித்த மாப்

பிள்ளைகள் கிடைப்பது இந்தக் காலகட்டத்தில் ஓரளவு எளிதாகி யிருந்தது. அதனால் பொறியியல் படித்த தன் மகளுக்கு பொறியியல் படித்த ஒரு பையனைப் பார்ப்பது மாணிக்கத்திற்குச் சிரமமாக இல்லை. தன்னுடைய பிள்ளைகள் எல்லோரும் ஓரளவு வசதியாக வாழ்ந்து வருவதைக் கண்டுவிட்ட மாணிக்கம் அந்த நிம்மதி யிலேயே கண்மூடிவிட்டார். வாழ்க்கையின் ஆரம்பத்தில் குடும்பச் சுமைகளை அளவுக்கு அதிகமாகச் சுமந்து களைத்தாலும் பின்னால் அவருடைய வாழ்க்கை ஓரளவு சுமுகமாகச் சென்றது. அவருடைய இரண்டாவது மனைவி இந்தியாவில் இருக்கும் ஒரு மகனுடன் வாழ்ந்து வருகிறார்.

விமலா தன் திருமணத்திற்கு முன் வயதான ஒருவரை மணந்து கொள்ளும் நிலை தனக்கு ஏற்பட்டுவிட்டதே என்று வெகுவாக மனம் புழுங்கினாலும் திருமணத்திற்குப் பிறகு கணவனின் குணநலன் களைத் தெரிந்துகொண்ட பிறகு வாழ்க்கையில் ஒரு பிடிப்புடன் வாழத் தொடங்கினார். அவருடைய மூத்த தாரத்துப் பெண்களும் புகுந்த வீட்டில் ஓரளவு வசதியாக வாழ்ந்ததால் மாணிக்கத்திற்கு அவர்களால் தொந்தரவு எதுவும் இல்லை. அந்தப் பெண்கள் தங்கள் பாட்டைத் தாங்களே பார்த்துக்கொண்டனர். அதனால் அவர்களை வைத்தும் மாணிக்கம், விமலா இடையே எந்தவித மனஸ்தாபமும் சச்சரவும் இல்லாமல் வாழ்க்கை ஓடியது. தன்னுடைய குழந்தைகளும் படித்து முன்னேறி வசதியான வாழ்க்கை வாழ்ந்ததால் விமலாவிற்கும் வாழ்க்கையில் கஷ்டங்கள் எதுவும் இல்லாமல் இருந்தது. போகப் போகக் கணவன் மேலும் இவருக்குப் பாசமும் அன்பும் ஏற்பட்டது. மாணிக்கம் தன் கடைசி நாட்களில் உடல்நலம் பாதிக்கப்பட்டுக் கஷ்டப்பட்டபோது விமலா தன் கணவரை நன்றாகக் கவனித்துக் கொண்டார். அவருடைய இறப்பு இவரை பாதிக்கவே செய்தது. வாழ்க்கைத் துணைவரை இழந்துவிட்டதாக உறவினர்களிடம் சொல்லி வருந்துவார். தன்னைவிட இருபது வயது மூத்தவரை, இரண்டு பதின்ம வயதுப் பெண்களுக்குத் தந்தையானவரை மணந்தாலும் திருமணத்திற்குப் பிறகு தன் வாழ்க்கை அர்த்தமுள்ள தாக இருப்பதாகத்தான் நினைக்கிறார் விமலா.

18

தெய்வானை

ஆயிரத்தித் தொள்ளாயிரத்து அறுபதுகளின் ஆரம்பம். அப்போதும் சில ஜாதிகளில் பெண்கள் படிக்கத் தேவையில்லை, திருமணம் செய்துகொண்டு கணவனுக்குச் சமைத்துப் போட்டு, குழந்தைகளை வளர்க்கத் தெரிந்தால் போதும் என்றுதான் நினைத்தார்கள். குடும்பத்தைச் சிக்கனமாக நடத்தத் தெரிந்திருக்க வேண்டும் என்ற எதிர்பார்ப்பும் இருந்தது. இந்தக் காலகட்டத்தில் வாழ்ந்த ஒரு தம்பதியரில் கணவன் பெயர் சுப்பிரமணி; மனைவி பெயர் தெய்வானை. இவள் பிறந்தது 1938இல். திருமணம் செய்து கொள்ளப் போகும் பையனுக்கும் பெண்ணிற்கும் பெயர்ப் பொருத்தம் இருக்கிறதா என்று தவறாமல் இந்த ஜாதியில் பார்ப்பார்கள். பெயர்ப் பொருத்தம் என்றால் பையனின் பெயரின் முதல் எழுத்திற்கும் பெண்ணின் பெயரின் முதல் எழுத்திற்கும் பார்க்கும் பொருத்தம். சில எழுத்துக்களைப் பகை எழுத்துக்கள் என்பார்கள். இந்த எழுத்துக்கள் வராமல் பார்த்துக்கொள்வார்கள். புராணங்களில் வரும் கடவுளருடைய தம்பதிகளின் பெயர்கள் இருந்தால் மிகவும் பொருத்தம் என்பார்கள். மற்ற எல்லாப் பொருத்தங்களும் இருந்து இந்தப் பெயர்ப் பொருத்தம் மட்டும் இல்லாவிட்டால் சில குடும்பங்களில் அதனால் பரவாயில்லை என்று விட்டுவிடுவார்கள். சிலர் பெயர்ப் பொருத்தம் இல்லாத பையனுக்கும் பெண்ணிற்கும் திருமணம் செய்யவே மாட்டார்கள். இந்த ஜோடிக்குப் பெயர்ப் பொருத்தம் நன்றாக இருந்தது. ஏனெனில் சுப்பிரமணியும் தெய்வானையும் தெய்வத் தம்பதிகள். இந்தியாவின் பழைய ஜனாதிபதி வெங்கட்ராமன் ஜனாதிபதியாகத் தேர்ந் தெடுக்கப்பட்டு அப்பதவியை ஏற்க அவர் மனைவி ஜானகியோடு டெல்லி சென்றபோது அவர்களுக்கு வட இந்தியாவில் நல்ல வரவேற்பு இருந்தது என்பார்கள். அவர்கள் இருவரின் பெயர்களும் தெய்வத் தம்பதிகளான ராமன், சீதை பெயர்களைக் கொண்டி ருந்தார்கள் என்பதுதான் முக்கிய காரணம்.

இந்த ஜாதியில் மருத்துவம், பொறியியல் போன்ற தொழில்நுட்ப கல்லூரிகளுக்குச் சென்று படித்து மருத்துவர்களாகவும் பொறியிய லாளர்களாகவும் வேலைபார்க்க விரும்பியவர்களின் எண்ணிக்கை கூடிக்கொண்டு போனாலும் தொழில்முறை படிப்புப் படித்து முன்னேறலாம் என்ற விபரம் தெரியாதவர்களும் அல்லது ஏன் படித்து மெனக்கெட வேண்டும் என்று நினைத்தவர்களும் இருக்கவே செய்தார்கள். இவர்கள் வணிகம் செய்து பொருள் ஈட்டிவிடலாம் என்ற தன்னம்பிக்கை உடையவர்களாகவும் இருந்தார்கள். இவர்கள் பல வகையான தொழில் செய்தனர். சுப்பிரமணி இந்த ரகத்தைச் சேர்ந்தவன். படிப்பில் நாட்டம் இல்லாதவன்; கொஞ்சம் சோம்பேறி என்றுகூடச் சொல்லலாம். கல்லூரிக்குச் சென்று கஷ்டப்பட்டுப் படித்து வாழ்க்கையில் முன்னுக்கு வருவதைவிட ஏதாவது வியாபாரம் செய்து நிறையப் பணம் சம்பாதித்துவிடலாம் என்ற எண்ணம் இவனுக்கு நிறையவே இருந்தது. ஆனால் வியாபாரம் செய்வதற்கும் உழைப்பு வேண்டும் என்பதை மிக வசதியாக மறந்துவிட்டிருந்தான்.

இவனுடைய மூதாதையர்களின் சொந்த ஊர் ஒரு சிறு கிராமம். அங்குதான் இவனுக்குப் பாட்டன், பூட்டன் எல்லோரும் காலம் காலமாக வாழ்ந்து வந்தனர். இவனுடைய உறவினர்களில் பலர் வசதியில்லாதவர்கள். அன்றாடங்காய்ச்சிகள் என்றுகூடச் சொல்ல லாம். இவனுடைய குடும்பமும் இன்னும் சில குடும்பங்கள் மட்டுமே மூன்று வேளை பசியாற உணவருந்தியவர்கள். அதனால் தானோ என்னவோ இவனுக்கு, தான் அந்த ஊரின் இளவரசர் என்று எண்ணம். மற்ற உறவினர்களோடு ஒப்பிடும்போது இவனை இளவரசர் என்று கருத இடமிருக்கிறதோ என்னவோ.

ஆனால் இவன் ஒரு நாளும் 'நான் இந்தக் கிராமத்திற்குத் தானே இளவரசன். மற்ற உறவினர்களைவிடக் கொஞ்சம் வசதியாக இருப்பதால் அந்தப் பட்டத்தை நமக்கு யாரும் சூட்டாமலேயே நாமே வைத்துக்கொள்ளலாமா?' என்றெல்லாம் யோசித்துப் பார்த்ததில்லை. அந்தச் சிறிய ஊரில் உள்ள சொற்ப வசதி படைத்த மிகச் சில குடும்பங்களில் தான் ஒரு ஆண்மகனாகப் பிறந்ததே தன்னைப் பற்றி இவன் பெருமையாக நினைத்துக்கொள்ளப் போது மானதாக இருந்தது.

இவனுடைய தாய் தன்னுடைய பெற்றோர்களோடு பினாங்கில் வளர்ந்தவர். மலேயா அப்போது - ஆயிரத்தித் தொள்ளாயிரத்து முப்பதுகளில் - பிரிட்டனின் கீழ் இருந்தது. அதனால் பிழைப்புக்காக பல தென்இந்தியர்கள் மலேயாவில் குடியேறினர். அங்கு ஓரளவு

வசதி இருந்தாலும் இந்தச் சமூகத்தைச் சேர்ந்தவர்கள் பிள்ளைகளுக்கு - ஆண்பிள்ளைகள் என்றாலும் சரி, பெண் பிள்ளைகள் என்றாலும் சரி - கல்யாணம் செய்துவைக்க வேண்டும் என்றால் இந்தியாவிற்கு வந்துதான் மாப்பிள்ளை, பெண்ணைத் தேர்ந்தெடுப்பார்கள். இவனுடைய தாயின் பெற்றோர்களும் இந்தப் பழக்கத்தை மாற்றாமல் இவனுடைய தாயைத் திருமணத்திற்காக இந்தியாவிற்கு அழைத்து வந்தனர். இவனுடைய தாயின் மூதாதையர்கள் ஊரும் இவனுடைய மூதாதையர்கள் ஊருக்குப் பக்கத்தில்தான் இருந்தது. அதுவும் சிறிய ஊர்தான். ஆனால் பினாங்கில் வளர்ந்ததாலோ என்னவோ இவனுடைய தாய்க்குத் தன்னுடைய பெற்றோர்களின் சொந்த ஊரை அவ்வளவாகப் பிடிக்கவில்லை. திருமணம் செய்துகொண்டு நிரந்தரமாகக் குடியேறப் போவதும் ஒரு சிறிய கிராமம்தான் என்பதை அறிந்து அவர் மிகவும் கவலைக்குள்ளானார். ஆனால் இவருடைய விருப்பு, வெறுப்புகளை யார் பார்த்தார்கள். சுப்பிரமணியின் தாய் இவனுடைய தந்தையை மணந்துகொண்டு தன் சொந்த கிராமத்தி லிருந்து கணவனின் கிராமத்திற்குக் குடிபெயர்ந்தார். கிராமம் என்றாலும் தான் புகுந்த வீடு அந்தக் கிராமத்தில் கொஞ்சம் கொடி கட்டிப் பறந்ததால் சமாளித்துக்கொண்டார். இரண்டு ஆண், இரண்டு பெண் என்று நான்கு குழந்தைகளைப் பெற்றெடுத்தாலும் தன் அழகிற்கோ அறிவிற்கோ சமமாகக் கணவர் இல்லையே என்ற ஏக்கம் எப்போதும் இவருக்கு உண்டு. இவர் கொஞ்சம் நிறம். இந்தச் சமூகத்தில் ஒரு சிலருக்கே சருமம் கொஞ்சம் வெளுப்பாக இருந்ததால் இவர் தன்னை அழகி என்று நினைத்துக்கொண்டார். இவருடைய கணவர் நல்ல கறுப்பு. அதனால் அழகற்றவர் என்று கருதப்பட்டார். மேலும் பினாங்கில் வளர்ந்த தனக்குத் தெரிந்த 'நாகரிகம்' தன் கணவருக்குத் தெரியவில்லை என்ற வருத்தமும் இவனுடைய தாய்க்கு உண்டு.

நான்காவது குழந்தை பெற்ற கையோடு இவருடைய கணவருக்கு டி.பி. வந்துவிட்டது. அப்போதெல்லாம் இந்த வியாதியை முழுவதுமாக ஒழிக்க மருந்துகள் இருந்தனவா என்ன? இவர்கள் குடும்பம் ஏழு தலைமுறைகளாக சுத்த சைவம். இதனால் மருத்துவர் பரிந்துரைத்த ஆட்டுக்கால் சூப் போன்ற மாமிச உணவுகளை உண்பது இல்லை. ஆனாலும் சில மாதங்கள் வியாதியில் கஷ்டப்பட்டதால் அதையும் உட்கொள்ள ஆரம்பித்தார். எதுவும் பலனளிக்காமல் உயிர்துறந்தார். நான்கு குழந்தைகளை வளர்க்கும் பொறுப்பும் கணவருடைய கடையை நடத்தும் பொறுப்பும் சுப்பிரமணியின் தாயினுடைய

தாயிற்று. கிராமத்தில் இருந்த சொத்துக்களையும் வயல்வெளி களையும் கவனித்துக் கொள்ள வேண்டிய பொறுப்பும் இவருடைய தாயை வந்தடைந்தது. வெளியில் சென்று எந்தக் காரியங்களையும் செய்து பழக்கமில்லையாயினும் இவனுடைய தாய் கொஞ்சம் சாமர்த்தியசாலி என்பதால் இந்தப் பொறுப்புக்களை எல்லாம் இவனுடைய தந்தை இறந்த பிறகு ஒரு சவாலாகவே ஏற்று செய்து வந்தார்.

இந்தத் தாய்க்கு மூத்த மகனாகப் பிறந்த சுப்பிரமணி சொந்த ஊரில் தொடக்கநிலைப் பள்ளியில் நான்காவது வகுப்பு வரை படித்துவிட்டுப் பக்கத்து ஊரிலுள்ள பள்ளியில் உயர் பள்ளிக் கல்வியைத் தொடர்ந்தான். பள்ளிப் படிப்பை முடித்ததே இவனுக்குப் போதுமானதாக இருந்தது. இருந்தாலும் பையனாக இருந்ததால் தாயின் விருப்பத்திற்கு இணங்க இரண்டு வருட இன்டர்மீடியட் படிப்பில் சேர்ந்தான். இவனுக்குப் படிக்கவே பிடிக்கவில்லை. இவனுக்கு ஒரு தம்பி. இந்தத் தம்பி இவனைக் கிராமத்திலேயே இருந்துகொண்டு அம்மாவிற்கு ஒத்தாசையாகக் கடையைக் கவனிப்பதிலும் இவனுடைய இரண்டு தங்கைகளுக்குத் திருமணம் செய்துவைப்பதில் அம்மாவிற்குத் துணையாக இருப்பதிலும் தன் நேரத்தைச் செலவிடலாம் என்று கூறிய யோசனையை தலைமேல் ஏற்று இன்டர் படிப்பை முடித்தும் முடிக்காமலும் ஊரிலேயே இருக்கத் தீர்மானித்தான். படித்துப் பணம் பண்ணுவதைவிட வியாபாரம் செய்து பணம் பண்ணுவதுதான் இவனுக்கு எளிதாகத் தோன்றியது.

கல்லூரியில் சேர்ந்து படிக்க வேண்டும், அறிவை வளர்த்துக் கொள்ள வேண்டும், பெரிய உத்தியோகமாகத் தேடிக்கொள்ள வேண்டும் என்ற ஆசைகள் எல்லாம் இவனுக்கு அறவே இல்லை. இவனுடைய சோம்பேறித்தனமும் இதற்கு ஒரு காரணம் என்று கூறலாம்.

அந்தக் காலத்தில் இவனுடைய சமூகத்தில் பல ஆண்கள் கல்லூரியில் படித்து வேலைக்குச் சென்று பணம் சம்பாதிக்க ஆரம்பித்திருந்ததால் இவனுடைய தாய்க்கும் இவன் இன்டரோடு படிப்பை முடித்துக்கொண்டது அவ்வளவாகப் பிடிக்கவில்லை. அது ஏனோ இவனுடைய தாய்க்கு இவன் மேல் எப்போதும் அவ்வள வாகப் பிடிப்பு இல்லை. இவன் படிக்காதது வேறு தாய்க்குக் கொஞ்சம் எரிச்சலை ஏற்படுத்தியது. படிக்க விரும்பாத மகனை என்ன செய்வது? எப்படியும் போகட்டும் என்று விட்டுவிட்டார்.

கல்லூரிப் படிப்பைப் பாதியில் விட்டுவிட்டு சொந்த ஊரில் தந்தை விட்டுச் சென்ற, தாய் அதுவரை பராமரித்து வந்த ஜவுளிக் கடையைக் கவனிக்க ஆரம்பித்தான். அது சிறிய கிராமம்; மேலும் அங்கு உள்ளவர்களில் முக்கால்வாசிப் பேர் இவனுடைய சொந்தக் காரர்கள். அவர்கள் மத்தியில் கறாராகக் கடையை நடத்துவதற்குரிய திறமை இவனிடம் இல்லை. பலர் சொந்தக்காரர்தானே, துணி வாங்கினால் பணம் மெதுவாகக் கொடுத்துக்கொள்ளலாம் என்று நினைப்பார்கள். பலர் வசதியில்லாதவர்கள் என்பதும் துணிகளை வாங்கிவிட்டு உடனேயே பணம் கொடுக்காததற்கு ஒரு காரணம். சுற்றியுள்ள கிராமங்களிலிருந்து வந்து துணிமணிகள் வாங்குவோர்களும் வசதிபடைத்தவர்கள் இல்லையாதலால் அவர்களும் துணிகளை வாங்கிவிட்டுக் கடன் சொல்லிவிட்டுப் போய் விடுவார்கள். அவர்களிடம் அவர்கள் கொடுக்க வேண்டிய பாக்கிப் பணத்தை இவன் கேட்பதில்லை. அப்படிக் கேட்டு வாங்கும் திறமை இவனிடம் இல்லை. மேலும் பலர் உறவினர்கள் என்பதால் அவர்களிடம் அவர்கள் கொடுக்க வேண்டிய பணத்தைக் கேட்டால் தன்னுடைய தகுதிக்கு அது குறைவு என்று இவனாக நினைத்துக் கொண்டான். கடன் கொடுத்தவரே கேட்கவில்லை என்றால் கடன் பெற்றவர் ஏன் கொடுக்க வேண்டும் என்று நினைக்கப் போகிறார்?

இப்படிக் கடையை நடத்தினால் என்னவாகும்? இவனுடைய தாய் ஆட்களை வைத்து நடத்தியபோது கடை நஷ்டமில்லாமல் ஓடிக்கொண்டிருந்தது. இவன் கடையின் பொறுப்பை ஏற்றுக் கொண்டதும் அந்த நிலை மாறியது. கடையில் வருமானம் எதுவும் இல்லை. படிக்கவும் இல்லை; சொந்த ஊரில் உள்ள கடையை நிர்வகிக்கவும் முடியவில்லை; நிலங்களையும் பராமரிக்க முடிய வில்லை. தாய்க்கு இவன்மேல் கோபம் வராமல் என்ன செய்யும்? வளர்ந்த பையன் என்பதைக்கூட மறந்துவிட்டு அவ்வப்போது மகனைத் திட்டுவார். சிறு வயதிலேயே தந்தையை இழந்துவிட்ட இவனுக்குத் தாய் மேல் பயமும் மரியாதையும் கொஞ்சம் அன்பும் உண்டு என்று சொல்லலாம். தாய் என்ன திட்டினாலும் இவன் வாயைத் திறப்பதில்லை. நிறையச் சம்பாதித்துத் தாயை மகிழ்விக்க வேண்டும் என்ற எண்ணம் மட்டும் எப்போதும் உண்டு. ஆனால் அதற்குரிய உழைப்பு மாத்திரம் இவனிடம் இல்லை.

இப்படியே இரண்டாண்டுகள் சென்றன. இவன் கடையை நடத்தும் லட்சணத்தைப் பார்த்துத் தாய்க்கு இவன் மேல் இன்னும் கோபம் கூடியது. இதற்கிடையில் இவனுடைய தம்பி மருத்துவக் கல்லூரியில் சேர்ந்து படிக்க ஆரம்பித்தான். அந்தக் காலத்தில்

ஒருவர் மருத்துவப் படிப்பு படிக்கிறார் என்றால் பெரிய சாதனை படைத்தவர் என்று எல்லோரும் நினைப்பார்கள். அதிலும் இந்தக் கிராமத்தைச் சேர்ந்த ஒருவர் அப்படிப் படிக்கிறார் என்றால் ஊரே அந்தக் குடும்பத்தைப் பார்த்து அதிசயிக்கும். தம்பியின் புகழ் இப்படிக் கூடிக்கொண்டுபோக அண்ணனின் மதிப்பு குறைந்து கொண்டு போனது. இதுவும் இவனுக்குப் பிடிக்கவில்லை. இனி கிராமத்தில் இருந்து பெரிதாக ஒன்றும் கிழிக்கப் போவதில்லை என்று நினைத்துச் சென்னைக்குச் செல்லலாம் என்று முடிவு செய்தான்.

சென்னைக்குச் சென்று வியாபாரம் செய்வதென்றால் பணம் வேண்டும். இவனுடைய தாய் மிகவும் சிக்கனப் பேர்வழி. இல்லை யென்றால் கணவன் இறந்த பிறகு அவர் விட்டுச் சென்ற கடையையும் நிலங்களையும் இவரால் காப்பாற்றியிருக்க முடியுமா? இருந்தாலும் இவனுக்கு வேறு வழி தெரியவில்லை. இவனை நம்பி யார் தொழில் செய்யப் பணம் கொடுப்பார்கள். தாயிடமே தயங்கித் தயங்கிப் பணம் கொடுக்குமாறு கேட்டான். தாய்க்கு முதலில் ஒன்றும் தோன்றவில்லை. சொந்த ஊரிலேயே இருந்தாலும் இந்த மகன் பெரிதாக எதுவும் சாதித்துவிடுவான் என்று அவருக்குத் தோன்ற வில்லை. சென்னைக்காவது சென்று பார்க்கட்டும் என்று நினைக்க ஆரம்பித்தார். இருப்பினும் இந்த மகன்மேல் அவருக்கு ஒரு நம்பிக்கையும் இல்லை. அப்படித்தானே அவனும் இது வரை நடந்துகொண்டிருந்திருக்கிறான். 'கொஞ்சம் பணத்தைக் கொடுத்து வியாபாரம் செய்யச் சொல்வோம். எப்படிச் செய்கிறான் என்று பார்ப்போம். ஏதாவது அதிசயம் நடந்து தொழில் பிடித்துக் கொண்டால் இன்னும் கொஞ்சம் பணம் கொடுக்கலாம். இப்போதைக்குக் கொஞ்சம் பணம் போதும்' என்று நினைத்தார். மேலும் தனக்குப் பிடித்த இன்னொரு மகனை அவ்வப்போது சென்னைக்கு அனுப்பி இந்த மகன் செய்யும் தொழிலைக் கண்காணித்துக் கொள்ளலாம் என்றும் முடிவு செய்தார்.

சென்னையிலும் இவனுடைய சோம்பேறித்தனம் இவனை விட்டுப் போகவில்லை. அங்கு எத்தனை போட்டிகள் இருந்திருக்கும்? அதற்கு ஈடுகொடுக்க நிறைய உழைக்க வேண்டும். அந்த உழைப்புத் தான் இவனிடம் இல்லையே. தானே சமைத்துக்கொண்டு செலவைக் குறைத்திருக்க முடியும். இவன் அப்படியெல்லாம் செய்யக்கூடியவன் அல்லவே. சாதாரணமாக ஆண்களுக்குச் சமைக்கத் தெரியாது. அதிலும் சுப்பிரமணி போன்றவர்களா சமைப்பதைப் பற்றி நினைப்பார்கள்? சமைப்பதற்கு ஒரு பையனை வைத்துக்கொண்டான். அவன் என்ன சாமான்கள் வாங்கினான், சமையலில் அந்தச்

சாமான்களை உபயோகித்தானா என்றெல்லாம் பார்ப்பதற்கு இவனுக்குப் பொறுமையும் இல்லை, நேரமும் இல்லை. எவ்வளவு சம்பாதிக்கிறோம், எவ்வளவு செலவு செய்கிறோம் என்றெல்லாம் இவன் கவலைப்படுவதில்லை. வியாபாரத்தையும் ஏனோதானோ வென்று நடத்திக்கொண்டு போனான். இவனுடைய தம்பி அவ்வப்போது போய் கணக்குகளைச் சரிபார்ப்பான்.

எல்லாவற்றையும் விட இவனுக்கு வியாபாரம் செய்வதில் எந்த முன் அனுபவமும் இல்லை. அதனால் இவன் செய்வது சரி என்று சொல்வதற்கோ ஆலோசனை சொல்வதற்கோ யாரும் இல்லை. மனம் போன போக்கில் வியாபாரம் செய்துவந்தான். லாபம் ஒன்றும் சரியாகக் கிடைக்கவில்லை. எப்படியோ கடையை நடத்திக் கொண்டு போனான். அவனுடைய தாய்க்கும் என்ன செய்வதென்று தெரியவில்லை. இன்னும் ஒரு வருஷம் போகட்டும் என்று நினைத்தார். அப்படி ஒரு வருஷம் முடிந்த பிறகும் ஒன்றும் பெரிதாக மாற்றம் ஏற்படவில்லை.

இதற்குள் இவனுக்கு வாழ்க்கை போரடிக்க ஆரம்பித்துவிட்டது. வாலிப விளையாட்டில் கொஞ்சம் ஈடுபட ஆரம்பித்தான். சென்னையிலேயே இவனுக்கு ஒரு பெண் கிடைத்தாள். அந்தப் பெண்ணைத் திருமணம் செய்துகொள்ள வேண்டும் என்று இவன் தீவிரமாக ஒருபோதும் நினைக்கவில்லை. தன் தரத்திற்கு அந்தப் பெண் ஏற்றவள் இல்லை என்பது ஒரு காரணம். அப்படித் திருமணம் செய்துகொண்டால் இவனுடைய தாய் சொத்தில் ஒரு பைசா தர மாட்டார் என்று இவனுக்குத் தெரிந்திருந்தது இன்னொரு காரணம்.

திருமண வயதைத் தான் எட்டிவிட்டதால் தாயிடமே தனக்குத் திருமணம் செய்துவைக்கும்படி கேட்கலாமே என்ற எண்ணமும் சுப்பிரமணிக்குத் தோன்றியது. அவனைப் பொறுத்தவரையில் திருமணம் செய்துகொண்ட பிறகும் தொடர்ந்து சென்னையிலேயே இருந்து வியாபாரத்தைத் தொடர வேண்டும் என்ற எண்ணம்தான். ஆனால் இவன் திருமணத்தைப் பற்றிப் பேசியது தாய்க்கு இன்னொருவித யோசனை பிறக்க வழிசெய்தது.

மகனுக்குத் திருமணம் செய்து வைத்துவிட்டால் மகனின் எதிர்கால மாமனார் மகனை எப்படியாவது பார்த்துக்கொள்வார் என்று நினைக்க ஆரம்பித்தார். மகனின் தொழிலில் முன்னேற்றம் ஏற்பட்டு மகன் வியாபாரம் செழிக்க ஆரம்பித்தால் நல்லது. அப்படி இல்லாமல் இருந்தாலும் வருங்கால மாமனார் தன் மருமகனைக் கைவிடமாட்டார். ஏதாவது தொழில் தொடங்க மருமகனுக்கு

உதவுவார். அல்லது பண உதவியாவது தொடர்ந்து செய்து கொண்டிருப்பார். தன் பெண்ணை இவனுக்குக் கொடுத்த பிறகு மகள் குடும்பத்தைக் கப்பாற்ற வேண்டியது மாமனார் கடமை ஆகிவிடுகிறது. இப்படி ஓடியது சுப்பிரமணியின் தாயின் சிந்தனை. வசதி படைத்த குடும்பங்களில் உருப்படாத மருமகன் அமைந்து விட்டால் இப்படித்தான் நடக்கும்.

இந்த எண்ணம் வலுப்பெறவும் தன் மகனுக்குப் பெண் தேடுவதில் இவனுடைய தாய் கவனம் செலுத்தத் தொடங்கினார். திருமணத்திற்குப் பெண்ணைத் தேட முற்படும் எல்லாப் பெற்றோர்களும் பெண் தங்களைவிடப் பணக்காரக் குடும்பத்தைச் சேர்ந்தவளாக இருக்க வேண்டும் என்றே விரும்பினர். அதற்கடுத்து அப்படி வரப் போகும் பெண் அழகில்லாமல் இருந்துவிடக் கூடாது என்பது. அழகு என்றால் பெண்ணின் நிறம் சிவப்பாக இருக்க வேண்டும், அவ்வளவுதான். மூக்கு, முழி எப்படி இருந்தாலும் நிறம் இருந்தால் போதும். அந்தப் பெண்ணை அழகி என்று கணித்து விடுவார்கள். இவர்களுடைய ஊரில் இவர்களைத் தவிர மற்ற உறவினர்கள் பலரும் அவ்வளவு வசதி இல்லாதவர்களாக இருந்ததால் இவனுடைய தாய் பக்கத்து ஊர்களில் மகனுக்கு பெண் தேடத் தொடங்கினார். பக்கத்திலுள்ள ஓரளவிற்குப் பெரிய ஊரில் பல குடும்பங்களுக்குச் சென்று பெண் பார்த்தார்.

இந்தச் சம்பவம் நடந்த காலத்தில் கல்யாணத் தரகர்கள் எங்காவதுதான் இருப்பார்கள். சுப்பிரமணியின் சிறிய ஊரில் அப்படி யாரும் இல்லை. உறவினர்கள், நண்பர்கள் என்று பலரிடம் தங்கள் மகளுக்கோ மகனுக்கோ திருமணத்திற்குத் துணை தேட வேண்டுமென்றால் சொல்லிவைப்பார்கள். மகள்களுக்குப் பையன் தேடினால் நடு ஆள் மூலம் - அவர்கள் உறவினர்களாக இருக்கலாம் அல்லது இரண்டு தரப்பாருக்கும் தெரிந்தவர்களாக இருக்கலாம் - செய்தி அனுப்புவார்கள். தாங்களாகப் பையன்வீட்டாரை அணுகுவதைவிட இன்னொருவர் மூலம் அணுகுவது உசிதமாகக் கருதப்பட்டது. பெண்வீட்டார் பையன்வீட்டாரை முதலில் அணுகுவது சரியில்லை என்ற வழக்கம் கொஞ்சம் மாறியிருந்தது. பையன்வீட்டார் தங்களுக்குத் தகுந்த சம்பந்தம் என்று நினைத்தால் பெண்வீட்டாரைத் தங்கள் வீட்டிற்கு வந்து தங்கள் பையனைப் பார்க்கும்படி அழைப்பார்கள். பெண்ணின் தந்தையோ அல்லது சகோதரனோ பையன் வீட்டிற்குப் போய்ப் பையனை நேரில் பார்த்து வருவார்கள். பையனை பிடித்திருந்தால் மேற்கொண்டு பையனைப் பற்றியும் பையன் குடும்பத்தாரைப் பற்றியும் மேலும்

விசாரிப்பார்கள். பெண்வீட்டார் தரப்பில் இந்த விபரங்கள் எல்லாம் அவர்களுக்குப் பிடித்தமானதாயிருந்தால் தாங்கள் பெண்ணிற்குச் செய்யும் சீதனம் பற்றி பையன்வீட்டாரிடம் கூறுவார்கள். அதன் பிறகு பெண்ணைப் பார்க்க பையன்வீட்டார் வருவார்கள். அவர்களுக்குப் பெண்ணைப் பிடித்து அவளுடைய பெற்றோர் கொடுக்கப்போகும் சீதனமும் தங்கள் தகுதிக்குச் சரியானது என்று நினைத்தால் மேற்கொண்டு காரியங்களைத் தொடர்ந்து திருமணத்திற்கு ஏற்பாடு செய்வார்கள். மனைவியோடு மாமியார் வீட்டுக்குப் போகும்போதெல்லாம் மாமியார் வக்கணை யாகச் சமைத்துப் போடுவாள் என்பதால் மாமியார் திடகாத்திரமாக இருந்தால் அதுவும் பெண்ணிற்கு ஒரு ப்ளஸ் பாயிண்ட். ஒரு பெண் தன்னுடைய மகனுக்குத் தாயில்லாப் பெண்ணை ஒரு உறவினர் பரிந்துரைத்தபோது அவருக்குக் கோபம் பற்றிக்கொண்டு வந்ததாம். 'என் மகனுக்குக் கறியும் சோறும் ஆக்கிப் போட மாமியாரா இருக்கிறாள்?' என்று கேட்டாராம்!

மகனுக்குப் பெண் தேடும் சுப்பிரமணியின் தாயைப் போன்ற வர்கள் பெண் இருக்கும் இடத்திற்கே சென்று பெண்ணைப் பார்ப்பார்கள். பெண்ணைப் பெற்றவர்கள் எந்த வித ஆட்சேபமும் சொல்வதில்லை. பெண் பார்க்க வருபவர்கள் மட்டுமல்ல, யார் வீட்டிற்கு வந்தாலும் வந்தவர்களை வீட்டிற்கு உள்ளே அழைத்துக் கொஞ்சம் தெரிந்தவர்கள் என்றாலும் வெற்றிலை, பாக்குக் கொடுத்து உபசரிப்பார்கள். நண்பர்கள் என்றால் அந்தக் கால குளிர்பானங ்களை - குளிர்பானம் என்றால் குளிர்ந்த பானம் அல்ல. கடைகளில் பாட்டில்களில் கிடைக்கும், அந்த ஊரிலேயோ அல்லது பக்கத்து ஊரிலேயோ தயாரிக்கப்படும், பானம். இதைக் 'கலர்' என்பார்கள். இவையும் தரத்திலும் விலையிலும் வித்தியாசப்படும் - வழங்கு வார்கள். அப்போதெல்லாம் கோகோ கோலா, பெப்ஸி போன்ற பானங்கள் இந்தியாவில் கிடையாது. தமிழ்நாட்டில் 'காளி'மார்க் பானம் உண்டு. அவற்றைக்கூடத் தனியாக தம்ளர் களில் ஊற்றிக் கொடுப்பதில்லை. அப்படியே பாட்டிலோடுதான் கொடுப்பார்கள்; வந்த விருந்தினர்களும் அப்படியே பாட்டிலி லிருந்து குடிப்பார்கள்.

அந்தக் கால வழக்கப்படி இவனுடைய தாய் மகனுக்குப் பெண் தேட முற்பட்டு பக்கத்து ஊரில் உள்ள பெண்களைப் பார்க்க ஆரம்பித்தார். நாலைந்து வீடுகளுக்குப் போனார். அவர் சென்ற எந்த வீட்டிலும் நிறமான பெண்கள் இல்லை. அதனால் கடைசியாக ஊருக்குத் திரும்பும் முன் இன்னொரு வீட்டிற்கும் சென்று

அங்குள்ள பெண்ணையும் பார்த்துவிட்டு சொந்த ஊருக்குத் திரும்புவதென்று முடிவுசெய்தார். இவருடைய ஊர் மிகவும் சிறிய ஊராதலால் பக்கத்து ஊரிலிருந்து இவருடைய ஊருக்குச் சரியான பேருந்து வசதிகள் இல்லை. இன்னொரு ஊருக்குச் சென்று இவருடைய ஊருக்கு இன்னொரு பேருந்தைப் பிடிக்க வேண்டும். இரவுக்குள் எப்படியாவது ஊரை அடைந்துவிடலாம் என்று எண்ணி இன்னொரு பெண்ணையும் பார்த்துவிடுவோம் என்று முடிவு செய்தார்.

பெண்பார்க்க வருபவர்களை பெண்வீட்டார் முதலிலேயே அடையாளம் கண்டுகொள்வார்கள். பையன்வீட்டார் வருவதாகத் தகவல் கிடைத்தால் பெண்ணை நன்றாக அலங்காரம் செய்து விடுவார்கள். எந்தவித முன்னறிவிப்பும் இல்லாமல் வந்து விட்டாலும் வேக வேகமாகப் பெண்ணை அலங்காரம் செய்வார்கள். வந்தவர்களை வீட்டிற்குள் அனுமதிப்பது முதலில் பெரியவர்கள் தான். திருமணம் ஆகாத பெண்கள் புதிதாக வருபவர்களை முதலில் வரவேற்பதில்லை; வெளியில் வருவதும் இல்லை. பெண்ணைப் பார்ப்பதும் பெண்கள்தான். பெண்ணைப் பார்க்க முடியாது என்று இவர்களை வெளியேற்றுவது இல்லை.

கடைசியாக சுப்பிரமணியின் தாய் பார்த்த பெண் இந்த ஜாதி அளவுகோல்களின்படி சிறந்த அழகி. நல்ல நிறம் என்பதால் மட்டுமல்ல கண், மூக்கு போன்ற அவயவங்கள் இருக்க வேண்டிய இடத்தில் இருந்தன. மற்ற ஜாதிகளிலும் இவளை அழகி என்று ஒப்புக்கொள்வார்கள். பெண் பார்க்க வந்த சுப்பிரமணியின் தாயாருக்குப் பெண் மிகவும் பிடித்துப் போய்விட்டது. வசதியான குடும்பம் மாதிரியும் தெரிந்தது. எப்படியாவது இந்தப் பெண்ணை மகனுக்கு நிச்சயம் செய்துவிட வேண்டும் என்று தனக்குள் முடிவு செய்தார். பெண்ணைப் பார்க்க முடியாது என்று சொல்லா விட்டாலும் பெண்வீட்டார் இவரைப் பொருட்படுத்தியதாகத் தெரியவில்லை. இப்போதைக்கு இப்படியே விட்டுவிட்டு மறுபடி இந்த வீட்டிற்கே வருவோம் என்று முடிவுசெய்து தன் சொந்த ஊருக்குத் திரும்பினார் சுப்பிரமணியின் தாய்.

பெண்ணை மிகவும் பிடித்துப் போய்விட்டதால் சுப்பிரமணியின் தாய் இரண்டு மாதங்களுக்குப் பிறகு மறுபடி அந்தப் பெண் வீட்டிற்குச் சென்றார். இந்த முறையும் பெரிதான வரவேற்பு இல்லையென்றாலும் ஏதோ கொஞ்சம் தெரிந்தவர்களை வரவேற்பது போல் பெண்வீட்டார் வரவேற்றார்கள். இந்த முறை வெற்றிலை

பாக்குக் கொடுத்தார்கள். இப்போது பெண்வீட்டாருக்கு இவருடைய தாயின் நோக்கம் புரிந்தது. ஆனால் அவர்களுக்கு இவருடைய மகனுக்குத் தங்கள் பெண்ணைக் கொடுப்பது பற்றி எந்தவித எண்ணமும் இல்லை. பெண்வீட்டார் இந்த ஊரிலிருந்து வெகு தூரத்தில் இருந்த ஊரிலிருந்து ஒரு தலைமுறைக்கு முன்னால் வந்து குடிபெயர்ந்தவர்கள். பையனின் ஜாதியும் இவர்களுடைய ஜாதியும் ஒன்று என்றாலும் தங்கள் ஊரும் அங்கு வாழ்ந்துவந்த தங்கள் ஜாதியைச் சேர்ந்தவர்களும்தான் உசத்தி என்ற எண்ணம் இவர்களுக்கு உண்டு. திருமணம் என்று வந்துவிட்டால் தங்கள் ஊரைச் சேர்ந்தவர்களோடுதான் சம்பந்தம் வைத்துக்கொள்ள விரும்புவார்கள். பக்கத்துக் கிராமத்திலிருந்து பெண்கேட்டு வந்த இந்தக் குடும்பத்தினரைப் பற்றி பெண்ணின் தந்தைக்கு நல்ல அபிப்பிராயம் ஏற்படவில்லை. அதனால் அதை அப்போதே மறந்துவிட்டார்.

இதற்கிடையில் சுப்பிரமணியின் வியாபாரத்தில் எந்தவித முன்னேற்றமும் இல்லை. மகன் முழுவதுமாகக் கடையை மூடிவிட்டு வருவதற்குள் மகனுக்குத் திருமணம் செய்துவிடவேண்டும் என்று தாய் நினைத்தார். பக்கத்து ஊரில் பார்த்த பெண்வீட்டார் இவரோடு சம்பந்தம் செய்துகொள்ளுவதில் அவ்வளவு அக்கறை காட்டாததால் வேறு சில ஊர்களுக்குச் சென்று இன்னும் சில பெண்களைப் பார்த்தார். இந்தப் பெண்களில் யாரும் இவர் பார்த்து விரும்பிய பெண்ணைப் போல அழகாக இல்லை. மேலும் அவர்கள் குடும்பங்களும் மிகச் சாதாரணக் குடும்பங்கள். இவர் எதிர்பார்க்கும் சீதனத்தைக் கொடுக்க மாட்டார்கள். இவருடைய உறவினர்களிலும் நிறையப் பெண்கள் இருந்தார்கள். யாரும் இவர்கள் குடும்பம் அளவிற்குக்கூட வசதி படைத்தவர்கள் இல்லை. அதனால் சுப்பிரமணியின் தாய் அந்தப் பெண்களைப் பற்றிக் கணக்கில்கூட எடுத்துக்கொள்ளவில்லை. இப்படியே இன்னும் சில மாதங்கள் சென்றன. மறுபடி அந்தப் பக்கத்து ஊர்ப் பெண் வீட்டிற்குப் போய் வருவது என்று சுப்பிரமணியின் தாய் முடிவு செய்தார்.

இதற்கிடையில் மிக மும்முரமாக வேறு இடங்களில் தன் பெண்ணிற்குப் பையன் தேடிய பெண்ணின் தந்தைக்கும் பெரிதாக வெற்றி கிடைக்கவில்லை. அழகி என்றாலும் அந்தப் பெண்ணின் தாய்க்கு நரம்புத் தளர்ச்சி நோய் இருந்ததால் அவளுக்கு சரியான மாப்பிள்ளை அமையவில்லை. இத்தருணத்தில் சுப்பிரமணியின் தாய் மறுபடி பெண்ணின் வீட்டிற்கு வந்தார். 'விரும்பி வரும் சம்பந்தத்தை உதறக் கூடாது. அப்படி விரும்பிக் கேட்பவர்கள் குடும்பத்தில் பெண் கொடுத்தால் அந்தத் திருமணம் சிறப்பாக

முடியும்' என்று யாரோ சொன்னதைக் கேட்ட ஞாபகம் பெண்ணின் தந்தைக்கு வந்தது. இந்தப் பையனைப் பற்றியும் விசாரித்து வைப்போமே என்று நினைத்து சுப்பிரமணியின் தாயை இன்னும் கொஞ்சம் நன்றாக உபசரிக்கும்படி தன் மனைவியிடம் கூறினார். இந்த முறை வந்த விருந்தினருக்கு வெற்றிலை பாக்கோடு 'கலரும்' வழங்கப்பட்டது.

சென்னைக்குச் சொந்த வேலையாகச் சென்ற பெண்ணின் தந்தை பையனையும் பார்த்து வைப்போம் என்று நினைத்து அவனைப் பார்க்கச் சென்றார். தன் குடும்பத்திற்கும் தன் மகளுக்கும் எந்த விதத்திலும் பொருத்தமில்லாதவன் என்று நினைத்து ஊர் திரும்பினார். தன் பெண்ணிற்கு இன்னும் சில இடங்களில் பையன் பார்த்தார். எதுவும் இவர் மனதிற்குப் பிடிக்கவில்லை. சுப்பிரமணியின் தாயும் எப்படியும் இந்தப் பெண்ணையே மகனுக்கு முடித்துவிட வேண்டும் என்று நினைத்து மறுபடி பெண்ணின் வீட்டிற்கு வந்தார். பெண்ணின் தந்தைக்கு இவர்கள் குடும்பத்தின் மேல் இருந்த அபிப்பிராயம் அப்படியேதான் இருந்தது. பின்னும் சில இடங்களில் பையன்கள் பார்த்தார். ஒன்றும் சரியாக அமையவில்லை. தெய்வானைக்கோ - இதுதான் பெண்ணின் பெயர் - தந்தை தனக்குப் பையன் தேடும் வேகம் சரியாகப் படவில்லை. இப்படியே தந்தை போய்க்கொண் டிருந்தால் தனக்குத் திருமணம் முடிவது தள்ளிக்கொண்டே போகலாம் என்று நினைக்க ஆரம்பித்தார். தந்தையிடம் இதை நேரடியாகக் கூறாவிட்டாலும் நெருங்கிய உறவினர் ஒருவரிடம் கூறியதாகத் தந்தையின் காதுக்கு எட்டியது.

நாட்கள் நகர்ந்தன. பெண்ணிற்குச் சரியாக வரன் எதுவும் அமையவில்லை. பையனின் தாய் எப்படியும் தன் பையனுக்கு இந்தப் பெண்ணை முடித்துவிடுவது என்று கங்கணம் கட்டிக் கொண்டிருந்தார். மறுபடி மறுபடி பெண்ணின் வீட்டிற்கு வந்தார். பெண்ணின் தந்தைக்கு என்ன செய்வதென்று புரியவில்லை. அடிக்கடி எங்கோ கேட்ட, விரும்பி வரும் சம்பந்தத்தை உதறக் கூடாது என்ற வாசகம் நினைவிற்கு வரும். அப்படி வந்தாலும் இந்தப் பையனுக்கா தன் மகளை, அதுவும் பேரழகி என்று பெயர் வாங்கி யிருந்த பெண்ணைக் கொடுப்பது என்று தயங்கிக்கொண்டிருந்தார்.

பல நாட்களாக பெண்ணின் தந்தைக்கு தங்களுடைய சொந்த ஊரைச் சேர்ந்த ஒரு பையனின் மேல் நாட்டம் இருந்தது. அந்தக் காலத்திலேயே இவன் அமெரிக்கா சென்று பொறியியலில் முனைவர் பட்டம் பெற்றிருந்தான். அந்தக் காலத்தில் இந்த ஜாதியில்

வெளிநாடு போய்ப் படித்தவர்கள் இவனைத் தவிர யாரும் இல்லை யென்றே சொல்லலாம். இருந்தாலும் அந்தக் கால அளவுகோல்களின்படி இவனுக்கு இரண்டு குறைகள் இருந்தன. இவன் அமெரிக்காவில் படித்துக்கொண்டிருந்தபோதே இவனுடைய தம்பிக்குத் திருமணம் ஆகியிருந்தது. தம்பி டாக்டருக்குப் படித்திருந்ததால் பெரிய நீதிபதி ஒருவர் தன் பெண்ணை கொடுத்திருந்தார். சட்டம் படித்து நீதிபதியானவர்களும் மிகச் சிலரே. அந்தக் காலத்தில் இந்த ஜாதியில் டாக்டருக்குப் படித்தவர்களை விரல் விட்டு எண்ணிவிடலாம். அதனால் டாக்டருக்குப் படித்தவர்களுக்கு திருமணச் சந்தையில் பெரிய கிராக்கி இருந்தது. பெரிய பணக்காரர்கள் நான், நீ என்று முந்திக்கொண்டு பெண்கொடுக்க வருவார்கள். எல்லாச் சந்தைகளிலும் இதுதானே விதி. சப்ளை குறைவாக இருந்தால் டிமாண்ட் அதிகமாகத்தானே இருக்கும். இவனுடைய தம்பி படிப்பை முடித்தும் முடிக்காமலும் இருக்கும் போதே நீதிபதி தன் ஒரே பெண்ணை இவனுடைய தம்பிக்கு மணமுடித்துவைத்தார். இரண்டாவது குறை அமெரிக்கா சென்று படித்துவிட்டு வந்ததால் இவனுக்கு முப்பது வயதிற்கு மேல் ஆகியிருந்தது.

தெய்வானையின் தந்தை இதைப் பற்றியெல்லாம் கவலைப்படவில்லை. அமெரிக்கா சென்று படித்து வந்திருக்கும் பையன் என்றால் சும்மாவா என்று நினைத்தார். மேலும் படிப்பு என்றால் இவருக்குப் பிடிக்கும். சிறு வயதில் இவருடைய தந்தை சரியாகப் பணம் சம்பாதிக்காததால் இவர் தன்னுடைய படிப்பை பள்ளிப் படிப்போடு நிறுத்த வேண்டியதாயிற்று. தன்னால் கல்லூரியில் சேர்ந்து படிக்க முடியவில்லையே என்ற ஏக்கம் இவருக்குக் கடைசிவரை இருந்தது. அதனால் படிப்பின் மேல் ஆசை. தெய்வானையின் தந்தைக்கு அமெரிக்கா சென்று பட்டம் வாங்கியிருந்த பையனை மிகவும் பிடித்திருந்தாலும் பையன்வீட்டார்களின் கவனம் தெய்வானையின் பக்கம் திரும்பவில்லை.

அமெரிக்கா சென்று படித்துவிட்டு வந்த பையனைக் கடைசி முறையாகப் பூர்வீக ஊருக்குச் சென்று உறவினர்கள் மூலம் தன் பெண்ணிற்கு முடித்துவிட முயல வேண்டும் என்று முடிவுசெய்தார். சுப்பிரமணிக்கு இன்டர் படிப்புகூட இல்லையே என்ற ஆதங்கம் இவருக்கு இருந்தது. இருந்தாலும் இவ்வளவு நாட்களாகக் காத்திருந்தாயிற்று. இனி மேலும் காத்திருப்பதில் பயனில்லை என்று எண்ணத் தொடங்கினார். பூர்வீக ஊருக்குப் போய் அமெரிக்கா சென்று படித்துவந்த பையனைப் பார்த்துத் தன் பெண்ணிற்கு அவனை

முடிக்க முயற்சி செய்வது, இல்லையென்றால் சுப்பிரமணியையே முடிவுசெய்வது என்ற திட்டத்துடன் மனைவியையும் பெண்ணையும் அழைத்துக்கொண்டு பூர்வீக ஊருக்குச் சென்றார். அங்கு உறவினர்கள் மூலம் அமெரிக்கா சென்று படித்துவந்த பையனின் குடும்பத்தாரிடம் திருமணத்தை முடிக்கப் பேச்சு வார்த்தைகள் நடத்தினார். அவர்களோ எந்தவிதப் பிடியும் கொடுக்கவில்லை. மேலும் அமெரிக்கவிற்குச் சென்று படித்துவிட்டு வந்தவனாகையால் தனக்கு வரப்போகும் மனைவி பட்டப் படிப்பாவது படித்திருக்க வேண்டும் என்று விரும்பினான். இந்தக் காரணத்தாலோ அல்லது இந்த ஜாதியில் அடிக்கடி சொல்வதுபோல் இந்தப் பையனுக்கும் பெண்ணிற்கும் போட்டுக்கட்டவில்லை என்பதாலோ அந்த சம்பந்தம் முடியவில்லை. அதனால் வெகுவாக ஏமாற்றம் அடைந்த தெய்வானையின் தந்தை சுப்பிரமணியின் தாய்க்குத் தந்தி கொடுத்துத் தன்னுடைய பூர்வீக ஊருக்கு வரவழைத்தார்.

இதற்காகவே காத்திருந்த சுப்பிரமணியின் தாயும் தன் இளைய மகனையும் இன்னும் சில உறவினப் பெரியவர்களையும் கூட்டிக் கொண்டு பெண்ணின் தந்தையின் பூர்விக ஊருக்கு வந்துசேர்ந்தார். திருமண விஷயப் பேச்சுக்களில் மணமகனாகப் போகிறவர் கலந்துகொள்வதில்லை. அதனால்தான் சுப்பிரமணியின் தம்பி அவனுடைய தாயோடு சென்றான். பெண்ணின் ஊருக்குப் புறப்படும் முன் 'இவ்வளவு தொகையாவது கொடுக்க வேண்டும் என்று பெண்ணைப் பெற்றவர்களிடம் கேள்' என்று சுப்பிரமணி தன் தம்பியிடம் கூறி அனுப்பினானாம். இவனுடைய தரத்திற்கு இந்தப் பெண் அமைந்ததே பெரிய காரியம். அப்படியும் பேரம்பேச வேறு கூறியிருக்கிறான். சுப்பிரமணியின் உறவினர்களும் தெய்வானையின் தந்தையின் உறவினர்களில் பெரியவர்களும் அவர் வீட்டில் கூடினர். திருமணத்தை நிச்சயிக்கும் சடங்கிற்கு ஏற்பாடு செய்யப்பட்டது.

பெண்ணின் தந்தை இந்தச் சடங்கில் தன் பெண்ணிற்கு எவ்வளவு நகைகள் போடுவார் என்ற பேரம் நடக்கும். இந்தத் திருமணம் நடந்த காலத்தில் தங்கத்தின் விலை பவுனுக்கு 90 ரூபாய். ஆனால் எவ்வளவு பவுன் என்று பேச மாட்டார்கள். கொடுக்கப் போகும் சீதனத்தை ரூபாயில்தான் பேசுவார்கள். அந்தச் சமயம் பவுன் எவ்வளவு விலை விற்கிறதோ அதற்கேற்றாற் போல் நகைகளின் அளவைக் கணிப்பார்கள். நகைகள் செய்ய ஆகும் கூலி, சேதாரம் எல்லாவற்றையும் கணக்கில் சேர்த்து நகைகளின் மொத்த மதிப்பையும் கணக்கிடுவார்கள். சில பணக்காரர்கள் நிறையச் சீதனம் கொடுத்தால் அவ்வளவு பணத்தையும் நகைகளாகக்

கொடுக்கமாட்டார்கள். நிறைய நகைகள் செய்துவிட்டு மீதிப் பணத்தை ரொக்கமாகக் கொடுப்பார்கள்.

தெய்வானையின் தந்தை பத்தாயிரம் ரூபாய் சீதனம் கொடுப்பதாகச் சபையில் வைத்துக் கூறினார். அமெரிக்காவில் படித்த பையன் அமைந்திருந்தால் இன்னும் அதிகமாகக் கொடுப்பதாகச் சொல்லியிருப்பார். சுப்பிரமணியின் தாயும் அவர்களுடைய உறவினர்களில் ஒருவரும் இன்னும் கொஞ்சம் தொகையைக் கூட்டும்படி கூறினர்.

ஆனால் தெய்வானையின் தந்தைக்கு இதற்குமேல் கூட்டப் பிடிக்கவில்லை. சுப்பிரமணியின் தம்பிக்கோ அண்ணன் பதினைந்தாயிரம் கேட்கும்படி கூறினாரே, இப்போது பேரம் பத்தாயிரத்திலேயே நிற்கிறதே என்ற எண்ணம் ஏற்பட்டது. இருந்தாலும் பெரியவர்கள் பேசிக்கொண்டிருந்ததாலும் இதற்குமேல் அழுத்தினால் பெண்ணின் தந்தை திருமண எண்ணத்தையே விட்டுவிடுவாரோ என்ற பயமும் ஏற்பட்டதால் தானாக எதுவும் கூறாமல் இருந்தான். கொஞ்ச நேரம் மற்றவர்களுக்குள் பேச்சு வார்த்தை தொடர்ந்தது. இரு தரப்பாரும் விட்டுக் கொடுக்க விரும்பவில்லை. பெண்ணின் தந்தையின் வயதான உறவினர் ஒருவருக்கு இவ்வளவு தூரம் வந்துவிட்டு திருமணம் குதிராமல் போவதா என்ற எண்ணம் ஏற்பட்டது. இவரைப் பொறுத்தவரை ஆண்களும் பெண்களும் சீக்கிரமே திருமணம் செய்துகொண்டு வாழ்க்கையை அனுபவிக்க வேண்டும், திருமணம் செய்து கொள்ளுவதில் வீணான தாமதம் ஏற்படக் கூடாது. எப்படியாவது இந்தத் திருமணத்தை நடத்திவிட வேண்டும் என்று முடிவு செய்தார். இவர் தெய்வானையின் தந்தையின் தாய் மாமன். இவர் சொன்னால் தெய்வானையின் தந்தை மறுக்கமாட்டார்.

இவர் சுப்பிரமணியின் உறவினர்களுள் வயதான ஒருவரைக் கொஞ்சம் வெளியே அழைத்துச் சென்று ‘இன்னும் ஒரு ஆயிரம் ரூபாய் கூட்டிக் கொடுக்கச் சொல்கிறேன். எப்படியாவது பையனின் தாயைச் சம்மதிக்க வைத்துவிடுங்கள்’ என்றார். அவரும் வயதில் பெரியவர் என்பதால் இவர் சொன்னது சரியாகவே பட்டது. சுப்பிரமணியின் தாயிடம் கொஞ்சம் உரிமையோடு ஒரு ஆயிரம் அதிகமாகப் பெற்றுக்கொண்டுத் திருமணத்திற்குச் சம்மதிக்கும்படி வேண்டினார். இதற்கு மேலும் வம்பு பிடிக்கவேண்டாம் என்று கருதி சுப்பிரமணியின் தாயும் ஒப்புக்கொண்டார். சுப்பிரமணியின் தாய் தெய்வானைக்கு எவ்வளவு நகை போடுவார் என்பதையும் அப்போதே முடிவுசெய்ய வேண்டுமாதலால் அவரிடம் அது பற்றிக்

கேட்டனர். தெய்வானையின் பூர்வீக ஊரில் பெண்ணின் தந்தை தன் மகளுக்கு எவ்வளவு நகைகள் கொடுக்கிறாரோ அதில் ஒரு சதவீதம் பையனின் தந்தை பெண்ணிற்குத் தாலியாகவும் கைவளையல் களாகவும் கொடுக்க வேண்டும் என்ற எழுதப்படாத விதி இருந்தது. அதை சுப்பிரமணியின் தாயிடம் எடுத்துக் கூறியபோது அவர் அரைமனதாக அதை ஏற்றுக்கொண்டார். இருப்பினும் பின்னால் தான் ஒப்புக்கொண்டபடி நடக்கவில்லை. எப்படியோ எல்லோரும் ஓரளவு ஒரு முடிவிற்கு வந்து அப்போதே சுப்பிரமணிக்கும் தெய்வானைக்கும் திருமணம் செய்வதென்று முடிவாகியது.

இந்த முடிவைக் கேட்டுக்கொண்டிருந்த தெய்வானைக்கு வாழ்க்கையின் குறிக்கோளையே அடைந்துவிட்டது போல் இருந்தது. பள்ளிப் படிப்போடு நிறுத்திவிட்டு திருமணத்திற்காகக் காத்திருக்கும் எல்லாப் பெண்களுக்கும் இப்படித்தான் எண்ணத் தோன்றும். இனி சில இடங்களுக்காவது தானாக வெளியில் செல்லலாம், கணவனோடு சினிமாவுக்குப் போய்வரலாம் என்பது போன்ற எண்ணங்கள் உண்டாகும். ஏதோ சுதந்திரம் கிடைத்துவிட்டதைப் போல் உணர்வார்கள். கணவன் என்பவன் எப்படிப்பட்டவன், தன்னை அன்பாக வைத்துக்கொள்வானா, மாமனார், மாமியார் தன்னை எப்படி நடத்துவார்கள் என்ற எண்ணமெல்லாம் அப்போதைக்கு இந்தப் பெண்களுக்கு வருவதில்லை. திருமணம் ஆகப் போகிறதா, இனி சினிமாக்களில் கதாநாயகனும் கதாநாயகியும் மரத்தைச் சுற்றி பாடி, ஆடுவதைப் போல் ஆடலாம் என்றுதான் நினைப்பார்கள். உண்மை வாழ்க்கை எப்படி இருக்கும் என்பது பற்றியெல்லாம் தெய்வானை போன்றவர்கள் நினைப்பதில்லை.

இன்னொரு நல்ல நாளில், திருமணத்தை எங்கு நடத்துவது என்று முடிவுசெய்ய மறுபடியும் இரு தரப்பாரும் கூடினர். இந்த ஜாதியில் பெண்ணின் ஊரில்தான் திருமணம் நடக்கும். அது அவர்கள் வசிக்கும் ஊராக இருந்தாலும் சரி, அவர்கள் விரும்பும் ஊராக இருந்தாலும் சரி. தெய்வானையின் தந்தைக்குத் தங்களுடைய பூர்வீக ஊரில், தங்களுடைய உறவினர்கள் அதிகமாக இருக்கும் ஊரில் திருமணத்தை நடத்த விருப்பம். இதற்கு எந்தத் தடையும் சுப்பிரமணியின் தாய் கூறியிருக்கக் கூடாது. ஆனால் அவருக்குத் தன் சொந்த வசதிதான் முக்கியம். தெய்வானையின் தந்தையின் பூர்வீக ஊர் அவருக்குக் கொஞ்சம் தூரம் என்பதால் தெய்வானையின் குடும்பம் இப்போது இருக்கும் ஊரிலேயேதான் திருமணத்தை நடத்த வேண்டும் என்று பிடிவாதம் பிடித்தார். அது மட்டுமல்ல பெண்ணிற்கு வளையல்கள் கொடுப்பதற்குப் பதில் தாலியோடு

‘ரெண்டு சரம்’தான் கொடுப்பேன் என்று அடம் பிடித்தார். இது எதனால் என்றால் இவர் தங்க நகைகளின் மேல் வட்டிக்குப் பணம் கொடுத்து வந்தார். சில வாடிக்கையாளர்களால் வட்டியோடு அசலையும் சேர்த்துக் கொடுத்து நகையைத் திரும்பப் பெற முடியாத போது அந்த நகை கடன் கொடுத்தவரிடமே ‘தங்கிப் போகும்.’ இப்படித் தங்கிப்போன நகைகளில் ஒன்றான இரட்டை வடம் சங்கிலி ஒன்றைத்தான் வரப்போகும் மருமகளுக்குக் கொடுப்பது என்று முடிவு செய்தார். தெய்வானையின் உறவினர்கள் எவ்வளவோ எடுத்துச் சொல்லியும் சுப்பிரமணியின் தாய் கேட்பதாக இல்லை. பையனின் வீட்டார் பெண்ணின் வீட்டாரைப் படுத்திவைக்கும் படலத்தை அப்போதே அவர் ஆரம்பித்து வைத்தார்.

தமிழ்நாட்டின் பல ஜாதிகளில் பையனின் உறவினர்களும் பெண்ணின் உறவினர்களும் ஒரே மண்டபத்தில் கூடி திருமணத்தை நடத்திவைப்பார்கள். திருமண மண்டபங்கள் பழக்கத்திற்கு வருமுன் வீடுகளில்தான் திருமணங்கள் நடந்தன. திருமண மண்டபங்களில் திருமணத்தை நடத்திவைக்கும் பழக்கம் வந்த பிறகும் இரு தரப்பாரும் ஒரே இடத்தில் கூடும் பழக்கம்தான் தொடர்ந்தது. ஒரே ஒரு திருமண மண்டபத்தைத்தான் வாடகைக்கு எடுப்பார்கள். அதில் இரு தரப்பாரும் கூடுவார்கள். திருமணமும் அங்குதான் நடக்கும். இந்த ஜாதிகளில் திருமணச் செலவு முழுவதும் பெண் வீட்டாரையே சாரும். அதனால் ஒரே இடத்தில் திருமணத்தை நடத்தினர்.

ஆனால் நான் குறிப்பிடும் இந்த ஜாதியில் அவரவர் திருமணச் செலவுகளை அவரவரே ஏற்றுக்கொள்வார்கள். அதேபோல் திருமண மண்டபங்கள் கட்டப்படுவதற்குமுன் அவரவர் வீடுகளில் அவரவர் களுடைய உறவினர்கள் கூடுவார்கள். முகூர்த்த நேரம் மட்டும் பையனின் வீட்டார் பெண்வீட்டிற்குச் சென்று திருமணத்தை முடித்து விட்டுப் பெண்ணைத் தங்கள் வீட்டிற்குக் கூட்டிவருவார்கள். அதன்பிறகு மாப்பிள்ளையும் பெண்ணும் மாப்பிள்ளையின் வீட்டிற்கு வந்து அங்கு சில சடங்குகளை முடித்த பிறகு பெண்ணைத் திரும்ப பெண் வீட்டில் கொண்டுபோய் விட்டுவிடுவார்கள். மறுபடி மாப்பிள்ளையை பெண்வீட்டார் தங்கள் வீட்டிற்கு அழைத்துக் கொண்டுவருவார்கள்.

தெய்வானையின் தந்தையின் பூர்வீக ஊரில் வழங்கும் பழக்க மான இரு தரப்பு உறவினர்களும் தனித்தனி இடங்களில் தங்குவது சுப்பிரமணியின் தாய்க்கு அவ்வளவாகப் பிடிக்கவில்லை. பெண்ணின் தந்தையே எல்லாச் செலவுகளையும் ஏற்றுக்கொண்டால் நல்லது

என்று நினைத்தார். ஆனால் பெண்ணின் தந்தைக்கோ தான் ஏற்கனவே தன் பூர்வீக ஊரில் அல்லாது இதுவரை யாரும் சம்பந்தம் பண்ணியிராத ஊரில் சம்பந்தம் பண்ணுவதைத் தன் உறவினர்கள் எப்படி எடுத்துக்கொள்வார்களோ என்ற பயம் இருந்தது. அதோடு சில பழக்கங்களையும் மாற்றினால் இன்னும் தன்னைப் பற்றி என்ன நினைப்பார்கள் என்று நினைத்து சுப்பிரமணியின் தாயின் இந்த ஏற்பாட்டிற்குச் சம்மதிக்கவில்லை. சுப்பிரமணியின் தாய் தங்களுடைய பழக்க வழக்கங்களில் தனக்குச் சாதகமாக இல்லாமல் இருப்பதை விட்டுவிடுவார். தனக்குச் சாதகமாக இருப்பதை 'இது எங்கள் வழக்கம். அதை நீங்கள் செய்ய வேண்டும்' என்று பெண்ணின் தந்தையிடம் கூறிவிடுவார். திருமணத்தின் போதும் இதைச் செய்யவில்லை, அதைச் செய்யவில்லை என்று குறை கூறிக்கொண்டே இருந்தார். இருந்தாலும் பெண்ணைப் பெற்றவர் ஆயிற்றே. பெண்ணின் தந்தை எதுவும் பேசாமல் இருந்தார்.

இரு வீட்டு உறவினர்களையும் தனித்தனி இடங்களில் தங்க வைப்பதற்கு சுப்பிரமணியின் தாயைச் சம்மதிக்கவைப்பதற்குள் போதும் போதும் என்றாகிவிட்டது. அவர்களுடைய திருமணச் செலவுகளை அவர்களே ஏற்றுக்கொள்ள வேண்டும் என்ற ஏற்பாட்டிற்கும் கடைசியாக ஒரு வழியாக சுப்பிரமணியின் தாய் ஒப்புக்கொண்டார். தெய்வானையின் ஊரில் பையன்வீட்டாருக்கு ஒரு இடம் பார்த்துக் கொடுப்பது மட்டும் தெய்வானையின் தந்தையின் பொறுப்பாயிற்று.

தெய்வானையின் தந்தை தன் பெண்ணிற்கு ஏழாயிரம் ரூபாய்க்கு நகையும் நாலாயிரம் ரூபாய் ரொக்கப் பணமும் கொடுக்க முடிவு செய்திருந்தார். இந்த ரொக்கப் பணம் நாலாயிரத்தை அவருடைய பூர்வீக ஊரில் இருக்கும் வழக்கத்தைப் பின்பற்றிப் பின்னால் வங்கியில் தெய்வானையின் பேரில் போட்டுவைக்கலாம் என்று முடிவு செய்திருந்தார். அந்தப் பணத்தை தன் வியாபாரத்தில் உபயோகித்துக்கொண்டு அதற்கு தெய்வானைக்கு வட்டி கொடுப்பதை சுப்பிரமணியின் தாய் ஒப்புக்கொள்ளமாட்டார் என்பதை உணர்ந்து கொண்டே வங்கிக் கணக்கில் போடுவதைப் பற்றி முடிவுசெய்தார். ஆனால் சுப்பிரமணியின் தாய் சுப்பிரமணியும் தெய்வானையும் சென்னைக்குப் போவதற்கு முன்பே அதைத் தெய்வானையின் தந்தையிடமிருந்து பெற்றுவிட வேண்டும் என்று மகனுக்கு அறிவுரை வழங்கியிருந்தார். அதன்படி சென்னைக்குச் செல்லுமுன் அதைத் தன் பெயரில் வங்கியிலாவது போடும்படி சுப்பிரமணி மனைவி யிடம் கேட்க ஆரம்பித்தார். தெய்வானையின் தந்தைக்கு இது

கொஞ்சம்கூடப் பிடிக்கவில்லை. தங்கள் பூர்வீக ஊரின் வழக்கப்படி ரொக்கப் பணம் நாலாயிரத்தை ஒரு குழந்தை பிறந்த பிறகோ அல்லது அதற்கும் பிறகோ மருமகனிடம் கொடுப்பது என்று முடிவு செய்திருந்தார். மேலும் தங்கள் பழக்க வழக்கங்களைப் பின்பற்றாத ஊரில் உள்ள ஒரு குடும்பத்தில் பெண்ணைக் கொடுத்திருக்கிறோம், அவர்கள் பணத்தை என்ன செய்வார்களோ என்ற பயமும் அவருக்கு இருந்தது. தெய்வானையின் தந்தையின் ஊரின் வழக்கப்படி அந்தப் பணம் பெண்ணின் தந்தையிடம்தான், சில சமயங்கள், பல வருடங்கள்கூட இருக்கும். அவர் வியாபாரம் செய்பவராக இருந்தால் வியாபாரத்தில் அதை உபயோகித்துக் கொண்டு அதற்கு வட்டி போட்டுப் பின் பல வருடங்கள் கழித்து மகளிடம் கொடுப்பார். இந்தக் காரணங்களினால் உடனடியாகப் பணத்தை மருமகனிடம் கொடுக்கவோ அல்லது மருமகன் பெயருக்கு வங்கியில் போட்டு வைக்கவோ தெய்வானையின் தந்தை விரும்ப வில்லை. ஆனால் சுப்பிரமணியோ தன் தாய்க்குப் பயந்து அதை எப்படியாவது மாமனாரிடமிருந்து வாங்கிவிட வேண்டும் என்று பிடிவாதமாக இருந்தார். இவருடைய பிடிவாதத்தைப் பார்த்த தெய்வானையின் தந்தை பெண் பெயரில் வங்கியில் போட்டு வைக்கும் திட்டத்தைக் கூறினார். எப்படியோ பணம் மாமனரிட மிருந்து மனைவி பெயருக்காவது வரப்போகிறது என்று சுப்பிர மணிக்குக் கொஞ்சம் நிம்மதி கிடைத்தது. ஆனாலும் எப்படி தன் தாயிடம் இதைக் கூறுவது என்று உள்ளுக்குள் பயம் இருக்கவே செய்தது. மனைவியின் பெயரில் வங்கியில் மாமனார் பணம் போட்டதற்குரிய ரசீதையாவது தன் தாயிடம் காண்பிக்க வேண்டும் என்று விரும்பினார். அதனால் அந்த ரசீதை மாமனாரிடமிருந்து பெற்றுக்கொண்டார்.

இந்த மாதிரி சில வேலைகளை முடித்துக்கொண்டு தம்பதிகள் சென்னைக்கு வந்துசேர்ந்தனர். அதுவரை வேலைக்காரப் பையன் சமைத்ததைச் சாப்பிட்டுக்கொண்டிருந்த சுப்பிரமணிக்கு தெய்வானை வேளாவேளைக்கு அருமையாகச் சமைத்துப் போட்டார். மற்ற எல்லாப் பணிவிடைகளையும் செய்தார். ஆனாலும் மனைவி செய்யும் எந்தக் காரியத்தையும் சுப்பிரமணி பாராட்டுவதும் இல்லை, கண்டுகொள்வதும் இல்லை. தான் செய்யும் எந்த உணவு வகைகளையும் சுப்பிரமணி சாப்பிடும் அளவிலிருந்தும் அவருடைய முகபாவத்திலிருந்தும்தான் தெய்வானை அவருக்கு அது பிடித்திருக் கிறதா இல்லையா என்பதை அறிந்துகொள்வார். அவராக நன்றாக இருக்கிறது என்று சொல்வதில்லை. மனைவி என்பவள் தனக்கு

வேண்டிய எல்லாத் தேவைகளையும் பூர்த்தி செய்ய வந்தவள்தான், தான் அவளுக்கு எந்தவிதப் பாராட்டோ அல்லது அன்பான வார்த்தையோ சொல்ல வேண்டியதில்லை என்பது சுப்பிரமணியின் எண்ணம். கணவன் தன்னைப் புகழ்ந்து எதுவும் சொல்லவில்லை என்றாலும் தெய்வானை அதைப் பெரிதாக எடுத்துக்கொள்ள வில்லை. எல்லாக் கணவன்மார்களும் அப்படித்தான் என்று வைத்துக்கொண்டாள். அப்போதைக்குக் கணவன் தன்னை மணந்து கொண்டு தனக்கு வாழ்வு கொடுத்திருக்கிறான் என்ற எண்ணம் அவள் மனதில் நிறைந்திருந்ததே தவிர அவரைப் பற்றிய எந்தக் குறைகளும் தெய்வானையின் மனதில் எழவில்லை.

சென்னைக்குச் சென்ற இரண்டு மாதங்களில் தீபாவளி வந்தது. அதற்கு இருவரும் தெய்வானையின் தந்தை வீட்டிற்கு வந்துவிட்டு சுப்பிரமணியின் ஊருக்கும் சென்றுவிட்டுச் சென்னை திரும்பினர். தெய்வானையின் தந்தையின் பூர்வீக ஊரின் வழக்கப்படி முதல் தீபாவளிக்கு தந்தை பெண்ணிற்குக் கொடுத்த சீதனத்தில் பத்து சதவிகிதம் முதல் வருஷத் தீபாவளிக்குக் கொடுக்க வேண்டும். மகளுக்கும் மருமகனுக்கும் வாங்கும் புதுத் துணிகளையும் சேர்த்துத் தான் இந்தப் பத்து சதவிகிதத்தைக் கணக்கிடுவார்கள். அதே மாதிரி பையனின் பெற்றோரும் மருமகளுக்குப் பெண்ணின் பெற்றோர் வாங்கும் புடவையைப் போன்றே நல்ல பட்டுப் புடவையாக வாங்க வேண்டும். சுப்பிரமணியின் தாய் அப்படி ஒன்றும் வாங்க வில்லை. மிகச் சாதாரண சேலை ஒன்றையே மருமகளுக்குத் தீபாவளிக்கு வாங்கினார். அதைச் சுப்பிரமணி கண்டுகொள்ளவே யில்லை. ஆனால் தெய்வானையின் தந்தையின் ஊரைச் சேர்ந்த ஒருவரைத் தெரிந்துகொண்டு அங்குள்ள வழக்கம் போல் மாமனார் தனக்கு தீபாவளிக்குச் சீர் செய்திருக்கிறாரா என்று கணக்குப் போட ஆரம்பித்தார். அதில் கொஞ்சம் குறைந்திருந்ததால் மனைவியிடம் அது எப்படி அவளுடைய தந்தை தனக்குக் குறைவாகத் தீபாவளிச் சீர் கொடுக்கலாம் என்று அவளை நைக்க ஆரம்பித்துவிட்டார். திருமணத்தின்போதே தன்னுடைய தாய் தங்கள் ஊரின் வழக்கப் படிகூட எதுவும் சரியாகச் செய்யவில்லை என்பதை வசதியாக மறந்துவிடுவார்.

அது மட்டுமல்ல, தான் சென்னைக் கடையை சீக்கிரமே மூடி விடப் போவதைப் பற்றி ஒருவார்த்தைகூட மனைவியிடம் சொல்ல வில்லை. இவருடைய தாயின் திட்டமும் இவருடைய திட்டமும் திருமணம்வரை எப்படியாவது கடையைத் தொடர்ந்து நடத்தி விட்டுப் பெண்வீட்டாரிடம் கடை நடப்பதாகக் காட்டி நல்ல

சம்பந்தம் செய்துகொண்டு திருமணம் முடிந்ததும் கடையை மூடிவிடலாம் என்பதுதான். சென்னைக்கு வந்து சுப்பிரமணியைப் பார்த்தபோதுகூட தெய்வானையின் தந்தை இதைத் தெரிந்து கொள்ள வில்லை. சுமாராகக் கடை நடப்பதாகத்தான் அவர் நினைத்தார். இப்போது எப்படி மனைவியிடம் அதைச் சொல்வது என்று சுப்பிரமணி தயங்கிகொண்டிருந்தார்.

எல்லோரையும் போல் தெய்வானையும் தாயாகத் தயாரானாள். முதல் இரண்டு குழந்தைகளைப் பெற்றெடுக்கும்போது தாய் வீட்டிற்கு வருவது அந்தக் காலத்தில் தெய்வானையின் பூர்வீக ஊரின் வழக்கம். அந்த வழக்கத்தின்படி தெய்வானையின் பெற்றோர்கள் தெய்வானையைத் தங்கள் ஊருக்கு பிரசவத்திற்கு அழைத்து வந்தனர். தெய்வானை பிரசவம் முடிந்து திரும்ப வருவதற்குள் கடையை மூடிவிடச் சுப்பிரமணி திட்டம் போட்டார். அப்படி முடிவெடுத்தாலும் மனைவியிடம் சொல்ல வேண்டுமென்று அவர் நினைக்கவேயில்லை.

தெய்வானைக்கு ஒரு ஆண் குழந்தை பிறந்தது. குழந்தையைப் பார்க்க சுப்பிரமணியின் தாய் வந்திருந்தார். பின்னால் சில நாட்கள் கழித்துக் குழந்தைக்குக் கயிறு கட்டும் வைபவத்திற்குச் சில உறவினர் களைக் கூட்டிக்கொண்டு அவர் மட்டும் வந்திருந்தார். மகனை - அதாவது முதல் முறையாகத் தந்தையாகியிருக்கும் தன் மகனை - தன் சொந்தக் குழந்தையைப் பார்க்க வரவேண்டாம் என்று கண்டிப்பாகச் சொல்லிவிட்டார். ஏனெனில் இன்னும் சில தினங் களில் மகன் மூட்டை முடிச்சுகளைக் கட்டிக்கொண்டு சொந்த ஊருக்கே திரும்பிவிடப் போவதால் ஒரு முறை தன் சொந்த குழந்தையைப் பார்ப்பதற்குக்கூட வரத் தேவையில்லை என்று அவராக முடிவுசெய்து மகனிடம் அதைக் கூறவும் செய்தார். சுப்பிரமணிதான் தாய் சொல்லைத் தட்டாத தனயன் அல்லவா? அப்படியே தன் முதல் குழந்தையைகூடப் பார்க்க வரவில்லை.

கயிறு கட்டுதல் என்றால் குழந்தை பிறந்த சில தினங்களில் ஒரு நல்ல நாளில் குழந்தைக்கு இரண்டு பக்கத்துத் தாத்தாமார்களும் அல்லது அதற்குப் பொறுப்பானவர்களும் குழந்தைக்குப் பரிசு வழங்கும் விழா. இதை இழைக்கட்டுதல் என்றும் கூறுவார்கள். இப்படி இழைக் கட்டிவிட்டுப் பிறகு சில நாட்களில் குழந்தையையும் தாயையும் குழந்தையின் தகப்பன் வீட்டிற்கு அழைத்துச் செல்வார்கள். சுப்பிரமணியின் தாயும் பேரனையும் மருமகளையும் தன்னோடு தன் வீட்டிற்கு அழைத்துச் சென்றார். இவர்கள் வந்துசேர்ந்த சில

நாட்களிலேயே சுப்பிரமணியும் கடையை மூடிவிட்டுச் சொந்த ஊருக்கே வந்துசேர்ந்தார்.

தெய்வானை வசதியாகத் தந்தை வீட்டில் வாழ்ந்து வந்தவர். இந்தச் சிறிய ஊரில் மாமியாரோடு கூட்டுக் குடித்தனம் நடத்துவது அவ்வளவு எளிதாக இல்லை. தந்தை வீட்டில் எல்லோரும் அசைவச் சாப்பாடு சாப்பிடுவார்கள். அவர்கள் ஊரில் நிறைய மீன் கிடைக்கு மாதலால் இரவில்கூட பல நாட்களில் மீன் சாப்பாடு இருக்கும். தினமும் ஒரு வேளையாவது அசைவச் சாப்பாடு சாப்பிட்டுப் பழகிப் போன தெய்வானைக்கு இந்தக் கிராமத்தில் சாப்பாடு ஒரு பெரிய வேதனையாக அமைந்தது. சுப்பிரமணி வீட்டில் எல்லோரும் சுத்த சைவம். சுப்பிரமணியின் மூதாதையர்கள் ஏழு தலைமுறை களாக சைவத்தைக் கடைப்பிடித்தார்கள். இந்த சைவக் குடும்பத்தில் வாழ்க்கைப்பட்ட எல்லாப் பெண்களும் திருமணத்திற்குப் பிறகு சைவமாகிவிட வேண்டும். சுப்பிரமணியின் தாயும் அவர் பிறந்த வீட்டில் அசைவம் சாப்பிட்டவர்தானாம். ஆனால் அவருடைய திருமணத்திற்குப் பிறகு அவருடைய மாமனாரின் உபதேசத்தினால் அசைவம் சாப்பிடுவதை முழுமையாக நிறுத்திவிட்டாராம். தெய்வானையிடமும் அசைவத்தை விட்டுவிடும்படி அறிவுரை கூறினார். தெய்வானையோ அசைவ விரும்பி. மேலும் தந்தை வீட்டில் எப்போதும் அது கிடைக்கும். இப்போது சுப்பிரமணியைத் திருமணம் செய்துகொண்டதால் மட்டுமே அந்தப் பழக்கத்தை விட்டுவிட வேண்டும் என்றால் எப்படி அவளால் முடியும்? அவள் அசைவச் சாப்பாட்டிற்காக ஏங்க, ஏங்க சுப்பிரமணியின் தாய்க்கு மருமகளை எப்படியும் வழிக்குக் கொண்டுவர வேண்டும் என்ற எண்ணம் பிறந்தது. சைவச் சாப்பாட்டிலும் மிகக் குறைந்த அளவே சமைக்க வேண்டும் என்று மருமகளுக்கு ஆணை போட்டார். வறுத்த மீனும் பொரித்த மாமிசமும் சாப்பிட்டுப் பழகிப் போயிருந்த தெய்வானையால் இரவில் வெறும் சோற்றையும் கடைந்த அரைக் கீரையையும் எப்படிச் சாப்பிட முடியும்?

சுப்பிரமணிக்கு இரண்டு தங்கைகள். முதலாமவளுக்குத் தெய்வானையின் திருமணத்திற்கு முன்பே திருமணமாகி விட்டிருந்தது. அதனால் அவள் வீட்டிலும் இல்லை; தெய்வானையின் வம்புக்கும் வருவதில்லை. ஆனால் இன்னொரு நாத்தனார் திருமணத்திற்காகக் காத்துக்கொண்டு வீட்டிலேயே இருந்தாள். இவள் தெய்வானைக்குப் பெரிய தலைவலியாக அமைந்து விட்டாள். அவளைப் பொறுத்த வரை தெய்வானை அவர்கள் வீட்டிற்கு மருமகளாக வந்து அவர்கள் வீட்டுச் சொத்தை நன்றாக அனுபவிக்கிறாளே என்ற எண்ணம்

உண்டு. தெய்வானையைப் பற்றியும் அவள் குடும்பத்தைப் பற்றியும் ஏதாவது குறை கூறிக்கொண்டே இருப்பாள். இவளுக்குத் திருமணம் முடிந்த பிறகே சுப்பிரமணிக்குத் திருமணம் செய்திருக்க வேண்டும். சுப்பிரமணி சென்னைக் கடையை மூடுவதற்குள் அவருக்குத் திருமணம் முடிக்க வேண்டிய நிர்ப்பந்தத்தில் இருந்ததால் சுப்பிரமணியின் தாய் முதலில் மகன் திருமணத்தை முடித்தார். தெய்வானை, சுப்பிரமணியின் சொந்த ஊரான சிறிய கிராமத்தில் அதிலும் சுப்பிரமணியின் தங்கையோடு சேர்ந்து வாழ வேண்டும் என்று முன்னமேயே தெரிந்திருந்தால் தெய்வானையின் தந்தை மகளை சுப்பிரமணிக்குக் கொடுத்திருப்பாரா என்பது சந்தேகமே.

சுப்பிரமணியின் தாய்க்கு மகன் சொந்த ஊரில் உள்ள கடையை நடத்தும் விதம் ஒன்றும் பிடிக்கவில்லை. மேலும் மகன் இல்லாமலே தானே கடையை நடத்தியிருக்கும்போது மகன் தேவையில்லை என்ற எண்ணம் ஏற்பட்டது. மகன் வேறு ஏதாவது தொழில் செய்து வேறு வகையில் சம்பாதிக்கட்டுமே என்று நினைத்தார். சென்னைக்குச் சென்று மகன் வெறும் கையுடன் திரும்பி வந்ததை நினைத்தாலே அவருக்குக் கோபம் கோபமாக வந்தது. அதை அவ்வப்போது மருமகளின் மேல் காட்டினார். தன்னுடைய இரண்டாவது மகளுக்கு மாப்பிள்ளை அமையாமல் காலம் கடந்துகொண்டிருந்தது வேறு அவருக்கு எரிச்சல் எரிச்சலாக வந்தது. அதையெல்லாம் அடிக்கடி தெய்வானையின் மேல் காட்டிவந்தார். ஏதாவது சந்தர்ப்பம் கிடைத்தால் மருமகளோடு சண்டை பிடித்து அவளைத் தாய் வீட்டிற்கு அனுப்பிவிட்டுப் பின் மகனையும் எப்படியாவது மாமனார் வீட்டிற்கு அனுப்பிவிட வேண்டும் என்று நினைத்தார். மகனுக்குப் பெண் பார்க்கும்போதே இதுதான் இவருடைய திட்டம். சம்பாதிக்காத மகனை மாமனார் வீட்டிற்குத் தள்ளிவிட்டு விட்டால் அதன் பிறகு மாமனார் மருமகனை என்னவாவது செய்துகொள்ளட்டும் என்று நினைத்தார். பெண்ணைக் கொடுத்த பிறகு மருமகன் மேல் மாமனாருக்கு அக்கறை இல்லாமல் போகாது என்பது அவருடைய அனுமானம்.

இவர் இப்படி நினைத்ததற்குத் தோதாக தெய்வானைக்கும் அவளுடைய நாத்தனாருக்கும் இடையே ஒரு சிறு பூசல் ஏற்பட்டது. முந்தைய நாள் தலையில் சூடியிருந்த பூவைத் தலையிலிருந்து எடுத்த தெய்வானை அதைக் குப்பையில் போடாமல் தரையிலேயே விட்டுவிட்டார். அன்று தரையைப் பெருக்கிய நாத்தனார் அந்தப் பூவைச் சுற்றிப் பெருக்கிவிட்டு அதை அப்படியே தரையிலேயே விட்டுவிட்டாள். மறுநாள் நாத்தனார் அதே மாதிரி அவள்

தலையிலிருந்த பூவை அப்படியே தரையில் விட்டிருந்தாள். அதைத் தெய்வானை அகற்றாதலால் நாத்தனாருக்குக் கோபம் வந்து தன் தாயிடம் கோள்மூட்டிவிட்டுவிட்டாள். இப்படிஒரு சண்டைக் காகக் காத்திருந்த சுப்பிரமணியின் தாய் மகனிடம் மருமகளைப் பற்றித் தாறுமாறாக வத்திவைத்தாள். சுப்பிரமணிக்குத் தாயின்மேல் பெரிய பக்தி. தந்தை இல்லாமல் தாய் தன்னை வளர்த்து ஆளாக் கினார் என்பதுவும் அவர் தாய் மேல் வைத்திருந்த பக்திக்கு ஒரு காரணம். எப்படியாவது நிறையப் பணம் சம்பாதித்து அம்மாவைத் திருப்திப்படுத்த வேண்டும் என்ற ஆசை அவருக்கு எப்போதுமே உண்டு. ஆனால் மனைவி என்பவள் தன் இச்சைகளைத் தீர்த்து வைக்கவும் தனக்குச் சமைத்துப் போடவும் மாமனார் வீட்டிலிருந்து நிறையப் பணம் கொண்டுவரவும் தன் வாழ்க்கையில் சேர்ந்திருக் கிறாள் என்பதைத் தவிர அவளை ஒருபோதும் தன் வாழ்க்கைத் துணையாக நினைத்ததில்லை. இப்போது என்ன செய்தால் அம்மாவின் மனம் குளிரும் என்று திட்டமிட்டார். அம்மாவிடமும் அவர் என்ன நினைக்கிறார் என்று கேட்டுத் தெரிந்துகொள்வோம் என்று நினைத்தார். எப்படியாவது மகனையும் மருமகளையும் மகனின் மாமனார் வீட்டிற்கே அனுப்பிவிடவேண்டும் என்று சந்தர்ப்பம் பார்த்துக் காத்திருந்த சுப்பிரமணியின் தாய் உடனேயே மாமனாருக்குக் கடிதம் எழுதி அவரை அங்கு வரவழைத்து மருமகளைக் கூட்டிச் செல்லும்படிக் கூறச் சொன்னாள். அப்படி சுப்பிரமணியின் மாமனார் வந்ததும் எப்படியாவது மகனையும் அவர் அழைத்துச் செல்லும்படி செய்ய வேண்டும் என்று தன் மனதில் ஒரு திட்டம் போட்டு வைத்திருந்தார்.

கடிதம் வந்ததும் தெய்வானையின் தந்தைக்கு கையும் ஓட வில்லை, காலும் ஓடவில்லை. மகளை எதற்கு தான் மாமியார் வீட்டிலிருந்து கூட்டி வர வேண்டும் என்று நினைத்துக் குழம்பிப் போனார். எத்தனையோ மாமியார்கள் மருமகள்களைப் படுத்திய விதம் அவருக்குத் தெரியாததல்ல. இருந்தாலும் இப்போது தன் மகளுக்கு ஏன் இப்படி ஒரு கஷ்டம் வந்திருக்கிறது என்று அவரால் புரிந்துகொள்ள முடியவில்லை. என்ன செய்வது? பெண்ணைப் பெற்றவர்கள் படும் அவஸ்தையை அவரும் படவேண்டியதாயிற்று.

சுப்பிரமணியின் ஊருக்கு வந்து சேர்ந்த தெய்வானையின் தந்தை மகளின் வீட்டை அடைந்தார். அவர் வந்தவுடனேயே சுப்பிரமணியின் தாய் மருமகள்மீது மட்டுமல்ல, தன் மகன் மீதும் குறைகளாகக் கூற ஆரம்பித்தார். தன் மகனைப் பற்றி அவருடைய மாமனாரிடம் இவ்வளவு கூறுகிறோமே என்றுகூட யோசிக்கவில்லை. 'உங்கள்

மருமகன் இந்த ஊரில் ஒன்றுமே சம்பாதிக்கவில்லை. சென்னைக்கு சென்று வியாபாரம் செய்கிறேன் என்றான். அங்கும் ஒன்றும் செய்யவில்லை. கொடுத்த பணத்தை எல்லாம் தொலைத்து விட்டதால் மறுபடி இங்கேயே வந்துசேர்ந்தான். இவனை நீங்கள் கூட்டிச் சென்றுவிடுங்கள்' என்று கூறினார். 'இப்படி உதவாக்கரை மகன் என்று தெரிந்தும் ஏன் அவருக்குத் திருமணம் செய்து வைத் தீர்கள்?' என்ற கேள்வி தெய்வானையின் தந்தையின் நாக்கு நுனி வரை வந்துவிட்டது. ஆயினும் அதைக் கேட்காமல் விட்டுவிட்டார். இருந்தாலும் மருமகனையும் தன்னோடு கூட்டிச் செல்லும் எண்ணம் அவருக்கு இல்லை. மகளை மட்டும் பேரனைத் தூக்கிக் கொண்டு தன்னோடு வரும்படிக் கூறிவிட்டுப் பேருந்து நிலையத்திற்குக் கிளம்பினார்.

தந்தையோடு கிளம்பிவிட்ட தெய்வானைக்கு மனதிற்குள் ஒரு பயம் இருந்துகொண்டே இருந்தது. தன்னைப் பெற்றோர் வீட்டிற்கு அனுப்பிவிட்டுத் தன் மாமியார் தன் கணவருக்கு இன்னொரு பெண்ணைத் திருமணம் செய்துவைத்துவிடுவாரோ என்ற பயம் தான் அது. திருமணம் நடந்த ஒன்றரை வருடத்திற்குள் தன்னை ஒதுக்கிவிட்டு இன்னொரு பெண்ணை எப்படித் தன் மாமியாரால் தன் கணவனுக்கு மறுமணம் முடித்துவைக்க முடியும் என்று அந்தப் பேதைப் பெண் உணரவில்லை. என்னதான் சுப்பிரமணி வேறு ஊரைச் சேர்ந்தவராக இருந்தாலும் தெய்வானையின் தந்தை ஊரைச் சேர்ந்தவர்களுடைய விதிகளுக்குக் கட்டுப்பட்டுத்தான் நடக்கவேண்டும். அது மட்டுமல்ல, இரண்டாவது கல்யாணம் என்றால் பையனுக்கு மிகவும் குறைந்த இடத்திலிருந்துதான் பெண் கிடைக்கும். மகனைத் தேற்றிவிட ஒரு மாமனார் வேண்டும் என்று நினைத்த சுப்பிரமணியின் தாய்க்கு மகனுக்கு இரண்டாவது கல்யாணம் செய்தால் அந்த மாமனாரால் மகனுக்கு எந்த நன்மையும் இல்லை என்பதை உணராமலா இருந்திருப்பார். இதையெல்லாம் ஆராய்ந்து பார்க்கும் பக்குவம் அப்போது தெய்வானைக்கு இல்லை. தன் கணவனுக்கு இன்னொரு திருமணம் நடத்திவிடுவார்களோ என்ற பயம்தான் அவர் மனம் முழுவதும் வியாபித்திருந்தது.

மகளுடைய மாமியாரின் தூண்டுதலால் மருமகன் அனுப்பி யிருந்த கடிதத்தைத் தன் மனைவியிடம்கூட தெய்வானையின் தந்தை கூறவில்லை. கூட்டுக் குடும்பமாகத் தன் இரு தம்பிமார் களுடன் வாழ்ந்துவந்த அவர் தன் தம்பிகளிடம் கூட அக்கடிதத்தைப் பற்றி ஒன்றும் கூறியிருக்கவில்லை. வியாபார விஷயமாக வெளியூர் போவதாகச் சொல்லிவிட்டுப் போனவர் மகளையும் உடன்

கூட்டிக்கொண்டு வந்திருப்பதைப் பார்த்த அவருடைய மனைவிக்கும் தம்பிமார் குடும்பத்தார்களுக்கும் கொஞ்சம் அதிர்ச்சி யாக இருந்தது. இருந்தாலும் மெதுவாகத் தெரிந்துகொள்ளலாம் என்று அப்போதைக்குச் சும்மா இருந்துவிட்டனர்.

நாட்கள் நகர்ந்தன. சுப்பிரமணியிடமிருந்து ஒரு தகவலும் இல்லை. தெய்வானைக்கு மேலும் மேலும் பயமாக இருந்தது. அவளுடைய தந்தை எப்போது மனம் மாறி மருமகனோ அல்லது அவருடைய தாயோ மகளை வரச் சொல்லிக் கடிதம் போட்டால் மகளைக் கொண்டுபோய்விடலாம் என்று நினைத்துக்கொண்டு பேசாமல் இருந்தார். ஆனால் தெய்வானைதான் சும்மா இருக்கவில்லை. தந்தையிடம் கணவன் வீட்டிற்குப் போய்விடும் எண்ணம் தனக்கு இருப்பதை மெதுவாக எடுத்துக் கூறினாள். அதைத் தெரிந்துகொண்ட போதும் அவரால் மகளை மாமியார் வீட்டிலிருந்து செய்தி எதுவும் வராமல் அனுப்பப் பிடிக்கவில்லை. இப்படியே சில நாட்கள் கழிந்தன. நாட்கள் அதிகமாக அதிகமாக தெய்வானைக்கு இருப்புக்கொள்ளவில்லை. தந்தையிடம் கணவன் வீட்டிற்குத் தான் போக வேண்டிய அவசியத்தை வெளிப்படையாகவே கூற ஆரம்பித்தாள். இதற்கு மேல் அவளுடைய தந்தைக்கும் அவளை அங்கு கொண்டுபோய் விட்டுவிடுவது சரி என்றே தோன்றியது. மூத்த தம்பியிடம் மகளை மாமியார் வீட்டில் கொண்டு போய்விடச் சொன்னார்.

தெய்வானை பயந்தது போல் எதுவும் நடக்கவில்லை. கணவனுக்கு இரண்டாம் கல்யாணம் செய்துவைக்கும் முயற்சி எதுவும் நடந்ததாகத் தெரியவில்லை. ஆனால் சுப்பிரமணிக்கு மட்டும் தன் தாய் தன் மாமனாரிடம் தன்னை அழைத்துச் செல்லும்படி கூறியும் அவர் அப்படித் தன்னோடு அழைத்துச் செல்லவில்லை என்று மிகவும் கோபம் இருந்ததாகத் தெரிந்தது. முதலில் கொஞ்ச நாட்கள் முறைத்துக்கொண்டு இருந்தாலும் மனைவியின் தேவை ஏற்பட்டதால் மனைவியோடு சமாதானமாகப் போனார். தாய் முன்னிலையில் மனைவியோடு பேச்சுவார்த்தை இல்லை என்பது போல் நடந்துகொண்டாலும் மனைவியைத் தன் தேவைகளுக்காகத் தேடுவதில் மும்முரமாகவே இருந்தார்.

இப்போது தெய்வானை மூன்று குழந்தைகளுக்குத் தாய். குழந்தைகளைப் பராமரிப்பதிலோ வீட்டு வேலைகளிலோ சுப்பிரமணி எந்த விதத்திலும் மனைவிக்கு உதவி செய்வதில்லை. தாயின் முன்னால் மனைவியைத் தொடுவதுகூட இல்லை என்பது போல் நடந்து

கொண்டார். தெய்வானையின் தந்தையின் பூர்வீக ஊரில் பெற்றோர்கள் தங்களுடைய பெண் மக்களை 'பாப்பா' என்று அழைக்கும் வழக்கம் உண்டு. சுப்பிரமணியின் ஊரில் அந்தப் பழக்கம் இல்லையென்றாலும் அதை எப்படியோ தெரிந்துகொண்டு சுப்பிரமணி தானும் மனைவியும் தனியாக இருக்கும்போது தெய்வானையை பாப்பா என்று அழைப்பார். ஆனால் தாயின் முன்னிலையில் தெய்வானை என்றுதான் அழைப்பார். தனக்குப் பிடித்த பெயரால் தன் மனைவியைத் தாயின் முன்னிலையில் கூப்பிடக்கூட அவருக்குத் தைரியம் இல்லை. தன்னுடைய தாயைப் பொறுத்தவரை அவரைச் சந்தோஷப்படுத்துவதுதான் அவருடைய தலையாய கடமை. மனைவி மேல் பிரியம் இருப்பதாகக் காட்டிக் கொள்வது தன்னுடைய தாய்க்குப் பிடிக்காது என்று அவர் நினைத்தார்.

அவரைப் பொறுத்த வரை மனைவியைத் திருமணம் செய்து கொண்டதே தான் அவளுக்குச் செய்திருக்கும் பெரிய காரியம் என்று நினைத்துக்கொண்டிருந்தார். அவருக்குச் சேவை செய்வதற்காகவே தெய்வானை தனக்கு வாழ்க்கைப்பட்டிருக்கிறாள் என்பதே அவருடைய எண்ணம். மறுபடியும் ஒரு முறை தாய் மனதைக் குளிரவைக்க வேண்டும் என்பதற்காகவே தெய்வானை யோடு சண்டை பிடித்து அவரை அவருடைய தந்தை வீட்டிற்கு அனுப்பி வைத்தார். இந்த முறையும் தந்தை வீட்டிற்குச் சென்ற சில தினங்களிலேயே தெய்வானை தன்னைத் தன் கணவன் கைவிட்டு விடுவாரோ என்று பயந்து சீக்கிரமே திரும்பி வந்துவிட்டார். இத்தனைக்குப் பிறகும் தெய்வானை இன்னொரு குழந்தை பெற்றுக் கொண்டார்.

சுப்பிரமணியின் தாய் தன்னுடைய இரண்டாவது மகன் திருமணம் செய்துகொண்டு வேறு ஊரில் குடியேறியதும் அந்த மகனோடும் அந்த மருமகளோடும் வசிக்க அங்கு சென்றுவிட்டார். சுப்பிரமணியின் இரண்டாவது தங்கைக்கும் திருமணம் ஆகி அவளும் கணவன் வீட்டிற்குச் சென்றுவிட்டாள். மாமியாரும் நாத்தனாரும் வீட்டைவிட்டுப் போய்விட்டாலும் சுப்பிரமணிக்கும் தெய்வானைக்கும் இடையே ஒரு பாந்தமும் ஏற்படவில்லை. சென்னையில் தான் இருந்தபோது தான் உறவு வைத்துக்கொண்டிருந்த ஒரு பெண் எழுதிய கடிதத்தைப் பத்திரமாக வைத்திருந்து தன் மனைவியிடம் பெருமையாகக் காட்டிய சுப்பிரமணிக்குத் தன் மனைவி வேறு எந்த ஆண்மகனிடமும் பேசிவிடக் கூடாது. சுப்பிரமணியைப் பொறுத்தவரை ஆண்கள் எதுவும் செய்யலாம். ஆனால் பெண்கள் சீதையைவிடக் கற்பில் சிறந்தவர்களாக இருக்க

வேண்டும். ஒரு முறை தெய்வானை கடையில் வேலைபார்க்கும் ஒரு பையனோடு கொஞ்ச நேரம் தனக்கும் கடைக்காரப் பையனின் தந்தைக்கும் இருந்த பொதுவியாதி பற்றிப் பேசியதற்காக அவளை மிகவும் கடிந்துகொண்டார்.

தெய்வானைக்கு அவ்வப்போது சிறு நோய், நொடி வந்தாலும் அவளேதான் சமைக்க வேண்டும். சுப்பிரமணி ஒரு துரும்பைக்கூட நகர்த்த மாட்டார். தெய்வானையால் சமைக்க முடியவில்லை என்றால் பக்கத்து ஊரிலேயே இருக்கும் தன் இளைய தங்கையை தன் வீட்டிற்கு வந்து சமைக்க அழைப்பார். அப்படி வரும் பட்சத்தில் எல்லாம் அந்தத் தங்கையின் அதிகாரம் வீட்டில் கொடிகட்டிப் பறக்கும். தெய்வானையையும் குழந்தைகளையும் ஆட்டிப் படைப்பாள். அவளை யாரும் கேட்க முடியாது. மனைவி சுகமில்லாமல் இருக்கும்போது நாமே நம் வீட்டு வேலைகளைக் கவனித்துக்கொண்டால் தங்கையைக் கூப்பிட வேண்டியதில்லையே. அவள் வந்து இப்படி அட்டகாசம் செய்ய வேண்டியதில்லையே என்றெல்லாம் சுப்பிரமணி நினைத்துப் பார்ப்பதில்லை. மனைவிக்கு அவசரத்திற்கு ஒரு மாத்திரை எடுத்துக் கொடுத்தால்கூட அது தன் தரத்திற்குக் குறைவு என்று நினைப்பதுதான் சுப்பிரமணியின் கொள்கையாக இருந்தது. மனைவிக்கு உடல்நலம் குறைந்த தென்றால் அது அவள் தவறு என்பதுபோல் அவளைக் கடிந்து கொள்வார். தனக்கு உடல்நலம் குன்றினால் மனைவிதான் எல்லாம் செய்ய வேண்டும்.

ஒருமுறை கட்டிலிலிருந்து விழுந்து சுப்பிரமணி காலை ஒடித்துக் கொண்டார். அவர் கொஞ்சம் ஜாக்கிரதையாக இருந்திருந்தால் இந்த விபத்து நேராமல் தவிர்த்திருக்கலாமோ என்னவோ. இதே மாதிரி தெய்வானைக்கு நேர்ந்திருந்தால் அவளைத் திட்டித் தீர்த்திருப்பார். அவருக்கே நேர்ந்துவிட்டதால் தன் மனைவி அவருக்கு முழு சிசுருட்சை செய்யவேண்டும் என்று எதிர்பார்த்தார். அவர் அப்படி எதிர்பார்க்கவில்லை என்றாலும் தெய்வானை செய்திருப்பார் என்பது வேறு விஷயம். சில மாதங்கள் படுக்கையி லேயே இருக்க வேண்டிய கட்டாயம் சுப்பிரமணிக்கு இதனால் ஏற்பட்டது. கணவனுக்குச் சேவை செய்வதற்கென்றே பிறந்தவள் மனைவி என்று நினைப்பவர் அல்லவா நம் தெய்வானை. கணவனுக்கு வேண்டிய எல்லாத் தேவைகளையும் வேளை தவறாமல் செய்தார். அப்படியும் அதைச் சுப்பிரமணி சரியாகப் பாராட்டாதது மட்டு மில்லை, ஒருமுறை - ஒரே ஒருமுறை - அவள் சினிமாவுக்குப் போனதற்காக அவளை மிகவும் குறை கூறினார். அவள் சினிமாவுக்குப்

போன நேரத்தில்தான் தனக்கு அவசரத் தேவைகள் ஏற்பட்டதாகக் குறைபட்டுக் கொண்டார். இதுதான் சுப்பிரமணியின் குணம்: மனைவி என்பவள் கணவனின் சுகத்திற்காகவே வாழ்கிறாள்; கணவன் மனைவியின் எந்த நலத்திலும் அக்கறை காட்டத் தேவையில்லை.

குழந்தைகள் வளர்ந்து பெரியவர்கள் ஆனார்கள். தெய்வானைக்கு இரண்டு சகோதரிகள்தான். கூடப்பிறந்த சகோதரர்கள் இல்லை. அதனால் எப்போது மாமனாரின் சொத்தில் தனக்குப் பங்கு கிடைக்கும் என்று காத்திருந்தார். தன் மகள்கள் திருமண வயதை எட்டியபோது அவர்களுக்கு மாமனார் திருமணம் முடித்துவைக்க வேண்டும் என்று எதிர்பார்த்தார். ஆனால் அவருடைய மாமனாருக்கு அப்படி எந்த எண்ணமும் இல்லை. திருமணத்திற்கு ஏதாவது உதவி செய்வதைத் தவிர திருமணத்தையே நடத்திவைக்க வேண்டும் என்பது அவருடைய எண்ணமல்ல. இதனாலும் சுப்பிரமணிக்கு மாமனாரின் மேல் வருத்தம்.

இவர் ஒரு போதும் சரியாக வியாபாரம் செய்யவில்லை. நிறையப் பணம் இருந்தால் விரிவாக வியாபாரம் செய்யலாம், நிறைய லாபம் கிடைக்கும் என்பது சுப்பிரமணியின் கொள்கை. ஆனால் இவரை நம்பி அதிகப் பணம் கொடுக்க இவர் மாமனாருக்கு விருப்பம் இல்லை. அவ்வப்போது ஏதோ கொஞ்சம் கொடுப்பார். இதனால் எப்போது மாமனாரும் மாமியாரும் இந்த உலகத்தை விட்டுப் போவார்கள், தனக்கு மாமனாரின் சொத்துக்கள் கிடைக்கும் என்று வெகு ஆவலாகக் காத்திருந்தார் சுப்பிரமணி. அந்த ஊரில் எழுதப் படாத ஒரு சட்டம் இருந்தது. அதன்படி ஒரு வீட்டில் தாயும் தந்தையும் இறந்த பிறகுதான் அவர்களின் சொத்துபத்துக்களைப் பையன்களுக்கு இடையேயோ அல்லது பையன்கள் இல்லை யென்றால் பெண்களுக்கு இடையேயோ பிரிப்பார்கள். தங்களுடைய ஊரின் இந்தப் பழக்கத்தைப் பின்பற்ற சுப்பிரமணி விரும்பியதால் தான் இருவரும் இறப்பதற்காகக் காத்திருந்தார்.

காலம் சென்றது. மாமனாரும் நோய்வாய்ப்பட்டு, பிறகு சில நாட்களில் இறந்தே போனார். மாமனார் இறந்த அன்று தந்தையை இழந்த மனைவிக்கு அது எவ்வளவு சோகத்தைக் கொடுக்கும் என்பது பற்றிய எண்ணம்கூட சுப்பிரமணிக்கு இல்லை. மாமனாரின் சொத்துக்களை அடைய ஒருவழியாக ஒரு தடை நீங்கியது என்று தான் மனதிற்குள் நிம்மதி அடைந்தார். அடுத்தது மாமியாரின் மறைவுக்காகக் காத்திருந்தார். மாமியார் இறந்த அன்று அவர் முகத்தில் அத்தனை சந்தோஷம், நிம்மதி. இனி பாகப்பிரிவினைதான்

என்று மகிழ்ந்து போனார். ஆனாலும் இவர் கனவு பலிக்கவில்லை. பாகப்பிரிவினை முடிந்து இவர் கைக்குப் பணம் வருவதற்குள் இவரே நோய்வாய்ப்பட்டார். இவருடைய மனைவிக்குத் தந்தையின் சொத்தில் பங்கு கிடைத்ததால் இவருடைய கடைசி கால வைத்தியச் செலவிற்குப் பணம் தாராளமாகக் கிடைத்தது. அவ்வளவே. பங்கின் மீதித் தொகை இவருக்குக் கிடைப்பதற்குள் இவர் இறந்துவிட்டார். மாமனாரின் பணம் நிறையக் கிடைக்கும், அதை வைத்து வியாபாரம் செய்து நிறையப் பணம் பண்ணலாம் என்ற இவருடைய கனவு பலிக்காமலே போய்விட்டது.

19

சிவகாமி

சிவகாமி பிறந்தது 1942இல். சிவகாமியின் பெற்றோர்களுக்கு நான்கு குழந்தைகள். சிவகாமிக்கு முன் இரண்டு ஆண் குழந்தைகள்; சிவகாமிக்குப் பிறகு ஒரு தங்கை. சிவகாமியின் தங்கை பிறப்புக்குப் பிறகு அவளுடைய தாயின் உடல்நிலை மோசமாகிவிட்டது; அதற்கு மேல் பிள்ளைகள் பெற்றுக்கொள்ளவில்லை. சிவகாமி கூட்டுக் குடும்பத்தில் வளர்ந்தவள். கூட்டுக் குடும்பத்தின் பல நன்மைகளை அனுபவித்திருந்தாலும் அதிலுள்ள கஷ்டங்கள்தான் அவளுக்கு எப்போதும் நினைவில் இருந்தன. சிறு வயதிலிருந்தே சிவகாமிக்குப் பல கசப்பான அனுபவங்கள் ஏற்பட்டன. அவள் மிகவும் புத்திசாலி என்பதோடு தன்னைச் சுற்றி உள்ளவர்களின் குணங்களையும் நடவடிக்கைகளையும் கூர்ந்து நோக்கும் தன்மையும் அவளுக்கு இயல்பாகவே அமைந்திருந்தது. கூட்டுக்குடும்ப உறுப்பினர்களிடையே நிலவும் போட்டி, பொறாமை, உள்ளொன்று வைத்துப் புறம் ஒன்று பேசும் தன்மை ஆகியவை இவளை வெகுவாகப் பாதித்தன. சிறு வயதிலிருந்தே எல்லோரும் நேர்மையாக நடந்து கொள்ள வேண்டும் என்ற எண்ணம் இவளுக்கு உண்டு. அதைப் பலரிடம் பார்க்காததால் வாழ்க்கையில் ஒருவித விரக்தி ஏற்படுவதுண்டு. இவளுடைய பெற்றோருக்குக் கடவுள் பக்தி இருந்ததால் இவளுக்கும் கடவுள் பக்தி உண்டு. இவளுடைய பெற்றோர்கள் ஏழை, எளியவர்களுக்கு நிறைய உதவிகள் செய்வார்கள். அதனால் இவளுக்கும் சிறு வயதிலிருந்தே ஏழைகளின் மீது எப்போதும் இரக்கம் உண்டு. உறவினர்களில் சிலர் பெரிய பணக்காரர்களாகவும் சிலர் வறுமையில் உழல்பவர்களாகவும் இருப்பதைப் பார்த்து மனம் புழுங்குவார். அடிக்கடி இறைவனிடம் படைப்பில் ஏன் இத்தனை வித்தியாசங்கள் என்று கேட்டுப் பார்த்தாள். யாருடைய கேள்விகளுக்கு இறைவன் பதில் கூறினார் இவளுடைய கேள்விகளுக்குப் பதில் அளிக்க? இவளுடைய போக்கே தனி. அதனால் சிவகாமி பள்ளிப்படிப்பை முடிக்கும்போது இவளுக்குப் பள்ளியில் ஒன்றிரண்டு தோழிகள்தான் இருந்தனர்.

சிவகாமி வளர்ந்துவந்தபோதே உறவினர்களின் குடும்பங்களில் பெண்களுக்கு எந்தவித உரிமைகளும் இல்லை என்பதையும் கணவன் வைத்ததுதான் குடும்பத்தில் சட்டம் என்பதையும் பெண்களுக்கும் ஆண்களுக்கும் உரிமைகள் விஷயத்தில் நிறைய வித்தியாசங்கள் இருந்ததையும் உணர்ந்திருந்தாள். இவளுடைய தாயும் மற்ற உறவினப் பெண்களும் கணவன் சொல்லைத் தாரக மந்திரமாக ஏற்று நடந்ததையும் இவள் தெரிந்துவைத்திருந்தாள். திருமணச் சந்தையில் பையன்களைப் பெற்றவர்களின் கை ஓங்கியிருந்ததையும் இவள் கவனித்துவைத்திருந்தாள். ஒருமுறை அனுபவம் வாய்ந்த ஒரு பெண், 'பையனைப் பெற்றவள் உச்சாணிக் கொம்பில் போய் உட்கார்ந்துகொள்வாள்' (பெண்ணைப் பெற்றவர்கள் எட்ட முடியாத தூரத்தில்) என்று சொன்னதைக் கேட்டாள். இந்த நிலை ஏன் ஏற்பட்டது, அதை எப்படி மாற்றுவது என்பதுதான் இவளுக்கு விளங்கவில்லை. அதை மாற்றுவதற்கு அவள் ஏதாவது செய்திருக்க முடியும் என்றால் திருமணம் செய்துகொள்ளாமல் இருந்துவிடுவது ஒன்றுதான் வழியாக இருந்திருக்க முடியும். இப்படிச் செய்தால் அவள் தன்னுடைய ஆயுள் உள்ளவரை யாரையாவது அண்டியிருந்திருக்க வேண்டும். ஏனெனில் அந்தக் காலத்தில் பெண்கள் தனித்து இயங்குவது மிகவும் கடினம். மேலும் அவளுடைய உறவினப் பெண்களில் யாரும் திருமணம் செய்துகொள்ளாமல் தனித்து இருக்கவில்லை.

சிவகாமி வளர்ந்துவந்த காலத்தில் பெண்களின் படிப்பு பள்ளிப் படிப்போடு நிறுத்தப்பட்டது. ஆனால் சிவகாமிக்கு நிறையப் படிக்க வேண்டும், ஒரு நல்ல வேலையில் அமர வேண்டும், எல்லோரும் தன்னைப் புத்திசாலி என்று கருத வேண்டும் என்ற ஆசைகள் இருந்தன. அப்படி அவள் படித்து வேலைபார்த்தால் அவளுக்குத் திருமணம் நடப்பது மிகவும் கடினம் என்பதும் அவளுக்குத் தெரிந்தே இருந்தது. அந்தக் காலச் சமூக அமைப்பு அப்படி. இதை உணர்ந்துதான் அவளுடைய தந்தையும் அவளைக் கல்லூரிக்கு அனுப்ப விரும்பவில்லை. படிப்பிற்கு ஆகும் செலவை சீதனத்தில் சேர்த்தால் இன்னும் நல்ல மாப்பிள்ளையாகப் பார்க்கலாம் என்பது அவருடைய எண்ணம். கல்லூரியில் சேர்ந்து படித்தே தீருவேன் என்று அடம் பிடித்து உண்ணாவிரதம் மேற்கொண்ட சிவகாமியைப் பார்த்து அவளுடைய தாய்க்குப்பொறுக்கவில்லை. 'இவளைக் கல்லூரியில் சேர்த்துவிடுங்கள். அவளை என்னால் இப்படிப் பார்க்க முடியவில்லை' என்று அவளுடைய தந்தையிடம் கெஞ்சினார். சாதாரணமாக சிவகாமியின் தந்தை மனைவி சொல்லைக் கேட்பவர்

இல்லை. அவருக்கும் மகள் ஏன் இப்படிப் பிடிவாதம் பிடிக்கிறாள் என்று புரிந்தது. அவரே தன்னுடைய சிறு வயதில் கல்லூரியில் சேர்ந்து படிக்க ஆசைப்பட்டார். அவருடைய தந்தையின் பொருளாதார நிலை இடம் கொடுக்காததால் அவரால் கல்லூரியில் படிக்க முடிய வில்லை. இப்போது தன்னிடம் பணவசதி இருந்தும் பெண் என்பதால் அவளைக் கல்லூரிக்கு அனுப்ப அவர் விரும்பவில்லை. இப்போது தன்னுடைய மகள் இவ்வளவு ஆசைப்படுகிறாளே, அவள் விருப்பத்தை நிறைவேற்றிவைக்கலாமோ என்று எண்ணினார். அவர்களுடைய ஜாதியில் திருமணச் சந்தையில் படித்த பெண்களுக்கு இருந்த கஷ்டத்தை உணர்ந்து எந்த முடிவுக்கும் வர முடியாமல் இருந்தார். இப்போது மனைவி மகளைப் பற்றிக் கூறியதும் அவருக்கு முடிவெடுக்க எளிதாயிற்று. சிவகாமி கல்லூரியில் சேர்ந்து பட்டப் படிப்பை முடித்தாள். அப்போது இவர்களுடைய உறவினர்களில் பட்டப் படிப்பை முடித்திருந்தவள் அவள் ஒருத்திதான்.

பல தந்தைமார்கள் தங்கள் பையன்கள் பள்ளிப் படிப்பை முடித்த பிறகு தங்கள் வியாபாரத்தையே தொடர்ந்து செய்வதை விரும்பினார்கள். தங்களுக்கென்று வியாபாரம் இல்லாதவர்கள் தங்கள் பையன்கள் ஒரு கடையிலோ தொழிற்சாலையிலோ சேர்ந்து அந்தத் தொழிலைப் பழகிக்கொண்டு பின் தாங்களாக அதைச் செய்ய வேண்டும் என்று விரும்பினார்கள். அப்போது அரசு வேலை பார்ப்பவர்களோ அல்லது தனியாரிடம் வேலைபார்ப் பவர்களோ நிறையச் சம்பாத்திக்க முடியாது. நிறையச் சேமிக்கவும் முடியாது. இப்போதுபோல் அரசு அலுவலகங்களிலும் பல்கலைக் கழகங்களிலும் வேலைபார்ப்பவர்களுக்கு எக்கச்சக்கமான சம்பளம் கிடையாது. வியாபாரம் மூலமாகவோ வேறு தொழில் மூலமாகவோ தான் நிறையச் சம்பாத்தியம் பண்ண முடியும் என்ற எண்ணம் எல்லோரிடமும் இருந்தது. அங்கொன்றும் இங்கொன்றுமாக இஞ்சினியர், டாக்டர் என்று படித்தவர்கள் இருப்பார்கள். இவர்களுக்கு ஏகப்பட்ட கிராக்கி. *சப்ளை அண்ட் டிமாண்ட்* (கிடைப் பதற்கும் தேடுதலுக்கும் உள்ள உறவு) என்று சொல்வார்களே அந்த நியதிதான் இங்கும் நிலவியது. சப்ளை அதிகம் இல்லாததால் டிமாண்டும் அதிகம்.

படித்த பையன்களுக்கு அதிக கிராக்கி இருக்கும்போது படித்த பெண்களுக்கு கிராக்கி இல்லை என்பதோடு அவர்களைத் தங்கள் மருமகள்களாகத் தேர்ந்தெடுக்கப் பையன்களின் பெற்றோர் தயங்கினர். படித்த பெண் தங்கள் சொல்லைக் கேட்காமல் மீறி நடக்கலாம் என்பது ஒரு காரணம். மேலும் பெண் என்பவள்

திருமணம் செய்துகொண்டு, பிள்ளைகளைப் பெற்றுக்கொண்டு, கணவனையும் குழந்தைகளையும் கவனித்துக்கொண்டு வீட்டில் இருக்க வேண்டியவள் என்ற நினைப்புதான் பையன்களைப் பெற்ற பல பெற்றோர்களிடம் இருந்தது. மேலும் பெண்கள் வெளியே வேலைக்குச் செல்வதைப் பல பெற்றோர்கள் விரும்பவில்லை. பெண் வெளியில் வேலைக்குச் சென்றால் தாய், மனைவி என்ற கடமைகளிலிருந்து அவள் திசை திருப்பப்படலாம் என்றும் எண்ணினர். வேலை செய்யும் இடத்தில் மற்ற ஆண்களோடு பழக வேண்டியிருக்கும் என்றும் நினைத்தனர்.

அதே சமயம் படித்த ஆண்கள் அதிகம் இல்லாததால் அவர்கள் வியாபாரம் செய்பவர்கள் அளவு சம்பாத்திக்கவில்லை என்றாலும் அவர்களுக்கு ஒரு தனி மவுசு இருக்கத்தான் செய்தது. மருமகள் வேலைக்குப் போவதை விரும்பாத அதே பெற்றோர்கள் மருமகன் உத்தியோகம் பார்ப்பதைக்கண்டு அகமகிழ்ந்து போனார்கள்.

இந்தச் சமயத்தில்தான் படிப்பை முடித்து சிவகாமி திருமணத் திற்குத் தயார் ஆனாள். தன்னிடம் அடம்பிடித்து மகள் பட்டம் பெற்றிருந்தாலும் இப்போது அவள் ஒரு பட்டதாரி என்பதால் அவளுக்கு ஒரு இஞ்சினியரோ டாக்டரோ கணவனாக வர வேண்டும் என்று அவளுடைய தந்தை விரும்பினார். அது மிகவும் கடினம் என்பதும் அவருக்குத் தெரிந்தே இருந்தது. ஏனெனில் டாக்டருக்கு மனைவியாக வரப்போகிறவள் ஒரு செல்வச் சீமானின் ஒரே மகளாக இருக்க வேண்டும். அல்லது ஒரு பெரிய அதிகாரியின் ஒரே மகளாக இருக்க வேண்டும். நல்ல நிறமாக இருக்க வேண்டும். ஆனால் பட்டப் படிப்பு படித்திருக்க வேண்டும் என்ற கட்டாய மில்லை. அப்படிப் பட்டம் வாங்கியிருந்தால் பாதக மில்லை; ஆனால் வேலைபார்க்கக் கூடாது. அதே சமயம் பெண்கள் டாக்டருக்குப் படித்திருந்தால் திருமண வாய்ப்பு மிகவும் குறைவு. அநேகமாக இல்லையென்றே சொல்லலாம். பையன்களில் இஞ்சினியர்களின் எண்ணிக்கை டாக்டர்களைவிட இன்னும் கொஞ்சம் அதிகம் இருந்ததால் அவர்களுக்கு டாக்டர்கள் அளவு டிமாண்ட் இல்லை. ஆயினும் அவர்களைக் கணவனாக அடையப் போகிற பெண்களும் பெரிய பணக்காரர்களின் பெண்களாக இருக்க வேண்டும். ஓரளவு நிறமாகவும் இருக்க வேண்டும்.

சிவகாமி நிறம் என்றாலும் அவளுடைய தந்தை செல்வச் சீமானும் இல்லை, பெற்றோர்களுக்கு அவள் ஒரே பெண்ணும் இல்லை. இதனால் டாக்டர் மாப்பிள்ளை அமைய வேண்டும் என்ற ஆசை

இருந்தாலும் அந்த எண்ணத்தை அவளுடைய தந்தை கைவிட்டு விட்டார். ஆனால் மகளுக்கு இன்ஜினியர் மாப்பிள்ளையாவது பிடித்துவிட வேண்டும் என்ற குறிக்கோளில் இருந்தார். இஞ்சீனியர் மாப்பிள்ளையும் சரியாக அமையாததால் அவளுடைய தந்தை மிகவும் துவண்டுபோனார். மகளை ஏன் பட்டப் படிப்பு படிக்க அனுமதித்தோம் என்றுகூட அவ்வப்போது நொந்துகொள்வார். மகள் பட்டம் வாங்காமல் இருந்திருந்தால் பள்ளிப் படிப்பை முடித்துக்கொண்டு தந்தையோடு வியாபாரம் செய்யும், கொஞ்சம் வசதி படைத்த பையனாகப் பார்த்திருக்கலாமே என்று நினைத்துக் கொள்வார். மகள் நிறமாக இருந்ததால் வசதிபடைத்த இடம் அமையலாம் என்று நினைத்தார். திருமணச் சந்தையில் கல்லூரி, பல்கலைக்கழகங்களில் ஆசிரியராக வேலைபார்ப்பவர்களுக்கு டாக்டர், இன்ஜினியர்களுக்குப் பிறகு மூன்றாவது இடம். இவர்களுடைய பெற்றோர்களும் நிறைய டிமாண்ட் பண்ணுவார்கள். ஆனாலும் டாக்டர், இன்ஜினியர்களின் பெற்றோர்கள் எதிர்பார்க்கும் அளவுக்கு அல்ல.

கடைசியாக கல்லூரி விரிவுரையாளர் ஒருவரைத்தான் மகளுக்கு மாப்பிள்ளையாக சிவகாமியின் தந்தையால் தேர்ந்தெடுக்க முடிந்தது. அதுவும் பையன் கருப்பு என்பதால் அவருக்கு அந்தச் சம்பந்தத்தில் முழு விருப்பம் இல்லை. ஆனாலும் ஒரு விஷயம் இந்தச் சம்பந்தத்தில் அவருக்குப் பிடித்திருந்தது. சிவகாமியின் காலத்தில் பையன் படித்திருந்தால் அவனுடைய தந்தையிடம் வசதி இருந்தாலும் - அநேகமாக வசதி இருக்காது. வசதியான குடும்பத்துப் பையன்கள் குடும்பத் தொழிலைத்தான் கவனிப்பார்கள் - திருமணச் செலவுகளை எல்லாம் பெண்வீட்டார் தலையில் கட்டிவிடுவார்கள். பெண்ணுக்குத் தாங்கள் செய்ய வேண்டிய தாலியைக்கூட பெண்ணின் தந்தையிடம் பணம் பெற்றுக்கொண்டு அந்தப் பணத்தில் தாலி செய்வார்கள். பையன்வீட்டாரும் பெண்ணின் வீட்டாரும் தனித் தனி மண்டபங்கள் பிடிப்பது, அவரவர் விருந்தினர்களை அவரவர் விருந்தோம்புவது போன்ற பழக்கங்களைக்கூட விட்டு விடுவார்கள். அதுவரை இந்த ஜாதியினருக்கு மட்டுமே தனிச் சிறப்பாக இருந்த இந்தப் பழக்கங்களைப் பையன் படித்து வேலைக்குப் போனால் விட்டுவிடுவதற்கு பையனைப் பெற்றோர் தயங்கவில்லை. சிவகாமி திருமணத்திற்குத் தயாராக இருந்த காலத்தில்தான் இந்தப் பழக்கம் தலையெடுக்க ஆரம்பித்திருந்தது. சிவகாமியின் விஷயத்தில் பையனின் தந்தை வரப்போகும் மருமகளுக்கு முப்பது பவுன் நகை போடுவதாகச் சொன்னது

சிவகாமியின் தந்தைக்கு ஓரளவு ஆறுதல் அளிக்கும் விஷயமாக அமைந்தது. மகளுக்கு வயது ஏறிக்கொண்டே போனதால் இதற்குமேல் மாப்பிள்ளை தேடிக்கொண்டு காத்திருக்க அவர் விரும்பவில்லை.

சருமநிறம்தான் ஆணுக்கும் பெண்ணுக்கும் அழகு கொடுப்பது என்ற எண்ணம் நிலவிய சூழ்நிலையில் வளர்ந்த சிவகாமியும் தனக்குப் படித்த, நிறமான மாப்பிள்ளைதான் அமைவான் என்று நினைத்திருந்தாள். ஆனால் இப்போது படித்திருந்தாலும் பையன் கருப்பு என்பது ஓரளவு அவளைப் பாதிக்கவே செய்தது. எனினும் என்ன செய்திருக்க முடியும்? அந்தக் காலத்தில் படித்து வேலைக்குப் போகும் பையன்களின் தந்தைமார்கள் தங்களிடம் ஏதோ பெரிய பொக்கிஷம் இருப்பது போலவும் அதைப் பெறுவதற்கு யாருக்குப் பெரிய தகுதி இருக்கிறது என்று பார்ப்பது போலவும் நடந்து கொள்வார்கள்.

எல்லோரையும் போல் சிவகாமியைப் பையனின் பெற்றோர் தங்கள் மகளையும் மருமகனையும் உடன் அழைத்துக்கொண்டு நேரில் பார்க்க வந்தனர். அந்தக் காலத்தில் பெண்கள் மட்டும்தான் பெண்ணைப் பார்க்க அனுமதிக்கப்படுவார்கள். ஆண்கள் உடன் வருவது அவர்களோடு துணைக்கு வருவதற்கும் பெண்வீட்டைச் சேர்ந்த ஆண்களைக் கொஞ்சம் பரிச்சயம் செய்து கொள்வதற்கும் தான். பையனின் தாய்க்கும் தங்கைக்கும் சிவகாமியை மிகவும் பிடித்துவிட்டது.

வீட்டிற்குத் திரும்பிச் சென்ற பையனின் பெற்றோர் தங்கள் மகன் பாண்டியனிடம் தங்கள் கருத்தைச் சொன்னார்கள். பாண்டியன் கல்லூரியில் வேலைபார்த்தாலும் தனக்கு மனைவியாக வரப் போகிற பெண் கல்லூரியில் படித்து இளங்கலைப் பட்டம் பெற்ற பெண்ணாக இருக்க வேண்டும், ஆனால் அதே சமயம் முதுகலைப் பட்டம் பெற்ற பெண்ணாக இருக்கக் கூடாது என்ற ஒரே நிபந்தனையைத்தான் அவன் பெற்றோருக்கு விதித்திருந்தான். பெண் கருப்பா சிவப்பா என்பதெல்லாம் அவனைப் பொறுத்தவரை இரண்டாம் பட்சம். பாண்டியனின் தாயோ மகன் கருப்பாக இருப்பதால் வரப் போகும் மருமகளாவது கொஞ்சமாவது நிறமாக இருக்க வேண்டும் என்று விரும்பினார். அப்படி நடந்தால் மகனின் வரப்போகும் சந்ததிகளில் சிலராவது - பாதிக்குப் பாதியாவது - நிறமாக இருக்க வாய்ப்பு உண்டு என்பதால் அவர் அப்படி விரும்பினார். மேலும் இந்த ஜாதியில் நிறமானவர்கள் அதிகம்

இல்லாததால் நிறமானவர்களுக்கு ஒரு மவுசு உண்டு. தனக்கு நிறமான மருமகள் வாய்த்திருக்கிறாள் என்று தங்கள் உறவினர்களிடம் பெருமை அடித்துக்கொள்ளலாம் அல்லவா?

திடீரென்று பாண்டியனின் பெற்றோருக்கு ஒரு சந்தேகம் வந்துவிட்டது, தாங்கள் பார்த்துவிட்டு வந்த அழகான பெண் கருப்பான தங்கள் மகனை விரும்பி ஏற்றுக்கொள்வாளா என்று. அந்தப் பெண் தங்கள் மகனைப் பார்த்துக்கொள்ளட்டும் என்பதற்காக சிவகாமியின் தந்தைக்குத் தங்கள் மகன் அவருடைய பெண்ணைப் பார்க்க விரும்புவதாகச் செய்தி சொல்லி அனுப்பினார்கள். அந்தக் காலத்தில் மாப்பிள்ளைப் பையனைப் பெண்ணைப் பார்க்க அனுமதிப்பதில்லை. இதற்கு விதிவிலக்காக சில குடும்பங்கள் நடந்துகொள்வதுண்டு. அதற்குப் பல காரணங்கள் இருக்கலாம். பையனைப் பெண்ணின் பெற்றோர்களுக்கு மிகவும் பிடித்துப் போய் எப்படியாவது அந்தப் பையனுக்கே தங்கள் மகளை மணமுடித்துவிட வேண்டும் என்று நினைக்கும் பெற்றோர்கள் தங்கள் பெண்ணை பையன் பார்த்துவிட்டுப் போகட்டும் என்று நினைப்பார்கள். தங்கள் பெண்ணை மாப்பிள்ளைப் பையன் பார்த்தால் எப்படியும் திருமணத்திற்குச் சம்மதம் கொடுப்பான் என்று பெண்ணின் தந்தை நினைப்பதும் ஒரு காரணம். பல வருடங்கள் பெண்ணிற்குத் திருமணம் நிச்சயமாகாமல் இருந்து பெற்றோர்கள் மிகவும் கலங்கிப் போய் வேறு வழி இல்லாமல் பையன் தங்கள் பெண்ணைப் பார்த்து விட்டுப் போகட்டும் என்றும் நினைக்கலாம்.

பாண்டியனின் தந்தையிடமிருந்து பாண்டியன் சிவகாமியைப் பார்க்க விரும்புவதாகச் செய்தி வந்ததும் முதலில் சிவகாமியின் தந்தை கொஞ்சம் தயங்கினார். அது சாத்தியப்படாது என்று சொல்லி அனுப்பிவிட முடிவு செய்தார். ஆனால் அவருடைய தாய்மாமன் ஒருவர் 'உன் மகளைப் பார்த்தால் பையனுக்கு எப்படியும் அவளைப் பிடிக்கும்' என்று சமாதானம் சொன்னதால் அந்த ஏற்பாட்டிற்குச் சம்மதித்தார். தாய் மாமன் சொல்லை அப்படியே சிரம் மேல் ஏற்று நடப்பார் சிவகாமியின் தந்தை.

பாண்டியன் தன்னைப் பார்க்க விரும்புவதாக அவனுடைய தந்தை விடுத்த கோரிக்கை சிவகாமிக்கு ஓரளவு சரியாகத் தெரிந்தாலும் ஒரு முறை அவனுடைய உறவினர்களின் முன்னால் அலங்கரித்துக்கொண்டு உட்கார்ந்து அவர்கள் கேட்ட கேள்விகளுக்குப் பதில் சொல்லியது ஒரு வித சங்கடத்தை அவளிடம் உண்டு பண்ணியிருந்தது. அலங்கரித்துக்கொள்வது என்றால் தலையைப்

பின்னி தலை நிறையப் பூ வைத்துக்கொண்டு பட்டுச் சேலை உடுத்திக் கழுத்திலும் காதிலும் கைகளிலும் நகைகள் அணிந்து கொள்வது. அவ்வளவே. மேக்கப் போட்டுக்கொள்வது அப்போது பழக்கத்தில் இல்லை. திருமணத்தை ஒட்டித்தான் பெண்ணுக்கு அதிக நகைகள் செய்வார்கள். அதற்கு முன் ஒன்றிரண்டு நகைகள் அவளிடம் இருக்கலாம். பையன்வீட்டார் பெண்ணைப் பார்க்க வரும்போது தேவைப்பட்டால் மற்ற உறவினர்களிடம் நகை களைப் பெற்றுக்கொள்வார்கள். தாயின் நகைகள் கொஞ்சம் பழைய மாடலாக இருக்கும் என்பதால் பெண்ணின் தமக்கை யிடமிருந்தோ அல்லது நெருங்கிய உறவினர்களிடமிருந்தோ பெற்றுக்கொள்வதுண்டு.

இப்போது இன்னொரு தடவை அலங்கரித்துக்கொண்டு அந்த சங்கடத்தை மீண்டும் அனுபவிக்க வேண்டும் என்பது சிவகாமி யிடம் எரிச்சலை உண்டுபண்ணியது. மேலும் அவளுடைய தந்தை பையன் கருப்பு என்பதைக் கொஞ்சம் சாடைமாடையாக அவளிடம் கூறியிருந்தார். இப்போது தான் பையனைப் பார்க்க நேர்ந்து தனக்குப் பையனைப் பிடிக்கவில்லை என்றால் தந்தை அதை ஒப்புக்கொள்வாரா என்று தனக்குத் தானே கேட்டுக்கொண்டாள். தந்தையின் பல முயற்சிகளுக்குப் பிறகு இந்த சம்பந்தம் அமையும் வாய்ப்பு அதிகம் இருப்பதாகத் தோன்றும் சமயத்தில் தனக்குப் பையனைப் பிடிக்கவில்லை என்று எப்படிச் சொல்வது? பையனைப் பார்க்காமலேயே இருந்துவிட்டால் என்ன என்று யோசிக்கத் தோன்றியது. பையன் பெண்ணைப் பார்ப்பதென்றால் சில நிமிடங் களுக்குத்தான். அதற்கு மேல் அனுமதிக்கமாட்டார்கள். அந்தச் சில நிமிடங்களில் தலையை நிமிர்த்திப் பையனைப் பார்க்காவிட்டால் பையனைப் பார்த்த மாதிரி ஆகாது. இதுதான் சரியான முடிவு என்று தனக்குத் தானே நினைத்துக்கொண்டாள். தலையை நிமிர்த்திப் பெண் பையனைப் பார்க்கவில்லையென்றால் அதை யாரும் தப்பாக எடுத்துக்கொள்ள மாட்டார்கள். பெண் வெட்கத்தினால்தான் அப்படி நடந்துகொண்டாள் என்று நினைத்துக்கொள்வார்கள்.

அந்தப் படலமும் ஒரு வழியாக முடிந்து பெண்ணின் தந்தை பெண்ணுக்கு எவ்வளவு சீதனம் கொடுப்பார், அதில் நகைகள் எவ்வளவு, ரொக்கம் எவ்வளவு, பையனின் தந்தை பெண்ணுக்கு எவ்வளவு நகைகள் போடுவார், திருமணத்தை எங்கு நடத்துவது - சாதாரணமாகப் பெண்ணின் ஊரில்தான் திருமணம் நடக்கும். பாண்டியன் கல்லூரியில் வேலைபார்த்ததால் அவனுடைய சக ஊழியர்கள் திருமணத்திற்கு வரச் சௌகரியமாக இருக்கும் என்று

பாண்டியன் நினைத்ததால் மதுரைக்குப் பக்கத்தில் உள்ள ஒரு முருகனுடைய தலத்தில் வைப்பது என்று முடிவாயிற்று - போன்ற விபரங்களை இரு தரப்பு உறவினர்கள் முன்னிலையில் பேசி முடித்தனர். பையன் கருப்பு என்பது கொஞ்சம் ஏமாற்றத்தைக் கொடுத்தாலும் இந்தச் சடங்குகள் எல்லாம் முடிந்து திருமணம் நிச்சயமானதும் சிவகாமிக்கு ஒரு வகையான நிம்மதியே ஏற்பட்டது. தனக்குத் திருமணம் ஆகவில்லை என்று யாரும் தன்னை இனி குறை கூறமாட்டார்கள் என்பது அவளுக்குப் பெரிய நிம்மதியைக் கொடுத்தது. இதுதான் பெண்களின் நிலை. திருமணம் என்ற ஒன்று நடந்தாலே ஏதோ பொக்கிஷம் கிடைத்தது போன்ற சந்தோஷம், நிம்மதி. கிடைக்கப் போவது பொக்கிஷமா, தன்னை வரப்போகும் கணவரும் அவருடைய வீட்டாரும் நன்றாக நடத்துவார்களா என்றெல்லாம் அப்போதைக்கு நினைத்துப் பார்ப்பதில்லை.

சிவகாமியின் காலத்துப் பெண்கள் திருமணத்திற்கு முன் தாங்கள் மணக்கப் போகும் கணவன் எப்படி இருக்க வேண்டும் என்று கற்பனை செய்திருந்தாலும் பெற்றோர் பார்த்து யாராவது ஒருவனைத் திருமணம் முடித்துவைத்தால் தான் எதிர்பார்த்த எல்லாம் அவனிடம் இருக்கின்றனவா என்று யோசிப்பதில்லை. கூடியவரை தாங்கள் எதிர்பார்த்தது அவனிடம் இருப்பதாக நினைத்துக்கொண்டு வாழ்க்கையைத் தொடருவார்கள். சிவகாமியும் இதற்கு விலக்கல்ல. திருமணச் சந்தையில் தான் விலை போய் விட்டோம் என்பதுதான் அவளுடைய அப்போதைய சிந்தனையாக இருந்தது.

சிவகாமியின் தந்தை சிவகாமிக்குக் கொடுப்பதாக வாக்களித் திருந்த பதினைந்தாயிரம் ரூபாயில் பாதிப் பணத்திற்கு நகைகளா கவும் பாதியை ரொக்கமாகவும் கொடுப்பதாக ஏற்பாடு செய்யப் பட்டது. சிவகாமியின் திருமண சமயத்தில் (1965) தங்கம் பவுனுக்கு 120 ரூபாய். அதாவது ஒரு கிராம் பதினைந்து ரூபாய். சிவகாமியின் தந்தை மகளுக்குக் கொடுக்கப் போகும் சீதனத்தொகை அத்தனைக்கும் நகைகள் செய்திருந்தால் அவளுக்கு 1000 கிராம் தங்க நகைகள் கிடைத்திருக்கும். மத்தியதரக் குடும்பங்களில் எல்லா சீதனத் தொகையையும் நகைகளாகச் செய்ய மாட்டார்கள். ஒரு பகுதியை யாவது ரொக்கமாகப் பெண் பெயரில் வைத்துக் கொள்வார்கள். பணக்கார வீடுகளில் நகையும் அதிகம், ரொக்கமும் அதிகம்.

இந்தச் சமூகத்தின் பழங்கால வழக்கப்படி பெண்ணின் தந்தை தன் மகளுக்குக் கொடுக்கும் சீதனத்தில் (நகைகளாகவும் ரொக்க மாகவும்) மூன்றில் ஒரு பங்காவது பையனின் தந்தை வரப்போகும்

தன் மருமகளுக்கு திருமாங்கல்யமாகவும் வளையல்களாகவும் கொடுக்க வேண்டும். சிவகாமி காலத்திலேயே இந்த வழக்கங்கள் எல்லாம் கொஞ்சம் மாறிக்கொண்டு வந்தன. அதிலும் பெண் படித்திருந்தால் படித்த மாப்பிள்ளையாகப் பார்க்கும்போது இந்த வழக்கங்கள் எல்லாம் நிறையவே மாறியிருந்தன. பையனின் வீட்டார் ஏதோ பெயருக்கு நகை போடுவார்கள். அவர்கள் பெண்ணின் தந்தையிடம் திருமணச் செலவுகளுக்குக் கேட்காமல் இருந்தால் அதுவே பெரிது என்று பெண்வீட்டார் எடுத்துக் கொள்வார்கள். பாண்டியனின் தந்தை சிவகாமிக்கு நகைகள் செய்வதோடு அவர்களுக்காகும் திருமணச் செலவுகளையும் அவரே ஏற்றுக்கொண்டதால் சிவகாமியின் தந்தை நிம்மதி அடைந்தார். சிவகாமிக்கும் அது மிகவும் பிடித்தது. ஏன் பெண் தன் பிறந்தகத்தை விட கொஞ்சம் தாழ்ந்த இடத்திற்குப் போக வேண்டும் என்று கேள்வி கேட்டுக்கொண்டிருந்தவளுக்கு தனக்கு மாமனாராக வரப் போகிறவர் தன் தந்தையிடம் கல்யாணச் செலவுகளுக்குப் பணம் கேட்டிருந்தாலோ மணப்பெண்ணுக்குரிய நகைகளைச் சரிவரக் கொடுக்கவில்லையென்றாலோ மிகவும் கோபம் வந்திருக்கும். அப்படி அவளுக்குக் கோபம் வந்திருந்தால் என்ன செய்திருக்க முடியும் என்பது வேறு விஷயம்.

அந்தக் காலத்தில் திருமணம் பெண் வீட்டில்தான் நடக்கும். சிறிய வீடாக இருந்தாலும் தெருவை அடைத்துக் கல்யாணப் பந்தலைப் போட்டுக்கொள்வார்கள். பையனும் பெண்ணும் ஒரே ஊரைச் சேர்ந்தவர்களாக இருந்த காலத்தில் பெண்ணின் வீட்டிற்கு பையனின் வீட்டார் வந்து திருமணத்தை முடித்துக்கொண்டு பெண்ணைத் தங்கள் வீட்டிற்குக் கொஞ்ச நேரம் அழைத்துக் கொண்டு சென்று அவள் இனி தங்கள் வீட்டு மருமகள் என்பதைக் குறிக்கச் சில சடங்குகளைச் செய்வார்கள். பெண்ணுக்கும் மாப்பிள்ளைக்கும் இனிப்புகள் வழங்குவது அதில் ஒரு சம்பிரதாயம். அதன் பிறகு மணப்பெண்ணும் மாப்பிள்ளையும் பெண்ணின் வீட்டிற்கு வருவார்கள். சிவகாமியின் திருமணம் வெளியூரில் நடந்ததால் பக்கத்திலுள்ள தங்கள் சொந்த ஊருக்குத் தம்பதிகளை அழைத்துச் சென்று பின் திருமணம் நடந்த ஊருக்கே அவர்களை அழைத்து வந்துவிட்டார்கள் பாண்டியனின் பெற்றோர்கள். அன்று இரவே தம்பதிகளைச் சிவகாமியின் பெற்றோர் தங்கள் ஊருக்கு அழைத்து வந்தார்கள்.

சாதாரணமாக இரண்டு வாரங்களுக்காவது தம்பதிகள் பெண் வீட்டில் தங்குவார்கள். சிவகாமி-பாண்டியன் திருமணம் முடிந்த

மறுநாளே பாண்டியனின் நண்பன் ஒருவனின் திருமணம் அவருடைய சொந்த ஊரில் நடக்கவிருந்ததால் அவர்கள் இருவரையும் தங்கள் ஊருக்குக் கூட்டிச் செல்ல பாண்டியனின் பெற்றோர்கள் சிவகாமியின் வீட்டிற்கு வந்துவிட்டனர். சிவகாமிக்கு இது கொஞ்சம் அதிர்ச்சியைக் கொடுத்தது. சாதாரணமாக இரண்டு வாரங்களாவது பெண் வீட்டில் தம்பதிகள் இருப்பார்கள். அதற்குள் ஓரளவிற்குப் பெண்ணிற்குக் கணவன் பழக்கமாகிவிடுவான். தன் விஷயத்தில் இப்படித் திருமணம் முடிந்த மறுநாளே கணவன் வீட்டிற்குப் போக வேண்டிய சந்தர்ப்பம் நேரிட்டிருக்கிறதே என்று கொஞ்சம் அயர்ச்சியாக இருந்தது.

பாண்டியன் வீட்டில் மாமியார், மாமனார், நாத்தனார், நாத்தனாரின் கணவர், பாண்டியனின் தம்பி ஆகியோரோடு திடீரென்று சேர்ந்து இருக்க வேண்டிய - தற்காலிகமாகவேனும் - சந்தர்ப்பம் ஏற்பட்டதும் சிவகாமிக்கு என்னவோபோல் ஆயிற்று. அவர் கூட்டுக் குடும்பத்தில் வளர்ந்தவர்தான் என்றாலும் திருமணம் ஆகும்வரை யாரென்றே தெரியாதவர்களை அத்தை, மாமா என்று முறைவைத்துக் கூப்பிட வேண்டும். புதிதான மாமியார் வீட்டில் தன்னுடைய பிறந்த வீட்டில் செய்ததுபோல் எல்லா வேலைகளையும் செய்ய வேண்டும். மாமியார் வீட்டு சமையலறையும் அங்கு அவர்கள் உபயோகிக்கும் சாமான்களும் வேறு மாதிரியாக இருக்கும். பூரிக்கு மாவு பிசையச் சொல்லி மாமியார் சிவகாமியிடம் சொல்லியதும் அவருக்கு மாமியாரிடம் அந்த வேலை தனக்குத் தெரியாது என்று எப்படிச் சொல்வது என்று தயங்கினார். பிறந்த வீட்டில் சிவகாமி பல வேலைகள் செய்தவர்தான். ஆனாலும் தானாகப் பூரிக்கு மாவு பிசைவது போன்ற வேலைகளைச் செய்த தில்லை. சொல்லப் போனால் சிவகாமி ஒருபோதும் தானாகச் சமையல் செய்ததில்லை. அவருடைய தாய் சமையல் செய்யும்போது அவருக்கு எல்லா உதவிகளும் செய்வார். காய்கறிகள் நறுக்கிக் கொடுப்பது, சமையலுக்குத் தேவையானதை அரைப்பது, உரலில் ஆட்டுவது போன்ற எல்லா வேலைகளும் செய்தாலும் தானாகச் சமையல் செய்ததில்லை. சிவகாமியின் தாய் காலத்தில் பெண் களுக்குச் சமையலைத் தவிர வேறு வேலையோ பொழுதுபோக்கோ இருக்காது. ஆனால் சிவகாமி காலத்தில் பெண்கள், குறிப்பாக சிவகாமி போன்ற படித்த பெண்கள் படிப்பது, தையல்வேலை செய்வது போன்ற மற்ற வேலைகளையும் செய்வார்கள். ரேடியோ கேட்பது போன்ற பொழுதுபோக்கும் உண்டு. சமயம் வரும் போது சமையலைக் கற்றுக்கொள்ளலாம் என்றும் நினைத்தனர்.

எப்படியோ பூரிக்கு மாவு பிசையும் வேலையைச் செய்து முடித்தார் சிவகாமி. எப்போது தாய் வீட்டிற்குத் திரும்புவோம் என்றிருந்தது அவளுக்கு.

பாண்டியனின் நண்பனின் திருமணம் முடிந்து ஒரு வாரத்தி லேயே சிவகாமியும் பாண்டியனும் சிவகாமியின் வீட்டிற்குத் திரும்பினர். அதன் பிறகு இரண்டு வாரங்களிலேயே பாண்டிய னுக்குக் கல்லூரி திறந்துவிட்டது. கல்லூரிக்குப் போகும் முன் தங்கள் வீட்டிலிருந்து தான் கல்லூரி இருக்கும் ஊருக்குக் கிளம்ப வேண்டும் என்று பாண்டியனும் பாண்டியனின் பெற்றோர்களும் விரும்பிய தால் வேறு வழியில்லாமல் சிவகாமியும் பாண்டியனுடன் செல்ல நேரிட்டது.

பாண்டியனும் சிவகாமியும் பாண்டியனின் பெற்றோரோடு தங்கும் போதெல்லாம் பாண்டியனின் தங்கையும் அவருடைய கணவரும் பக்கத்து ஊரிலேயே இருந்ததால் அங்கு வந்து விடுவார்கள். அப்படி அவர்கள் வரும்போதெல்லாம் பாண்டியனின் தங்கை கணவருக்கு - அவருடைய பெயர் சபாபதி - பாண்டியனின் வீட்டார் பெரிய வரவேற்பு கொடுப்பார்கள். பாண்டியனின் தாய் சபாபதிக்கு - மருமகனுக்கு - பல வகையாகச் சமைக்க வேண்டும் என்று விரும்புவார். பாண்டியனின் தாய் மட்டுமல்ல, குடும்பத்தின் மற்ற எல்லா அங்கத்தினர்களும் அவரை விழுந்து விழுந்து உபசரிப் பார்கள். அவரை எதற்காவது புகழ்ந்துகொண்டே இருப்பார்கள். அவர் இஞ்சினியர் என்பதால் தங்கள் மகளுக்கு அவர் கிடைத்தது பெரிய அதிர்ஷ்டம் என்பதுபோல் நடந்துகொள்வார்கள். சிவகாமிக்கு இது முதலில் கொஞ்சம் வியப்பைக் கொடுத்தது. என்ன இருந்தாலும் ஒருவரை இப்படியா எல்லோரும் புகழ்ந்து தள்ளுவார்கள் என்று நினைத்துக்கொள்வார்.

விடுமுறைக்கு வரும்போதெல்லாம் முதலில் பாண்டியனின் பெற்றோர் வீட்டிற்கு வந்துவிட்டுத்தான் சிவகாமியின் பெற்றோர் வீட்டிற்குச் செல்ல வேண்டும். இது எழுதப்படாத ஒரு விதி போல் கையாளப்பட்டது. இது சிவகாமிக்கு எரிச்சலைக் கொடுத்தது. ஏன் எப்போதுமே மாமனார் வீட்டிற்கு முதலில் போக வேண்டும் என்று கணவனிடம் கேட்டார். பாண்டியனுக்கு இந்த வழக்கம் பிடித்ததோ இல்லையோ. ஆனாலும் பெற்றோரை அது பற்றிக் கேட்க விரும்ப வில்லை.

பாண்டியனின் தங்கையின் கணவரை - சபாபதியை - எல்லோரும் புகழ்ந்துகொண்டே இருப்பதும் சிவகாமிக்கு அவ்வப்போது

எரிச்சலைக் கொடுக்கும். தானும் படித்திருக்கிறோம், புத்திசாலியாக இருக்கிறோம், தன்னை யாரும் இப்படிப் புகழவில்லையே என்று நினைத்துக்கொள்வார். உத்தியோகம் பார்க்கும் பெண்ணிற்கு மதிப்பு இருந்தால் தானும் ஒரு வேலை தேடிக்கொண்டிருந் திருக்கலாம். அதைத்தான் பாண்டியனின் பெற்றோர் விரும்ப வில்லையே. சிவகாமி-பாண்டியன் திருமணம் நிச்சயமானபோது பாண்டியனின் பெரியப்பா சிவகாமி வேலை பார்க்கவில்லை என்பதை சிவகாமியின் தந்தையிடம் அடிக்கடி கேட்டு உறுதிசெய்து கொண்டார். உத்தியோகம் பார்க்கும் ஒரே காரணத்திற்காகவா தன்னுடைய மாமனார், மாமியார் சபாபதியை அவ்வளவு தூரம் மதிக்கிறார்கள், புகழ்கிறார்கள். 'வீட்டிற்கு வந்த மருமகள் கணவனின் வீட்டில் ஒரு அங்கத்தினர் ஆகிவிட்டாளாம். அதனால் அவளுக்கு எந்தவித ஸ்பெஷல் சலுகையும் தேவையில்லையாம். ஆனால் மருமகன் அப்படி இல்லையாம். அவன் மாமனார் வீட்டிற்கு விருந்தினன் போலவாம். அதனால்தான் மருமகனுக்கு அத்தனை சலுகைகளும் புகழாரங்களும்.' சபாபதிக்குக் கொடுக்கப்படும் மரியாதையைக் கண்டு சிவகாமி எரிச்சல் படும்போதெல்லாம் பாண்டியன் சிவகாமிக்குக் கொடுக்கும் விளக்கம் இது.

முதலில் இந்த விளக்கமும் மாமியார் வீட்டில் தனக்குக் கிடைக்காத மரியாதையும் எரிச்சலைக் கொடுத்தாலும் போகப் போக இது சிவகாமிக்குப் பழகிவிட்டது. எத்தனையோ மருமகள்கள் மாமனார், மாமியாரோடு கூட்டுக் குடித்தனம் நடத்திக்கொண்டு அவர்கள் அதிகாரத்தில் இயங்கும் வாழ்க்கை தனக்கு அமைய வில்லையே என்று சந்தோஷப்பட்டுக்கொள்வார். மேலும் பாண்டியனின் புத்திசாலித்தனமும் மனைவியை நடத்தும் முறையும் சிவகாமிக்கு வாழ்க்கையில் மிகுந்த மனநிறைவைக் கொடுத்தன. நாட்கள் செல்லச் செல்ல நிறைய மருமகள்கள் அவர்களுடைய மாமியார்களால் நடத்தப்படும் விதத்தைப் பார்த்துத் தன் மாமனார், மாமியார் எவ்வளவோ தேவலை என்று மனதைத் தேற்றிக் கொண்டார். 'நான் உன் புத்திசாலிதனத்தை மெச்சுகிறேன். புகழ்கிறேன்' என்று பாண்டியன் கூறினாலும் பாண்டியனின் பெற்றோரும் தன் புத்திசாலித்தனத்தை மெச்ச வேண்டும் என்று சிவகாமி விரும்பினார். அது கிடைக்காத பட்சத்தில் கணவனாவது தன்னைப் புரிந்துகொண்டாரே என்று தன்னைத் தேற்றிக் கொண்டார் சிவகாமி.

தன்மீது தன்னுடைய மாமனார், மாமியார் சிறப்பாக அன்போ அக்கறையோ செலுத்தவில்லை என்றாலும் தன்னுடைய குழந்தைகள்

மீது மிகவும் பிரியமாக நடந்துகொண்டது சிவகாமிக்கு ஓரளவு சந்தோஷத்தைக் கொடுத்தது.

பாண்டியனின் பெற்றோர் மகனுக்காகப் பெண் தேடிக் கொண்டிருந்த போது பாண்டியன் தனக்கு மனைவியாக வரப் போகிறவள் இளங்கலைப் படிப்பாவது படித்திருக்க வேண்டும், ஆனால் அதற்கு மேலும் படித்திருக்கக் கூடாது என்று பெற்றோ ரிடம் கண்டிஷன் போட்டிருந்தார். தனக்கு மனைவியாக வரப் போகிறவள் தன்னை புத்திசாலித்தனத்திலோ வேறு எதிலாவதோ மிஞ்சிவிடக் கூடாது என்று பயப்பட்டார். சிவகாமியைத் திருமணம் செய்துகொண்ட பிறகு அவருக்கு அந்த பயம் இல்லை. மேலும் அவருக்கு இப்போது தம் உத்தியோகத்தில் நல்ல பெயரும் புகழும் கிடைத்திருந்தன. இந்தக் கட்டத்தில் மனைவி தன்னை மிஞ்சி விடுவளோ என்ற பயம் போய் மனைவியின் விருப்பங்களை நிறைவேற்றிவைக்க வேண்டும் என்ற எண்ணம் ஏற்பட்டது. அதனால் திருமணத்திற்கு முன் சிவகாமி பட்டப் படிப்பிற்கு மேலும் படிக்க விரும்பினாள் என்பதையும் அவளுடைய புத்திசாலித் தனத்தையும் புரிந்துகொண்டு பாண்டியன் தபால் வழிக் கல்வி மூலம் மனைவியை மேலும் படிக்க ஊக்குவித்தார். அப்படிப் படித்தபோது தனக்கு எல்லா உதவிகளும் புரிந்து தேர்வில் தான் நல்ல மதிப்பெண்கள் பெற உதவியது சிவகாமிக்குத் தன் கணவன் மீது மிகுந்த அன்பையும் மரியாதையையும் உண்டாக்கின.

தான் சமைத்தது அவருக்குப் பிடித்திருந்தால் பாண்டியன் தன் மனைவியை வாயாரப் புகழ்வார். அப்படியே என்றாவது சமையலில் ஏதாவது தவறு நடந்துவிட்டாலும் 'ஒரு நாள்தானே இப்படி ஆகியிருக்கிறது, பரவாயில்லை' என்று மனைவியையே தேற்றுவார். சிவகாமியிடம் இருந்த சில நல்ல பழக்க வழக்கங்களைப் பாண்டியனும் கற்றுக்கொண்டார். உலகைப் பற்றிய பரந்த நோக்கு இருவருக்கும் இயற்கையிலேயே இருந்ததால் தினசரி வாழ்க்கை எந்தவிதச் சிக்கலும் இல்லாமல் ஓடிக்கொண்டிருந்தது.

பாண்டியன் திருமணத்திற்கு முன்னால் தன்னைப் பார்க்க வந்தபோது தானும் அவரைப் பார்த்திருந்தால் அநேகமாகத் தான் அவரைக் கருப்பு என்று நிராகரித்திருப்போம் என்பதை நினைத்து நல்ல வேளை அவரைத் தான் அப்போது பார்க்கவில்லை என்று சந்தோஷப்பட்டுக்கொள்வார் சிவகாமி.

20

கிரேஸ்

இது அறுபதுகளில் பிறந்த ஒரு தம்பதியரைப் பற்றி. இதில் மனைவி இந்துப் பெண்ணாகப் பிறந்தவள்தான். இவள் பிறந்தபோது இவளுடைய பெற்றோர் இவள் நீண்ட நாட்கள் வாழ வேண்டும் என்று கடவுளைப் பிரார்த்தித்துக்கொண்டு அதிக நாட்கள் வாழ்ந் திருந்த ஒரு உறவினரின் பெயரை வைத்தார்கள். பெற்றோர்களின் பெயரையும் - தங்கள் குழந்தைகள் பிறக்கும்போது அவர்கள் இறந்துபோயிருந்தால் - வைப்பதும் வழக்கத்தில் இருந்தது. செல்வச் சிறப்போடு வாழ்ந்த உறவினர்களின் பெயரைத் தங்கள் குழந்தை களுக்கு வைத்தால் அவர்களும் செல்வச்செழிப்போடு வாழ்வார்கள் என்றும் நீண்ட நாட்கள் உயிரோடு வாழ்ந்தவர்களின் பெயரை வைத்தால் தங்கள் குழந்தைகள் நீண்ட நாட்கள் உயிரோடு வாழ்வார்கள் என்றும் சிலர் நம்பினர். இந்த நம்பிக்கையில்தான் இவள் மீனாட்சி என்று பெயரிடப்பட்டாள். ஏனெனில் இவளுக்கு முன்னால் பிறந்த குழந்தைகள் பிறந்து சில நாட்களிலோ சில மாதங்களிலோ இறந்துவிட்டன. இதனால் பெரிதும் ஏமாற்ற மடைந்திருந்த பெற்றோர் எப்படியாவது இந்தக் குழந்தையாவது நீண்ட நாட்கள் உயிரோடிருந்து தங்கள் பெயரை விளங்கவைக்க வேண்டும் என்று மிகவும் விரும்பினர். அவர்கள் விரும்பியபடியே தாயும் தந்தையும் மறைந்த பிறகும் இவள் நீண்ட நாட்கள் வாழ்ந்து வருகிறாள். ஆனால் அவர்கள் விரும்பியபடி அவள் வாழ்க்கைச் சுழலை எளிதாகச் சமாளித்து வருகிறாளா என்றால் இல்லை என்றுதான் சொல்ல வேண்டும்.

பிறந்த நாளிலிருந்து இவளை மிகவும் போற்றிவளர்த்தனர் இவளுடைய பெற்றோர். இவள் பிறந்த ஊர் மாவட்டத் தலைநகர் என்றாலும் ஊர் என்னவோ சிறியதுதான். சிறியதாக இருந்தாலும்

எல்லா மருத்துவ வசதிகளும் கொண்டதாகத்தான் இருந்தது. ஆனாலும் இவளுக்கு ஏதாவது சிறிய உடல்நலக் குறைவு என்றாலும் உடனேயே பக்கத்திலுள்ள பெரிய ஊருக்குக் கூட்டிச் சென்று விடுவார்கள். அங்குள்ள தலைசிறந்த மருத்துவர்கள் இவளைச் சீக்கிரமே குணப்படுத்தி விடுவார்கள் என்று நம்பினர்.

பிறந்த மூன்று மாதங்களிலேயே மீனாட்சிக்கு மூச்சுத் திணறல் ஏற்பட்டது. பெற்றோர் இருவருக்கும் சொல்ல முடியாத துக்கம். மகளைப் பக்கத்து ஊர் டாக்டரிடம் கூட்டிச் சென்றனர். அவர் குழந்தைக்கு மார்பில் கொஞ்சம் சளிக் கட்டியிருப்பதால்தான் மூச்சுத் திணறல் ஏற்பட்டது என்றும் தான் எழுதிக் கொடுக்கும் சொட்டு மருந்தைத் தவறாமல் மூன்று நாட்களுக்குக் கொடுத்தால் பூரண சுகம் கிடைக்கும் என்றும் கூறினார். இந்த மருத்துவர் மேல் பெற்றோர்களுக்குப் பூரண நம்பிக்கை என்றாலும் அந்த மூன்று நாட்கள் கழியும்வரை இவர்களுக்கு ஊண், உறக்கம் இல்லை. இரண்டாவது நாளிலேயே கொஞ்சம் முன்னேற்றம் தெரிந்தவுடன் கொஞ்சம் நிம்மதி ஏற்பட்டது. தந்தை கொஞ்சம் உணவருந்த ஆரம்பித்தார். ஆனால் மீனாட்சிக்குப் பூரண சுகம் கிடைக்கும் வரை தாய் பெயருக்குத்தான் சாப்பிட்டுக்கொண்டிருந்தார்.

மீனாட்சியின் தந்தை ஒரு சிறிய கடை வைத்திருந்தார். வீட்டிற்குப் பக்கத்திலேயேதான் கடை இருந்ததால் மகளுக்குச் சில மாதங்கள் ஆனதும் அடிக்கடி அவளைக் கடைக்குத் தூக்கி வந்துவிடுவார். சாதாரணமாகப் பெண் மக்களைச் சீராட்டிப் பாராட்டி வளர்க்க மாட்டார்கள். ஆனால் மீனாட்சி அவளுடைய பெற்றோர்களுக்கு ஒரே குழந்தையாதலால் இந்தச் சீராட்டு, பாராட்டு எல்லாம். மீனாட்சியின் தந்தை மகளை எப்போதும் தூக்கிவைத்துக் கொண் டிருப்பார். கொஞ்சம் பெரியவளானதும் மீனாட்சி பள்ளிக்குச் செல்ல ஆரம்பித்தாள். அப்போது லோயர் நர்சரி, அப்பர் நர்சரி என்பதெல்லாம் பெரிய ஊர்களில் இருந்ததோ என்னவோ. மீனாட்சியின் ஊரில் கிடையாது. அதனால் பள்ளிப் படிப்பை ஆரம்பிக்கும்போது மீனாட்சி முதல் வகுப்பில் சேர்ந்தாள். வீட்டிலிருந்து முக்கால் மைல் தூரத்தில்தான் பள்ளி இருந்தது. ஆனால் பெற்றோர்களுக்கு மீனாட்சியைத் தனியாக அனுப்பப் பிடிக்கவில்லை. தினமும் இருவரில் ஒருவர் மீனாட்சியைப் பள்ளிக்குக் காலையில் அழைத்துச்சென்று மாலையில் கூட்டிவருவார்கள். மற்றப் பிள்ளைகள் சிலசமயம் இதுபற்றி மீனாட்சியைக் கேலி செய்வதுண்டு. அவர்களுக்கு என்ன தெரியும் மீனாட்சி அவளுடைய பெற்றோர்களுக்கு எப்படிப்பட்ட அரிய பொக்கிஷம் என்று.

பெற்றோர் இருவரும் அதிகம் படிக்கவில்லை. அதனால் மீனாட்சி பெரிய படிப்புப் படிக்க வேண்டும் அவர்கள் விரும்பினர். ஆனால் மீனாட்சி படிப்பில் சிறந்து விளங்கவில்லை. சுமாராகப் படித்தாள். பெற்றோர்கள் அதையும் ஏற்றுக்கொண்டார்கள். என்ன செய்வது? மீனாட்சிக்கு ஆயுள் நிறைய இருந்து அவள் ஆரோக்கிய மாகப் பல ஆண்டுகள் வாழ்ந்தால் போதும் என்று நினைத்தனர்.

குழந்தைகளுக்கே வரும் பொன்னுக்கு வீங்கி, காய்ச்சல், தடுமன் போன்ற வியாதிகளிலிருந்து மீனாட்சியும் தப்பவில்லை. அப்படி மீனாட்சி நோய்வாய்ப்படும்போதெல்லாம் பெற்றோர்கள் மிகவும் சோர்ந்துபோய்விடுவர். உலகமே முடிவுக்கு வந்துவிட்டதுபோல் அவர்களுக்குத் தோன்றும். ஒரு வாரம் மீனாட்சி சரியாகச் சாப்பிடாமல் இருந்தால் பெற்றோர்களுக்கும் பசி போய்விடும். மறுபடி மீனாட்சி உடல்நலம் தேறிச் சரியாகச் சாப்பிட ஆரம்பித்தால்தான் பெற்றோர்களும் சாப்பிட ஆரம்பிப்பார்கள். குழந்தைப் பருவத்தில் மீனாட்சி சில குழந்தைகளைப்போல் 'கொழுக்''மொழுக்' என்று இல்லாவிட்டாலும் ஓரளவு ஆரோக்கியமாகவே வளர்ந்தாள். அவள் நோய்வாய்ப்படும் போதெல்லாம் பெற்றோர்கள் மிகவும் துடித்துப் போனாலும் அவள் சீக்கிரமே நலமுற்றதும் இவர்களும் சகஜ நிலைக்குத் திரும்பிவிடுவார்கள்.

சிறு வயதிலேயே காதுகுத்தினால் குத்துவது எளிதாக முடியும் என்று எல்லோரும் நம்பியதால் இரண்டு மூன்று வயதுக்குள்ளேயே பெற்றோர்கள் தங்கள் பெண்குழந்தைகளுக்குக் காதுகுத்தி விடுவார்கள். மற்றக் குழந்தைகளைப்போல் மீனாட்சிக்கும் காதுகுத்த வேண்டும் என்று பெற்றோர் விரும்பினர். ஆனாலும் அப்போது ஏற்படும் வேதனையை மீனாட்சி எப்படித் தாங்கிக் கொள்வாள் என்று எண்ணி அதை ஐந்து வயதுவரை தள்ளிப் போட்டனர். ஆயினும் எவ்வளவு நாட்கள்தான் தள்ளிப்போடுவது? மகளுக்குக் காதுகுத்திப் பார்க்க வேண்டும் என்றும் ஆசை. அதை மகள் எப்படித் தாங்கிகொள்வாள் என்றும் பயம். இப்படிக் ஐந்து வயதுவரை காத்திருந்தவர்கள் ஒரு வழியாக மனதைத் திடப்படுத்திக் கொண்டு மீனாட்சிக்குக் காதுகுத்த ஏற்பாடு செய்தார்கள். பெற்றோர் களுக்குச் செல்லக் குழந்தையாக வளர்ந்ததனாலோ என்னவோ மீனாட்சியும் காதுகுத்தும் படலம் முடியும்வரை பெற்றோரைப் படுத்திவிட்டாள். காதுகுத்திக்கொண்டது மகளுக்குக் கொஞ்சம் வேதனையைக் கொடுத்தாலும் அது முடிந்துவிட்டதே என்று பெற்றோருக்குப் பெருத்த நிம்மதி ஏற்பட்டது.

பள்ளியில் சுமாராகப் படித்துக்கொண்டிருந்த மீனாட்சி எட்டாம் வகுப்புப் படிக்கும்போது 'பெரிய மனுஷி' ஆனாள். இந்து மதத்தைப் பொறுத்தவரை பெண்களின் வாழ்க்கையில் அவள் பெரிய மனுஷி ஆவது ஒரு பெரிய விஷயம். அன்று அவளுக்கு அவளுடைய தாய் மாமன் மனைவி வந்து 'தலைக்குத் தண்ணீர் ஊற்றியதும்' நிறையக் கீரை விதையைச் சாப்பிடச் சொல்வார்கள். கீரை விதைகள் சீக்கிரமே வளர்ந்துவிடும். மேலும் அவற்றிலிருந்து நிறையச் செடிகளும் வளரும். இதனால் பெரிய மனுஷி ஆன பெண்கள் கீரை விதைகளைச் சாப்பிட்டால் அவர்களும் நிறையக் குழந்தைகள் பெற்று வம்சத்தை விருத்தி செய்வார்கள் என்று ஒரு நம்பிக்கை. மீனாட்சிக்கும் நிறையக் கீரை விதைகளைக் கொடுத்தார்கள் - அவள் நிறையக் குழந்தைகளைப் பெற்றுப் பெருவாழ்வு வாழ வேண்டும் என்பதற்காக.

மீனாட்சி வளர்ந்துகொண்டிருக்கும்போதே அவளுடைய தந்தையின் வியாபாரமும் பெருகியது. தானும் தன் மனைவியும் சீராட்டிப் பாராட்டி வளர்க்கும் மீனாட்சிக்குப் பெரிய இடத்தில் மாப்பிள்ளை பார்க்கலாம் என்ற வாய்ப்புத் தனக்குக் கிடைத்திருப் பதை எண்ணி அவருடைய தந்தைக்கு மிகவும் சந்தோஷம். தாயைப் பற்றிக் கேட்கவே வேண்டாம். மகளைப் பார்ப்பதிலேயே பூரிப் படையும் அவளுடைய தாய் மகள் பெரிய இடத்தில் வாழ்க்கைப் படப் போகிறாள் என்பதை நினைத்து நினைத்து மகிழ்ந்து போனார்.

மீனாட்சி வளர்ந்துகொண்டிருந்த காலத்தில் பெண்களைப் பெரிய மனுஷி ஆனவுடனேயே திருமணம் செய்துகொடுக்கும் பழக்கம் கொஞ்சம் குறைந்திருந்தது. சில குடும்பங்களில் அந்தப் பழக்கம் தொடர்ந்தாலும் நிறையக் குடும்பங்களில் பள்ளிப் படிப்பிற்குப் பிறகும் பெண்களைக் கல்லூரியில் சேர்த்துப் படிப்பைத் தொடரும் பழக்கம் ஆரம்பித்திருந்தது. பையன்கள் கல்லூரியில் சேர்ந்து பட்டம் வாங்குவது இதற்கு முன்பே பழக்கத்திற்கு வந்து விட்டது. மீனாட்சி காலத்தில் பெண்களும் படித்துப் பட்டம் பெற்று அவர்கள் பெயர்களுக்குப் பின்னால் பிஏ, பிஎஸ்ஸி என்று போட்டுக்கொள்ளும் வழக்கம் தலைதூக்கியிருந்தது. ஆனால் மகளைப் படிக்கவைத்து இஞ்சினியராகவோ டாக்டராகவோ பார்க்க வேண்டும் என்ற ஆசை பல பெற்றோர்களுக்கு இல்லை. இதற்குப் பல காரணங்கள் உண்டு. இப்படிப் படிக்கவைத்தால் மகளுக்கு வயது இருபத்தைந்து ஆகிவிடலாம். அதற்கு மேல் வயதான பையன்களையும் அதற்குத் தகுந்தாற்போல் படித்திருக்கும் பையன்களையும் மணமகனாகத் தேட வேண்டியிருக்கும். இந்த

வம்பெல்லாம் எதற்கு என்று பட்டப் படிப்பு முடிந்தவுடனேயே திருமணத்திற்கு ஏற்பாடு செய்துவிடுவார்கள்.

மீனாட்சியின் பெற்றோர்களுக்கு மகளுக்குச் சீக்கிரமே திருமணம் முடிந்து அவள் குழந்தைகளைப் பெற்றுத் தங்கள் வம்சத்தை வளர்ப்பதைத் தாமதப்படுத்தக் கூடாது என்ற எண்ணம் இருந்தாலும் பட்டம் பெற்றுப் பெயருக்குப் பின்னால் இரண்டு ஆங்கில எழுத்துக் களைச் சேர்த்துக்கொள்ளுவதையும் அவர்கள் விரும்பினர். அதனால் மீனாட்சியும் கல்லூரியில் சேர்ந்தாள். கல்லூரியில் சேர்ந்த முதல் ஆண்டிலேயே மீனாட்சிக்கு அடிக்கடி தலைவலி ஏற்பட ஆரம்பித்தது. முதலில் தலைவலிதானே, சீக்கிரம் போய்விடும் என்று பெற்றோர்கள் நினைத்தனர். ஆனால் தலைவலி அடிக்கடி வருவதும் மீனாட்சி வேதனையில் துடிப்பதும் அடிக்கடி நிகழ்ந்தது. அதுவுமல்லாமல் வேதனையின் அளவும் கூடிக்கொண்டே போனது. பெற்றோர்கள் துடித்துப் போயினர். பல மருத்துவர்களிடம் மீனாட்சியைக் கூட்டிக்கொண்டு சென்றனர். யாராலும் வியாதி என்னவென்று சொல்ல முடியவில்லை. வியாதியின் தீவிரமும் குறையவில்லை. பெற்றோர் மகளுடைய வியாதியைப் போக்க எதுவும் செய்யத் தயாராகினர்.

இந்தச் சமயத்தில் மீனாட்சியின் கல்லூரித் தோழி ஒருத்தி மீனாட்சியைப் பார்க்க வந்தாள். அவளிடம் மீனாட்சியின் தாய் அழுது புலம்பிவிட்டார். மீனாட்சியின் தோழி கிறிஸ்தவ மதத்தைச் சேர்ந்தவள். மீனாட்சியின் தாயின் வேதனையைக் கண்ட அவள், அவர்களைக் கிறிஸ்தவ மதத்தில் சேரும்படியும் யேசு எல்லோர் குறைகளையும் தீர்த்துவைப்பார் என்றும் அவர்களுக்கு யோசனை கூறினாள். மீனாட்சியின் பெற்றோர்களுக்கு இந்து மதத்தைத் தவிர வேறு எந்த மதத்தைப் பற்றியும் சரியாகத் தெரியாது. அதனால் அவர்கள் முதலில் மதம் மாறுவது பற்றி கொஞ்சம்கூட யோசிக்க வில்லை. நாட்கள் செல்லச் செல்ல மீனாட்சியின் வியாதியின் தீவிரம் கூடிக்கொண்டே போனது. எந்த மருத்துவ ராலும் அவளுக்கு உதவ முடியவில்லை. அலோபதி மருத்துவர் களைப் பார்ப்பதோடு ஹோமியோபதி, சித்தவைத்தியம் என்று மாற்று வைத்திய முறைகளிலும் மகளுக்கு வைத்தியம் செய்தனர்.

மீனாட்சியின் கிறிஸ்தவத் தோழி மீனாட்சியின் பெற்றோர் களையும் மீனாட்சியையும் அடிக்கடி சந்தித்து யேசுவுக்குள் வந்து விடும்படி அறிவுரை கூறிக்கொண்டிருந்தாள். கிறிஸ்தவ மதத்திற்கு மாறும்படி கூறுவதை 'யேசுவுக்குள் வந்துவிடுங்கள்' என்பார்கள்.

மகளின் வியாதி இனி தீரப் போவதே இல்லையோ என்ற அச்சம் பெற்றோர்களுக்கு வர ஆரம்பித்தது. மதம் மாறுவதைப் பற்றி யோசிக்க ஆரம்பித்தனர். மீனாட்சியின் தோழியும் இவர்களை அடிக்கடி சர்ச்சுக்கு அழைத்துச் செல்லத் தொடங்கினாள். இவர்கள் சர்ச்சுக்கு சில முறைகள் போனதும் மீனாட்சியின் நிலையில் சிறிது முன்னேற்றம் ஏற்பட்டது. காக்காய் உட்காரப் பனம்பழம் விழுந்தது என்பது போல மீனாட்சியின் உடல்நிலையில் ஏற்பட்ட முன்னேற்றத் திற்கும் தாங்கள் சர்ச்சுக்குப் போக ஆரம்பித்ததற்கும் சம்பந்தம் இருப்பதாக இருவரும் நம்ப ஆரம்பித்தனர். இவர்கள் சர்ச்சுக்குப் போவதும் பிரார்த்தனைகளில் பங்குகொள்வதும் தொடர்ந்தன. மீனாட்சியின் வியாதியும் கொஞ்சம் கொஞ்சமாக அவளை விட்டு விலகத் தொடங்கியது. மீனாட்சியின் பெற்றோர்களுக்கு யேசுவின் மேலும் கிறிஸ்தவ மதத்தின் மேலும் பற்றுதல் அதிகரிக்கத் தொடங்கியது. சர்ச்சின் போதகர் அவர்களைக் கிறிஸ்தவ மதத்திற்கு மாறும்படி சொன்னதும் முதலில் கொஞ்சம் தயங்கினாலும் பின்னால் ஒப்புக்கொண்டனர்.

அதுமட்டுமல்ல, மாதங்கள் செல்லச் செல்ல கிறிஸ்தவ மதம்தான் உண்மையான மதம் என்றும் யேசுதான் உண்மையான கடவுள் என்றும் தாங்கள் நம்பியதோடு மற்றவர்களுக்கும் போதிக்கத் தொடங்கினர். இந்துக் கோவில்களுக்குப் போய் இந்துக் கடவுள்களை வேண்டிக்கொண்டு மகளுக்கு நெற்றி நிறைய விபூதியைப் பூசிய தாய் நேரம் கிடைக்கும் போதெல்லாம் பைபிளைப் படிக்க ஆரம்பித்தார். பைபிளில் சொல்லி யிருப்பதுதான் இறைவனின் வேதவாக்கு என்றும் அதுவரை அஞ்ஞானத்தில் மூழ்கியிருந்த தான் யேசுவின் தயவால் ஞானம் பெற்றிருப்ப தாகவும் இனி ஒருபோதும் துரதிருஷ்டம் தங்களை அண்டாது அல்லது யேசு அண்டவிட மாட்டார் என்றும் உறுதியாக நம்பினார். இவரைப் பின்பற்றி மீனாட்சியின் தந்தையும் மீனாட்சியும் யேசுவைத் தங்கள் உண்மை யான கடவுளாக ஏற்றுக்கொள்ளத் தொடங்கினர். சர்ச்சின் போதகர் இவர்கள் மூவருக்கும் ஞானஸ்நானம் கொடுக்க விரும்பினார். அப்படிக் கொடுக்கும்போது பெயர்களையும் மாற்ற விரும்பினார். மீனாட்சியின் பெற்றோர்களின் பெயர்கள் இந்துக் கடவுள்களைக் குறிக்கவில்லையாதலால் அவர்களின் பெயர்களை மாற்றுவதில் அவர் அவ்வளவு தீவிரம் காட்டவில்லை. ஆனால் மீனாட்சியின் பெயர் ஒரு இந்துக் கடவுளின் பெயராக இருப்பதால் அதை மாற்றிவிட வேண்டும் என்பதில் குறியாக இருந்தார். பெயரில் என்ன இருக்கிறது, ரோஜாவை எந்தப் பெயரில் அழைத்தாலும்

ரோஜா ரோஜாதான் என்று ஒரு ஆங்கிலக் கவிஞர் பாடியிருக்கிறார். ஆனால் ஒரு கிறிஸ்தவப் பெண்ணை எப்படி ஒரு இந்துக் கடவுளின் பெயரால் அழைப்பது என்று போதகர் நினைத்தார். மீனாட்சியும் அவளுடைய பெற்றோர்களும் ஒப்புக்கொள்ள மீனாட்சிக்கு கிரேஸ் என்ற பெயர் கொடுக்கப்பட்டது. மதம் மாறியாயிற்று, பெயரை மாற்றியாகி விட்டது. இனி இந்துக் கடவுள்கள் தங்களைக் கைவிட்டதுபோல் யேசு கைவிட மாட்டார் என்று மூவரும் நிம்மதி அடைந்தனர்.

மீனாட்சியின் பெற்றோர்களின் பூர்வீக ஊரில் பெண்கள் திருமணம் ஆகி சில மாதங்களிலேயே கணவனை இழந்து விட்டால் கைம்பெண் கோலம் பூண்டனர். வெள்ளைச் சேலை, வெள்ளைச் சட்டை மட்டுமே அணிந்தனர். எந்த விதமான அணிகலன்களும் அணிவதில்லை. அவர்கள் வீட்டிலேயே அடைந்து கிடந்தனர். அந்த ஊருக்கு அருகிலுள்ள கிறிஸ்தவ தேவாலயத்தில் மதசேவை செய்ய வந்த ஒரு பிரிட்டிஷ் மதப்பிரச்சாரகர் இந்தப் பெண்களின் நிலையைக் கண்டறிந்தார். அந்தப் பெண்களின் வீடுகளுக்குச் சென்று வீட்டிற்குள்ளேயே அடைந்து கிடக்க வேண்டாம் என்றும் தேவாலயத்திற்கு வந்து ஜெபம் செய்து தங்கள் கவலையைக் கொஞ்சம் மறக்கலாம் என்றும் கூறினார். இவருடைய அறிவுரையைக் கேட்டு சில கைம்பெண்கள் தேவாலயத்திற்குச் செல்ல ஆரம்பித்தனர்; பின்னர் கிறிஸ்தவ மதத்திற்கு மாறினர். இவர்களைப் பின்பற்றி சில சுமங்கலிப் பெண்களுக்கும் கிறிஸ்தவ மதத்தில் பற்று ஏற்பட்டது. குறிப்பாகக் குடும்பத்தில் தாங்க முடியாத பிரச்சினைகள் ஏற்பட்டால் - வியாபாரம் நொடித்துப் போவது, குடும்பத்தில் யாருக்காவது தீர்க்க முடியாத நோய் வருவது, குழந்தைகளை இழப்பது போன்றவை - இந்துக் கடவுள்கள் மேல் அவர்களுக்கு நம்பிக்கை போய் கிறிஸ்தவ மதத்தைத் தழுவ ஆரம்பித்தனர். மீனாட்சியின் உறவினர்களில் சிலர் மதம் மாறி யிருந்தாலும் மீனாட்சிக்குத் தலைவலி வரும்வரை அவளுடைய பெற்றோர்கள் தீவிர இந்துக்களாகவே இருந்தனர். தங்களுடைய ஒரே பெண்ணின் வியாதியைக் கண்டு மிகவும் துவண்டுபோன அவளுடைய பெற்றோர்கள் மதம் மாறினர்.

மீனாட்சி கிரேஸ் ஆகிவிட்டதால் இனி அவளை கிரேஸ் என்றே அழைப்போம். தலைவலி பூரணமாகக் குறையாவிட்டாலும் கிரேஸின் உடல்நிலையில் எவ்வளவோ முன்னேற்றம் ஏற்பட்டது. அதனால் கல்லூரிப் படிப்பையும் ஒரு வழியாக முடித்துவிட்டாள். இனி பெற்றோர்கள் செய்ய வேண்டியது கிரேஸுக்கு மாப்பிள்ளை

பார்த்து அவளுடைய திருமணத்தை முடிப்பது. இத்தனை நாட்களும் இந்துக்களாக இருந்த கிரேஸின் குடும்பத்தினர் இப்போது தீவிரக் கிறிஸ்தவர்களாக மாறிவிட்டதால் கிறிஸ்தவ மதத்தைச் சேர்ந்த ஒரு பையனைத்தான் கிரேஸுக்கு மணமுடிக்க வேண்டும் என்பதில் தீவிரமாக இருந்தனர். தமிழ்நாட்டின் கன்னியாகுமரி மாவட்டத்தில் கிரேஸின் ஜாதியைச் சேர்ந்த பலர் பல ஆண்டுகளுக்கு முன்பே கிறிஸ்தவர்களாக மாறிவிட்டிருந்தனர். அவர்களில் ஒரு பையனைத் தேர்ந்தெடுப்பது கிரேஸின் பெற்றோர்களுக்குக் கஷ்டமாகத் இருக்கவில்லை. கிரேஸின் பெந்தெகோஸ்த் கிறிஸ்தவ வட்டாரத்தைப் பொறுத்தவரை ஒரு நல்ல கிறிஸ்தவனுக்கு அழகு சினிமாவுக்குப் போகாமல் இருப்பது, டிவி பார்க்காமல் இருப்பது ஆகியவை.

இதையே கேட்டுக் கேட்டுப் பழகியிருந்த கிரேஸின் பெற்றோர்கள் இந்த இரண்டு 'பாவங்களை'யும் செய்யாத பையனாக கிரேஸிற்குப் பார்த்தார்களேயொழிய அவனுடைய குணநலன்கள் என்ன என்பதைப் பற்றி ஓரளவும் சிந்திக்கவில்லை. பையனுக்கு இரண்டு சகோதரர்கள், இரண்டு சகோதரிகள். தங்களுடைய ஒரே மகளையும் தங்களுடைய சொத்து பூராவையும் (இதற்குள் கிரேஸின் தந்தை பெரிய பணக்காரர் ஆகிவிட்டிருந்தார்) இந்தப் பையனுக்குக் கொடுக்கப் போகிறோமே, பையன் அதற்குத் தகுதி உடையவனா என்றெல்லாம் அவர்கள் எண்ணிப் பார்க்கவில்லை. தங்கள் மகளைத் தங்களுக்கு மீட்டுக் கொடுத்த கிறிஸ்தவ மதத்தைச் சேர்ந்தவனாக இருக்கிறான் என்ற ஒன்றே அவர்களுக்குப் போதுமானதாக இருந்தது. பையன்வீட்டார் சில தலைமுறைகளுக்கு முன்பே கிறிஸ்தவ மதத்திற்கு மாறியிருந்தார்கள், அதனால் அவர்களுடைய திருமணப் பழக்க வழக்கங்கள் மிகவும் வேறுபட்டதாக இருக்கும் என்பதெல்லாம் அவர்களுக்கு அப்போதைக்கு உறைக்கவில்லை.

திருமண ஏற்பாடுகளைச் செய்ய ஆரம்பித்த போதுதான் இரண்டு குடும்பங்களுக்கும் இடையேயுள்ள வேறுபாடுகள் தெரிய ஆரம்பித்தன. முதலில் திருமண மண்டபங்கள். கிரேஸின் குடும்பத்தினர் வழக்கப்படி இரு வீட்டாரும் தனித்தனி மண்டபங்களில் தங்குவதுதான் வழக்கம். ஆனால் பையன்வீட்டாரோ அவர்கள் வழக்கப்படி இரண்டு குடும்பங்களும் ஒரே மண்டபத்தில் தங்க வேண்டும் என்றனர். மேலும் அவர்கள் வழக்கப்படி திருமணச் செலவுகளையெல்லாம் பெண்வீட்டார்தான் ஏற்றுக்கொள்ள வேண்டும். இது அவர்களுக்கு வசதியாக இருந்ததால் இதையே பின்பற்ற விரும்பினர். பெண்ணுக்குப் பையன்வீட்டார் எவ்வளவு நகை போட வேண்டும் என்பதிலும் வேறுபாடுகள் இருந்தன.

பையன்வீட்டார் வழக்கப்படி கொஞ்சம் பவுனில் தாலி மட்டும் மணப்பெண்ணுக்குச் செய்வார்கள். வளையல்கள் கிடையாது. திருமணப் பட்டுப் புடவையின் நிறத்திலும் வெவ்வேறு வழக்கங்கள் இருந்தன. கிரேஸ் வீட்டாரைப் பொறுத்தவரை திருமணப் பட்டுச் சேலை கருப்பு, வெள்ளை நிறத்தைத் தவிர எந்த வண்ணத்திலும் இருக்கலாம். கருப்பு அமங்கலமான கலர் என்பதாலும் வெள்ளை கைம்பெண்கள் உடுத்தும் சேலையின் கலர் என்பதாலும் இரண்டையும் தவிர்த்துவிடுவார்கள். கிரேஸிற்குப் பார்த்திருக்கும் பையனின் வீட்டாரோ கிறிஸ்தவர்களாதலால் மேலைநாடுகளில் திருமணத் தன்று மணப்பெண் வெள்ளை உடை அணிவாளாதலால் அதே மாதிரி தங்கள் மணப்பெண்களும் வெள்ளை உடை அணிய வேண்டும் என்று நினைத்தார்கள். ஆனால் இவர்களுடைய ஜாதியில் வெள்ளைச் சேலை கைம்பெண்கள் அணியும் சேலையாத லால் அதை விடுத்து கிரீம் கலரில் வாங்குவார்கள். வெள்ளைக் கலரும் கிரீம் வண்ணமும் வேறு வேறு என்றாலும் கிரீம் வண்ணம் கொஞ்சம் வெள்ளைக்கு அருகில் இருப்பதால் கிரேஸ் வீட்டாருக்கு அது அவ்வளவாகப் பிடிக்கவில்லை. இருந்தாலும் இந்த வேற்றுமை களைப் பற்றி யோசிக்காமல் திருமண ஏற்பாடுகளைக் கவனிக்கத் தொடங்கினர். மறுபடி மறுபடி அவர்கள் நினைத்துச் சந்தோஷப் பட்டுக்கொண்டதெல்லாம் கிரேஸுக்கு கிறிஸ்தவ மாப்பிள்ளை வாய்த்திருப்பதைப் பற்றித்தான். அவர்கள் ஜாதியிலேயே கிறிஸ்தவ மதத்தைச் சேர்ந்த பையன் அமைந்தது அவர்களுக்கு மிகுந்த சந்தோஷத்தைக் கொடுத்தது. கிறிஸ்தவப் பையன் என்றாலும் அவன் வேறு ஜாதியைச் சேர்ந்தவனாக இருந்திருந்தால் அந்தப் பையனை கிரேஸின் பெற்றோர் மகளுக்குத் தேர்ந்தெடுத்திருக்க மாட்டார்கள். இப்போது அவர்களுக்கு மதமும் முக்கியம், ஜாதியும் முக்கியம்.

கிரேஸின் கணவர் ஜானின் பெற்றோர்கள் நலைந்து தலைமுறை களாக கிறிஸ்தவ மதத்திற்கு மாறியிருந்தனர். அதற்கு முன்னால் அவர்களும் இந்து மதத்தைச் சேர்ந்தவர்களாகத்தான் இருந்தார்கள். கன்னியாகுமரி மாவட்டத்தில் சில கிறிஸ்தவ மதப்பிரச்சாரகர்கள் சிலரை மதம் மாற்றியபோது இவர்களும் மதம் மாறினர். அவர்கள் மதம் மாறுவதற்கு முன்னால் தாங்கள் பின்பற்றி வந்த தங்கள் ஜாதிப் பழக்க வழக்கங்களை அநேகமாக இப்போது மறந்து விட்டிருந்தனர். அவற்றில் தங்களுக்கு உகந்தவற்றை மட்டும் எடுத்துக்கொண்டுள்ளனர். திருமணத்தை சர்ச்சில்தான் நடத்த வேண்டு மென்று ஜானின் பெற்றோர் கூறிவிட்டனர். கிரேஸின்

பெற்றோருக்கு இதில் எந்தவித ஆட்சேபணையும் இல்லை. திருமணம் முடிந்த கையோடு பெண்ணையும் மாப்பிள்ளையையும் ஜானின் பெற்றோர்கள் தங்கள் வீட்டிற்கு அழைத்துச் சென்றனர். இப்படி எல்லாமே கிரேஸின் சொந்தக்காரர்கள் பின்பற்றிவந்த வழக்கங்களுக்கு மாறாகவே நடந்தன. ஆனால் கிரேஸின் பெற்றோர்கள் இதைப் பொருட்படுத்தவில்லை.

திருமணம் முடிந்ததுமே எப்போது கிரேஸ் தங்களுக்குப் பேரக் குழந்தைகள் பெற்றுத் தரப் போகிறார் என்று அவருடைய பெற்றோர் எதிர்பார்க்கத் தொடங்கிவிட்டனர். பேரக்குழந்தைகளை எதிர் பார்த்த கிரேஸின் பெற்றோர் தங்கள் மகளை கணவனின் வீட்டார் எப்படி நடத்துகிறார்கள் என்பது பற்றியோ கணவன் அவரை அன்பாக வைத்துக்கொள்கிறாரா என்பது பற்றியோ சிந்திக்க வில்லை. தங்களுக்குப் பிடித்த கிறிஸ்தவக் குடும்பம், எல்லாம் நன்றாக நடக்கும் என்று அவர்களாக நினைத்துக் கொண்டனர். கிரேஸ் எப்போது தங்களுக்கு பேரக்குழந்தைகள் பெற்றுத் தரப் போகிறார் என்பதிலேயே கவனமாக இருந்த கிரேஸின் பெற்றோர் அவருடைய திருமண வாழ்க்கை சிறப்பாக இருக்கிறதா என்பது பற்றி ஒருபோதும் கவலைப்படவில்லை.

நாட்கள் நகர்ந்தன. கிரேஸ்-ஜான் திருமணம் முடிந்து சில மாதங்கள் ஆகியும் கிரேஸ் தாயாவதற்குரிய அறிகுறி எதுவும் தெரியவில்லை. அதற்குள்ளாகவே கவலைப்படத் தேவையில்லை, இன்னும் கொஞ்ச நாட்கள் பொறுமையாகக் காத்திருப்போம் என்று எண்ணி கிரேஸின் பெற்றோர்கள் கவலையைத் தங்களுக்குள்ளேயே மறைத்துவைத்துக்கொண்டனர். ஆனால் ஜானின் பெற்றோர்கள் அப்படியில்லை. மருமகள் தாயாகவில்லை என்பது பற்றி ஜாடை மாடையாகக் குறைசொல்லத் தொடங்கினர். பேரக்குழந்தைகள் இன்னும் வரவில்லை என்று கவலைப்பட்டுக் கொண்டிருந்த கிரேஸின் பெற்றோர்களுக்கு இது வெந்தபுண்ணில் வேலைப் பாய்ச்சுவது போல் இருந்தது.

கிரேஸின் பெற்றோர்களுக்கு இப்போது ஓரளவு வாழ்க்கை வசதிகள் பெருகிவிட்டாலும் கிரேஸின் தந்தை எதற்கும் பணத்தை தாறுமாறாகச் செலவழிக்க மாட்டார். கிரேஸின் பெற்றோர்கள் உணவுப் பொருள்களைப் பொறுத்தவரை எதையும் தேவை யில்லாமல் வீணடிக்க மாட்டார்கள். ஜான் இதற்கு நேர் எதிர். அவரின் பெற்றோர்கள் கிரேஸின் பெற்றோர்களைவிட வசதி குறைந்தவர்கள் என்றாலும் தாங்களும் வசதி படைத்தவர்கள்தான் என்று பறைசாற்றிக்கொள்வதில் விருப்பமுடையவர்கள். உணவை

வீணடிக்காமல் இருப்பது வசதி படைத்தவர்களுக்கு அழகல்ல என்பதுபோல் நடந்துகொள்வார்கள். எதிலும் சிக்கனத்தைக் கடைப்பிடிப்பதும் அவர்களுக்குப் பிடிக்காது. தாறுமாறாகச் செலவு செய்து மற்ற உறவினர்கள் மத்தியில் தங்கள் அந்தஸ்தை உயர்த்திக் கொள்ள நினைப்பவர்கள். அவர்கள் பிள்ளைகளையும் அப்படியே வளர்த்துவிட்டதால் ஜானும் பெற்றோரின் இந்த குணங்களை எல்லாம் நன்றாகவே கற்றிருந்தார். மாமியார் வீட்டிற்கு வரும் போதெல்லாம் இந்தக் குணங்களைக் கொஞ்சம் அதிகமாகவே கடைப்பிடித்தார். கிரேஸுக்கும் அவரின் பெற்றோர்களுக்கும் இது மிகுந்த வேதனையைக் கொடுக்கும். ஆனால் பெண்ணைக் கொடுத்த பின் இவற்றையெல்லாம் பார்த்துக்கொண்டிருக்க முடியுமா என்று தங்களைத் தாங்களே சமாதானம் செய்துகொள்வார்கள். எல்லா ஆண்களையும்போல் ஜானும் தான் கிரேஸைக் கல்யாணம் செய்துகொண்டதே அவருக்குச் செய்திருக்கும் பெரிய உதவிபோல் நடந்துகொண்டார்.

கிரேஸ்-ஜான் திருமணம் முடிந்து சில வருடங்கள் ஆகியும் கிரேஸ் தாயாகவில்லை. மருத்துவர்கள் சிலரிடம் கலந்தாலோசனை செய்தும் பலன் கிட்டவில்லை. கூட்டுக் குடும்பத்தில் கிரேஸின் மாமியாரும் மாமனாரும் நாத்தனாரும் அவரிடம் தினமும் ஏதாவது குறைகாணத் தொடங்கினர். ஜானின் தம்பிக்குத் திருமணம் ஆகி அவருக்குக் குழந்தைகள் பிறந்ததும் கிரேஸின் புகுந்த வீட்டார் அவரை இப்படித் துன்புறுத்துவது அதிகமாயிற்று. ஜானின் பெற்றோரும் சகோதரியும் தன்னை இப்படித் துன்புறுத்தியபோது கணவன் அவர்களைக் கண்டிக்காதது மட்டுமல்ல அதைத் தடுக்கவும் எதுவும் செய்யவில்லையே என்று கிரேஸுக்கு மிகவும் வேதனை ஏற்பட்டது. பெற்றோரிடம் சொன்னால் தாங்கள் சீரும் சிறப்புமாக வளர்த்த பெண் இப்படிக் கஷ்டப்படுகிறாளே என்று அவர்களும் மிகவும் வேதனைப்படுவார்களே என்று அவர்களிடமும் சொல்லவில்லை. ஆனாலும் கிரேஸின் பெற்றோர்களுக்கு இது பற்றி முழுவதும் தெரியாமல் போகவில்லை.

திடீரென்று கிரேஸின் மாமானாரின் வியாபாரத்தில் நஷ்டம் ஏற்பட்டது. மருமகள் ஒரு வாரிசைத்தான் பெற்றுத் தரவில்லை, அவள் தந்தையாவது தனக்கு வியாபாரத்தில் உதவுவதற்குப் பண உதவி செய்தால் என்ன என்று எண்ண ஆரம்பித்தார் அவர். ஜானும் தன் தந்தையின் எண்ணம் தவறானது என்று நினைக்க வில்லை. அவரும் மனைவியிடம் இது பற்றிப் பேச ஆரம்பித்தார். கிரேஸுக்கு மிகவும் அதிர்ச்சியாகிவிட்டது. தந்தையிடம் இது பற்றி எப்படிப் பேசுவது

என்று பலவாறாக உழன்றார். ஆனால் கணவனின் நிர்ப்பந்தத்தால் தந்தையிடம் இது பற்றிப் பேசுவது என்று முடிவு செய்தார்.

தந்தைக்கும் என்ன செய்வதென்று தெரியவில்லை. இப்படி அநியாயமாகத் தன்னிடம் பணம் கேட்கிறார்களே என்று கோபம் தான் வந்தது. இருந்தாலும் மகளுடைய வாழ்க்கையை நினைத்து மருமகனுக்கு ஏதாவது பண உதவி செய்யலாம் என்று நினைத்தார். கிரேஸின் தாயும் மகளுக்காக இதைச் செய்யும்படி கணவனிடம் மன்றாடினார். இதற்கு மேலும் தந்தையால் சும்மா இருக்க முடிய வில்லை. ஜானின் தந்தைக்குக் கடனாகப் பண உதவிசெய்தார். ஆனால் அவர் அதை எப்போது, எப்படிக் கொடுக்கப் போகிறார் என்று அவருக்கு விளங்கவில்லை.

ஜானின் தந்தைக்குப் பண உதவி செய்தபோதிலும் ஜானின் வீட்டில் கிரேஸை ஒன்றும் நன்றாக நடத்தவில்லை. கொடுப்பது அவளுடைய கடமை போலவும் வாங்குவது இவர்களுடைய உரிமை போலவும் நடந்துகொண்டனர். கிரேஸின் தந்தையின் பணம் கிடைத்த பிறகும் ஜானின் தந்தையின் வியாபாரம் பெரிதாக முன்னேற்றம் காணவில்லை. இன்னொரு முறையும் இதே மாதிரி கிரேஸின் தந்தை ஜானின் தந்தைக்கு உதவும்படி கட்டாயப் படுத்தப்பட்டார். மகளின் வாழ்க்கை இப்படி ஆகிவிட்டதே என்று அவருக்குச் சொல்லவொணாத துக்கம் ஏற்பட்டது. மகள் மூலம் வாரிசுகள் கிடைக்கவில்லை. மகளாவது சந்தோஷமாக வாழ் கிறாளா என்றால் அதுவும் இல்லை. மகளைச் சீராட்டிப் பாராட்டி வளர்த்ததெல்லாம் மகள் இப்படிக் கணவன் வீட்டில் கஷ்டப் படுவதற்குத்தானா என்று எண்ணி எண்ணி ஏங்கினார். இந்த ஏக்கமே அவருக்கு எமனாக வாய்த்தது. மகளையும் மனைவியையும் தவிக்கவிட்டுவிட்டு ஒரு நாள் இறந்தே போனார். மாமனாரின் இறப்பு ஜானுக்குத் துக்கத்தைக் கொடுக்காதது மட்டுமல்ல சந்தோஷத்தையும் கொடுத்தது. இனி மாமனார் பணம் முழுவதும் தனக்கே என்று மகிழ்ந்து போனார். தந்தையை இழந்த மனைவிக்கு ஆறுதல் சொல்ல வேண்டும் என்றுகூட அவருக்குத் தோன்ற வில்லை. அவர் நினைவிற்கு வந்ததெல்லாம் மாமனாரின் சொத்து முழுவதும் தனக்கே, அவர் அதை எப்படி வேண்டுமானாலும் செலவுசெய்யலாம் என்பதே. கிரேஸுக்கோ அவர் தாய்க்கோ சொத்துக்களைப் பராமரிப்பது எப்படி என்ற பயிற்சியை யாரும் கொடுக்கவில்லை. கிரேஸின் தந்தையும் தனக்கு இப்படி ஒரு முடிவு சீக்கிரமே வரும் என்று தெரிந்திருந்தால் மகளைக் கொஞ்சமாவது பழக்கியிருப்பாரோ என்னவோ.

ஜானின் தந்தையும் ஒருநாள் நோய்வாய்ப்பட்டவர் எழுந்திருக்கவே இல்லை. ஜானின் தம்பிகளும் தங்கள் தகுதிக்குத் தக்கவாறு வேலை தேடிக்கொண்டு குடும்பத்தை விட்டு வெளியேறினர். ஜானின் தாயும் ஜானின் தம்பி வீட்டில் தங்கிக்கொண்டார். ஜான் ஒரு சோம்பேறி. வெளியில் போய் வேலை தேடிக் கொள்வதில் அவருக்கு ஆர்வமே இல்லை. மேலும் மாமனாரின் சொத்துக்கள் எக்கச்சக்கமாக இருக்கும்போது அதை வைத்து வாழ்க்கையை ஓட்டலாம் என்று கணக்குப் போட்டார்.

முதலில் ஒரு சொத்தை விற்பதற்கு மாமியாரிடமும் மனைவியிடமும் எப்படி சம்மதம் வாங்குவது என்று யோசித்தார். பின் அவருக்கு அதுவே புதுமையாகத் தோன்றியது. மனைவியிடம் கணவன் எதற்காகச் சம்மதம் பெற வேண்டும் என்று நினைத்தார். மனைவியின் சொத்துக்கள் எல்லாம் கணவனுக்குத்தானே சொந்தம் என்று எண்ண ஆரம்பித்தார். மாமியாருக்கும் அவற்றில் பங்கு இருக்கிறது என்று ஏனோ அவருக்குத் தோன்றவில்லை.

லட்சக்கணக்கில் பெறும் ஒரு சொத்தை முதலில் விற்றார். ஜானின் மனைவியும் மாமியாரும் எந்தவித எதிர்ப்பும் தெரிவிக்காமல் கையெழுத்துப் போட்டனர். கணவனுக்குத்தானே பணம் போகிறது என்று கிரேஸூம் மருமகன் நன்றாக இருந்தால்தானே மகளும் நன்றாக இருக்க முடியும் என்று அவருடைய தாயும் சமாதானம் செய்துகொண்டனர். ஆனால் பணத்தை என்ன செய்வது, எப்படிச் செலவழிப்பது என்று ஜான் மனைவியிடம் ஒன்றும் கேட்கவில்லை. எப்போதுமே பணத்தைத் தாறுமாறாகச் செலவழிப்பவர். இப்போது அவர் கைக்கு வந்திருக்கும் பணம் மாமனார் கஷ்டப்பட்டுச் சம்பாதித்தது. ஆனால் அதையெல்லாம் ஜான் உணர்ந்த மாதிரித் தெரியவில்லை. தந்தையின் பணத்தைக் கணவர் தாறுமாறாகச் செலவழித்துக்கொண்டிருந்தபோது கிரேஸால் எதுவும் செய்ய முடியவில்லை. சர்ச்சுக்குப் போய் ஜெபிக்கத்தான் முடிந்தது.

ஒரு சொத்தை விற்றுக் கிடைத்த பணத்தைத் தொலைத்த ஜான் அடுத்த சொத்தை விற்பதற்கும் தயாரானார். இந்த முறை கிரேஸூம் அவருடைய தாயும் விற்பனைப் பத்திரத்தில் கையெழுத்திடும் முன் கொஞ்சம் தயங்கினர். ஆனால் ஜான் இந்த முறை எப்படியாவது ஒரு தொழில் தொடங்கித் தான் இந்தப் பணத்தைப் பல மடங்கு பெருக்கிவிடுவதாக வாக்குறுதி அளித்தார். கிரேஸூக்கும் அவருடைய தாய்க்கும் ஜான் சொன்னதில் முழு நம்பிக்கை வரவில்லையென்றாலும் நம்பிக்கையே இல்லை என்றும் சொல்ல முடியாது. இதை விற்ற பணத்தையும் என்ன செய்தார் என்பது

ஜானுக்கும் இறைவனுக்கும் மட்டும்தான் தெரியும். கிறிஸ்தவர்களாக மாறி ‘யேசுவுக்குள் வந்துவிட்டதால்’ எப்படியும் யேசு தங்களைக் காப்பாற்றுவார் என்று கிரேஸூம் அவர் தாயும் திடமாக நம்பினர்.

இனி மிஞ்சியிருந்தது அவர்கள் குடியிருந்த வீடும் ஊரின் பஜாரில் உள்ள ஒரு கடையும்தான். அடுத்ததாக ஜானின் கவனம் கடையின் மேல் சென்றது. அதை விற்கவும் தயாரானார். இந்த முறையும் அவருடைய மனைவியும் மாமியாரும் இறைவனின் மேல் பாரத்தைப் போட்டுவிட்டு விற்பனைப் பத்திரத்தில் கையெழுத்திட்டனர். ஒவ்வொரு முறை பத்திரத்தில் கையெழுத்து வாங்கும்போதும் ஜானின் மனச்சாட்சி அவரை எதுவும் கேட்கவில்லை. இந்தச் சொத்துக்கள் மாமனார் கஷ்டப்பட்டுச் சம்பாதித்தவை, அதில் தனக்கு எதுவும் பாத்தியதை இல்லை, அவற்றை விற்கும் உரிமையும் தனக்கு கொஞ்சமும் கிடையாது என்று எண்ணுவதற்குப் பதிலாக ஜான் மனைவியின் சொத்துக்கள் எல்லாம் தனக்குச் சேர வேண்டியவை, அதனால் அவற்றை என்ன வேண்டுமானாலும் செய்வதற்குத் தனக்கு உரிமை இருக்கிறது, மாமியாரின் சொத்துக்களும் கடைசியாக தன் மனைவிக்குத்தான் என்பதால் அவையும் தனக்கே என்று நினைத்தார். இதனால் சொத்துக்களை விற்று அந்தப் பணத்தைப் பெருக்காமல் தவறான பல வழிகளில் தொலைத்துவிட்டாலும் அது அவருக்குத் தவறாகவே படவில்லை. தான் செய்துவருவது தவறு என்று நினைத்தாலல்லவா அவருக்கு வருத்தம் தோன்றும்? வருத்தமோ குற்ற உணர்ச்சியோ எதுவும் ஜானுக்குத் தோன்றவில்லை.

ஜான் எப்படிப்பட்ட கெட்ட பழக்கங்கள் வைத்திருந்தார் என்று யாருக்கும் சரியாகத் தெரியாது. சூதாடினாரா, பெண்களோடு தகாத உறவு வைத்திருந்தாரா என்று யாராலும் கண்டுபிடிக்க முடியவில்லை. ஆனாலும் கிரேஸூக்குத் தன்னுடைய கணவரைப் பற்றி எந்தத் தவறான எண்ணமும் ஏற்படவில்லை. யேசுவின் அனுக்கிரகத்தால் தனக்குக் கிடைத்த தன் கணவர் கண்டிப்பாகக் கெட்டவராக இருக்க முடியாது என்பது அவருடைய திடமான எண்ணம்.

ஜான் கடைசியாக விற்ற கடையில் கிரேஸின் பெரியப்பாவுக்கும் அவருடைய தந்தையோடு சேர்ந்து பங்கு உண்டு. கிரேஸின் தந்தையும் அவருடைய சகோதரர்களும் சொத்துக்களைப் பகிர்ந்து கொண்டபோது அதில் இரு சகோதரர்களுக்கும் பங்கு உண்டு என்று வாய்மொழி ஒப்பந்தம் செய்துகொண்டனர். பாகப்பிரிவினையின் போது அந்தச் சொத்தைப் பிரித்து எழுதினால் சார்பதிவாளர்

அலுவலகத்தில் நிறையப் பணம் செலுத்த வேண்டும் என்பதால் கிரேஸின் பெரியப்பா அதிலுள்ள தன் பங்கைப் பின்னால் தம்பியிடம் பெற்றுக்கொள்ளலாம் என்று நினைத்திருந்தார். ஆனால் அவர் தன்னுடைய பங்கைப் பெற்றுக்கொள்ளாமலே இறந்துவிட்டார். கிரேஸின் தந்தையும் இறந்துவிடவே கிரேஸின் பெரியப்பா மகள் கிரேஸிடம் அதைக் கொடுக்குமாறு கேட்டார். ஆனால் இப்போது எல்லா சொத்துக்கள் பற்றிய அதிகாரங்களும் ஜானின் கையில் இருந்ததால் அவர் அதைக் கொடுக்க விரும்பவில்லை.

எப்படியும் தன் தந்தைக்கு வர வேண்டிய அந்தச் சொத்தைப் பெற்றுவிட வேண்டும் என்று கிரேஸின் பெரியப்பா மகள் விரும்பியதால் அவர்களுக்குரிய பங்கைக் கொடுத்துவிடுமாறு ஜானிடம் எல்லா வகையான உத்திகளையும் கையாண்டு கேட்டுப் பார்த்தார். எந்தவித தர்ம நியாயங்களுக்கும் கட்டுப்படாத ஜான் அந்தச் சொத்தில் கிரேஸின் பெரியப்பாவுக்குரிய பங்கைக் கொடுக்க விரும்பவில்லை. கடைசியில் சகோதரர்களுக்கிடையே நடந்த ஒப்பந்தத்திற்கு எழுத்து மூலமான ஆவணம் கிடைத்ததால் கிரேஸின் பெரியப்பா மகள் கோர்ட்டில் வழக்குத் தொடர்ந்தார். இதற்கும் அஞ்சவில்லை ஜான். அந்த வழக்கு முடிவதற்குள் மூன்று நீதிபதிகள் அதைக் கையாண்டனர். அந்த மூவருக்கும் ஜான் லஞ்சம் கொடுத்து (தன் வழக்கறிஞர் மூலமாகத்தான்) வழக்கைத் தனக்குச் சாதகமாக மாற்றிக்கொண்டார். இப்போதும் கிரேஸுக்குத் தன் கணவன் தவறு செய்ததாகப் படவில்லை. தன் கணவன் செய்தது சரியே என்றும் நினைத்தார்.

இதுவரை விற்ற சொத்துக்களிலிருந்து வந்த பணத்தை ஜான் என்னசெய்தார் என்று கிரேஸும் கேட்கவில்லை; அவருடைய தாயும் கேட்கவில்லை. இருவரும் ஜானிடம் குற்றம் கண்டுபிடிப்பதை விடுத்து மேலும் மேலும் யேசுவிடம் தங்களை ஒப்படைத்தனர். எப்படியும் யேசு தங்களைக் கைவிட மாட்டார் என்று நம்பினர். யேசுவின் மேல் இவர்களுக்கிருந்த பக்தி மேலும் மேலும் கூடியது. எப்போதுமே சர்ச்சுக்குப் போவதையும் பைபிள் படிப்பதையும் தினசரி செய்ய வேண்டிய கடமைகளாக வைத்திருந்தவர்கள் ஜான் பணத்தைத் தொலைக்கத் தொலைக்க தினசரி அவற்றில் இன்னும் அதிக நேரம் செலவழிக்கத் தொடங்கினர்.

கிரேஸின் உறவுப் பெண் ஒருவர் கிரேஸிடம் இனியாவது கணவனைவிட்டு விலகி வாழுமாறும் அவருடைய தாய்க்கும் அவருக்கும் மிஞ்சியிருக்கும் வீட்டையாவது தக்கவைத்துக்

கொள்ளுமாறும் யோசனை கூறினார். கிரேஸ் இந்த யோசனைக்கு உடன்படாதது மட்டுமல்ல, கணவனை விட்டுப் பிரிவது யேசுவுக்கு உகந்ததல்ல என்றும் கணவனோ மனைவியோ வாழ்க்கைத் துணையை விட்டுப் பிரிவது இறைவனின் கட்டளைப்படி பெரிய துரோகம் என்றும் வாழ்க்கைத்துணை தனக்கு துரோகம் செய்தா லொழிய திருமண பந்தத்தை முறிக்கக் கூடாது என்று பைபிளில் கூறப்பட்டிருப்பதாகவும் சொல்லிவிட்டார். தன் கணவனுக்கு வேறு எந்தப் பெண்ணோடும் சகவாசம் இல்லையென்பது இவருடைய வாதம். இன்னும் சில உறவினர்களும் கிரேஸுக்கு அவருடைய கணவரைப் பிரிந்து வாழ வேண்டிய அவசியத்தை எடுத்துக் கூறினர். ஜானுக்கு ஒரு முறை இருதயக் கோளாறு ஏற்பட்டு அவர் அதிலிருந்து தப்பியது பெரிய பாடாகப் போயிற்று. 'அவரை விட்டுப் பிரிந்து வாழ்வதன் மூலம் மிஞ்சியிருக்கும் வீட்டையாவது விற்காமல் பார்த்துக்கொள். அல்லது அதையும் அவர் விற்க முற்பட்டால் விற்பனைப் பத்திரத்தில் எந்தவிதக் காரணத்திற்காகவும் நீயோ உன் தாயோ கையெழுத்துப் போடாதீர்கள்' என்று பல உறவினர்கள் கூறும் அறிவுரையைக் கிரேஸ் கேட்பதாக இல்லை. இப்போதும் தன் கணவர் மேல் மிகுந்த நம்பிக்கை வைத்திருக்கிறார். ஒரு முறை ஜான் சொத்துக்கள் வாங்கி விற்கும் தரகுத் தொழிலில் தான் கோடிக்கணக்கில் சம்பாதித்து விடுவதாகக் கூறியதை அப்படியே நம்பிவிட்டார்.

அவருடைய தாய் மகளுக்கு நேர்ந்த கதியாலும் முதுமையாலும் மிகவும் பலவீனமாகிவிட்டார். இருக்கிற ஒரே சொத்தையும் மருமகன் விற்பது அவருக்குப் பிடிக்கவில்லை. தான் இறந்து விட்டால் அந்தச் சொத்தையும் விற்பதற்கு மகள் தன் கணவனுக்கு உடனேயே சம்மதம் கொடுத்துவிடுவாள் என்பதால் உயிரைக் கையில் பிடித்துக்கொண்டு இன்னமும் உயிரோடு இருக்கிறார். அவருக்கு ஜானின் மேல் ஏற்பட்டிருக்கும் அவநம்பிக்கைகூட கிரேஸுக்குத் தன் கணவனின் மேல் ஏற்படவில்லை.

காலம் காலமாக இந்தியப் பெண்களுக்குப் போதிக்கப் பட்டிருக்கும் 'கணவனே கண்கண்ட தெய்வம்' என்னும் படிப் பினையோடு தான் வாழ்க்கைச் சக்கரத்தில் உழன்றபோது கை கொடுத்ததாகத் தான் கருதும் கிறிஸ்தவ மதம் அவருக்குப் போதித்ததும் கணவன் மேல் அவருக்கு மேலும் நம்பிக்கையை வளர்த்ததே யொழிய குறைக்கவில்லை. அது மட்டுமல்ல, சொத்துக்கள் எல்லாம் தொலைந்துபோனதற்கு தன்னுடைய துரதிருஷ்டம்தான் காரணம் என்று கூற ஆரம்பித்திருக்கிறார். தன்னைச் சீமாட்டி ஆக்கிவிடுவ

தார்கக் கணவன் கூறியதை, அது சரியானதோ தவறானதோ முற்றிலும் நம்புகிறார். நம்பிக்கைதானே வாழ்க்கையின் ஆதாரம். கிரேஸின் வாழ்க்கையும் அந்தப் பாதையில்தான் செல்கிறது.

21

தேமொழி

தேமொழியின் பெற்றோர்களுக்கு இரண்டு பெண்கள். இவள் பெற்றோருக்கு இரண்டாவது குழந்தையாக 1964இல் பிறந்தாள். நாம் இருவர் நமக்கு இருவர் என்ற வாசகத்தை ஏற்றுக்கொண்டு இரண்டும் பெண்ணாகப் போய்விட்டாலும் இரண்டு குழந்தைகளோடு நிறுத்திக்கொள்ளும் பழக்கம் தம்பதியரிடையே வழக்கத்திற்கு வந்துவிட்ட காலம் அது. பெண் குழந்தைகள் என்றாலும் அவர்களைச் சீராட்டிப் பாராட்டி வளர்க்கப் பெற்றோர்கள் பழகிவிட்ட காலம். தேமொழியின் தந்தை அரசு அலுவலகம் ஒன்றில் வேலை பார்த்தார். தமிழ்நாட்டின் பல ஊர்களுக்கும் மாற்றலாகிப் பல ஊர்களிலும் அவர்களுடைய குடும்பம் வாழ்ந்திருக்கிறது. அவர்கள் சொந்த ஊரிலேயே வாழ்ந்திருந்தால் பல ஜாதி மக்களிடையே பழகும் சந்தர்ப்பம் அவ்வளவாகக் கிடைத்திருக்காது.

பல சமூகங்கள் மத்தியில் வாழ்ந்து வந்ததால் கிடைத்த அனுபவத்தால் தேமொழியின் பெற்றோர்கள் அவர்கள் ஜாதியினரிடமிருந்து கொஞ்சம் வித்தியாசமாகச் சிந்தித்தனர். தேமொழியின் தந்தை வேலைபார்த்த ஊர்களில் எல்லாம் பெண்களுக்குக் கல்லூரி வசதி இருந்ததால் தங்கள் இரு பெண்களையும் கல்லூரியில் படிக்க வைத்துப் பட்டம் வாங்க வைக்க வேண்டும் என்று விரும்பினர். மகள்கள் இருவரும் படித்துப் பட்டம் பெற்றாலும் அவர்களை வேலைக்கு அனுப்பும் உத்தேசம் பெற்றோருக்கு இல்லை. உத்தியோகம் பார்க்கும் பெண்களுக்கு அவர்கள் ஜாதியில் டிமாண்ட் இல்லாததோடு அவர்களின் தகுதியைக் கொஞ்சம் குறைத்தது என்றுகூடச் சொல்லலாம். தேமொழியின் பெற்றோர்கள் அவளையும் அவளுடைய அக்காவையும் இளங்கலைப் படிப்போடு நிறுத்த முடிவுசெய்ததற்கு இதுவும் ஒரு காரணம்.

கல்லூரியில் முதல் வருடம் படித்துக்கொண்டிருக்கும்போதே தேமொழியின் அக்காவிற்கு வியாதி வரத் தொடங்கியது. அடிக்கடி

எதையாவது வெறித்துப் பார்த்துக்கொண்டு உட்கார்ந்து விடுவாள். சரியாகச் சாப்பிடுவதில்லை; சரியாகத் தூங்குவதில்லை. இது எப்படி ஏற்பட்டது என்று பெற்றோருக்கு விளங்கவில்லை. நரம்பு வியாதியோ என்று சந்தேகப்பட்டார்கள். மகளுக்கு டாக்டரிடம் வைத்தியம் பார்த்தால் ஊர் உலகத்திற்குத் தெரிந்துவிடும் என்று அஞ்சி மகளுக்கு எந்தவித சிகிச்சையும் கொடுக்காமல் இருந்தனர். ஆனால் போகப் போக வியாதி கொஞ்சம் முற்றிப் போய்த் தன்னைத் தானே துன்புறுத்திக் கொள்வது போன்ற வன்செயல்களில் ஈடுபட ஆரம்பித்தாள். இதற்குப் பிறகும் சும்மா இருப்பது நல்லதல்ல என்று நினைத்த அவளுடைய பெற்றோர் டாக்டரிடம் கூட்டிச் சென்றனர். வியாதியின் ஆரம்பத்திலேயே தன்னிடம் கூட்டி வந்திருந்தால் மருந்துகள் கொடுத்து எளிதாகக் குணமாக்கி யிருக்கலாம் என்று கூறிய டாக்டர் அவளுக்குச் சில மருந்து மாத்திரைகள் எழுதிக் கொடுத்தார். முதலில் கொஞ்சம் கட்டுப் படுவதுபோல தோன்றிய வியாதி மறுபடி அதிகமாகத் தொடங்கியது. அதோடு அவளுடைய படிப்பு நின்று போனது. அக்காவின் படிப்பு நின்று போனாலும் தேமொழி தொடர்ந்து படித்துப் பட்டம் வாங்கினாள்.

தேமொழியின் அக்காவிற்கு அப்போதைக்குத் திருமணம் செய்யக்கூடாது என்று டாக்டர் அறிவுரை கூறியிருந்தார். ஆனால் பெற்றோர்களுடைய எண்ணமோ வேறாக இருந்தது. தேமொழியும் படிப்பை முடித்துவிட்டாள். இனிப் பெண்களுக்குத் திருமணம் முடிப்பதை வெகுநாட்களுக்குத் தள்ளிப் போட முடியாது. அக்கா இருக்கும்போது தங்கைக்கு மணம் முடிப்பது சாதாரணமாக நடக்கக் கூடியதல்ல. என்ன செய்வதென்று பெற்றோர் குழம்பிப் போயிருந்தனர். தேமொழியின் அக்காவிற்கு வியாதி கொஞ்சம் மட்டுப்பட்டதுபோல் இருந்தது. உண்மையிலேயே அப்படி நடந்ததா அல்லது பெற்றோர்கள் அப்படிக் கற்பனை செய்துகொண்டார்களா என்று தெரியவில்லை. டாக்டர் கூறிய அறிவுரையை அவர்கள் அப்போதைக்கு மறந்துவிட்டார்கள். மூத்த பெண்ணுக்கு மாப்பிள்ளை தேட ஆரம்பித்தார்கள்.

வங்கி ஒன்றில் கிளார்க் வேலைபார்த்த ஒரு பையனை மாப்பிள்ளையாகத் தேர்ந்தெடுத்தார்கள். வங்கி கிளார்க் வேலை பெரிய வேலையுமல்ல; சாதாரண வேலையுமல்ல. ஆனால் அதுவரை பெரும்பாலானோர் இந்த ஜாதியில் வியாபாரம் செய்துவந்ததால் படித்து உத்தியோகம் பார்க்கும் பையன்களுக்கு அதிக மவுசு உண்டு. பெண் கொஞ்சம் நிறம் என்பதாலும் இரண்டே பெண்கள் என்பதால்

அவர்கள் காலத்திற்குப் பிறகு அவர்களுடைய சொத்தில் பாதி இந்தப் பெண்ணுக்கும் கிடைக்கும் என்பதாலும் மாப்பிள்ளை வீட்டார் இந்தப் பெண்ணைத் தேர்ந்தெடுத்தனர். பெண்ணுக்கு இருக்கும் மனநோய் பற்றி அவர்களுக்குத் தெரியாது.

நிச்சயதார்த்தம் முடிந்த பிறகு பையன்வீட்டார் அவ்வப்போது தங்கள் உறவினர்களை அழைத்துக்கொண்டு பெண் வீட்டிற்கு வருவதுண்டு. அதுவரை பெண்ணைப் பார்க்காத விருந்தினர்கள் பெண்ணைப் பார்த்துக்கொள்வதற்காக அப்படி அழைத்து வருவதுண்டு. சில சமயங்களில் பெண்ணிற்கு அவர்கள் வாங்க வேண்டிய திருமணப் பட்டுப்புடவை, பிளவுஸுகளுக்கு மாடல் வாங்குவதற்காக வருவதும் உண்டு. திருமண நிச்சயதார்த்தம் முடிந்த பிறகு இரு குடும்பங்களும் ஒருவருக்கொருவர் தொடர்பு வைத்துக் கொள்வதற்காகவும் இந்த ஏற்பாடு. ஒருமுறை இப்படிப் பையன் வீட்டார் வந்த சமயம் தேமொழியின் அக்காவிற்கு அவளுடைய நோயின் பாதிப்பு ஏற்பட்டிருந்தது. தேமொழியின் அக்காவைப் பார்க்க வருவதற்கு முன் பையன்வீட்டார் சொல்லி விட்டுத்தான் வந்திருந்தார்கள். பையன்வீட்டார் வருவது தெரிந்திருந்தும் அவர்கள் வரும் சமயத்தில் மகளுக்கு வியாதியின் பாதிப்பு ஏற்படலாம் என்று தேமொழியின் பெற்றோர் நினைக்க வில்லை. அப்படியே எதிர் பார்த்திருந்தாலும் பையன்வீட்டாரை வரவேண்டாம் என்று கூறியிருக்க முடியாது. அது அவர்களிடம் ஏதாவது சந்தேகத்தை உண்டாக்கியிருக்கலாம்.

தேமொழியின் அக்காவின் வியாதி பற்றித் தெரிந்ததும் பையன்வீட்டாருக்கு முதலில் ஒன்றும் தோன்றவில்லை. இந்தக் கல்யாணத்தையே நிறுத்திவிடலாம் என்ற யோசனைதான் அவர்களுக்கு வந்தது. ஆனால் அவர்களின் உறவினர் ஒருவர் மூத்த பெண்ணிற்குப் பதில் இளைய பெண்ணைத் திருமணம் செய்து தருவதற்கு கேட்கும்படி ஒரு 'முத்தான' யோசனையைக் கூறினார். பையனின் பெற்றோர்களுக்கும் அது நல்ல யோசனை யாகத் தோன்றியது. அந்தச் செய்தியைப் பெண் வீட்டாருக்குச் சொல்லி அனுப்பினர்.

தேமொழியின் பெற்றோருக்குத் தலையில் இடி இறங்கியது போலாயிற்று. முதல் மகளுக்கு டாக்டர் அறிவுரையின்படி திருமணத்திற்கு ஏற்பாடுகள் செய்திருக்கக்கூடாதோ என்று நினைத்தனர். மகளுக்கு மணமுடித்தால் ஒருவேளை வியாதி குணமாகிவிடும் என்று நினைத்ததற்கு மாறாக இப்போது

இரண்டாவது மகளை மூத்த மகளுக்குப் பார்த்த பையனுக்குக் கேட்கிறார்களே என்று மனம் புழுங்கினர். பையனின் வீட்டாரின் கட்டாயத்திற்கு இணங்கவில்லை என்றால் அவர்கள் ஊரைக்கூட்டி நியாயம் கேட்கக்கூடும். ஏனெனில் நிச்சயதார்த்தத்திற்குப் பிறகு திருமணம் நின்றுவிட்டால் அவர்களுக்குக் கொஞ்சம் தலைக்குனிவு ஏற்படும். அப்படி ஏற்படுவதைத் தவிர்ப்பதற்கு திருமணத்திற்கு நிச்சயித்த பெண்ணின் தங்கையையே அதே முகூர்த்த நாளில் மகனுக்கு மணமுடித்துவிட்டால் எல்லாம் சரியாகப் போய்விடும் என்ற வகையில் பையனின் பெற்றோர்கள் சிந்தித்தனர்.

தேமொழியின் பெற்றோரைப் பொறுத்தவரை தேமொழி அவளுடைய அக்காவைவிட நல்ல நிறம்; பட்டதாரி வேறு. அவளுக்கு இதைவிட நல்ல இடத்தில் மாப்பிள்ளை அமையும். தேமொழியைப் பொறுத்தவரை நேற்றுவரை அக்காவின் கணவர் என்று பார்த்திருந்த ஒருவரை இப்போது தான் மணக்க வேண்டிய நிர்ப்பந்தம் ஏற்பட்டிருக்கிறதே என்று எண்ணினாள். பையனையோ பெண்ணையோ பெற்றோர் பார்த்து மணம் முடித்துவைக்கும் வழக்கம் உள்ள சமூகத்தில் இது ஒன்றும் பெரிய விஷயம் இல்லையோ என்றும் நினைத்தாள். தனக்கு இதைவிட நல்ல இடத்தில் அமைந்திருக்கலாம் என்றாலும் திருமணத்திற்குப் பிறகு அமையப்போகும் வாழ்க்கையைப் பற்றி யாருக்கு என்ன தெரியும் என்ற எண்ணமும் கூடவே எழுந்தது. மேலும் இப்போது அவளுடைய அக்காவுக்குப் பார்த்திருக்கும் பையனை மணந்துகொள்ளத் தான் சம்மதிக்கவில்லை என்றால் இவளுடைய பெற்றோர்கள் மீது ஒரு குறை ஏற்படத்தான் செய்யும். அதனால் தனக்கு எதிர்காலத்தில் மாப்பிள்ளை அமைவதிலும் சிக்கல் ஏற்படலாம். அப்போதும் தனக்கு ஏற்ற மாப்பிள்ளை கிடைக்காமல் போகலாம். இப்படி எண்ணிய தேமொழி அவளுடைய பெற்றோரிடம் இது பற்றி யெல்லாம் எடுத்துக் கூறினாள். மகள் கூறியதை எண்ணிப் பார்த்த பெற்றோருக்கும் மகளே இந்த ஏற்பாட்டிற்கு ஒத்துக்கொண்ட பிறகு தாங்கள் அதை நினைத்து வருத்தப்படக்கூடாது என்று தோன்றியது.

அக்காவுக்குத் திருமணம் நிச்சயித்த நாளில் அக்காவுக்கு முதலில் நிச்சயித்த பையனோடு தேமொழிக்குத் திருமணம் நடந்தேறியது. பையன் நிறையச் சம்பளம் வாங்கவில்லை என்றாலும் அவருடைய குணநலன்கள் தேமொழிக்கு ஓரளவு பிடித்தமானதாக இருந்தன. நாட்கள் செல்லச் செல்ல தேமொழியும் பழையதை எல்லாம் மறந்துவிட்டுப் புது வாழ்க்கையைத் தொடங்கினார். அதிலும் ஒரு ஆண் குழந்தையைப் பெற்றுக்கொண்டபோது வாழ்க்கைச் சக்கரம்

பிசிறில்லாமல் ஓடுவதாக உணர்ந்தார். அவருடைய அக்காவுக்கு மறுபடி மாப்பிள்ளை பார்க்கும் எண்ணம் அவருடைய பெற்றோருக்கு இல்லை. தன் அக்காவைப் பெற்றோர் காலத்திற்குப் பிறகு கவனித்துக்கொள்ளும் பொறுப்பு தன்னுடையது என்பதை தேமொழி நன்றாக உணர்ந்திருந்தார். அதற்குத் தன் கணவரும் ஒத்துழைப்பார் என்ற நம்பிக்கை பிறந்தபோது அவருக்குக் கொஞ்சம் நிம்மதியாக இருந்தது.

22

உஷா

உஷா பெற்றோருக்கு நான்காவது குழந்தை. ஏற்கனவே இரண்டு பெண் குழந்தைகளும் ஒரு ஆண் குழந்தையும் உள்ள வீட்டில் பிறந்த அவளுக்கு அவ்வளவு வரவேற்பு இல்லை. அவளுடைய தாய் தன் பெற்றோருக்கு ஒரே பெண். தன்னைப் போல தன்னுடைய மகளும் மூன்று ஆண் குழந்தைகளும் ஒரு பெண்ணும் பெற்றுக்கொள்ள வேண்டும் என்று எதிர்பார்த்த உஷாவின் பாட்டிக்கு மகள் இரண்டு பெண் குழந்தைகளோடு மூன்றாவதாகவும் ஒரு பெண்ணைப் பெற்றிருக்கிறாளே என்று மிகவும் ஏமாற்றம். ஆனாலும் என்ன செய்ய முடியும்? உடனே ஒரு ஜோதிடரிடம் பிறந்த குழந்தையின் ஜாதகத்தைப் பார்க்கச் சொன்னார். இத்தனைக்கும் இந்த ஜாதியில் ஜாதகம் பார்க்கும் பழக்கம் அவ்வளவாக இல்லை. ஜோதிடர் என்ன சொன்னாரோ என்னவோ, குழந்தையின் பாட்டி எல்லோரிடமும் தன் பேத்தி பெரிய அதிர்ஷ்டத்தில் பிறந்திருக்கிறாள், ராணி மாதிரி வாழ்வாள் என்று சொல்லிக்கொண்டிருந்தார். தன்னுடைய பேத்தி தன் மகளுக்கு மூன்றாவது பெண்குழந்தையாகப் பிறந்துவிட்டாலும் அவளுடைய வாழ்க்கை சோடை போகப் போவதில்லை என்று மற்றவர்களுக்குச் சொல்லிவிட வேண்டும் என்று பாட்டிக்கு ஆசை.

உஷாவின் பிறப்பு பாட்டிக்கு இப்படி ஒரு ஆதங்கத்தை விளை வித்தது என்றால் உஷாவின் தந்தைக்கு மிகுந்த எரிச்சலை ஏற்படுத் தியது. உஷா பாட்டியின் வீட்டில் - இரண்டு பிரசவங்களுக்கு மேல் தங்கள் பெண்களுக்கு உதவ வேண்டியதில்லை என்ற எழுதப்படாத ஒரு விதி இருந்தாலும் உஷாவின் பாட்டி தன் மகளுக்கு நான்காவது முறையாகப் பிரசவம் பார்த்துவிட்டார் - பிறந்தாள். உள்ளூரிலேயே வியாபாரம் நடத்திவந்த உஷாவின் தந்தை குழந்தையை உடனேயே பார்க்க வரவில்லை. உஷாவின் பாட்டிக்கு இது மிகுந்த கோபத்தைக் கொடுத்தது. ஆனாலும் மருமகனை என்ன செய்ய முடியும்? ஏன் உடனேயே பார்க்க வரவில்லை என்று கடிந்துகொள்ளவா முடியும்?

உறவினர்களிடம் கூறித் தன்னுடைய கோபத்தைக் கொஞ்சம் ஆற்றிக்கொண்டார்.

வீட்டில் ஒரு குழந்தை பிறந்திருக்கிறது என்றால் பெற்றோர்களும் பாட்டி, தாத்தாக்களும் அந்தக் குழந்தையை எப்படி வரவேற்றாலும் அக்குழந்தையின் உடன் பிறந்தவர்களுக்கு - அக்கா, அண்ணன் களுக்கு - கொஞ்சி விளையாடுவதற்கு ஒரு குழந்தை கிடைத்த சந்தோஷம் நிச்சயம் இருக்கும். குழந்தை ஆணா, பெண்ணா, அதன் எதிர்காலம் எப்படி இருக்கும் என்பதெல்லாம் அவர்களுக்கு ஒரு பொருட்டல்ல. புதிதாகக் குடும்பத்திற்கு வந்திருக்கும் தம்பியையோ தங்கையையோ உற்சாகமாக வரவேற்று மகிழ்வதோடு நிறையப் பாசத்தோடும் அன்போடும் வளர்ப்பார்கள். இப்படி ஆசையாக வரவேற்று அன்போடும் பாசத்தோடும் வளர்ப்பவர்கள் பின்னால் பரம எதிரிகளாக மாறுவது வேறு விஷயம். ஆனால் அப்போதைக்குப் புதுவரவைச் செல்லமாக வளர்ப்பார்கள். உஷாவையும் அவளுடைய உடன்பிறந்தவர்கள் ஆசையாக வளர்த்தார்கள். அவள் பெற்றோர் களுக்குக் கடைசிப் பிள்ளையாதலால் அவர்களுடைய செல்லப் பிள்ளையானாள்.

இப்படிச் செல்லப் பிள்ளையாக வளர்ந்ததாலும் அவளோடு கூடப் பிறந்த குணத்தினாலும் உஷா கொஞ்சம் பிடிவாத குணத்தோடு வளர்ந்தாள். தான் செய்வது சரி என்று எல்லோரும் ஒப்புக்கொள்ள வேண்டும் என்றும் எதிர்பார்ப்பாள். இதெல்லாம் போகப் போகச் சரியாகிவிடும் என்று பெற்றோரும் அவளைத் திருத்த வேண்டும் என்று நினைக்கவில்லை. உஷா தன்னுடைய ஜாதியின் அளவுகோல் களின்படி பெரிய அழகியாகக் கருதப்பட்டாள். நல்ல நிறம். சப்பை மூக்கு, இல்லிக் கண்கள், தடித்த உடம்பு போன்ற அழகைக் குறைக்கும் எந்த எதிர்மறையான விஷயங்களும் அவளிடம் இல்லை. உள்ளூரிலேயே இருந்த கல்லூரியில் பிஎஸ்ஸி படித்திருந் ததும் கல்யாணச் சந்தையில் அவளுடைய மதிப்பைக் கூட்டி யிருந்தன. வேலைக்கு அனுப்புவதற்காகவோ அறிவை வளர்த்துக் கொள்ளுவதற்காகவோ பெண் பிள்ளைகளைக் கல்லூரிக்கு அனுப்புவதில்லை. படித்துப் பெற்ற பட்டத்தை தங்கள் பெயருக்குப் பின்னால் சேர்த்துக்கொள்வது ஒரு ஃபாஷனாகிவிட்டிருந்தது.

பாட்டியும் தாத்தாவும் பணக்காரார்கள். அதிலும் பாட்டி தன் ஒரே பெண்ணான உஷாவின் தாய்க்கு எப்போதும் ஏதாவது சீர் கொடுத்துக்கொண்டே இருப்பார். அதோடு தன் மகளின் பிள்ளை களுக்கும் - தன் பேரப் பிள்ளைகளுக்கும் - எப்போதும் ஏதாவது

கொடுத்துக்கொண்டே இருப்பார். பாட்டியிடமிருந்து சீர் வரும், பாட்டியின் மகன்களிடமிருந்து - உஷாவின் மாமன்மார்கள் - நிறைய சீர் வரும் என்பது போன்ற விஷயங்கள் திருமணச் சந்தையில் உஷாவின் மதிப்பை இன்னும் உயர்த்தின. படிப்பு வந்தால் பெண்பிள்ளைகளை இளங்கலை படிக்கவைப்பது இந்த ஜாதியில் அப்போது வழக்கத்திற்கு வந்திருந்தது. அந்த வழக்கத்தையொட்டி உஷாவும் இளங்கலைப் படிப்பை முடித்தாள். உஷாவின் பெற்றோர்கள் அவளுக்கு மாப்பிள்ளை தேட ஆரம்பிக்கும் முன்பாகவே நிறையப் பேர் அவளைப் பெண் கேட்டுவந்தனர். இப்படி அழகாகவும் அந்தஸ்தோடும் இருக்கும் பெண்களுக்கு மாப்பிள்ளை பார்ப்பது மிகவும் எளிது என்பதைக் குறிக்க 'பலாப் பழத்துக்கு ஈ பிடிச்சிவிட வேண்டுமா என்ன?' என்று கூறுவார்கள். உஷாவைப் பெண் கேட்டு வந்தவர்களுள் கணேசனின் பெற்றோர் களும் சேர்த்தி.

கணேசனின் பெற்றோர்கள் வசதிபடைத்தவர்கள் இல்லை. ஆனாலும் பையன் எம்.பி.பி.எஸ். படித்திருந்தான். அந்தக் காலக் கட்டத்தில் டாக்டருக்குப் படித்த பையன்கள் இந்த ஜாதியில் அவ்வளவு அதிகம் இல்லையாதலால் டாக்டருக்குப் படித்த பையன்களை மருமகனாக அடைவதற்குப் பெண்களைப் பெற்ற பல பெற்றோர்கள் தவம் கிடந்தனர். அதனாலேயே பல பணக் காரர்கள் கணேசன் போன்ற பையன்களுக்குப் பெண் கொடுக்க முன்வந்தனர். கணேசனைப் பொறுத்தவரை தனக்கு வரப் போகும் பெண் நல்ல அழகியாகவும் இருக்க வேண்டும் என்று விரும்பினான். உஷாவின் பெற்றோர்களைவிட அதிகப் பணக்காரர்கள் கணேசனை மாப்பிள்ளையாக அடைய விரும்பினாலும் உஷாவை கணேசனுக்குப் பிடித்துப் போய்விட்டதால் அவளையே அவனுடைய பெற்றோர் களும் தேர்ந்தெடுத்தனர். இந்தக் காலகட்டத்தில் பையன்கள் பெண்ணைப் பார்ப்பது கொஞ்சம் வழக்க திற்கு வந்துகொண்டிருந்தது. உஷாவைப் பெண்பார்க்க வந்திருந்த கணேசனுக்கு உஷாவை ரொம்பப் பிடித்துவிட்டது. உஷாவின் பெற்றோர்களைவிட அதிக சீதனம் கொடுக்கும் குடும்பங்களிலிருந்து அவனுக்குப் பெண் கொடுக்க பலர் முன்வந்தாலும் உஷாவையே தனக்கு முடிக்கும்படி தன்னுடைய பெற்றோர்களிடம் கூறிவிட்டான்.

இரண்டு மூத்த மகள்களை வியாபாரிகளுக்குக் கொடுத் திருந்த உஷாவின் பெற்றோர்களுக்கு இந்த சம்பந்தம் மிகுந்த மகிழ்ச்சியைக் கொடுத்தது. அவர்களுடைய உறவினர்களில் யாருக்கும் அப்போதைக்கு டாக்டர் மாப்பிள்ளை அமைய

வில்லை. டாக்டருக்குப் படித்த பெண்களுக்கு திருமணச் சந்தையில் கிராக்கி இல்லை. ஐந்து ஆண்டுகளும் பெண் பையன்களோடு கூட சேர்ந்து படித்திருக்கிறாள், சம்பாதிப்பதால் மாமனார், மாமியாரை மதிக்க மாட்டாள் என்ற பல்வேறு காரணங்களுக்காக அவர்களுக்கு மாப்பிள்ளை சரியாக அமையாது. டாக்டர் பெண்களுக்கே டாக்டர் மாப்பிள்ளை அமைவதில்லை. அந்தப் பெண்கள் பொறியியல் படித்த பையன்களையோ அல்லது கல்லூரிகளில் விரிவுரையாளராகப் பணியாற்றுபவர்களையோதான் மணந்துகொண்டார்கள். இளங் கலைப் பட்டம் பெற்ற, அழகான, பணக்கார வீட்டுப் பெண்களுக்கு வேண்டுமானால் டாக்டர் மாப்பிள்ளை அமையலாம். டாக்டர் மாப்பிள்ளை அமைவது அரிதாக இருக்கும் சமயத்தில் தங்கள் மகளுக்கு டாக்டர் மாப்பிள்ளை கிடைத்த மகிழ்ச்சியில் உஷாவின் பெற்றோர் திளைத்துப் போனார்கள். அவர்கள் முதலில் பேசிய சீதனத்தைவிட கொஞ்சம் அதிகமாகக்கூட கொடுக்க முன்வந் தார்கள். மூத்த இரண்டு பெண்களுக்கும் நிறையச் சீதனம் கொடுத் திருந்தார்கள். அதைவிடக் கொஞ்சம் அதிகமாகவே உஷாவுக்குக் கொடுத்தனர். கணேசனின் பெற்றோர்களுக்கு இரண்டே பையன் கள்தான். இன்னொரு பையனுக்கு ஏற்கனவே திருமணம் ஆகியிருந்தது. அவன் பொறியியல் படித்திருந்தான். அவனுக்கும் திருமணச் சந்தையில் கிராக்கி இருந்தாலும் கணேசனுக்கு இருந்த அளவு இல்லை எனலாம். பெண்ணைப் பெற்றவர்கள் 'நான், நீ' என்று முந்திக்கொண்டு அவனுக்குப் பெண்கொடுக்கப் போட்டி போடவில்லை. கணேசனுடைய அண்ணன் மனைவியின் வீட்டார் கொடுத்த சீதனத்தைவிட உஷாவின் பெற்றோர் கணேசனுக்குக் கொடுத்தது மிகவும் அதிகம். கணேசனின் பெற்றோர்களைப் பொறுத்தவரை மகனுக்கு நிறைய சீதனம் கொண்டுவரும் அழகிய மனைவி வாய்த்திருக்கிறாள். அதனால் தங்கள் இரண்டாவது மகன் மிகவும் யோகக்காரன் என்று நினைத்துக்கொண்டார்கள்.

திருமண மேடையில் கணேசன்-உஷா தம்பதியைப் பார்த் தவர்கள் அழகான ஜோடி என்று மனமாரப் பாராட்டினர். ஆனால் திருமணம் ஆகிக் குடும்பம் நடத்தத் தொடங்கிய சில மாதங்களி லேயே கணேசனுக்கும் உஷாவுக்கும் பல விஷயங்களில் ஏழாம் பொருத்தம் என்பது தெளிவாயிற்று. உணவிலிருந்து உடை வரை இருவரும் முரண்பட்ட குணங்களை உடையவர்களாக இருந்தனர். கணேசன் சுத்த சைவம். பிராணிகளை வதைப்பது தவறு என்று உறுதியாக நம்பினார். உஷாவோ அசைவப் பிரியை. பிராணிகளை வதைத்துக் கொன்று அவற்றின் மாமிசத்தை உண்பது பெரிய பாவம்

என்று கணேசன் கூறியது அவருக்கு வினோதமாக இருந்தது. தாய் வீட்டில் நிறைய அசைவ அயிட்டங்கள் சாப்பிட்டுப் பழகியிருந்த உஷாவுக்கு அந்தப் பழக்கத்தைவிட்டுவிடுவது அவ்வளவு எளிதாக இல்லை. ஓரிரு நாட்களாவது சுத்த சைவச் சாப்பாடாகச் சாப்பிட முயன்ற உஷாவுக்கு அது அறவே முடியவில்லை. மேலும் உஷாவுக்குத் தான் ஏன் கணவனுக்காகத் தன் சாப்பாட்டுப் பழக்கத்தை மாற்றிக் கொள்ள வேண்டும் என்ற எண்ணம் ஏற்பட்டது. கணேசனைப் பொறுத்தவரை மாமிசத்தை வீட்டில் பார்ப்பதற்கே அவரால் முடியவில்லை. மிருகங்களைக் கொல்வது தவறு என்று எல்லோரும் ஒப்புக்கொள்வார்களே, ஏன் தன் மனைவி மட்டும் அதை ஏற்றுக் கொள்வதில்லை என்று பலவாறாக யோசித்தார். கணேசனும் சிறு பிள்ளையாக இருந்தபோது அசைவ உணவைச் சாப்பிட்டவர்தான். ஒரு முறை பிராணி வதையைப் பார்க்க நேர்ந்த பிறகு அவரால் அசைவ உணவைச் சாப்பிட முடியவில்லை. மனைவியையும் எப்படியாவது மாற்றிவிடலாம் என்று நினைத்தார். நாட்கள் செல்லச் செல்ல அது சாத்தியமில்லை என்று உணர்ந்ததும் மிகவும் ஏமாற்றமாகிவிட்டது அவருக்கு. அவர் அடிக்கடி உஷாவிடம் அசைவ உணவு சாப்பிட வேண்டாம் என்று சொல்லச் சொல்ல அசைவ உணவைச் சாப்பிட வேண்டும் என்ற உஷாவின் பிடிவாதம் கூடிக்கொண்டே போனது. கடைசியில் இந்த விஷயத்தில் உஷாவை மாற்ற முடியாது என்று எண்ணிக் கணேசன் அந்த முயற்சியைக் கைவிட்டார்.

உடைகள் விஷயத்திலும் இருவருக்கும் ஏழாம் பொருத்தம்தான். உஷாவின் வீட்டில் நிறைய துணிமணிகள் வாங்குவார்கள். உஷாவின் பாட்டி தன் மகளுக்கு - அதாவது உஷாவின் தாய்க்கு - திருமண மாகிப் பல ஆண்டுகள் வரை விலையுயர்ந்த புடவைகளாக வாங்கிக் கொடுப்பார். உஷாவின் பாட்டனார் தனக்கு இருப்பது ஒரே மகள் என்பதால் அவள் எப்போதும் பட்டுப் புடவையைத்தான் கட்ட வேண்டும் என்று விரும்பினாராம். உஷாவின் பெற்றோர்களும் நிறையப் பட்டுப்புடவைகளாக மகளுக்கு வாங்கிக் கொடுத்தனர். இம்மாதிரிக் குடும்பங்களில் பலர் வியாபாரிகளாக இருந்ததால் வியாபாரத்தில் கிடைக்கும் கள்ளப் பணத்தை நிறையத் தங்க நகைகளும் பட்டுப்புடவைகளும் வாங்குவதில் செலவிடுவார்கள். அதனால் உஷாவிடம் நிறைய நகைகளும் பட்டுப்புடவைகளும் இருந்தன. எப்போது துணிக்கடைக்குச் சென்றாலும் உஷா பட்டுப் புடவைகளாகத்தான் வாங்கப் பிரியப்படுவார். முதல் ஓரிரு முறை இதைக் கணேசன் பொருட்படுத்தவில்லை. ஆனால் அதன் பிறகு

மனைவி விலையுயந்த புடவைகளாக மட்டுமே வாங்க நினைத்த போது கணேசனால் சும்மா இருக்க முடியவில்லை. கணேசன் சிறு வயதிலிருந்தே சாதாரணக் குடும்பத்தில் பிறந்து வளர்ந்ததால் மிகச் சில உடைகளே வைத்திருந்தார். பின் படித்து டாக்டராகி நிறையச் சம்பாதிக்க ஆரம்பித்த பிறகும் இன்னும் கொஞ்சம் அதிக செட் உடைகள் வாங்கிக்கொண்டாரே தவிர விதவிதமாக உடை அணிய வேண்டும் என்று விரும்பியதில்லை. உடைகள் விஷயத்திலும் கணேசனும் உஷாவும் இரு துருவங்கள். இத்தனை புடவைகள் வாங்க வேண்டுமா என்று மனைவியிடம் கேட்டாலும் உஷா அதைப் பொருட்படுத்தவில்லை. அவர் பாட்டுக்கு வாங்கிக் கொண்டிருந்தார். 95 சதவிகிதக் குடும்பங்களில் கணவன்மார்கள் தான் துணிமணிகள் வாங்கும் வேலையைச் செய்வார்கள். மனைவியை நம்பிப் பணத்தைக் கொடுக்க மாட்டார்கள். அப்படியே மனைவியை வாங்குவதற்கு அனுமதித்தாலும் அவர்கள் எவ்வளவு செலவு செய்வார்களோ அவ்வளவு பணம்தான் மனைவியிடம் கொடுப்பார்கள். குடும்பத்தில் உணவிற்கு எவ்வளவு செலவழிக்க வேண்டும், உடைகளுக்கு எவ்வளவு செலவழிக்க வேண்டும் என்பதெல்லாம் கணவன் முடிவுசெய்வதுதான். கணேசனைப் பொறுத்தவரை மனைவி செலவாளி என்று தெரிந்தாலும் அவரைத் தடுத்து நிறுத்த முடியவில்லை. வேறொரு கணவனாக இருந்திருந் தால் மனைவியைத் தடுத்து நிறுத்தியிருப்பார். கணேசனால் அதுவும் முடியவில்லை; மனைவி எப்படியும் செலவழித்துவிட்டுப் போகட்டும் என்று சும்மா இருக்கவும் முடியவில்லை. இதனால் பல நேரங்களில் கணவனுக்கும் மனைவிக்கும் வாக்குவாதங்கள் ஏற்பட்டன.

திருமணம் முடிந்த ஒரு வருடத்தில் ஒரு பெண் குழந்தைக்குத் தாயான உஷாவுக்கு ஒரு குழந்தையே போதும் என்றிருந்தது. ஆனால் கணேசனுக்கோ இரண்டு குழந்தைகளாவது வேண்டும் என்று ஆசை. இந்த விஷயத்திலும் இருவருக்கும் மனஸ்தாபம் ஏற்படத் தொடங்கியது. இதில்கூட மனைவி தன் சொல்லைக் கேட்பதில்லை என்று கணேசனுக்கு மிகவும் வருத்தம்.

கணேசன் சொந்தமாக கிளினிக் வைத்திருந்தார். கணேசனுக்கு மருத்துவப் படிப்பில் முதுகலைப் பட்டம் இல்லையென்றாலும் அவரிடம் வரும் நோயாளிகளின் எண்ணிக்கை என்னவோ ஊரில் பெயர் வாங்கிய ஒரு டாக்டருக்கு இருப்பதைப் போன்று இருந்தது. கணேசனிடம் அதிக நோயாளிகள் வந்தனர். இதனால் கணேசனின் வருமானம் வேகமாகப் பெருகியது. வாரம் முழுவதும் சேர்ந்த பணத்தை வாரக் கடைசியில் வங்கியில் போட்டுவிடுவதைக்

கணேசன் வழக்கமாக கொண்டிருந்தார். திருமணம் ஆனபிறகும் இந்தப் பழக்கத்தை அவர் தொடர்ந்தார்.

வாரக் கடைசியில் வாரம் முழுவதும் சம்பாதித்த பணத்தை வங்கியில் தன் கணக்கில் போடுவது கணேசனுக்கு மிகவும் பிடித்த விஷயம். அதைத் தானே செய்ய வேண்டும் என்று எப்போதும் விரும்பினார். திருமணம் முடிந்த சில வருடங்களில் அந்த வேலையை உஷா தான் செய்யப் போவதாகக் கூறியதும் கணேசனுக்கு என்னவோபோல் இருந்தது. ஆனாலும் தான் வங்கிக்குப் போய் அதைச் செய்ய வேண்டும் என்று உஷா அடம்பிடித்தபோது அவரால் அவளைத் தடுத்துநிறுத்த முடியவில்லை. இப்படி உஷாவைத் தடுத்து நிறுத்தவும் முடியாமல் தன்னுடைய ஆசையைத் துறக்கவும் முடியாமல் கணேசன் உழன்றுகொண்டிருந்தார்.

உஷா அடிக்கடி கிளினிக்குக்கு வருவது, அங்கு யாரையாவது விரட்டுவது போன்ற காரியங்களிலும் ஈடுபடத் தொடங்கினார். இதுவும் கணேசனுக்கு மிகுந்த கவலையைக் கொடுத்தது. தன் தொழிலில் மனைவி இவ்வளவு தலையிடுவார் என்று ஒருபோதும் கணேசன் எதிர்பார்க்கவில்லையாதலால் அவருக்கு மனைவிமேல் கோபத்தைவிட எரிச்சலே ஏற்பட்டது. உஷா வங்கிக்குப் போவது பற்றித் தன் மாமியாரிடமும் பேசினார். உஷாவின் தாய்க்கும் அவர் சொல்வது சரியாகவே பட்டது. தன் மகளிடம் அது பற்றிப் பேசினார். 'வசதியில்லாமல் வளர்ந்த உன் கணவர் இப்போது நிறையச் சம்பாதிப்பதால் பணத்தை வங்கியில் போய்க் கட்டுவது அவருக்கு ஒரு வகை சந்தோஷத்தைக் கொடுக்கிறது. அதை நீ ஏன் கெடுக்க வேண்டும்' என்று சொல்லிப் பார்த்தார். ஆனாலும் உஷா கேட்பதாக இல்லை. தொடர்ந்து அதைச் செய்து வந்தார். உஷா மேல் கணேசனுக்கு எரிச்சல் ஏற்பட்டது போக இப்போது வெறுப்பும் தோன்றத் தொடங்கியது. மனைவியிடம் தான் சம்பாதித்த பணத்தைக் கொடுக்காமல் இருந்திருந்தால் உஷா என்ன செய்திருப்பார் என்று தெரியவில்லை. ஆனால் அதையும் கணேசனால் செய்ய முடியவில்லை.

உஷாவுக்கு அடிக்கடி கணவனோடு பல இடங்களுக்கும் குறிப் பாக சினிமாவுக்குப் போக வேண்டும் என்று ஆசை. கணேசனைப் பொறுத்தவரை சினிமா போன்ற விஷயங்களில் எப்போதுமே ஆர்வம் இருந்ததில்லை. அவரைப் பொறுத்தவரை தொழில்தான் அவருக்கு எல்லாம். வேறு எந்தப் பொழுதுபோக்கும் தேவையில்லை. நிறையச் சம்பாதித்ததால் வாழ்க்கையில் ஏதோ பெரிய வெற்றியை அடைந்துவிட்டதாக எண்ணம். உறவினர் வீட்டுத் திருமணங்கள்

போன்ற விசேஷங்களுக்குக்கூட கூடியவரை உஷாவைத் தனியாக அனுப்பத்தான் விரும்பினார். ஆனால் உஷாவுக்கு இது அவ்வள வாகப் பிடிக்கவில்லை. அவரையும் உடன் வருமாறு வற்புறுத்து வார். வெளியூர்த் திருமணம் என்றால் முந்தின நாள் போய்விட்டு மறுநாள்தான் திரும்ப முடியும். அதனால் கிட்டத்தட்ட இரண்டு நாட்கள் வீணாகிவிடும். அப்போது நோயாளிகள் தன்னைப் பார்க்க வந்து தான் இல்லாவிட்டால் அவர்கள் வேறு டாக்டர்களிடம் போய்விடுவார்களோ என்று கணேசன் பயந்தார். தன்னுடைய எந்த நோயாளியையும் அவர் இழக்க விரும்பவில்லை. இதை உஷா ஒருபோதும் புரிந்துகொண்டதில்லை. தூரத்து உறவினர்கள் வீட்டுத் திருமணங்களுக்குக்கூடப் போக விரும்பும் அவருக்கு கணவன் சில நெருங்கிய உறவினர்கள் வீட்டுத் திருமணங்களுக்குக்கூட விருப்ப மில்லாமல் வருவது கணவன் மேல் வெறுப்பு ஏற்படக் காரணமாக அமைந்தது. இவருக்குக் கணவன் மேல் வெறுப்பு ஏற்பட, ஏற்கனவே மனைவி மேல் எரிச்சலுற்றிருந்த கணேசனுக்கு மனைவி மேல் வெறுப்பை உண்டாக்கியது.

தொழில் மேல் இருந்த பற்றுதலால் கிளினிக்கிலேயே அதிக நேரம் செலவழிக்க விரும்பிய கணேசனுக்கு மனைவி மேல் வெறுப்பு கூடிக்கொண்டே போகப் போக வீட்டில் செலவழிக்கும் நேரத்தைக் குறைத்துக்கொண்டே போனார். இது உஷாவுக்குக் கணவன் மீது இன்னும் கோபத்தையும் வெறுப்பையும் கூட்டியது. இப்படி இருவருக்கும் மற்றவர் மீது இருந்த அன்பும் அக்கறையும் குறைந்துகொண்டே போயிற்று.

கணேசன் கார் ஒன்று வாங்க ஆசைப்பட்டபோது உஷா அதை வெகுவாக எதிர்த்தார். ஆனாலும் கணேசன் கார் வாங்கிய பிறகு அதை ஓட்டுவதற்கு உரிமம் வாங்க உஷா மிகவும் பிரயத்தனப் பட்டார். இரண்டு முறை அந்தத் தேர்வில் அவர் வெற்றி பெறவில்லை. தன் கணவன் குறுக்கு வழியிலாவது உரிமத்தைப் பெற்றுத் தரக்கூடாதா என்று உஷா கோபப்பட்டார். கடைசியாக எப்படியோ உரிமத்தைப் பெற்றுவிட்டார். அப்படி உரிமம் கிடைத்த பிறகு தினமும் காரை ஓட்டுவேன் என்று அடம்பிடித்தார். ஒரு முறை ஒரு ஆள்மேல் இடித்து அதனால் கணேசனுக்கு நிறையச் செலவுகளை ஏற்படுத்திய தோடு தர்மசங்கடமான நிலையையும் உண்டாக்கினார்.

மனைவியின் கைதான் வீட்டில் எல்லாவற்றிலும் ஓங்கியிருப்ப தாக நினைத்த கணேசனுக்கு மனைவி மேல் கொஞ்ச நஞ்சம் இருந்த அன்பும் முழுவதுமாகப் போய்விட்டது. மனைவியைப் பார்ப்பதற்கே அவருக்கு வெறுப்பாக இருந்தது. கொஞ்ச நாட்

களாவது மனைவியைப் பிரிந்திருக்க வேண்டும் என்று விரும்பினார். மனைவியிடம் அதை நேரடியாகச் சொல்வதற்குப் பதில் தான் மேல் படிப்புப் படிக்க விரும்புவதாகவும் மனைவி அவருடைய தாய் வீட்டில் இரண்டு வருடங்கள் இருந்தால் நலம் என்றும் உஷாவிடம் கூறினார். ஆனால் உஷா அந்த ஏற்பாட்டிற்கு இணங்கவில்லை. தன்னால் கண்டிப்பாகத் தாய்வீட்டிற்குப் போக முடியாது என்று கூறிவிட்டார். தன் கணவனுக்கு தன்மேல் இருந்த அன்பு மறைந்து இப்போது அவருக்குத் தன்னைக் கண்டாலே பிடிக்கவில்லை என்பதை ஏனோ இப்போதும் உஷா உணரவில்லை.

மனைவியிடமிருந்து தற்காலிகமாவது பிரிந்து இருக்க வேண்டும் என்ற எண்ணம் கணேசனின் மனதில் விசுவரூபம் எடுத்தது. உள்நாட்டில் மனைவியைப் பிரிந்து இருக்கும் திட்டம் பலிக்காமல் போய்விட்டாலும் அந்தத் திட்டத்தை கணேசன் விடவில்லை. மனைவியிடமிருந்து எப்படியாவது தொலைதூரம் போய்விட வேண்டும் என்று கணேசன் மிகவும் விரும்பினார். அமெரிக்காவிலுள்ள ஒரு உறவினருக்கு எழுதிய கடிதத்தில் 'என் மனைவிதான் எங்கள் வீட்டில் எல்லா முடிவுகளும் செய்கிறாள். என் உணர்வுகளைக் கொஞ்சம்கூட அவள் புரிந்துகொள்ளவில்லை. அதிக நாட்கள் அவளோடு குடும்பம் நடத்த முடியும் என்று எனக்குத் தோன்றவில்லை. அவளை எப்படிப் பிரிவது என்றும் தெரியவில்லை. இப்போதைக்கு இரண்டு வருடங்களாவது அவளைப் பிரிந்திருக்க வேண்டும். அமெரிக்கா வந்து உயர் பயிற்சி பெற முடியுமா? அதற்கு உங்களால் உதவ முடியுமா?' என்று கேட்டுக் கடிதம் எழுதினார். உறவினரோ 'நீங்கள் இங்கு வந்து மருத்துவத் தொழில் செய்வதற்கு நிறையத் தேர்வுகள் எழுத வேண்டும். உங்களுக்கு இப்போது ஓரளவிற்கு வயதாகிவிட்டதால் அது கஷ்டம். வேறு என்ன செய்யலாம் என்று யோசித்து எழுதுகிறேன்' என்று எழுதினார். கணேசனுக்கு அவர் யோசிக்கும்வரைகூட பொறுமையாக இருக்கப் பிடிக்கவில்லை. 'அங்கு யாராவது வயோதிகர்களுக்குச் சேவை வேண்டுமானாலும் செய்கிறேன். அதற்காவது ஏற்பாடு செய்யுங்கள்' என்றார். டாக்டருக்குப் படித்துவிட்டுத் தன் ஜாதியிலும் தங்கள் சமூகத்திலும் பெரு மதிப்பைப் பெற்று நிறையப் பணமும் சம்பாதித்துக்கொண்டு இருந்த கணேசன் எல்லாவற்றையும் துறந்து வெளிநாடு சென்று அங்கு யாரோ ஒரு வயோதிகருக்குச் சேவை செய்ய நினைத்தார் என்றால் அவர் மனம் எவ்வளவு நொந்துபோயிருக்க வேண்டும்? கணேசனுடைய இந்த வேண்டுகோளையும் அந்த உறவினரால் நிறைவேற்றி வைக்க

முடியவில்லை. வயோதிகர்களுக்குச் சேவை செய்வதற்கும் அமெரிக்காவில் சில விதிகள் இருக்கின்றன, அந்த விதிகளைப் பின்பற்றுவதற்கு அவர் கொஞ்ச காலமாவது அமெரிக்காவில் வாழ்ந்திருக்க வேண்டும் என்பதை கணேசனுக்கு எடுத்துச் சொல்ல அந்த உறவினர் முயன்றார். கணேசன் எதையும் காதில் போட்டுக் கொள்ளவில்லை. மனைவியை எப்படிப் பிரிவது என்பது பற்றியே அவர் சதா சர்வ காலமும் நினைத்துக் கொண்டிருந்தார்.

தன் ஒரே மகள் தன்னை மாதிரி டாக்டராக வேண்டும் என்று நினைத்த கணேசன் மகளை மருத்துவப் படிப்பில் சேர்க்க நினைத்தார். ஆனால் மகளும் தன்னைப்போல் இளங்கலைப் படிப்போடு படிப்பை முடித்துக்கொண்டு திருமணம் செய்துகொள்ள வேண்டும் என்று நினைத்த உஷா மகளை இளங்கலை வகுப்பில் சேர்த்தார். குடும்ப விஷயங்கள் எல்லாவற்றிலும் உஷாவின் கையே ஓங்கி யிருப்பதை உணர்ந்த கணேசனுக்கு வாழ்க்கையே வெறுத்துப் போயிற்று. மற்ற கணவன்மார்கள் என்றால் மனைவியை அதட்டி, மிரட்டி தனக்குப் பணிந்து நடக்குமாறு செய்திருப்பார்கள் ஆனால் கணேசனோ தன் மனைவி தன் விருப்பம் போல் நடக்க வேண்டும் என்று விரும்பினாலும் மனைவியைத் துன்புறுத்தியோ வற்புறுத்தியோ அப்படி நடக்குமாறு செய்ய அவரால் முடியவில்லை. மனைவியை விவாகரத்து செய்வது என்பது அந்தக் காலகட்டத்தில் இந்த ஜாதியில் இல்லை. இருந்தாலும் போகப் போக மனைவியோடு உடன் இருப்பதே கணேசனுக்கு பெரிய வேதனையைக் கொடுத்தது. இதனால் அடிக்கடி உயிரை மாய்த்துக் கொள்ளும் எண்ணம் அவருக்கு ஏற்பட்டது. ஒரு முறை விஷத்தைக் குடித்துத் தற்கொலை செய்துகொள்ள முயன்றார். அவர் கிளினிக்கில் வைத்து இந்த முயற்சியை மேற்கொண்டதால் அவருடைய ஊழியர்கள் அவரை உடனேயே மருத்துவமனையில் சேர்த்து அவரைப் பிழைக்க வைத்துவிட்டனர்.

இந்தச் சம்பவத்திற்குப் பிறகு உஷாவும் அவருடைய வீட்டாரும் கணேசனின் மனநிலை பாதிக்கப்பட்டிருப்பதாக எண்ண ஆரம்பித் தனர். அப்படி அவர் மனநலம் பாதிக்கப்பட்டிருப்பதற்கு யார் காரணம், என்ன காரணம் என்பதை அறிந்துகொள்ள உஷா முயலவே இல்லை. கணவனுக்குத் தன் மேல் இருந்த வெறுப்புதான் அவரைத் தற்கொலை செய்யத் தூண்டியிருக்கலாமோ என்று உஷா ஒருபோதும் நினைத்துப் பார்க்கவில்லை. மாறாக எப்போதும்போல் கணவனுக்குப் பிடிக்காத காரியங்களாகவே செய்துவந்தார்.

தங்களுடைய ஒரே மகளையும் உஷா தன்னிஷ்டம் போல் வளர்க்க ஆரம்பித்தார். மகள் முன்னாலேயே கணேசன்மீது குறைகூற ஆரம்பித்தார். இது மகளின் மனதில் அப்பாவைப் பற்றிய ஒரு குறைவான எண்ணத்தை ஏற்படுத்தியது. இதுவும் கணேசனை வெகுவாகப் பாதித்தது. கடைசியில் மகள் திருமண விஷயத்தில் கணவன், மனைவி உறவு உடைந்துவிட்டது. உஷா தங்கள் மகளுக்குத் தேர்ந்தெடுத்த மாப்பிள்ளையை கணேசனுக்குக் கொஞ்சம்கூடப் பிடிக்கவில்லை. தன்னுடைய கருத்தை மனைவி ஏற்றுக்கொள்வதாக இல்லை என்பது உறுதியானதும் அவர் மிகவும் மனம் நொந்துபோனார். இனி உயிர் வாழ்வதில் அர்த்தம் இல்லை என்று உணர்ந்தார். இந்த முறை மிகவும் சாமர்த்தியமாகத் திட்டம் போட்டுத் தன் உயிரை மாய்த்துக்கொண்டார்.

கணேசனின் மகள் பொதுவாகத் தாயின் நிழலிலேயே வளர்ந்து வந்ததால் தந்தையின் மறைவு அவளை அவ்வளவாகப் பாதிக்க வில்லை. கணவனின் அபிலாஷைகளையும் உரிமைகளையும் ஒருபோதும் சரியாகப் புரிந்துகொள்ளாத உஷாவுக்கும் கணவனின் இறப்பு பெரிய பாதிப்பை ஏற்படுத்தவில்லை. தந்தை மகளுடைய திருமணத்திற்கு முன் இறந்துவிட்டதால் அவளுடைய திருமணம் அப்போதைக்கு ஒத்திவைக்கப்பட்டது. அதுதான் மகளுக்குப் பெரிய ஏமாற்றத்தைக் கொடுத்தது. ஒத்திவைக்கப்பட்ட திருமணம் சில மாதங்களுக்குப் பிறகு நடந்தது. திருமணம் செய்துகொண்டு தன் வாழ்க்கையைத் தொடர்ந்த மகளுக்குத் தந்தையை மறக்க வெகு நாட்களாகவில்லை. உஷாவுக்கு கணவன் தன்னோடு இப்போது இல்லை என்ற இழப்புணர்ச்சி இல்லை. எப்போதும் தன்னிச்சை யாகச் செயல்பட்டுப் பழகிப் போயிருந்த உஷாவுக்கு கணவன் மறைந்த பிறகும் தானாகச் செயல்படுவது பெரிய சிரமமாக இல்லை. உஷாவின் பெற்றோர் அவரைத் தங்கள் ஊருக்கு வந்துவிடும்படி எவ்வளவோ கேட்டுக்கொண்டனர். ஆனாலும் உஷா அதற்கு ஒத்துக்கொள்ளவில்லை. கணேசனின் சம்பாத்தியம் தேவைக்கு அதிகமாகவே தாய்க்கும் மகளுக்கும் இருந்ததால் பணத்தேவை அவர்களுக்கு ஏற்படவேயில்லை. அவர்கள் பாட்டுக்குத் தங்கள் வாழ்க்கையைத் தொடர்ந்து வந்தார்கள்.

கணேசனுக்கு உஷாவைவிடப் பணக்காரக் குடும்பங்களிலிருந்து பெண் கிடைத்திருக்கும். உஷாவின் அழகுக்காக கணேசன் உஷாவை மணந்துகொண்டார். தன் மனைவியைப் பிரியமாக நடத்தவும் அவர் தவறவில்லை. தனக்கென்று வைத்திருந்த சில ஆசைகளை மனைவி மதித்து நடக்க வேண்டும் என்று விரும்பினார். அது

ஒன்றுதான் அவர் மனைவியிடம் வேண்டியது. மனைவியின் விருப்பங்களை சிறிதும் மதிக்காமல் அவள் மீது முழு அதிகாரமும் செலுத்திவந்த கணவன்மார் வாழ்ந்துவந்த காலத்தில் தன் கணவனுக்கும் சில விருப்பங்கள் இருக்கலாம், அதை மதித்து நடக்க வேண்டும் என்று ஏனோ உஷாவுக்குத் தோன்றவில்லை. கணவன் இறந்த பிறகும் வாழ்க்கைத் துணையை இழந்துவிட்டதாக அவருக்குத் தோன்றவில்லை.

23

மலர்விழி

மலர்விழி அவள் பெற்றோருக்கு நான்காவது குழந்தையாக 1978இல் பிறந்தாள். பெண்ணென்றாலும் கடைக்குட்டி என்பதால் எல்லோரிடத்திலும் அவளுக்கு செல்லம். அவளுக்கு முன்னால் இரண்டு ஆண்குழந்தைகள் இருப்பதால் இவள் பெண்ணாகப் பிறந்தபோது பெற்றோருக்கும் அவள்மேல் சலிப்பு ஏற்படவில்லை. பள்ளியிலும் மலர்விழிக்கு நல்ல பெயர். ஒழுங்காகப் பள்ளிக்குச் சென்று விடுவாள். எந்தக் காரணத்தைக் கொண்டும் மலர்விழிக்கு விடுமுறை எடுக்கப் பிடிக்காது. இல்லாத பாட்டியும் தாத்தாவும் இறந்ததாகச் சொல்லிக்கொண்டு பள்ளிக்குப் போகாமல் இருப்பவர்களிடையே பள்ளிக்குத் தவறாமல் வரும் மலர்விழியைப் பள்ளியிலும் எல்லா ஆசிரியைகளுக்கும் பிடிக்கும். படிப்பிலும் மலர்விழி கெட்டிக்காரி. பள்ளி விளையாட்டுக்களிலும் மலர்விழி தவறாமல் கலந்து கொள்வாள்.

வீட்டிலும் மலர்விழி நல்ல பெயர் வாங்கியிருந்தாள். எல்லோரும் செல்லம் கொடுத்து வளர்த்தாலும் அவள் அதைப் பயன்படுத்திக் கொண்டு வீட்டில் எந்த வேலையும் செய்யாமல் இருப்பதில்லை. அவளுடைய தாய்க்கு எல்லா விதத்திலும் உதவுவாள். இது வேண்டும், அது வேண்டும் என்று அடம்பிடிப்பதில்லை. தாய் எது சமைத்தாலும் அதைப் பிரியமாகச் சாப்பிட்டுக்கொள்வாள். வீட்டிற்கு வரும் விருந்தினர்களிடமும் சகஜமாகப் பழகுவாள். இவள் வளர்ந்து வரும்போதே இவளைத் தங்கள் மகனுக்கு மணமுடிக்கலாம் என்று பல உறவினர்கள் அபிப்பிராயப்பட்டனர். எப்போதும் சிரித்த முகத்துடன் இருப்பாள்; பார்ப்பதற்கும் நன்றாக இருப்பாள்.

மலர்விழியின் அக்கா இவளைவிட எட்டு வயது பெரியவள். அவளும் மலர்விழியும் ஓரளவு நல்ல நிறம். இருவருக்கும் அவர்கள் தகுதிக்கு ஏற்றவாறு எந்தவிதச் சிரமமும் இல்லாமல் திருமணத்தை

முடித்துவிடலாம் என்று பெற்றோர் நினைத்தனர். மலர்விழி அளவு அவளுடைய தமக்கைக்குப் படிப்பில் ஆர்வம் இல்லை. பத்து வருடப் பள்ளிப் படிப்பையும் அதன் பிறகு கல்லூரிக்குச் செல்வதற்குத் தேவையான இரண்டாண்டு பிளஸ் 2 எனப்படும் இரண்டு வருட கோர்ஸையும் முடித்துவிட்டுப் படித்தது போதும் என்று நினைத்தாள். அவள் படிப்பைத் தொடர விரும்பாதபோது அவளுடைய பெற்றோரும் மேலே படிக்கும்படி அவளை வற்புறுத்தவில்லை. பெண்கள் என்றால் பிறந்து வளர்ந்து பெரிய மனுஷி ஆகித் திருமணம் செய்துகொண்டு பிள்ளைகளைப் பெற்றுக்கொண்டு வாழ்பவள் என்ற எண்ணம்தான் பல பெண்களிடம் இருந்தது. எங்கேயோ ஒரு சிலர்தான் இந்த விதியை மீறி நிறையப் படிக்க வேண்டும் என்று நினைப்பார்கள். அவர்களிலும் பல பேர் உத்தியோகம் பார்க்க வேண்டும் என்று நினைப்பதில்லை. மலர்விழியின் அக்காவும் எல்லோரும் போகும் பாதையில்தான் போக நினைத்தாள். ஆனால் மலர்விழி அப்படியில்லை. நிறையப் படிக்க வேண்டும், முடிந்தால் உத்தியோகம் பார்க்க வேண்டும் என்று விரும்பினாள். அவர்களுடைய ஜாதியில் பெண்கள் படித்து வேலைக்குப் போவது மலர்விழியின் காலம்வரை வழக்கத்திற்கு வரவில்லை.

மலர்விழியின் அக்கா படிப்பை நிறுத்தி ஒரு வருடத்தில் அவளுக்கு மாப்பிள்ளை தேடும் படலத்தைப் பெற்றோர் ஆரம்பித்தனர். அதன் பிறகு ஒரு வருடத்தில் மாப்பிள்ளை அமைந்தது. மாப்பிள்ளைப் பையனும் கொஞ்சம் நிறமாக இருந்தான். உள்ளூரிலேயே அவனுடைய தந்தை நடத்திவந்த நொறுக்குத்தீனி விற்கும் கடையில் தந்தையோடு சேர்ந்து வியாபாரம் செய்து வந்தான். உள்ளூரிலேயே மலர்விழியின் அக்கா தொடர்ந்து வாழ்ந்து வந்ததால் பெற்றோருக்கும் அவளை அடிக்கடி பார்க்கும் சந்தர்ப்பம் கிடைத்தது. அவளுக்கும் பெற்றோர் இருக்கும் ஊரிலேயே தொடர்ந்து வாழ்வது பிடித்திருந்தது. திருமணமாகி இரண்டாவது ஆண்டிலேயே அவள் ஒரு ஆண் குழந்தையைப் பெற்றெடுத்தாள். அவளுடைய கணவனுக்கும் மாமியார், மாமனாருக்கும் மிகவும் சந்தோஷம். திருமணம் செய்துகொண்டு சீக்கிரமே ஒரு பிள்ளை, அதுவும் ஆண் குழந்தை பெற்றுக்கொண்டால் ஒரு பெண்ணுக்கு அது பெருமை சேர்க்கும் விஷயம். அவளுடைய கணவனும் அவளை மிகவும் பிரியமாக நடத்தினான். அவளுடைய கணவன் தன் தந்தையோடு சேர்ந்து வியாபாரம் செய்தாலும் இவர்கள் இருவரும் தனிக்குடித்தனம்தான் நடத்தினார்கள். அவள் அடிக்கடி பெற்றோர் வீட்டிற்கு வருவதால்

மலர்விழிக்கும் அக்காவின் பையனின் மேல் மிகவும் பிரியம். தங்கை பிள்ளை பெற்றுக் கொள்ளும்வரை அக்காவின் குழந்தைகள்மீது பாசம் வைப்பது ஒன்றும் புதிதல்ல. அதன் பிறகும் சிலருக்கு அந்தப் பாசத்தைத் தொடர்ந்து வைத்துக்கொள்ள முடியும். சிலருக்கு வேறு சில சம்பவங்களால் அந்தப் பாசம் மாறிப் போகவும் வாய்ப்பு உண்டு.

அக்காவின் குழந்தைக்கு ஒரு வயது முடிந்து இரண்டாவது வயது ஆரம்பித்தபோது அக்கா நோய்வாய்ப்பட்டாள். ஏதோ நரம்பு சம்பந்தப்பட்ட வியாதி என்று டாக்டர் கூறினார். எவ்வளவு நாட்களுக்கு அந்த வியாதி நீடிக்கும் என்று அவரால் அறுதியிட்டுச் சொல்ல முடியவில்லை என்றாலும் சீக்கிரமே குணமாகிவிடும் என்றுதான் அவர் நினைத்தார்; அதையே கணவன், பெற்றோர் ஆகியோரிடமும் கூறினார். ஆனால் டாக்டர் கூறியது பொய்த்து விட்டது. ஒரு சில நாட்களில் வியாதி குணமடைந்து எழுந்துவந்து வீட்டு வேலைகளையும் மகனையும் கவனித்துக்கொள்வாள் என்று எல்லோரும் எதிர்பார்த்ததற்கு மாறாக அவளுடைய வியாதி நீண்டுகொண்டே போனது. நாட்கள் மாதங்களாயின. முதலில் பொறுமையாக இருந்த மாமியார், மாமனார் பொறுமை இழக்க ஆரம்பித்தனர். மாமியாருக்கு வீட்டு வேலைகளைப் பார்ப்பதோடு பேரனையும் கவனித்துக்கொள்வது சிரமமாக இருந்தது. இதை உணர்ந்த மலர்விழியின் பெற்றோர் மகளையும் பேரனையும் தங்களோடு வசிக்க தங்கள் வீட்டிற்கு அழைத்து வந்துவிட்டனர். வீட்டில் மலர்விழியும் இருந்ததால் அக்காவையும் குழந்தையையும் கவனித்துக்கொள்வது அவளுக்கும் அவளுடைய தாய்க்கும் பெரிய பாரமாகத் தெரியவில்லை. இதற்கிடையில் மலர்விழியின் அக்காவுக்கு சுய உணர்வே இல்லாமல் போயிற்று. சிறு குழந்தை போல ஆகிவிட்டாள். அவளைச் சுற்றி நடப்பது எதுவும் அவளுக்குத் தெரியவில்லை.

இன்று குணமாகிவிடும், நாளை குணமாகிவிடும் என்று எல்லோரும் எதிர்பார்த்த வியாதி ஒரு வருடத்திற்கு மேல் நீண்டு கொண்டே போனது. அதுவுமல்லாமல் மலர்விழியின் அக்காவுக்குக் குணமாகும் அறிகுறியே இல்லை. மலர்விழியின் தமக்கையின் கணவருக்கு வயிற்றுப் பசியைத் தீர்த்துவைக்க அவருடைய தாய் இருந்தார். ஆனால் உடல்பசியைத் தீர்த்துவைக்க அவர் மனைவியால் இயல வில்லை. மனைவியின் உடல்நிலையைப் பற்றி அவர் கவலைப் படவில்லை. தாம்பத்திய உறவுக்குத் தனக்கு ஒரு பெண் வேண்டும் என்பதுதான் அவருடைய கவலை. மனைவி நோய் வாய்ப்பட்ட பிறகு சில மாதங்கள் அவரும் மற்றவர்கள்போல் மனைவி சீக்கிரமே

குணமடைந்துவிடுவாள் என்று எதிர்பார்த்தார். எல்லோரும் எதிர்பார்த்தபடியும் மனைவி குணமடையாதலால் பொறுமை இழந்தார். இனியும் தன்னால் துணையில்லாமல் வாழ முடியாது என்று நினைத்தார். மனைவி உயிரோடு இருக்கும்போதே இன்னொரு பெண்ணைத் திருமணம் செய்துகொள்வது நடைமுறைக்கு உகந்ததல்ல என்று எண்ணினார்.

ஆனால் மனைவியின் தங்கையைத் தனக்கு மணமுடிக்குமாறு கேட்பது அவருக்கு கேட்கக்கூடாத விஷயமாகத் தோன்றவில்லை. மெதுவாக மலர்விழியைத் தனக்கு மணமுடிக்குமாறு கேட்க ஆரம்பித்தார். பெற்றோருக்கு இதைக் கேட்டு மிகவும் அதிர்ச்சியாக இருந்தது. அக்கா இறந்துவிட்டால் தங்கையை அக்காவின் கணவருக்கு மணமுடிக்கும் பழக்கம் அப்போது அந்த ஜாதியில் இருக்கத்தான் செய்தது. தங்கள் மகள் இறந்துவிட்டால் மருமகனோடு உறவு விட்டுப்போகும்; அதன் பிறகு பேரக் குழந்தைகளைப் பார்க்கும் வாய்ப்பும் குறைந்துவிடும் என்பதால் தங்களுக்கு இன்னொரு மகள் இருந்தால், அவளுக்கும் இறந்துபோன மகளுக்கும் சில வருடங்களே வயது வித்தியாசம் இருந்தால் அவளை இறந்துபோன மகளின் கணவனுக்கே, அதாவது தங்கள் மருமகனுக்கே, திருமணம் செய்துவைப்பார்கள். ஆனால் மனைவி உயிரோடு இருக்கும்போதே தங்கையை மணமுடிப்பது இல்லை. மலர்விழியின் அக்காவின் கணவர் தன்னுடைய மனைவி உடம்பு குணமாகித் தன்னுடன் குடும்பம் நடத்துவாள் என்ற நம்பிக்கையை இழந்துவிட்டதால் தன் மனைவியின் தங்கையையே தனக்கு மணமுடிக்குமாறு கேட்டார். அப்போது பதினைந்து வயதே ஆகியிருந்த மலர்விழியை இருபத்தெட்டு வயது மருமகனுக்கு மணமுடிப்பதை அவளுடைய பெற்றோர் விரும்பவில்லை. மருமகனின் வேண்டுகோளைச் செவிமடுக்காமல் சும்மா இருந்தனர்.

மூத்த மகள் இரண்டாண்டுகளாக நோய்வாய்ப்பட்டிருப்பது போக இப்படி மருமகனின் கோரிக்கை வேறு அவர்களை வாட்டிக் கொண்டிருந்தது. சில மாதங்கள் இப்படியே கழிந்தன. அதன் பிறகு மருமகன் மறுபடி மலர்விழியைத் தனக்கு மணமுடிக்குமாறு கேட்க ஆரம்பித்தார். இப்போது அவனுடைய பெற்றோர்களும் அவரோடு சேர்ந்துகொண்டனர். அவர்கள் மூவரைப் பொறுத்த வரை மலர்விழியின் அக்கா இறந்துபோன மாதிரிதான். அதனால் சில குடும்பங்களில் நடப்பதுபோல் மனைவியின் தங்கையை மணமுடிப்பதில் தவறு ஏதும் இல்லை என்று நினைத்தனர். ஆனால் மலர்விழிக்கும் அவளுடைய தமக்கையின் கணவருக்கும் பதின்

மூன்று வயது வித்தியாசம் என்பதை அவர்கள் கருத்தில் கொள்ளவே இல்லை.

இதற்கும் மலர்விழியின் பெற்றோர் ஏதும் பதில் அளிக்காமல் இருக்கவே மலர்விழியின் அக்காவின் கணவர் இன்னொரு குண்டைத் தூக்கிப் போட்டார். மலர்விழியின் பெற்றோருக்கு மலர்விழியைத் திருமணம் செய்துகொடுக்கப் பிடிக்கவில்லை என்றால் தான் வேறு இடத்தில் பெண் பார்த்துக்கொள்வதாகக் கூற ஆரம்பித்தார். அவர்களைப் பணிய வைப்பதற்காகத்தான் மருமகன் இப்படிக் கூறுகிறார் என்று மலர்விழியின் பெற்றோருக்குத் தெரிந்தே இருந்தது. இருந்தாலும் அவர் அப்படிக் கேட்டது அவர்களுக்கு இன்னும் அதிக அதிர்ச்சியைக் கொடுத்தது. மகள் நோய்வாய்ப் படுத்திருக்கும்போதே மருமகன் இன்னொரு திருமணம் செய்து கொள்ளட்டும் என்று விட்டுவிடுவதா அல்லது தங்களுடைய இன்னொரு மகளையே நியாயமில்லாமல் நடந்து கொள்ளும் அந்த மருமகனுக்கு மணமுடிப்பதா என்று தீர்மானிக்க முடியாமல் தவித்தனர். நாட்கள் ஓடிக்கொண்டிருந்தன. சீக்கிரமே ஒரு முடிவுக்கு வர வேண்டிய நிர்ப்பந்தத்தில் தாங்கள் இருப்பதை உணர்ந்தனர்.

இதை நன்றாகவே அறிந்துகொண்ட மருமகனும் அவர்களை மேலும் நிர்ப்பந்தப்படுத்தினார். மனைவி உயிரோடு இருக்கும் போதே இன்னொரு திருமணம் செய்துகொள்வது சட்டப்படி குற்றம் என்று மலர்விழியின் பெற்றோர்களுக்குத் தெரிந்தே இருந்தாலும் அவர்களுக்கு நீதிமன்றத்தை நாடி நியாயம் கேட்கும் அளவிற்குத் தைரியம் இல்லை. மருமகன் இன்னொரு பெண்ணை மணந்தால் தங்களுடைய பேரனோடு தொடர்பு முழுவதுமாக விட்டுப் போகும். இந்த ஜாதி வழக்கப்படி மலர்விழியின் தமக்கையின் சீதனம் பூராவும் அவளுடைய மகனுக்குக் கிடைக்க வேண்டும். இன்னொரு பெண்ணை மணந்தால் மலர்விழியின் தமக்கையின் கணவர் மலர்விழியின் சீதனம் பூராவையும் தன் மகன் பெயருக்கு வங்கியில் டிபாசிட் செய்ய வேண்டும். இதை யெல்லாம் அவர் செய்வாரா என்று மலர்விழியின் பெற்றோர்கள் வெகுவாக எண்ணிப் பார்த்தனர். மிகுந்த மனஉளைச்சலுக்குப் பிறகு தங்கள் இன்னொரு பெண்ணையே மருமகனுக்கு திருமணம் செய்வதென்று முடிவு செய்தனர். மகளை ஒரு வார்த்தை கேட்க வேண்டுமென்று அவர்கள் நினைக்கவில்லை. மருமகனின் பெற்றோரிடம் மலர்விழியை அவர்களுடைய மகனுக்குத் திருமணம் முடித்துக் கொடுப்பதாகக் கூறினர். மகன் இத்தனை நாள் சந்நியாசி வாழ்க்கை வாழ்ந்தது முடிந்துவிடும், அவனுக்கு ஒரு பெண் துணை

கிடைத்துவிட்டது என்று அவருடைய பெற்றோர்கள் மகிழ்ந்து போயினர். மலர்விழியின் அக்கா கணவனுக்கும் அப்படியே. பாலுறவுக்கு ஒரு பெண் கிடைத்துவிட்டாள் என்பதுதான் அவருடைய எண்ணமாக இருந்தது. தன்னைவிட பதின்மூன்று வயது குறைந்த பெண்ணை மணக்கப் போகிறோமே, அவள் மனம் என்ன பாடுபடும் என்றெல்லாம் எண்ணிப் பார்க்கவில்லை. தனக்கு மூன்று வருடங்கள் மனைவியாக இருந்து ஒரு மகனையும் பெற்றுக் கொடுத்தவள் உயிரோடு இருக்கும்போதே தான் இன்னொரு பெண்ணை மணக்க நினைப்பது எந்த விதத்தில் நியாயம் என்று நினைத்துப் பார்க்கும் அளவிற்கு அந்த மனிதரின் சுயநலம் இடம் கொடுக்கவில்லை.

மலர்விழியின் அக்காவின் கணவருக்கு வேறு இடத்தில் பெண் பார்த்திருக்கலாம். அது நடைமுறைக்கு உகந்ததல்ல என்பது ஒரு புறம். அப்படிச் செய்தால் அது அவருக்கு இரண்டாவது திருமண மாகக் கருதப்படும். இந்த ஜாதியில் இரண்டாவது திருமணத்திற்குப் பெண் தேடும்போது அந்தக் குடும்பத்தைவிட வசதியில் மிகவும் குறைந்த குடும்பத்திலிருந்துதான் பெண் கிடைக்கும். மலர்விழியின் அக்காவின் கணவரும் அவருடைய பெற்றோர்களும் மலர்விழியையே திருமணம் செய்து கொடுக்குமாறு அவள் பெற்றோரை வற்புறுத்தி யதற்கு அதுவும் ஒரு காரணம். மலர்விழியைத் திருமணம் செய்து கொண்டால் அவளுடைய பெற்றோர் குறைந்த சீதனம் கொடுக்கப் போவதில்லை. அவளுடைய அக்காவிற்குக் கொடுத்த அளவு சீதனம் மலர்விழிக்கும் கொடுப்பார்கள். என்ன இருந்தாலும் மலர்விழியும் அவர்கள் பெண்தானே. இரண்டாவது மனைவியாக வாழ்க்கைப்படும் துரதிர்ஷ்டத்தோடு குறைந்த சீதனமும் அவள் பெற வேண்டுமா என்று நினைப்பார்கள்.

அக்காவின் கணவனையே மணந்துகொள்ள வேண்டிய நிர்ப்பந்தம் தனக்கு ஏற்பட்டதைத் தெரிந்துகொண்ட மலர்விழிக்கு உலகமே இருண்டுவிட்டதாகத் தோன்றியது. ஆனாலும் என்ன செய்வதென்றும் தெரியவில்லை. தாயிடம் தான் அந்தத் திருமணத் திற்குச் சம்மதித்துத்தான் ஆக வேண்டுமா என்று கேட்டாள். தாய்க்கு என்ன சொல்வதென்று தெரியவில்லை. குமுறிக் குமுறி அழுவதைத் தான் மகளுக்குப் பதிலாகக் கூற முடிந்தது. பெற்றோரின் நிலையைக் கண்டு மலர்விழியின் சோகம் இன்னும் அதிகமாகியது. அவளுடைய அண்ணன்களுக்கும் நிலைமை புரிந்தது. வீட்டில் யாரும் சரியாகச் சாப்பிடவில்லை; சரியாகத் தூங்கவில்லை. மலர்விழியின் அக்காவின் கணவரின் வீட்டில் திருமணத்திற்கு வேண்டிய ஏற்பாடுகளைச்

செய்யத் தொடங்கினர். மலர்விழியின் பெற்றோர்களும் தங்கள் பங்கு வேலைகளைக் கவனிக்க வேண்டிய அவசியத்தை உணர்ந்தனர். மலர்விழியைப் பார்க்கும்போதெல்லாம் அவர்களுக்கு நெஞ்சு கனக்கும். ஆனாலும் இரண்டாவது மகளை மருமகனுக்கு மணமுடிப்பதைத் தவிர வேறு எந்த வழியும் தெரியவில்லை. மூத்த மகள் இப்படிப் பல ஆண்டுகளாக நோய்வாய்ப்பட்டிருக்கிறாளே என்பதை நினைத்து வருந்துவதா அல்லது இரண்டாவது பெண்ணையே மூத்த மகளின் கணவனுக்கு அதுவும் அவள் உயிரோடு இருக்கும் போதே மணமுடிக்க வேண்டியிருக்கிறதே என்பதை நினைத்து வருந்துவதா என்று தெரியாமல் கலங்கிப் போயிருந்தனர்.

மலர்விழி தனக்கு இப்படி ஒரு நிலைமை வரும் என்று ஒரு போதும் எண்ணிப் பார்த்ததில்லை. தன் சோகம் அதிகரிக்க, அதிகரிக்க வீட்டில் மற்றவர்களின் சோகமும் அதிகரிப்பதை உணர்ந்தாள். சில சமயங்களில் உயிரை மாய்த்துக்கொள்ளலாம் என்ற எண்ணம்கூட அவளுக்கு ஏற்பட்டது. ஆனால் தன்னால் அது முடியுமா, அப்படி செய்யும்போது அதில் தோல்வி ஏற்பட்டால் இன்னும் மோசமாகிவிடுமே என்றெல்லாம் யோசனை செய்தாள். இப்படி வீட்டார் அனைவரும் சோகத்தில் மூழ்கி இருக்கும்போது திருமண நாளும் நெருங்கி வந்தது. மணப் பெண்ணுக்கு இருக்க வேண்டிய எந்தவித சந்தோஷமும் இல்லாமல் மலர்விழி தாலி கட்டிக் கொண்டாள். அக்கா உயிரோடு இருக்கும் போதே அக்காவின் கணவரை மணந்துகொள்ள வேண்டிய துர்பாக்கியமும் தன்னைவிட வயதில் மிகவும் மூத்தவரை வாழ்க்கைத் துணையாக ஏற்க வேண்டி யிருக்கிறதே என்ற எண்ணமும் அவளை வாட்டி வதைத்தன. மலர்விழியின் அக்காவை அவரது தாய்தான் தொடர்ந்து கவனித்து வந்தார். மலர்விழிக்குத் திருமணமாகி இரண்டு வருடங்களில் அவளுடைய அக்கா இறந்துவிட்டாள்.

மலர்விழியின் கதை ஐம்பது வருடங்களுக்கு முன்னால் நடந்திருந்தால் ஜாதியில் பெரியவர்களின் தலையீடு இருந்திருக்கும். அவர்களின் தலையீடு குறைந்துகொண்டே போனாலும் நீதிமன்றத் திற்குப் போய் நீதி கேட்கும் வழக்கம் இன்னும் வரவில்லை. மேலும் இந்தியாவில் எல்லாத் துறைகளிலும்போல் நீதித்துறையிலும் ஊழல்கள் மலிந்திருக்கின்றன. நீதிமன்றத்திற்குப் போனாலும் நீதி கிடைக்குமா என்று சொல்ல முடியாது. அதோடு நீதிமன்றங்கள் வழக்கை முடிப்பதற்குப் பல வருடங்கள் எடுக்கலாம். இப்போது குடும்ப நீதிமன்றங்கள் இருக்கின்றன. அவை வேகமாகச் செயல் படலாம்.

மலர்விழியின் காலத்தில் பெண்கள் படித்து வேலைக்குப் போக அனுமதிக்கப்படவில்லை. திருமணம் செய்துகொண்டு கணவனைச் சார்ந்து வாழ்வதுதான் வாழ்க்கையில் பெண்களுக்குரிய ஒரே வாய்ப்பு. இதை மாற்றப் பெற்றோர்கள் துணியவில்லை. அவர்கள் அப்படித் துணிந்திருந்தால் மலர்விழி இன்னும் நிறையப் படித்து உத்தியோகம் பார்த்திருப்பாள். அவளுடைய இளம் வயதுக் கனவுகள் பல நிறைவேறியிருக்கலாம்.

24

வனஜா

வனஜாவின் கதை கொஞ்சம் வித்தியாசமானது. வனஜா பிறந்தது 1980இல். அப்போது அவள் ஜாதியில் பலர் பெண்களைக் கல்லூரிக்கு அனுப்பி இளங்கலை வகுப்புகள்வரை படிக்கவைக்க ஆரம்பித்திருந்தனர். அதிலும் மதுரை போன்ற பெரிய ஊர்களில் வசிக்கும் பெற்றோர்கள் உள்ளூரிலேயே நிறையக் கல்லூரிகள் இருப்பதால் பெண்குழந்தைகளைப் பள்ளிப் படிப்போடு நிறுத்தாமல் அதற்கு மேலும் கொஞ்சம் படிக்கவைத்தனர். சில பெண்களுக்கு இளங்கலைப் படிப்பை முடிக்கும் முன்பே திருமணம் முடிந்துவிடும். இளங்கலைப் படிப்பை முடித்துத்தான் ஆக வேண்டிய கட்டாயம் இவர்களுக்கு இல்லை. வீட்டில் வசதி இருப்பதாலும் வீட்டில் செய்வதற்கு வேறு வேலை எதுவும் இல்லாததாலும் கல்லூரிக்கு அனுப்பிவைப்பார்கள். அதன் பிறகு பெண்களுக்கு மாப்பிள்ளை பார்க்கும் படலமும் ஆரம்பிக்கும். முதலில் அவ்வளவு தீவிரமாகத் தேட ஆரம்பிக்க மாட்டார்கள். ஆனால் ஆண்டுகள் செல்லச் செல்ல அந்தத் தேடல் தீவிரப்படுத்தப்படும். சில பெண்கள் விஷயத்தில் இரண்டாம் ஆண்டிலேயே திருமணம் அமைந்துவிடும். சிலருக்கு இன்னும் ஓராண்டு எடுக்கலாம். பெண்கள் இளங்கலைப் படிப்பை முடிக்கும்வரை மாப்பிள்ளை அமையாவிட்டால் பெற்றோர்கள் தவித்துப் போய்விடுவார்கள். பெண்குழந்தைகள் பெரிய மனுஷி ஆகியதும் அவர்களின் படிப்பை நிறுத்திவிட்டு அதன்பிறகு ஒன்றிரண்டு வருடங்களில் அவர்களுக்குத் திருமணம் செய்துவைக்கும் போது பெண்களுக்குப் பதினாலு, பதினைந்து வயதுதான் ஆகியிருக்கும். பள்ளிப் படிப்பை முடிக்கும்வரை திருமணத்தைத் தள்ளிப்போட்டபோது பெண் களுக்குத் திருமண வயது பதினேழு, பதினெட்டு. திருமணம் ஆகும்வரை படித்துக் கொண்டிருக்கட்டும் என்று நினைத்துத்தான் பெற்றோர்கள் பெண் குழந்தைகளைக் கல்லூரிக்கு அனுப்பினார்கள். அவர்களுக்குத் திருமணம் அமைவதைப் பொறுத்து அவர்களுடைய வயதும் பதினெட்டிலிருந்து இருபது, இருபத்தொன்றுவரை ஆகிவிடும்.

அவர்கள் படித்துப் பட்டம் வாங்க வேண்டுமென்றோ ஒரு வேலை தேடிக்கொள்ள வேண்டுமென்றோ பெற்றோர்கள் நினைப்ப தில்லை. இவர்கள் பெண்குழந்தைகளைக் கல்லூரிக்கு அனுப்புவது திருமணம் நிச்சயமாகும்வரை கல்லூரிக்குப் போய்க்கொண்டிருக் கட்டும் என்றுதான். உள்ளூரிலேயே கல்லூரிகள் இருந்ததால் படிப்புச் செலவும் அவ்வளவு அதிகம் இல்லை.

வனஜாவின் பெற்றோர் வசதி படைத்தவர்கள். இம்மாதிரியான குடும்பங்களில் செய்வதுபோல் இவர்களும் மகளைக் கல்லூரிக்கு அனுப்பினர். வனஜா அப்படி ஒன்றும் அழகி இல்லை. ஏதோ சுமாராக இருப்பாள். அவளுக்கு மாப்பிள்ளை எளிதில் அமையாது என்று அவளுடைய பெற்றோருக்குத் தெரிந்தே இருந்தது. கல்லூரியில் சேர்ந்த நாளிலிருந்தே மகளுக்கு மாப்பிள்ளை தேடத் தொடங்கினர். ஆனால் ஒன்றும் சரியாக அமையவில்லை. அதற்குள் வனஜா பி.எஸ்.சி முடித்துவிட்டாள். இனி அவளுடைய படிப்பைத் தொடருவதில் எந்த நன்மையும் இருக்காது என்று எண்ணிப் பெற்றோர் அதோடு அவள் படிப்பை நிறுத்தினர். அதன் பிறகும் நான்கு வருடங்கள் கழிந்தன. வனஜாவின் திருமணம் நடப்பதற் குரிய அறிகுறிகள் எதுவும் தெரியவில்லை. பெற்றோர்களுக்கு மிகவும் கவலையாகப் போய்விட்டது.

வனஜாவின் பெற்றோர்களின் பூர்வீக ஊரிலிருந்து ஒரு சம்பந்தம் வந்தது. பையன் வீட்டில் ஆறு பெண்கள், ஒரே பையன். பொதுவாக இத்தனை பெண்கள் இருக்கும் வீட்டில் பெண்கொடுக்கப் பலர் தயங்குவார்கள். பிறந்த வீட்டுப் பெண்கள் அனைவருக்கும் ஒரே மருமகள் ஈடுகொடுக்க வேண்டுமே. பையனுக்கு ஒரு சகோதரி இருந்தாலே அவள் வீட்டிற்கு வந்த மருமகளிடம் - அதாவது சகோதரனின் மனைவியிடம் - கண்டுபிடிக்கும் குறைகளைத் தாங்கிக்கொள்வது கடினம். ஆறு பேர் என்றால் மகள் எப்படிச் சமாளிப்பாள் என்று பெற்றோர் கலங்கினர். ஆனாலும் வனஜாவுக்கு இதுவரை மாப்பிள்ளை அமையவில்லை. இன்னும் காத்திருந்தால் இதைவிட மோசமான மாப்பிள்ளையாக அமையக்கூடும். இந்தப் பையனுக்காவது சொத்து இருக்கிறது. அதைப் பகிர்ந்துகொள்ள வேறு சகோதரர்கள் இல்லை. அதனால் வனஜாவின் பெற்றோர், பையனுக்கு ஆறு சகோதரிகள் இருப்பதைப் பெரிய குறையாகக் கருதவில்லை. எப்படியாவது மகளுக்குத் திருமணம் முடிந்தால் போதும் என்று நினைத்தனர். பையன் சென்னையில் கணினிப் பொறியாளராக இருப்பதாக அறிந்ததும் அது அவர்களுக்குப் பிடித்த அம்சமாக இருந்தது. பையனின் மற்ற குணங்களைப் பற்றியெல்லாம்

சரியாக விசாரிக்காமல் திருமணத்திற்குச் சம்மதித்தனர். பையனுக்கு அவர்கள் விரும்பிய தகுதிகள் நான்கில் இரண்டாவது இருக்கிறதே - பையன் படித்திருக்கிறான்; சொத்துக்கள் இருக்கின்றன - என்ற ரீதியில்தான் அவர்களுடைய எண்ணம் இருந்தது.

திருமணம் முடிந்து இரு பக்க விருந்துகள் எல்லாம் முடிந்த பிறகு வனஜா தன் கணவர் சுரேஷுடன் சென்னையில் குடியேறினாள். மதுரையில் வளர்ந்திருந்ததால் சென்னை வாழ்க்கை வனஜாவுக்கு சீக்கிரமே பழகிப் போயிற்று. அடிக்கடி அவளுடைய பெற்றோர் வந்து அவளைப் பார்த்துக்கொண்டனர். வனஜாவுக்கு ஒரே ஒரு தம்பிதான். அவன் மதுரையில் பொறியியல் கல்லூரியில் படித்துக் கொண்டிருந் தான். பெற்றோர் ஊரில் இல்லையென்றால் அவன் தன்னுடைய கல்லூரி விடுதியில் தங்கிக்கொள்வான். வனஜாவின் தந்தைக்கும் சென்னையில் அவரது வியாபார விஷயமாக ஏதாவது வேலை இருந்துகொண்டிருக்கும். அவர் சென்னைக்கு வருவதைச் சாக்கிட்டு வனஜாவின் தாயும் அவருடன் வந்து மகளைப் பார்த்துவிட்டுப் போவார்.

திருமணமான புதிதில் சுரேஷின் நடத்தையில் வனஜாவுக்கோ அவரது பெற்றோர்களுக்கோ எவ்வித சந்தேகமும் ஏற்படவில்லை. ஆனால் போகப் போக சுரேஷ் ஏற்கனவே இன்னொரு பெண்ணை மணந்துகொண்டிருப்பதும் அவளை அதே ஊரில் இன்னொரு வீட்டில் குடிவைத்திருப்பதும் தெரிந்தது. அந்தப் பெண்ணிற்கு இன்னொருவருடன் திருமணமாகி ஒரு குழந்தை இருப்பதாகவும் திருமணமான பெண்ணை சுரேஷ் தன்னோடு சேர்த்துக் கொண்ட தாகவும் தெரிந்தது. என்ன செய்வது என்று யோசிப்பதற்குள் வனஜா குழந்தைக்குத் தாயாகவிருப்பது தெரிந்தது. குழந்தைப் பேற்றுக்காக தங்கள் மகளை அவளுடைய பெற்றோர் தங்கள் ஊருக்குக் கூட்டி வந்தனர். குழந்தை பிறந்த பிறகு மேற்கொண்டுஎன்ன செய்யலாம் என்று யோசிக்கலாம் என்று உறவினர்களில் முதியவர்கள் அறிவுரை கூறியதால் அப்போதைக்கு அதை அப்படியே விட்டுவிட்டனர்.

வனஜா ஒரு பெண்குழந்தையைப் பெற்றெடுத்தாள். குழந்தை பிறந்த செய்தியை சுரேஷுக்குத் தெரிவித்தும் சுரேஷ் குழந்தையை வந்து பார்க்கவில்லை. மருமகன் என்பதால் தன்னுடைய குழந்தையையே பார்க்க வரவில்லை என்ற குற்றத்திற்கு அவரை எந்த விதத்திலும் தண்டிக்க முடியாது. பெண்ணைப் பெற்றவர்கள் ஆயிற்றே. முள்ளின் மேல் விழுந்த துணியை எப்படி இன்னும் அதிகம் கிழிக்காமல் எடுப்பது என்பது பற்றி யோசித்தார்கள்.

உறவினர்கள் முன்னிலையில் பஞ்சாயத்து நடத்துவதென்றும் சுரேஷ் அந்த இன்னொரு பெண்ணின் உறவைத் துண்டித்துக் கொண்டால் அவரோடு மகளை அனுப்பச் சம்மதிப்பதாகவும் வனஜாவின் பெற்றோர்கள் கூறினர். ஆனால் சுரேஷோ தன்னால் அந்த இன்னொரு பெண்ணைவிட முடியாதென்றும் வனஜா விரும்பினால் சென்னைக்குத் தன்னோடு வந்து குடும்பம் நடத்தலாம் என்றும் உறுதியாகக் கூறிவிட்டார்.

வனஜாவின் பெற்றோர்களுக்கு இந்த ஏற்பாடு உசிதமாகத் தெரிய வில்லை. இனி மகள் சுரேஷோடு குடும்பம் நடத்துவது அவர் களுக்குச் சாத்தியமாகப் படவில்லை. வனஜாவின் பூர்விக ஊரில் இதுவரை இப்படி வெளிப்படையாக ஒரு கணவன் இன்னொரு பெண்ணுடன் குடும்பம் நடத்தியதில்லை. மற்றப் பெண்களோடு தொடர்பு வைத்திருப்பவர்கள் வேண்டுமானால் இருக்கலாம். ஆனால் ஒரு பெண்ணை மணந்துகொண்டு அதன் பிறகும் இன்னொரு பெண்ணோடும் குடும்பம் நடத்துவதில்லை. அதை இந்த ஜாதியில் ஒப்புக்கொள்வதில்லை. சுரேஷின் தாய் தனக்கு மகனின் இந்த விவகாரம் பற்றி எதுவுமே தெரியாது என்று கூறி விட்டார்.

வனஜாவிற்கு அவருடைய பெற்றோர் நூறு பவுன் நகைகளும் வைரக் கம்மலும் சீதனமாகக் கொடுத்திருந்தனர். தங்கத்தின் விலை கூடிக்கொண்டே போனதால் சீதனத்தின் ஒரு பகுதியான தங்க நகைகளை ரூபாயில் குறிக்காமல் பவுனில் குறிக்க ஆரம்பித்திருந் தார்கள். இந்த ஜாதியில் வசதியான குடும்பங்களில் தங்கள் பெண்ணிற்கு வைரக் கம்மல் போடும் பழக்கமும் பாஷனாகி விட்டிருந்தது. வனஜாவின் நகைகளில் சில இன்னும் அவளுடைய பெற்றோரிடமே இருந்தன. வனஜாவிடம் இருந்த நகைகளில் சில வற்றை சுரேஷ் அவளிடமிருந்து வாங்கி அந்த இன்னொரு பெண்ணிற்குக் கொடுத்திருந்தார். அவற்றை வனஜாவிடமிருந்து வாங்கிச் செல்லும்போது அவற்றை எதற்காக வாங்கிச் செல்கிறார் என்று சொல்லவில்லை. அந்த நகைகளையாவது வனஜாவிடம் திருப்பிக் கொடுக்குமாறு வனஜாவின் பெற்றோர் சுரேஷின் தாய் மூலம் கேட்டனர். அவர் தனக்கு எதுவும் தெரியாது என்றும் மகனின் இந்த விஷயத்தில் தன்னால் தலையிட முடியாது என்றும் கூறி விட்டார்.

அப்போதைக்கு சுரேஷிடமிருந்து வனஜாவின் நகைகளை எப்படியாவது வாங்கிவிட வேண்டும் என்று வனஜாவின் பெற்றோர்கள் முயன்றனர். ஆனால் அவர்களால் அது முடியவில்லை.

உறவினர்களில் பெரியவர்களை வைத்து மறுபடி சமரசம் பேச முயன்றும் ஒன்றும் முடியவில்லை. இதற்கு மேலும் வனஜாவை சுரேஷோடு வாழவிட்டால் அவளிடம் இருக்கும் இன்னும் கொஞ்ச நகைகளையும் சுரேஷ் வனஜாவிடமிருந்து அபகரித்துக் கொள்ளலாம் என்று பயந்தனர். வனஜா தன் குழந்தையுடன் பெற்றோரோடு தொடர்ந்து வசித்து வந்தாள். சில மாதங்கள் ஆகியும் சுரேஷிடம் எந்த மாற்றமும் இல்லை. ஒரு பெண்ணோடு சட்ட விரோதமாக வாழ்ந்துகொண்டு இன்னொரு பெண்ணை மணந்துகொண்டு அவளுக்கும் அவளுடைய பெற்றோருக்கும் எவ்வளவு அநீதி இழைக்கிறோம் என்று அவன் ஒருபோதும் நினைக்கவில்லை. இனி சுரேஷிடமிருந்து வனஜாவிற்கு விவாகரத்து வாங்குவதைத் தவிர வனஜாவின் பெற்றோர்களுக்கு வேறு வழி எதுவும் தெரியவில்லை. சட்டப்படி மகளுக்கு விவாகரத்து பெறுவதென்று முடிவுசெய்தனர். தங்கள் மகளுக்கு இன்னொரு திருமணம் செய்து வைப்பது பற்றி அப்போதைக்கு அவர்களால் எந்த முடிவுக்கும் வர முடியவில்லை. முதலில் விவாகரத்தைப் பெற்றுக்கொண்டு பின்னால் அது பற்றி யோசிக்கலாம் என்று முடிவுசெய்தனர். முதல் கல்யாணமே இப்படி முடிந்துவிட்டதால் இரண்டாவது கல்யாணம் செய்து வைத்தால் அது எப்படி முடியுமோ என்ற பயமும் அவர்களுக்கு இருந்தது.

அதுவரை அவர்கள் குடும்பத்தில் யாரும் விவாகரத்து செய்து கொண்டதில்லை. இருப்பினும் விவாகரத்து வாங்குவதைத் தவிர வேறு வழி எதுவும் இருப்ப தாகவும் தெரியவில்லை. அதனால் விவாகரத்து ஏற்பாடுகளைச் செய்ய ஆரம்பித்தனர். அப்படி அவர்கள் செயல்பட ஆரம்பித்த போது அவர்களுக்கு ஒரு பெரிய அதிர்ச்சி காத்திருந்தது. வனஜா தன் கணவனிடமிருந்து விவாகரத்து பெற விரும்பவில்லை என்ற செய்திதான் அது. வனஜாவின் தாய்வழிப் பாட்டி - வனஜாவிற்கு இரண்டு தலைமுறைகளுக்கு முந்தியவர் - விவாகரத்திற்கு ஒப்புக் கொள்ளும்படி வனஜாவிடம் எவ்வளவோ வற்புறுத்திக் கூறினார். ‘சாக்கடையில் தெரியாமல் காலை வைத்தாகிவிட்டது.காலை வெளியே எடுத்துக் கழுவிவிட்டு இனி அதைப் பற்றிச் சிந்திக்காமல் அடுத்து செய்ய வேண்டியதைப் பற்றி யோசிக்க வேண்டும்’ என்று பாட்டி கூறினார். அந்தக் காலத்துப் பெண் என்றாலும் பாட்டியைப் பொறுத்தவரை பேத்தி இன்னொரு திருமணம் செய்துகொள்ள வேண்டும் என்று ஆசை. ஆனால் வனஜா யார் யோசனையையும் கேட்பதாக இல்லை. தான் இன்னொரு திருமணம் செய்துகொள்ளப் போவதில்லை என்றும் தன் மகள் திருமண சமயத்தில் தன் மகளுக்குத் தந்தை என்ற முறையில்

தன் கணவர் கலந்துகொள்ள வேண்டும் என்றும் அதனால் அவரிடமிருந்து தன்னால் விவாகரத்துப் பெற முடியாது என்றும் கூறி விட்டார். மகளின் இந்த மடமையையும் பிடிவாதத்தையும் பெற்றோரால் ஏற்றுக்கொள்ள முடியவில்லை. ஆயினும் அவர்களால் வேறு எதுவும் செய்யவும் முடியவில்லை.

வனஜாவின் குழந்தை வளர்ந்துகொண்டிருக்கிறாள். வனஜாவின் பெற்றோர்கள் வசதி படைத்தவர்கள் ஆதலால் வனஜாவையோ குழந்தையையோ பார்த்துக்கொள்ளுவது அவர்களுக்குப் பெரிய விஷயமில்லை. மேலும் அவர்களுக்கு ஒரே ஒரு பையன்தான். பொறியியல் படித்துக்கொண்டிருக்கும் அவன் படித்து முடித்து வேலைக்குப் போய்விடுவான். அநேகமாக வெளியூரில் வேலை பார்ப்பான். அதனால் அவன் பெற்றோரோடு கூட்டுக் குடும்பமாக வாழ்க்கை நடத்தும் சாத்தியம் அவ்வளவு இல்லை. அதனால் அவனுடைய மனைவியால் வனஜாவுக்கு அதிகத் தொந்தரவு இருக்காது. பொதுவாக, திருமணத்திற்குத் தயாராக அல்லது சீக்கிரமே தயாராகப் போகும் பெண்வீட்டில் இருந்தால் பையன்கள் திருமண வயதை எட்டிவிட்டாலும் பெற்றோர்கள் பெண்ணுக்குத் திருமணம்முடித்துவிட்டுத்தான் பையனுக்குத் திருமணம் செய்ய முயற்சிகள் எடுப்பார்கள். அதுவும் பையன் தந்தையோடு தொழில் செய்தால் கொஞ்ச நாட்களுக்காவது கூட்டுக் குடும்பத்தில் தன் மனைவியோடு இருக்கும் சந்தர்ப்பம் வாய்க்கும். அம்மாதிரி சமயங்களில் வரப் போகும் பெண்ணிற்கும் வீட்டிலேயே இருக்கும் தங்கள் மகளுக்கும் ஒத்துப் போகாது என்று பெற்றோர்கள் நினைப்பார்கள். பையன்களும் தங்கைகளுக்குத் திருமணம் ஆகும் வரை பொறுமையாக இருப்பார்கள். வனஜாவைப் பொறுத்தவரை ஒரே ஒரு தம்பிதான். அவனும் வெளியூரில் வேலை பார்த்தால் தம்பி மனைவியை அடிக்கடி சந்திக்கும் சந்தர்ப்பம் வராது.

வனஜாவும் அவருடைய மகளும் வனஜாவின் பெற்றோர்களுடனேயே வசித்துவருகிறார்கள். வனஜாவுக்கு பி.எஸ்.சி. பட்டம் இருப்பதால் அவரை வேலைக்கு அனுப்பலாமா என்று அவரது பெற்றோர்கள் யோசித்தனர். ஆனால் அவருக்கு அப்படி ஒன்றும் நல்ல சம்பளத்தோடு வேலை கிடைக்காதாகையால் அந்த யோசனையைக் கைவிட்டனர். வனஜாவின் குழந்தையை வளர்த்து ஆளாக்குவதிலிருந்து திருமணம் செய்துவைப்பதுவரை வனஜாவோடு அவர்களுக்கும் பொறுப்பு இருக்கிறது.

25

லட்சுமி

லட்சுமி பிறந்தது 1980இல். இவளுடைய தாய் இளமையிலேயே தன்னுடைய தாயை இழந்துவிட்டதால் அவருக்குப் பதினாறு வயதிலேயே திருமணம் ஆகிவிட்டது. இருபது வயதிற்குள் ஆணொன்றும் பெண்ணொன்றுமாக இரண்டு குழந்தைகளைப் பெற்றெடுத்த இவளுடைய தாய் தன்னுடைய மகளுக்கும் சிறிய வயதிலேயே திருமணம் முடித்துவிட வேண்டும் என்று நினைத்தார். ஆனால் இவளுடைய தந்தை அரசு உத்தியோகம் பார்த்ததால் மகளைக் கொஞ்சம் படிக்கவைக்க வேண்டும் என்று நினைத்தார். அதிலும் தாயின் காலத்திற்கும் மகளின் காலத்திற்கும் பெண்களின் படிப்பைப் பொறுத்தவரை கொஞ்சம் மாற்றங்கள் நிகழ்ந்திருந்தன. மகள் பெரிய மனுஷி ஆகி நாலைந்து வருடங்களில் அவளுக்குத் திருமணத்தை முடித்துவிட வேண்டும் என்று தாய் எண்ணிக் கொண்டிருந்தாலும் தந்தை நன்றாகப் படிக்கும்படி மகளை ஊக்குவித்துக்கொண்டிருந்தார்.

லட்சுமி பள்ளியில் நல்ல மார்க்குகள் வாங்கினாள். அவளுடைய ஆசிரியைகளுக்கெல்லாம் அவள்மேல் மிகப் பிரியம். அவளை மிகவும் ஊக்குவித்தார்கள். அவர்கள் அப்படி ஊக்குவித்ததால் அவளுக்கும் படிப்பில் இன்னும் ஆர்வம் ஏற்பட்டது. ஒழுங்காக வீட்டுப் பாடங்களை முடித்துக்கொண்டு பள்ளிக்குச் செல்வாள். அவள் ஆர்வத்தோடு படித்ததால் ஆசிரியர்கள் மேலும் அவளை உற்சாகப்படுத்தினார்கள். இப்படி நிகழ்ந்ததால் லட்சுமி ஏழாம் வகுப்பில் முதல் மாணவியாகத் தேர்ச்சி பெற்றாள். இது அவளுக்கு படிப்பின்மேல் இன்னும் ஆர்வத்தை ஏற்படுத்தியது. இப்படியே எட்டாம், ஒன்பதாம், பத்தாம் வகுப்பிலும் முதல் இடத்தைப் பிடித்தாள்

லட்சுமியின் தாய்க்கு அவளுடைய படிப்பை இதோடு முடித்து விட்டு அவளுடைய திருமணத்திற்கு ஏற்பாடு செய்ய வேண்டும் என்று ஆசை. அவளுடைய தந்தைக்கோ பள்ளியிலேயே முதல் மாணவியாக வந்த தன் மகளை இன்னும் கொஞ்சம் படிக்கவைக்க வேண்டும் என்று ஆசை. லட்சுமிக்கும் தன்னுடைய பள்ளித்

தோழிகளில் பலர் கல்லூரிக்குச் சென்றதால் தானும் கல்லூரியில் சேர்ந்து படிக்க வேண்டும் என்று ஆசை. தன்னுடைய ஆசையை அப்பாவிடம் தெரிவித்தாள். அப்பாவும் உடனேயே அதற்கு ஒப்புக்கொண்டார்.

கல்லூரியில் சேர்ந்த பிறகுதான் லட்சுமிக்கே தன்னுடைய முழுத் திறமையும் புரிந்தது. கல்லூரியில் எல்லாப் பாடங்களிலும் அவள் சிறந்து விளங்கினாள்; பல பாடங்களில் முதல் மதிப்பெண் வாங்கினாள். சக மாணவிகள் பல இவளோடு நட்புவைத்துக் கொள்வதில் ஆர்வம் காட்டினர். வகுப்பிலேயே நன்றாகப் படிக்கும் மாணவி என்ற பெயர் பெற்றாள். லட்சுமி கல்லூரியில் எல்லாப் பாடங்களிலும் நல்ல மதிப்பெண்கள் வாங்குவதைப் பார்த்து அவளுடைய தந்தைக்கு அவரே எதிர்பார்க்காத அளவிற்கு மகிழ்ச்சி ஏற்பட்டது. முதல் ஆண்டில் அவளுடைய வகுப்பில் முதல் மாணவியாகத் தேர்தெடுக்கப்பட்டபோது அவளுடைய தாய்க்கே அவளுடைய படிப்பின்மேல் பிரியம் ஏற்பட்டது.

நல்லவேளையாக மகளைக் கல்லூரிக்கு அனுப்பினோம் என்று நினைத்துக் கொண்டார். அடுத்த ஆண்டு அரசு நடத்தும் பொதுத் தேர்வு. அதிலும் அவள் மாவட்டத்திலேயே முதல் மாணவியாகத் தேர்ச்சி பெற்றாள். அதற்கு அரசு சார்பில் ஒரு விழா நடத்தினார்கள். லட்சுமி அதற்குத் தன் தந்தையையும் தாயையும் அழைத்துச் சென்றாள். அங்கு அவர்களுடைய மகள் ஒரு பெரிய அரசு அதிகாரியிடமிருந்து பரிசு பெற்றதைக் கண்டு பெற்றோர் பூரித்துப் போயினர். தங்கள் மகள் மூலம் தங்களுக்கும் பெருமை கிடைப் பதை உணர்ந்தனர். இருவருடைய உள்ளமும் சந்தோஷத்தில் நிறைந்தது. லட்சுமிக்கும் தன்னுடைய திறமை வெளிப்பட வெளிப் பட மேலும் மேலும் படிக்க வேண்டும் என்ற ஆசை ஏற்பட்டது. இந்தக் காலக்கட்டத்தில் நிறையப் பெண்கள் அவளுடைய ஜாதியில் பொறியியல் படிக்க ஆரம்பித்திருந்தனர். அவளுக்கும் அப்படியே பொறியியல் படிப்புப் படிக்கும் ஆசை ஏற்பட்டது. தங்களுக்கு இவ்வளவு பெருமை சேர்த்த தங்கள் மகளைத் தொடர்ந்து கல்லூரிக்கு அனுப்புவதில் இருவருக்கும் சம்மதம் என்றாலும் தாய்க்கு மாத்திரம் இது எதில் போய் முடியுமோ என்ற தயக்கமும் தங்களுடைய மகளுக்கு ஏற்றவாறு கணவன் அமைய வேண்டுமே என்ற கவலையும் மனதிற்குள் தோன்றத் தொடங்கின. ஏனென்றால் லட்சுமியின் தாய்க்குத் தன்னுடைய மகளும் தன்னைப்போல் சிறு வயதிலேயே திருமணம் செய்துகொண்டு கணவன், குழந்தைகள் என்று நிம்மதியாக வாழ்க்கையை ஓட்ட வேண்டும் என்ற ஆசை.

கல்லூரிக்குச் சென்று படிக்கும் வாய்ப்புத் தனக்குக் கிடைத் திருந்தால் வாழ்க்கையில் இன்னும் என்ன சிறப்புகள் தனக்குக் கிடைத்திருக்கும் என்பது பற்றி அவர் ஒருபோதும் சிந்தித்துப் பார்த்ததில்லை. அதனால் தனக்கு வாழ்க்கையில் கிடைத்த அளவு தன் மகளுக்கும் கிடைத்தால் போதும் என்ற திருப்தி அவருக்கு. மகளின் திருமணத்தைப் பற்றித் தந்தைக்கும் ஓரளவு பயம் இருந்தாலும் விளைவைப் பற்றி அவ்வளவாகக் கவலைப்படவில்லை. மகள் விரும்பிய மாதிரியே பொறியியல் படிப்புப் படிக்க தந்தை உடனேயே சம்மதம் கொடுத்துவிட்டார்.

நாட்கள் வருடங்கள் ஆகின. லட்சுமியின் படிப்புத் தொடர்ந்தது. பொறியியல் கல்லூரியில் சேர்ந்து படிக்கப் பலர் பணம் கொடுத்த போது லட்சுமிக்கு எந்தவிதக் கஷ்டமும் இல்லாமல் எளிதாக ஒரு பெயர் பெற்ற பொறியியல் கல்லூரியில் படிப்பதற்கு வாய்ப்புக் கிடைத்தது. லட்சுமியின் தாய்க்கு மகளின் சாதனை பற்றி மிகவும் சந்தோஷமாக இருந்தாலும் மனதிற்குள் இருந்த அவளுடைய திருமணம் பற்றிய கவலை என்னவோ தொடர்ந்து இருந்து கொண்டேதான் இருந்தது. லட்சுமிக்கு ஒரு தம்பி உண்டு. அவன் சுமாராகத்தான் படித்து வந்தான். அவன் பள்ளி இறுதி வகுப்பில் வாங்கிய மதிப்பெண்களை வைத்து அவனுக்கு ஒரு நல்ல பள்ளியில் +2 என்னும் கல்லூரிக்கும் பள்ளிக்கும் இடையேயான படிப்பைத் தொடரும் வாய்ப்புக் கிடைக்கவில்லை. லட்சுமியின் தாய்க்குக்கூட மகளுக்குப் பதில் மகனுக்கு நல்ல மதிப்பெண்கள் கிடைத் திருக்கலாமே என்று எண்ணத் தோன்றியது. அதன் பிறகு மேல்படிப்பைத் தொடருவதற்கும் அவனுக்கு நல்ல வாய்ப்புகள் அமையவில்லை. அப்போதும் இதே மாதிரி லட்சுமியின் தாயால் எண்ணாமல் இருக்க முடியவில்லை. மகன் நன்றாகப் படித்தால் நல்ல வேலை கிடைத்திருக்கும், அப்படி வாழ்க்கையில் முன்னேறினால் அவனுக்கு நல்ல, பணக்கார இடத்திலிருந்து பெண் அமைந்திருக்கும் என்று எண்ணினார். மகள் மேலும் மேலும் படித்து நல்ல வேலையில் அமர்ந்தாலும் அதற்கேற்றவாறு பையன் அமைவானா என்று பயப்படவே செய்தார்.

லட்சுமி நான்கு வருடங்கள் பொறியியல் கல்லூரியில் படித்துப் பட்டம் பெற்றாள். தன் சமூகத்தைச் சேர்ந்த சில பெண்களைப் போல் லட்சுமியும் பொறியியல் பட்டம் வாங்கியிருந்தாலும் லட்சுமியின் சாதனை அவர்களைவிடப் பெரியது. ஏனெனில் லட்சுமி மாநிலத்திலேயே மூன்றாவது இடத்தைப் பெற்றிருந்தாள். வழக்கம்போல் தாய் மகளைப் பற்றிப் பெருமைப்பட்டாலும்

ஐந்து தலைமுறை: நாடார் பெண்களின் கதை ❖ 323

மனதிற்குள் ஒரு கவலை ஏற்படவே செய்தது. தந்தைக்கு எப்போதும் போல் மகளைப் பற்றிப் பெருமையாக இருந்தது. லட்சுமிக்கும் இப்போது இதற்கு மேலும் தான் படிக்க வேண்டும் என்ற எண்ணம் மனதில் வேரூன்றத் தொடங்கியது.

பொறியியலில் பட்டம் வாங்கிய பிறகும் லட்சுமி தன் படிப்பைத் தொடர விரும்புகிறாள் என்பதை அறிந்த சிலர் அவள் பெற்றோரிடம் 'இதற்கு மேல் படித்தால் எப்படி மகளுக்கு மாப்பிள்ளை தேடுவீர்கள்?' என்று கேட்க ஆரம்பித்தார்கள். இப்படிப் பலர் கேட்டதால் லட்சுமியின் தாய்க்கு மனதளவில் இருந்த பயம் வெளியே வர ஆரம்பித்தது. இதற்கு மேலும் மகள் படிப்பைத் தொடருவதில் உள்ள அபாயத்தை உணர்ந்து கணவரிடம் மகளின் படிப்பை இதோடு நிறுத்திவிட்டு மகளுக்கு மாப்பிள்ளை தேட வேண்டியதன் அவசியத்தைக் கூற ஆரம்பித்தாள். தந்தையைப் பொறுத்தவரை மனைவி கூறுவது சரியாகத் தோன்றினாலும் மகளின் ஆசையையும் நிறைவேற்ற வேண்டும் என்ற எண்ணமும் கூடவே எழுந்தது. அவர் அப்படிக் குழம்பிப் போயிருந்த நேரத்தில் தற்செயலாக லட்சுமியின் பேராசிரியர் ஒருவரைச் சந்திக்க நேர்ந்தது. அவர் லட்சுமி மேலே படிப்பது பற்றி அவளுடைய தந்தைக்கு எந்தவிதத் தயக்கமும் இருக்காது என்று நினைத்திருந்தார். அவரிடம் பேசியபோதுதான் லட்சுமியின் தந்தை ஒரு வேளை அவள் படித்தது போதும் என்று நினைக்கலாம் என்பது தெரியவந்தது. அவருக்கு ஒரே ஆச்சரியமாக இருந்தது. முதுநிலை படிப்பில் சேரப் பல மாணவர் களும் மாணவிகளும் முயன்றுகொண்டிருக்கும்போது எளிதில் அதில் இடம் பெற்றுவிடக் கூடிய லட்சுமி படிப்பைத் தொடருவது பற்றி அவருடைய தந்தை யோசித்து வருகிறார் என்பதே அவருக்கு வியப்பாக இருந்தது. லட்சுமியின் தந்தையிடம் அவளுடைய புத்திசாலித்தனத்தை வீணாக்க வேண்டாம் என்று அறிவுரை கூறினார். இவர் லட்சுமியின் தந்தையிடம் பேசியது லட்சுமி படிப்பைத் தொடருவதற்கு உதவியதா என்று உறுதியாகக் கூற முடியாது.தாய்க்கு அது கொஞ்சம்கூட பிடிக்கவில்லை. தந்தைக்கு மகளின் ஆசையை மறுக்கவும் முடியவில்லை; மனைவியின் பயத்தையும் முழுமையாக நிராகரிக்கவும் முடியவில்லை. இருப்பினும், லட்சுமி பொறியியலில் இளங்கலைப் பட்டம் பெற்ற பிறகு முதுநிலைப் பட்டம் பெறத் தயாரானாள். அதையும் படித்து நல்லமுறையில் தேர்ச்சி பெற்றாள்.

இதற்குள் லட்சுமிக்கு இருபத்து மூன்று வயது முடிந்துவிட்டது. இந்தக் கட்டத்தில்தான் தாய் மிகவும் பயப்படத் தொடங்கினார்.

தன்னுடைய மகளின் படிப்பிற்கும் புத்திசாலித்தனத்திற்கும் ஈடுகொடுக்கக்கூடிய பையன் அமைவானா, அப்படி அமைந்தாலும் பையன் வீட்டார் கேட்கும் சீதனத்தைத் தங்களால் கொடுக்க முடியுமா என்று வெகுவாக யோசிக்கத் தொடங்கினார். உறவினர் ஒருவர், 'உங்கள் சமூகத்திற்குள்ளேயே மாப்பிள்ளை அமைய வேண்டும் என்று ஏன் நீங்கள் நினைக்க வேண்டும்? உங்கள் மகளாகப் பார்த்து வேறு சமூகத்தைச் சேர்ந்த பையனைத் தேர்தெடுத்தால் பிரச்சினை இல்லையே?' என்று தாயிடம் சொன்னார். இதைக் கேட்டவுடனேயே ஏதோ கேட்கக் கூடாததைக் கேட்டுவிட்டதுபோல் தாய் அதிர்ந்துவிட்டார். 'இன்னொரு ஜாதிப் பையனை மணப்பதா? அது நாங்கள் பின்பற்றிவரும் வழக்கத்திற்கே மாறானதே' என்றார்.

இப்போது இந்தப் பயங்கள் தந்தையையும் தொற்றத் தொடங்கின. அவருக்கும் மகளுக்கு தங்கள் சமூகத்திலேயே எப்படி மாப்பிள்ளை பார்ப்பது என்ற பயம் ஏற்பட்டது. சீக்கிரமே மகளுக்கு ஒரு மாப்பிள்ளை பார்த்துத் திருமணத்தை முடித்துவிட வேண்டும் என்றுதிட்டம் போட்டார். அப்போது இந்த சமூகத்தில் பொறியியலில் முதுகலைப் பட்டம் பெற்ற பையன்கள் ஒரு சிலரே இருந்தனர். அதில் ஒருவன் இவர்கள் கூட்டத்தைச் சேர்ந்தவனாக இருந்தான். அவனுக்கும் இவர்களுக்கும் எந்தவித உறவும் இல்லையென்றாலும் ஒரே கூட்டத்தைச் சேர்ந்தவர்கள் என்பதால் லட்சுமியின் பெற்றோர்கள் அவனைக் கணக்கில் எடுத்துக்கொள்ளவே இல்லை. இன்னும் இருவர் தமிழ்நாட்டின் தெற்குப் பகுதியைச் சேர்ந்த குடும்பங்களைச் சேர்ந்தவர்களாதலால் அந்தப் பையன்களைப் பற்றியும் அவர்கள் யோசிக்கவில்லை. கடைசியாக மிஞ்சிய ஒரு பையனின் பெற்றோர்களும் இவர்கள் கொடுக்கும் சீதனத் தொகைக்கு ஒத்துவர மாட்டார்கள்போல் தெரிந்தது. கடைசியில் லட்சுமியைவிட குறைந்த படிப்புப் படித்த பையனையே லட்சுமிக்கு மணமுடிக்க வேண்டிய கட்டாயத்திற்கு உள்ளாயினர் அவளுடைய பெற்றோர்.

இதுவரை பெற்றோரின் முழு விருப்பம் இல்லாமலேயே - குறிப்பாகத் தாயின் விருப்பம்- முதுகலைப் பொறியியல் படிப்பை முடித்துவிட்ட லட்சுமிக்கு இனி மேலும் பெற்றோரை எதிர்த்து நிற்கத் தைரியமில்லை. தன்னுடைய அறிவுத் தாகத்தைத் தணித்துக் கொள்ள உதவிய இறைவன் இனி மேலும் தனக்கு உதவுவார் என்று நினைத்தாள். வரப்போகும் கணவன் தன்னைவிடக் குறைந்த படிப்புப் படித்தவனாக இருந்தாலும் புத்திசாலித்தனத்தில் தனக்கு

நிகரானவனாக இருந்தால் அது போதும் என்று நினைத்தாள். பெற்றோருக்கும் மகள் எந்த எதிர்ப்பும் தெரிவிக்காமல் தாங்கள் தேர்ந்தெடுத்த பையனை மணந்துகொள்ளச் சம்மதித்ததில் மிகுந்த நிம்மதி. நிறையப் படிக்க வேண்டும் என்ற தன் ஆசையை மகள் நிறைவேற்றிக்கொண்டாலும் மகளுக்கு எப்படியும் திருமணம் முடித்துவிட வேண்டும் என்ற தங்கள் எண்ணமும் நிறைவேறப் போகிறது என்பதில் அவர்களுக்குச் சந்தோஷமே.

திருமணம் முடிந்து கணவனோடு குடும்பம் நடத்தத் தொடங்கிய போது லட்சுமிக்குப் பெரிய சோதனை காத்திருந்தது. அவளுடைய மாமியார், மாமனாருக்கு லட்சுமி வேலைபார்ப்பதில் கொஞ்சமும் விருப்பம் இல்லை. தான் படித்த படிப்பைப் பிறரோடு பகிர்ந்து கொள்ளவும் தன் அறிவின் மூலம் வருங்காலச் சந்ததியினரை வளர்க்கவும் விரும்பிய லட்சுமிக்கு இது பேரிடியாக அமைந்தது. மேலும் தன்னுடைய கணவன் அவ்வளவு புத்திசாலி இல்லை என்பதோடு முழுக்க முழுக்கத் தன்னுடைய பெற்றோர்களின் சொல்லுக்குக் கட்டுப்பட்டு நடப்பவன் என்பதும் என்பதையும் தெரிந்துகொண்டபோது வாழ்க்கை சோதனைக்குரியதாயிற்று. பல பெண்களைப்போல் அறிவுத் தாகத்தையும் சிந்திக்கும் திறனையும் வளர்க்காமல் இருந்திருந்தால் தானும் குடியும் குடித்தனமுமாக வாழலாம் என்று போயிருந்தால் இந்த மாதிரி அவஸ்தைக்கு உள்ளாகி இருக்க வேண்டாமோ என்று நினைத்தாள்.சிந்திக்கும் திறன் உடையவள் அல்லவா. சிந்தித்து, சிந்தித்து மண்டை காய்ந்தது தான் மிச்சம். விடை எதுவும் கிடைக்கவில்லை.

இதற்கிடையில் லட்சுமியும் ஒரு பெண்ணிற்குத் தாயானாள். சிங்கப்பூரில் வேலைபார்த்த அவளுடைய கணவன் அங்கு வேலையை முடித்துக்கொண்டு இந்தியா திரும்பினான். இந்தியாவில் சுமாரான ஒரு வேலையைத் தேடிக்கொண்டான். இதுவரை சும்மாயிருந்த லட்சுமியால் இனி மேலும் சும்மாயிருக்க முடியவில்லை. இவளும் ஒரு வேலையைத் தேடிக்கொண்டாள். படித்து முடித்தவுடனேயே வேலை தேடியிருந்தால் இதைவிட நல்ல வேலை கிடைத்திருக்கும் என்றாலும் இப்போதைக்கு இதைச் செய்துகொண்டிருப்போம் என்று மனதைத் தேற்றிக்கொண்டு லட்சுமி வாழ்க்கையை ஓட்டி வருகிறாள்.

25

பின்னுரை

பெண்கள் பிறந்து மங்கை பருவமடையும் வரையிற் பெற்றோர்களிடம் சுகமடைவார்களென்பது திண்ணம். அதன் பின்னர் கலியாணம் முடிந்து கட்டையில் அடக்கும் வரையில் கவலையே யாம். எங்ஙனமெனில் மாமியார் கொண்டாட்டங்களையும் மருமக்கள் திண்டாட்டங்களையும் வீடுகடோறும் அறியலாம். புருஷன் இறந்துவிடுவானாயின் அவன் பெண்சாதியும் இறந்தே தீரல் வேண்டும். அல்லது இருந்தாலோ அவளது ஆடை ஆபரணங்கள் யாவையும் பறித்துக்கொண்டு மொட்டை அடித்து வெள்ளை வஸ்திரங் கொடுத்தாலும் கொடுத்துவிடலாம். புருடனோ பெண்சாதியிருக்குங் காலத்திலும் நூறு பெண்களை விவாகஞ் செய்து கொள்ளலாம். பெண்களோ புருடனிறந்த பின் வேறு புருடனை விவாகஞ் செய்யலாகாது. இதனை விளங்கக் கூறும் சாஸ்திரங்களுக்கு தர்மசாஸ்திரங்கள் என்று பெயர்.

மேலே கூறியிருக்கும் வாசகங்கள் பத்தொன்பதாம் நூற்றாண்டைச் சேர்ந்த தலித் சிந்தனையாளர் அயோத்திதாசர் கூறியவை. அவர் கூற்றுப்படி பெண்கள் குழந்தைப் பருவத்திலும் குமரிப்பருவத்திலும் - அதாவது திருமணம் செய்துகொள்ளும் வரையாவது - பெற்றோர் களின் ஆதரவில் கஷ்டப்படாமல் இருப்பார்கள் என்கிறார். சில பெண்களின் விஷயத்தில் அந்தப் பருவங்களிலும் அவர்கள் சுகமடைய வில்லை என்பதை நான் விவரித்திருக்கும் கதைகளிலிருந்து அறியலாம்.

அந்தக் காலத்திலும் பொருந்தாத திருமணங்கள் நடந்திருக்கலாம். இருப்பினும் அப்போது நான் குறிப்பிட்டிருக்கும் பெண்கள் பிறந்த சமூகத்தில் எந்தப் பெண்ணும் திருமணத்தை முறித்துக் கொண்டு போனதாகத் தெரியவில்லை. கணவன்மாரும் மனைவி மாரைத் தள்ளிவைத்ததாகத் தெரியவில்லை. திருமண பந்தத்தில் இருந்துகொண்டே மனைவியை நச்சரித்துக்கொண்டு, திட்டிக்

கொண்டு இருப்பார்கள் கணவன்மார். எந்த நச்சரிப்பையும் திட்டையும் தாங்கிக்கொண்டிருப்பார்கள் மனைவிமார்.

இப்போது இந்த நிலைமை கொஞ்சம் மாறிவருகிறது. கணவனிடம் ஏதாவது பெரிய குறை இருந்தாலோ கணவன் படுத்தும் பாட்டைப் பொறுக்க முடியாததாலோ மனைவி கணவனை விட்டு விலகுவது முன்னைக்கு இப்போது கூடியிருக்கிறது. கணவனும் ஏதாவது ஒரு காரணத்திற்காக மனைவியைப் பிடிக்கவில்லை யென்றால் அவளை விவாகரத்து செய்வதும் கூடியிருக்கிறது. இப்படிப்பட்ட மாற்றங்கள் நிகழ்ந்துகொண்டிருந்தாலும் ஆணை விட பெண்தான் இப்போதும் திருமண பந்தத்தில் அதிகமாக உழல்கிறாள். விவாகரத்திற்குப் பிறகு மறு விவாகம் செய்துகொள்ள ஆண்களுக்கு உள்ள வாய்ப்புகளைவிட பெண்களுக்கு வாய்ப்பு மிகவும் குறைவுதான்.

இப்போது சில மாற்றங்கள் இந்தப் புத்தகத்தில் சொல்லும் பெண்களின் சமூகத்திலும் வந்திருக்கின்றன. பையன்கள் திருமணத் திற்கு முன் பெண்ணைப் பார்க்க அனுமதிக்கப்படுகிறார்கள். திருமணம் நிச்சயமானால் பெண்ணும் பையனும் செல்போனில் தினமும் பேசிக்கொள்கிறார்கள். இது திருமண நாள் வரை நீடிக்கிறது. சில குடும்பங்களில் இப்படி இவர்கள் பேசிக் கொள்ளும்போது யாராவது பெரியவர்கள் பெண்ணின் பக்கத்தில் இருப்பார்களாம். இப்படிப் பேசும்போது ஏதாவது தவறாகப் பேசி திருமணம் நின்றுபோனால் பெண்ணிற்குத்தான் அதிக பாதிப்பு என்பதால் பெண்ணின் வீட்டார்தான் மிகவும் ஜாக்கிரதையாக இருக்கிறார்கள்.

ஒரு மாமியார் தன் மகனுக்குக் கிறிஸ்தவப் பெண்ணாகத் தேடிக் கொண்டிருந்தார். அவரைப் பொறுத்தவரை தனக்கு மருமகளாக வரும் பெண் பொறியியல் படிப்போ மருத்துவப் படிப்போ படித்திருக்க வேண்டியதில்லை. ஆனால் கிறிஸ்தவப் பெண்ணாக இருக்க வேண்டும். ஏனெனில் இவர் கிறிஸ்தவ மதப் பற்றுடையவர். இவர் திருமணமாகி ஒரு ஆண் குழந்தை பெற்றுக் கொண்டதும் ஒரு குழந்தை போதும் என்று அதோடு நிறுத்திக் கொண்டார். மூன்றரை வயதில் அந்தக் குழந்தை இறந்துபோனபோது இவருடைய வாழ்க்கையே இருண்டுபோனது. உடனே கிறிஸ்தவ மதத்திற்கு மாறினார். குழந்தை இறந்துகொண்டிருக்கும் போது அதை எப்படி யாவது பிழைக்க வைத்துவிட்டால் தான் கிறிஸ்தவ மதத்திற்கு மாறிவிடுவதாகக் குழந்தையின் தகப்பன் தன்னுடைய கூட்டுக் குடும்ப கிறிஸ்தவ உறவினர்களிடம் கூறினார். ஆனால் குழந்தை

பிழைக்கவில்லை. அவரும் மதம் மாறவில்லை. மனைவி மதம் மாறியதை இவர் அவ்வளவாக விரும்பவில்லையாயினும் மனைவியைத் தடுக்கவில்லை. மனைவிக்கு கிறிஸ்தவ மதம் ஆறுதல் அளித்தால் அது நல்லதுதானே என்று நினைத்துக் கொண்டார்.

மதம் மாறிய அந்தப் பெண் தொடர்ந்து கிறிஸ்தவ மதத்தைப் பின்பற்றினார். தங்களுடைய முதல் ஆண் குழந்தை இறந்த பிறகு இந்தத் தம்பதிகள் இன்னும் இரண்டு ஆண் குழந்தைகள் பெற்றுக் கொண்டனர். இந்தச் சமூகத்தின் பொது வழக்கத்திற்கு மாறாக அந்தப் பையன்களும் கிறிஸ்தவர்களாகவே வளர்ந்தனர். அவர்கள் திருமணத்திற்குத் தயாரானதும் தன் மகன்களுக்குத் தங்கள் ஊரோடு தொடர்புடைய குடும்பங்களைச் சேர்ந்த கிறிஸ்தவப் பெண்களையே இந்தப் பெண் விரும்பினார். அந்தத் தேடலில் வசதி யில்லாத குடும்பத்துப் பெண்களே இவருக்குக் கிடைத்தனர். கொஞ்சமாகச் சீதனம் கொண்டுவரும் பெண்களையும் இவருக்குப் பிடிக்கவில்லை. கிறிஸ்தவ மதப்பற்றுடைய பெண் வேண்டும் என்ற தால் இவருடைய மகன்களுடைய திருமணம் தள்ளிக்கொண்டே போனது இவருடைய கணவருக்குக் கொஞ்சம் எரிச்சலைக் கொடுத்தது. 'இந்துப் பெண்ணாக நாங்கள் தேடியிருந்தால் எப்போதோ பையன்களுக்குத் திருமணம் முடிந்திருக்கும்' என்று ஒரு உறவினரிடம் குறைபட்டுக்கொண்டார். இதுவரை பெண் வசதியான குடும்பத்தி லிருந்து வருவதோடு கொஞ்சமாவது நிறமாக இருக்க வேண்டும் என்று நினைத்த இவர் அந்த நிபந்தனையைக் கொஞ்சம் மாற்றினார். பெண்ணின் நிறம் எப்படியிருந்தாலும் பரவாயில்லை. நிறையச் சீதனம் கொண்டுவர வேண்டும், கிறிஸ்தவ மதப் பற்றுடையவளாக இருக்க வேண்டும் என்ற இரண்டு நிபந்தனைகளோடு பெண் தேடியபோது சீக்கிரமே பெண் அமைந்தது. பெண்ணின் நிறம்தான் மிக முக்கியம் என்னும் இந்த ஜாதியில் இருந்த நிலை இந்தப் பெண்ணைப் பொறுத்தவரை மாறியதால் கருப்புநிறம் படைத்த, பொறியியல் படிப்புப் படித்த வசதியான பெண்ணிற்கு அவரைவிட வசதியான குடும்பத்தில் பொறியியல் படித்த, நிறமான பையன் கிடைத்தான். கருப்பு நிறப் பெண்களுக்கு இந்த ஜாதியில் எளிதில் 'நல்ல மாப்பிள்ளை' அமைவதில்லை. கிறிஸ்தவ மதப் பற்று ஒன்றே இந்தப் பெண்ணிற்கு ஒரு தகுதியாக அமைந்தது. நிறத்தை வேறு ஒரு காரணத்திற்காக விட்டுக்கொடுப்பது ஒரு மாற்றம். இருப்பினும், இது விதிக்கு விலக்கே.

பெண்களே திருமணத்திற்கு முன் பையன்களை நிராகரிப்பது ஒரு சில குடும்பங்களில் நடந்திருக்கிறது. நிச்சயதார்த்தம் முடிந்த

பிறகு பெண்ணும் பையனும் செல்போனில் பேச அனுமதிக்கப்படு கிறார்கள். அப்படிப் பேசிக்கொண்டிருக்கும்போது பையன் தான் மணக்கப் போகும் பெண்ணிடம், 'இதற்கு முன் நீ யாரோடாவது இப்படிப் பேசியிருக்கிறாயா?' என்று கேட்டானாம். இந்தப் பெண் இதற்குமுன் யாரோடாவது சாட் (அரட்டை)) பண்ணியிருக் கிறாளா என்பதை அறிந்துகொள்ளத்தான் அப்படிக் கேட்டான். அந்தப் பெண்ணிற்கு அது மிகுந்த கோபத்தை உண்டாக்கியது. திருமணத்தை உடனடியாக நிறுத்துமாறு தன் பெற்றோரிடம் கூறிவிட்டாள். இந்தப் பெண் மட்டுமே இப்படி நடந்துகொண்டி ருந்தாலும் இதுவும் ஒரு மாற்றம்தான்.

கணவனுக்கும் மனைவிக்கும் ஒத்துப்போகவில்லையென்றால் விவாகரத்து செய்துகொள்வது கொஞ்சம் கூடியிருக்கிறது. ஒரு பெண் தன் கணவனுக்கு மேக வியாதி இருக்கிறது என்று திருமணம் முடித்த சில மாதங்களில் கணவனை விவாகரத்து செய்துவிட்டாள். விவாகரத்து செய்த பிறகு தனக்கு இன்னொரு திருமணம் நடப்பது அவ்வளவு எளிதல்ல என்று அவளுக்குத் தெரிந்தே இருந்தது. இருந்தாலும் துணிந்து செயல்பட்டாள். இப்படித் திருமணத்தை முறித்த சில பெண்கள் மறுமணம் செய்திருக்கிறார்கள்.

ஒரு பெண் தன்னோடு வேலைபார்க்கும் வேறு ஜாதிப் பையனைத் திருமணம் செய்துகொண்டிருக்கிறாள். பெற்றோர் அந்தத் திருமணத் திற்குச் சம்மதம் கொடுத்தாலும் ஏதோ செய்யக்கூடாத செயலைத் தங்கள் மகள் செய்துவிட்டதாகத்தான் நினைக்கிறார்கள்.

இன்னொரு பெண் தன்னோடு சேர்ந்து பயிற்சி பெற்ற ஒரு பையனை மணக்க விரும்பிப் பெற்றோரிடம் கூறியபோது அவன் தெற்கத்தி -கன்னியாகுமரிப் பக்கத்து- நாடார்களைச் சேர்ந்தவன் என்பதால் அவளுடைய பெற்றோர்கள் அந்தத் திருமணத்தை முதலில் ஆதரிக்கவில்லை. பின் மகள் பிடிவாதமாக இருந்ததால் வேண்டாவெறுப்பாக ஒத்துக்கொண்டனர். தமிழகத்தின் தென் மாநிலமான திருச்செந்தூரில் வாழ்ந்துவந்த இந்தச் சமூகத்தினரின் மூதாதையர்களில் சிலர் பத்தொன்பதாம் நூற்றாண்டின் ஆரம்பத்தில் வடக்கு நோக்கிப் புலம்பெயர்ந்து அங்கு வியாபாரம் செய்து தங்கள் பொருளாதார நிலையை உயர்த்திக்கொண்டனர். தெற்கிலேயே தங்கி விட்டவர்கள் கிறிஸ்தவப் பள்ளிகள் மூலம் படித்து வாழ்க்கையில் முன்னேறினர். வடக்கத்திக்காரர்கள் தாங்கள் 'நாகரிகத்தில்' சிறந்தவர்கள் என்று தங்களைக் கூறிக்கொள்கிறார்கள். தெற்கத்திக் காரர்கள் படிப்பில் முன்னேறியிருப்பதால் தாங்கள் 'நாகரிகத்தில்'

சிறந்தவர்கள் என்று நினைத்துக்கொள்கிறார்கள். சாதாரணமாக இரு தரப்பாரும் திருமண உறவு வைத்துக் கொள்வதில்லை. இப்போது இது கொஞ்சம் மாறி வருகிறது. அதிலும் பெண்கள் படித்திருந்து தெற்கத்திக்காரர்கள் குடும்பங்களில் படித்த பையன்கள் இருந்தால் பழைய விதிகளை மறந்துவிடுகிறார்கள். பையன்கள் படித்திருப்பதால் தங்கள் பெண்களை மனமுவந்து அவர்களுக்குத் திருமணம் செய்து கொடுக்கிறார்கள். தங்கள் மகன்களுக்குக் கிறிஸ்தவப் பெண்ணாக தேடிக்கொண்டிருக்கும் மாமியார்களும் அங்குள்ள கிறிஸ்தவப் பெண்களை தங்கள் மகன்களுக்கு விரும்பி மணம் முடிக்கிறார்கள்.

பொறியியல் படித்த ஒரு பெண் தான் ஐஏஎஸ் படிக்க வேண்டும் என்று தன் பெற்றோர்களிடம் கூறி அதற்குரிய பயிற்சி வகுப்புகளில் சேர்ந்து படிக்கிறாள். வயது ஆகிக்கொண்டே வருகிறது. ஆயினும் அவளுடைய பெற்றோர்கள் திருமணம் செய்துகொள்ளு மாறு அவளை வற்புறுத்தியதாகத் தெரியவில்லை. மகளின் ஆசை நிறைவேற வேண்டும் என்றே விரும்புகிறார்கள்.

ஆயினும் இந்த மாறுதல்கள் இன்னும் பெருவழக்காக ஆகவில்லை.

கணினிப் படிப்பு படித்தவர்களுக்கு அமெரிக்கா செல்லும் வாய்ப்பு இருப்பதால் கணினியில் பட்டம்பெற்ற பையன்கள் தாங்கள் அமெரிக்கா சென்றால் மனைவிக்கும் வேலை கிடைக்கும் என்பதால் ஏதாவது ஒரு துறையில் பொறியியல் பட்டம் பெற்ற பெண்ணாக மணந்துகொள்ள விரும்புகிறார்கள். எழுபதுகளில் தொழில் படிப்புப் படித்து வேலைபார்த்த பெண்களை மணந்து கொள்ள முன்வந்தாலும் அவளுடைய படிப்பும் சம்பாதிக்கும் திறமையும் அவளுடைய தகுதிகளாகக் கருதப்படவில்லை. அப்போது பையனின் தகுதியைக் கணிக்கும்போது அவனுடைய படிப்பிற்கு நிறைய மதிப்பெண்கள் உண்டு. பெண்ணின் தகுதியும் பையனின் தகுதியும் வெவ்வேறு வகையில் கணக்கிடப்பட்டன. படித்த பெண்களுக்குப் படித்த பையன்கள் கிடைத்தாலும் அவளுடைய குடும்ப வசதிக்குத் தகுதியான வசதியுடைய குடும்பத்துப் பையன் கிடைப்பது கஷ்டம். இப்போது அந்த நிலைமை கொஞ்சம் மாறி வருகிறது. அவளுடைய சம்பாதிக்கும் திறமையை கணக்கில் எடுத்துக்கொள்கிறார்கள். ஒரு சில குடும்பங்களிலாவது படித்த பெண்ணுக்குப் படித்த, வசதியான குடும்பத்துப் பையன் கிடைக் கிறான். இருந்தாலும் பெண்ணின் தந்தையிடம் பையனின் படிப்புக்கு ஏற்றவாறு சீதனம் கேட்பது தொடர்ந்துகொண்டுதான் இருக்கிறது.

கணவன் - மனைவி உறவில் சில அடிப்படைகள் மாறவில்லை. இந்த அடிப்படை காலங்காலமாக அமைக்கப்பட்டு வந்திருக்கிறது. இதை மாற்றப் பெண்களே துணியவில்லை.

அண்மையில் *நியுயார்க் டைம்ஸ்* பத்திரிகையில் வெளிவந்த ஒரு கட்டுரையின்படி அமெரிக்காவிலேயே இன்னும் மனைவி வேலை பார்க்கும் குடும்பங்களிலும் கணவன் குழந்தை வளர்ப்பில் மனைவியோடு வேலையைப் பகிர்ந்துகொண்டாலும் சமைப்பது, வீட்டைச் சுத்தப்படுத்துவது போன்ற வீட்டு வேலைகளில் கணவன் மனைவியோடு வேலைகளைப் பகிர்ந்துகொள்வதில்லையாம். அமெரிக்காவிலேயே அப்படியென்றால் இந்தியாவில் கேட்கவே வேண்டாம். இந்தியாவில் குறைந்த சம்பளத்தில் வேலைக்கு ஆட்களை வைத்துக்கொள்ளும் வசதி இன்னும் இருப்பதால் இப்போதைக்குக் கணவன் குழந்தை வளர்ப்பிலோ வீட்டுவேலைகளிலோ மனைவிக்கு உதவுவதில்லை. இந்த நிலை மாறுவதற்குப் பல காலம் ஆகலாம். இந்தியாவில் சமூக, பொருளாதார மாற்றங்கள் நிகழ்ந்தாலொழிய இந்த ஜாதியில் மட்டுமல்ல எல்லா இந்தியக் குடும்பங்களிலும் வீட்டுவேலைகளைப் பொறுத்தவரை கணவனுக்கும் மனைவிக்கும் இடையே சமத்துவம் நிலவப் போவதில்லை.

ஐஐ

குறிப்புகள்

படித்துவிட்டீர்களா?
அமெரிக்காவின் மறுபக்கம்
ஒரு சமூகப் பொருளாதாரப் பார்வை
நாகேஸ்வரி அண்ணாமலை

அமெரிக்கா என்றதும் மனதில் தோன்றுவது அது வளமிக்க நாடு; இராணுவ பலமிக்க நாடு; தனிமனித சுதந்திரத்தைப் போற்றும் நாடு என்பதே. ஆனால் உண்மையில், மூன்றாம் உலக நாடுகளில் அமெரிக்காவின் வரலாற்றுப் பின்னணியைப் புரிந்து கொண்டவர்கள் ஒருசிலரே.

நாகேஸ்வரியின் இந்நூல் இன்றைய அமெரிக்கா எவ்வாறு உருவானது, அதன் அரசியல், சமூகப் பொருளாதாரப் பின்னணி எப்படி இவ்வளவு வளத்தையும் அதிகாரத்தையும் மையப்படுத்த முடிந்திருக்கிறது, ஐரோப்பியக் குடியேறிகள் எப்படி பூர்வீகக் குடிகளை அழித்துக் காலனிகளை அமைத்தனர், அடிமைகளாகக் கொண்டுவரப்பட்ட ஆப்பிரிக்கக் கறுப்பர்கள் எந்த அளவிற்கு அந்நாட்டிற்கு வளத்தைச் சேர்த்தனர் போன்ற விஷயங்களில் புதிய வெளிச்சத்தை அளிக்கிறது.

மேலும், உள்நாட்டில் ஜனநாயகம், வெளிநாட்டில் சர்வாதிகாரம் என இரட்டை மனநிலையுடன் இயங்கும் அமெரிக்கா கியூபா, ஈரான், இராக் போன்ற நாடுகளுடன் நடந்துகொண்ட விதம் பற்றியும் சந்தைப் பொருளாதாரத்தால் கார்பரேட் நிறுவனங்கள் மக்களை கடன்அட்டை மூலம் நுகர்வோராகவும் அதீத மருத்துவச் செலவால் கடனாளி யாகவும் ஆக்கியிருப்பது பற்றியும் இவை எவ்வாறு சுற்றுச் சூழலை மாசுபடுத்துகின்றன போன்ற சமகாலக் கேள்விகள் மீதான புதிய பார்வைகளையும் இந்நூல் முன்வைக்கிறது.

பக்கம்: 304
விலை: ₹ 200
ISBN: 978 81 7720 222 9

படித்துவிட்டீர்களா?

பலஸ்தீன-இஸ்ரேல் போர்
ஒரு வரலாற்றுப் பார்வை

நாகேஸ்வரி அண்ணாமலை

பாலஸ்தீன - இஸ்ரேல் பிரச்சினை, உலகில் நீண்ட நாட்களாக நடக்கும் உரிமைப் போராட்டம். இது ஊடகங்களில் தினமும் செய்தியாகிறது. நியாயமான முடிவு காண முடியாத போராட்டமாக இது பரிணமித் திருக்கிறது. இதைப் பற்றிய பார்வைகளும் கருத்துகளும் யூதர்களுக்கும் அரேபியர் களுக்கும் சாதகமாகவோ பாதகமாகவோ பிளவுப்பட்டிருக்கின்றன.

தமிழில் இதைப் பற்றிய எழுத்துக்கள் இதன் முழுப் பரிமாணத்தையும் கொண்டு வரவில்லை. நாகேஸ்வரி அண்ணாமலையின் இந்த நூல் பிரச்சினையின் வரலாற்றையும் அரசியலையும் மனித அவலத்தையும் நீதி என்னும் கண்ணாடி வழியே பார்த்து முழுமையாக விளக்குகிறது. இதைப் படிப்பவர்கள் பாலஸ் தீனத்தில் ஏன் இவ்வளவு இரத்தம் சிந்தப் படுகிறது எனப் புரிந்துகொள்வார்கள். பாலஸ்தீனத்திற்கும் இஸ்ரேலுக்கும் நேரில் சென்று பார்த்து, இரு சாராரிடமும் விவாதித்து, பிரச்சினை தொடர்பான பல பரிமாணங்களையும் எழுதி யிருக்கிறார். ஆசிரியரின் ஈர்ப்புமிக்க நடை இந்தச் சிக்கலான பிரச்சினையை வாசகர்களுக்கு எளிதாக புரிய வைக்கிறது.

பக்கம்:280
விலை: ₹ 210
ISBN: 978 81 7720 222 9

படித்துவிட்டீர்களா?

அமெரிக்காவின் அனுபவங்கள்
ஒரு சமூகவியல் பார்வை

நாகேஸ்வரி அண்ணாமலை

இந்தியாவில் வாழும் படித்தவர்களைக் கவர்ந்து இழுக்கும் நாடு அமெரிக்கா. அதைப் பற்றி எத்தனையோ புத்தகங்கள் பயணக் கட்டுரைகள். அவற்றில் பல அமெரிக்காவைப் பற்றிய கற்பனையை வளர்ப்பவை. இந்த நூலோ அமெரிக்காவில் பத்து ஆண்டு களுக்கு மேல் வாழ்ந்து அமெரிக்கர்களையும் அவர்களுடைய அன்றாட வாழ்க்கையையும் கூர்ந்து கவனித்து உள்ளதை உள்ளபடி எழுதப்பட்டது. தான் அனுபவித்த வியப்பு, துயரம், மகிழ்ச்சி ஆகியவற்றைச் சொல்லில் வடிக்கும் ஆசிரியரின் நடை பகட்டற்றது. தன் அமெரிக்க வாழ்க்கை அனுபவத்தைச் சமூகவியல் பார்வையில் நீரோட்டமாக எழுதிச் செல்கிறார் நாகேஸ்வரி.

பக்கம்: 224
விலை: ₹ 165
ISBN: 978 81 7720 185 7